மாதி

முனைவர் கோ.சுனில்ஜோகி

பரிசல்

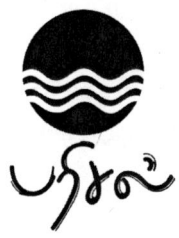

மாதி
(நாவல்)
கோ.சுனில்ஜோகி©

முதல் பதிப்பு: டிசம்பர் 2021

வெளியீடு: பரிசல் புத்தக நிலையம்
235, 'P' பிளாக் MMDA காலனி
அரும்பாக்கம், சென்னை – 600 106.
பேச: 9382853646, 8825767500
மின்னஞ்சல்: parisalbooks@gmail.com

அச்சுக்கோப்பு: வி. தனலட்சுமி

அச்சாக்கம்: கம்ப்யூ பிரிண்டர்ஸ், சென்னை – 600 086.

பக்கம்: 354

விலை ரூ: 350

MADHI
G.Suniljoghee©
First Edition: December 2021

Published by Parisal Putthaga Nilayam
No. 235, 'P' Block MMDA Colony
Arumbakkam, Chennai - 600 106.
Mobile: 93828 53646, 8825767500
Email: parisalbooks@gmail.com

DTP: V. Dhanalakshmi

Printed at: Compu Printers, Chennai - 86.

ISBN: ISBN : 978-93-91949-43-3

Pages: 354

Price Rs. 350

காணிக்கை

ஈரமாசி ஹெத்தைக்கு

எளிமையே அழகானது. ஒப்புரவே மகிழ்ச்சியானது

கோவையில் திங்கள் தோறும் மூன்றாம் ஞாயிற்றுக்கிழமை நடைபெறும் 'களம்' இலக்கிய அமைப்பின் கூட்டத்தில் அறிமுகமான இலக்கிய ஆர்வலராகவும், கல்வியாளராகவும் இருந்த பல நண்பர்களுள் ஒருவராக நண்பர் கோ.சுனில்ஜோகி எனக்கு அறிமுகமானார். நெடுநாள் பாரம்பரியமிக்க இலக்கியக் களத்தின் இன்றைய வழிநடத்துனர்களாகத் திகழும் சிறப்பான சில நண்பர்களில் ஒருவராக நண்பர் சுனில்ஜோகி திகழ்கிறார்.

சுனில்ஜோகியின் கட்டுரைகள், உரையாடல்கள் பலவற்றை களத்தின் நிகழ்ச்சிகளில் அறிந்திருந்த எனக்கு 'மாதி' என்ற நாவல் பற்றி தோழர் துரைமுருகன் சொல்லக் கேட்டபோது வியப்பாகவும், மகிழ்ச்சியாகவும் இருந்தது. நாவலைப் படித்துப் பார்க்க வேண்டுமென்ற ஆர்வம் நெஞ்சிலே கிளைக்க தோழர் துரைமுருகன் மூலம் நாவலைப் பெற்றுப் படித்து முடித்தேன்.

நாவலின் களம் மலைசார்ந்த மக்களான படகர் வாழ்க்கையை விவரிப்பதால் கொஞ்சம் பிடிபடாமலும் ஆனால் புதியதாகவும் இருந்தது. ஓர் படைப்பைப் படிக்க வேண்டுமென்ற ஆர்வத்தால் படித்து முடித்து விட்டபோதும், ஒருமுறை நாவலைப்படித்த அனுபவம் அதை விரித்துரைக்க எனக்குப் போதுமானதாக இருக்கவில்லை. அணிந்துரை அல்லது திறனாய்வுரை எழுதுவதற்கான தகுதியோடு களம் இலக்கிய

அமைப்பில் பலர் இருந்தபோதும் என்னைத் தேர்ந்தமைக்கான காரணம் நாவல் பற்றித் தோழர்கள் துரைமுருகன், பூரணி மற்றும் நாவல் ஆசிரியர் சுனில்ஜோகியுடன் நான் மேற்கொண்ட உரையாடலாக இருக்கலாம்.

படிக்கும் வாசகன் இந்த நாவலில் வலம்வரும் பாத்திரங்களோடு கொள்ளும் உறவும், கதைக்களத்தில் மேற்கொள்ளும் பயணமும் பெருங்காட்டினூடே பாதை தவறிப்போகும் ஆபத்தை எதிர்கொள்ள வேண்டியதாக, தடுமாற்றத்தைத் தவிர்க்க முடியாததாக இருக்க நேரலாம். மலையும் மலைசார்ந்த இந்தக் குறிஞ்சி நிலமும் அச்சத்தையும், ஈர்ப்பையும் ஒருங்கே கொண்டிருக்கிறது.

ஒப்புரவை உலகத்திற்கு உவந்தளிக்கும் பல நூற்றாண்டுப் பழமையை ஒரு குடும்பப் பின்னணியில் வைத்து இயற்கைசார்ந்து பேசும் இந்த நாவலைப் படித்து முடித்துவிட்டபின் இன்றைய நவீன வாழ்க்கைக்குள் திரும்பிப் பயணிக்கும் நாம், உலகச் சுற்றுச்சூழலைப் பாதுகாக்க வேண்டும் என்பதற்காக பெரும் வல்லரசு நாடுகளும், வல்லரசுக் கனவுகளில் மிதக்கின்ற மற்றைய நாடுகளும் மாசுக்கட்டுப்பாட்டை, நிலம் வெப்பமயமாதலைக் குறைக்க வேண்டுமென்பதற்காக மாநாடுகள் போட்டுப் பேசுவதும், வாய்மொழி வாக்குறுதிகளை உலக மக்களுக்கு வழங்குவதும் ஒரு வாடிக்கையான நிகழ்வுகளாகிவிட்டதைக் காண்கிறோம். உண்மையில் எந்த ஒரு வல்லரசு நாடும், வல்லரசுக் கனவுகளில் மிதக்கின்ற பிற நாடுகளும் இயந்திரப் பெருந்தொழில்களைக் கைவிடவோ, குறைக்கவோ மனம் கொள்வதில்லை. மாறாக, அணுஆயுத உற்பத்திகளையும், போர்த் தளவாடங்களையும் மேலும் மேலும் பெருக்கிக் கொள்வதில் மறைமுகமாகவும் நேரடியாகவும் கவனம் கொண்டிருக்கின்றன.

எரிபொருள் உற்பத்திப் பெருக்கம் காற்றைச் சூடாக்கி, இந்த நிலவுலகை வெப்பத்தின் உச்சத்திற்கே கொண்டு போயாயிற்று. விளைவு காற்றை, நீரை, நிலத்தை, வெளியை என்று அனைத்தையும் மக்கள் பயன்பாட்டிற்கு உதவாதவாறு செய்தாயிற்று. மனிதன் தனக்கான சவக்குழியைத் தானே தோண்டிக் கொண்டிருக்கின்றான். நல்ல தண்ணீர், நல்ல காற்று இரண்டும் விற்பனைப் பொருளாகிவிட்டன. ஆறுகள்

தொழிற்சாலையிலிருந்து வெளியேற்றப்படும் இரசாயனக் கழிவுகள் கலந்த கழிவுநீர்ச் சாக்கடைகளாக மாறிவிட்டன. நிலத்தடி நீரும் உழவுக்குப் பயன்படாத சாயக் கழிவின் இருப்பிடமாகிவிட்டது. மூச்சுத்திணற வைக்கும் இந்த நவீன வாழ்க்கையிலிருந்து விடுபட்டு நம் முன்னோர்கள் வாழ்ந்த வளமான இயற்கைசார்ந்த வாழ்க்கையைச் சற்று பின்னோக்கி பார்க்க வைக்கின்றது இந்த நாவல்.

ஒப்புரவை வாழ்க்கை நெறியாகக் கொண்ட, நெறியும், அறமும் தவறாத மக்களை இந்த நாவல் நமக்கு அறிமுகம் செய்கின்றது. வீரமும், விருந்தும் என கொண்டாட்டமே வாழ்க்கையாகக் கொண்டிருக்கும் அந்த மக்கள் சமூகத்தை விரிவாகப் பேசுவது விருப்பமென்றாலும் மனதை ஈர்க்கும் இரண்டொரு காட்சிகளைச் சுட்டிக்காட்டுவது பொருத்தமாக இருக்கும்.

மாலையில் வீடு திரும்பாத எருமைக் கன்றைத் தேடிப் புறப்பட்டுச் செல்லும் ஜோகி என்ற இளைஞனின் வீரம் நம்மை மெய்சிலிர்க்க வைக்கின்றது. புலியின் உறுமலும், புதரில் அஞ்சி ஒடுங்கி ஒதுங்கிய எருமைக் கன்றின் முனகலும் என அச்சுறுத்தும் இரவில், புலியிடமிருந்து எருமைக் கன்றைக் காப்பாற்றும் போதில், புலியினால் தாக்குண்ட போதும் கன்றைக்காத்து உயிர்த்துறக்கும் மாவீரனாக, சங்க இலக்கியம் காட்டும் நெல் உகுத்து பரவும் நடுகல் நாயகனாக அவன் நம் நெஞ்சில் நிலைக்கிறான்.

நாவலில் நம்மை ஈர்க்கும் இன்னொரு பாத்திரம் மாதியின் மாமனார் போசன். அறம் திறம்பா ஆளுமையோடு தம் சுற்றம் தழுவிக் காப்பதில் கவனம் கொள்ளும் நெறியாளர் அவர். படகர் சமுதாயத் தலைமகன். அவர் அறம் தவறினார் என மாதியின் சின்ன மாமியார் கிரிஜியின் குற்றச்சாட்டிற்கு ஆளாகி ஊர்த்தலைவர்கள் மற்றும் ஊர் மக்கள் கூட்டத்திற்கு நடுவில் செய்யாத குற்றத்திற்காகத் தண்டனைக்குட்படும் ஒரு உண்மைக் குற்றவாளியின் கோலத்தில், நின்று, ஊர்த்தலைவர்களின் கேள்விகளுக்கு சரியான பதில் உரைத்து தான் குற்றமற்றவன் என்பதை நிறுவித் தலை நிமிரும் ஆளுமை மிகுந்த தோற்றம் அவரைப் போற்றி ஊர்மக்களைக் கொண்டாட

வைக்கின்றது. ஊர்த்தலைவர்கள் குற்றம் இழைத்தவள் என்பதை தீர்ப்பாகச்சொல்லி அவளுக்குக் கொடுக்கும் தண்டனை மற்றும் ஊர்மக்களின் கிரிஜியை நோக்கிய ஏசல் மொழிகள் ஏதும் கிரிஜியைத் தலைகுனிய வைப்பதில்லை.

இடியும் மின்னலும் என மழைமேகம் சூழ பெய்யும் பெருமழையில் நிரம்பியோடும் பெருவெள்ளத்தில் கரையேற முடியாமல் நின்றிருக்கும் எருமைகளை ஒவ்வொன்றாக நீரில் இறங்கிக் கரைசேர்க்கும் பேராற்றல், எருமைகள் அனைத்தையும் கரையேற்றிவிட்ட போதும் தான் நீந்தி கரைசேர முடியாமல் ஆற்றோடு அடித்துச் செல்லப்படும் அவலம், கரையில் நின்று அவர் வீரத்தையும் ஆற்றுநீரில் அவர் அடித்துச் செல்லப்படும் அவலத்தையும் கண்ணுற்ற மக்களின் அழுகை என போசனின் பேராண்மை பேசப்படுகிறது.

நாவலில் குறிஞ்சி நிலத்திற்கே உரிய அழகை மலையும், மழையும், ஆறும், வானமும் என விரியும் பெருங்காட்சிகள் நம் நெஞ்சை கொள்ளைக் கொள்கின்றன. பல இடங்களில் இயற்கை பற்றிய வருணனை நாவலாசிரியரை ஒரு தேர்ந்த கவிஞராகக் காட்டுகிறது.

நாவலின் மைய பாத்திரமாகப் படைக்கப்பட்டிருக்கும் மாதி, பிறந்த விட்டின் ஒரு செல்லப்பிள்ளையாக வளர்ந்து, திருமணமாகி புகுந்த வீட்டின் உறவுகளைப் பேணி, அறம்தவறாத போசனின் வீட்டு மருமகளாகத் திகழ்கிறாள்.

இன்னா செய்தார்க்கும் இனியவே செய்யாக்கால்
என்ன பயத்ததோ சால்பு

என்ற குறளின் இலக்கணமாக உயர்ந்து நிற்கின்றாள்.

நாவலின் இயற்கைப் பேணலும், வழிபாடும், அந்தப் பூர்வகுடி மக்களின் சடங்குகளும் நம்மை இயற்கைக்குத் திரும்ப அழைக்கின்றன. எளிமையே அழகானது. ஒப்புரவே மகிழ்ச்சியானது.

கவிஞர் க. அறிவன்
கோயம்புத்தூர்
28.11.2021

ஆதியைத் தேடி அலைந்தவன்

நிலையில் திரியாது நீடும் மாண்பு மலையோடு அதன் மக்களுக்கும் உரியது. தனக்கென வாழாத தளிர்நிறை தருவாய் அள்ளி அள்ளி கனிதரும் களிவாழ்வின் கருவினை தன் பனிக்குடத்துள் அடைகாக்கும் நீலகிரித்தாயின் மக்கள் படகர்கள். படுகர், படகர் என்று அழைக்கப்படும் நீலகிரியில் மட்டுமே வாழ்ந்துவரும் இம்மக்களின் பெயரே இவர்தம் வாழ்வியலைச் சுட்டிக்காட்டுகின்றது. அதாவது, 'பண்டுகா' என்ற சொல்லே 'படுக' என்று திரிந்தது எனலாம். அரசு ஆவணங்களில் இவர்கள் 'படகர்' என்று குறிக்கப்பட்டுள்ளனர்.

படகர்களின் தாய்மொழியும் தனித்திராவிட மொழியுமான 'படுகு' மொழியில் 'பண்டா' எனில் எருமை மந்தை என்று பொருள். அதாவது எருமை மந்தைகளைப் பேணுபவர்கள், கொண்டவர்கள் எனும் இவர்களின் வாழ்வியல் விளக்கத்தினை இவர்தம் பெயர் தரித்துள்ளது. அதனடிப்படையில் இவர்களின் ஆதி வாழ்வாக எருமை மந்தை பேணலே திகழ்கின்றது. எருமைகளே தம் வாழ்வின் எல்லாமுமாகக் கட்டமைத்துள்ள இவர்கள் மலைப்புல, நீர்ப்புல வேளாண்மையிலும் சிறந்து விளங்குபவர்கள். நீலகிரியில் வாழ்கின்ற பிறகுடி மக்களோடு இணக்கமான வாழ்வினை, ஆரோக்கியமான பண்டமாற்றினைச் சமைத்தவர்கள். சிறந்த இயற்கைசார் வாழ்வு மற்றும் இயற்கைப் பேணலிற்காக 'யுனெஸ்கோவால்' உலகப் பூர்வகுடிகளாக அங்கீகரிக்கப்பட்டவர்கள். தம் முன்னோர்களின் மரபிலிருந்து வழுவாத, வழுவற்ற வாழ்வினை உடையவர்கள்.

“அரத்து பந்தமக அன்னவ கொடு. பெரத்து பந்தமக பெக்கெய கொடு” எனும் படகர்களின் முதுமொழியொன்று அவர்களின் வாழ்வியல் அறத்தைச் சுட்டுகின்றது. அதாவது, பசித்து சோர்வுடன் (அரத்து) வருபவர்களுக்கு உணவினைக் கொடு. குளிரால் விறைத்து (பெரத்து) வருபவர்களுக்கு வெக்கையைக் (பெக்கெ) கொடு என்று இவர்களின் மரபார்ந்த வாழ்வியல் அறம் குறித்து விளக்குகின்றது இம்முதுமொழி. அகன்ற முற்றத்தினைக் கொண்ட இவர்களின் வீட்டின் கதவுகள் இரவு மூடப்படும்வரை அடைக்கப்படுவதில்லை. இது இவர்களின் மரபு. இன்றும் இவர்களின் வீடுகள், குறிப்பாக முன்னோர்கள் வாழ்ந்த இல்லத்தின் கதவுகள் அடைக்கப்படுவதில்லை. அவை முப்பொழுதும் உண்டியையும், வெக்கையையும் ஏந்தி விருந்திற்குக் காத்திருக்கும்.

மலை உச்சியிலும், அதற்குச் சற்று கீழுமாக தம் குடியிருப்புகளை அமைத்து வாழ்ந்து வருகின்ற இவர்களின் வாழ்க்கைமுறை பெரும் சவாலானது. ஆண்டில் ஒன்பது மாதங்கள் விடாத மழைப்பொழிவும், மூன்று மாதங்கள் குன்றும் குளிரும் கடும் பனிப்பொழிவும் விளையும் இவர்களின் வாழ்க்களத்தில், அதிலும் ஆநிரையும், வேளாண்மையும் பேணி வாழ்வதென்பது இயற்கையின் அன்பாலும், இயற்கையின் மீதுள்ள அன்பாலும் மட்டுமே ஆகுமொன்று. எந்த இடர் தலைப்படினும் இயற்கையைச் சாடாத, பாதுகையோடு இயற்கையைப் பாவாத இம்மக்களின் வாழ்வியல் அறம் அலாதியானது. அன்புடை வாழ்வின் அடிநாதமானது.

இயற்கை நேசம், ஆநிரை பாசம், சமூக சுவாசம் நீக்கமற வீசும் இவர்களின் வாழ்வியல் பல மரபார்ந்த வழக்காறுகளை உள்ளடக்கியவை. எருமைகளுக்கும், நிலத்திற்கும் மட்டும் வருடத்தில் ஆறுமுறை, இயற்கையாக விளைந்த மற்றும் தாம் விளைவித்த தவசங்களைக் கொண்டுப் படையலிடும் இவர்களின் சமயம் இவர்களால் கட்டமைக்கப்பட்டது. வாழ்வியல் சார்ந்தது. மத மாச்சர்யங்களுக்கு அப்பாற்பட்டது. கடும் புனிதநிலையும், சுகாதாரமும், ஒழுக்கமும் பேணும் இவர்களின் வாழ்வியலின் ஆன்மா பெண்களே. ஆதியில் தாய்வழிச் சமூகமாக விளங்கிய இவர்களின் வாழ்வியலுள் பெண்ணிலையானது மஞ்சுசூழ்ந்த கோடு போல தியாகத்தால் பசிந்தவை. அவர்களின் வாழ்வு,

ஒற்றுமை, ஆரோக்கியம், அரவணைப்பு போன்ற எல்லா நிலைகளின் அடிச்சரடும் பெண்கள்தான் எனில் அது மிகையல்ல. குரோதம், பொறாமை, சுயநலம் போன்ற தீய உணர்வுகளால் மனிதன் இயற்கையைவிட்டு அந்நியமாகும்போது, அதைக் களைந்து மீண்டும் அணியமாக்க பேரன்பும், தியாகமும் தரித்த பெண்மையின் கரங்களே தேவையாகின்றன. இதுவே இப்புதினத்தின் முன்வைப்பாகும்.

ஆய்வுலகில் கணிசமான பதிவுகளைக் கொண்டுள்ள படகச் சமூகம் படைப்புலகில் பெரிதும் அறியப்படாத ஒன்றாகவே தொடர்கின்றது. எழுத்தாளர் இராஜம் கிருஷ்ணன் அவர்களே படகர்களைக் குறித்த முதல் புதினத்தைப் படைத்தவர். தொடர்ந்து இவர்களைப்பற்றிய ஓரிரு புதினங்கள் வலம்வந்த நிலையில் இச்சமூகத்தின் அகவய நபரான பேராசிரியர் சதீஷ் வாசுதேவனின் 'கத்தலே' என்ற குறுநாவல் படகர்களைப் பற்றிய சிறந்த படைப்பாகத் திகழ்கின்றது. இம்மக்களின் சமகாலத்தைய விடயங்களை விசாரிக்கும் இதுபோன்ற புதினங்கள் இன்றைக்கு பெரிதும் தேவை என்றாலும், கால மாற்றத்தால் பெரும் இடர்களைச் சந்தித்தபோதும், தம் முன்னோர்களின் வாழ்கையை, மரபை வழுவாது பின்பற்றும் இம்மக்களின் வாழ்வியல் அறம்குறித்து அறிவுலகிற்குக் கொண்டுசெல்வது மிகவும் அவசியமானதாகும். அன்புநிலையும், அரவணைப்பும் அருகிப்போன இன்றைய சமூகத்திற்கு இதன் தேவையும் அதிகம் என்று கருதுகிறேன். மேலும், இதுவரையில் புதின உலகில் துயரிலும், பிறழ்விலுமாகக் காட்சிப்படுத்தப்பட்ட இம்மக்களின் அன்பு மற்றும் அற வாழ்வின் பக்கங்களையும் காட்ட விரும்புகிறேன். இந்த நோக்கங்களின் அடிப்படையில் அமைந்ததே 'மாதி' எனும் இந்தப் புதினமாகும். இது படகர்கள் குறித்த இனவரைவியல் நோக்கில் அமைந்த முதல் புதினமாக அமைவது குறிப்பிடத் தகுந்ததாகும்

படகர் சமூகத்தின் அகவயத்தானாகிய நான் 15 ஆண்டுக்காலமாக அவர்கள் குறித்த ஆய்வுலகில் உழல்பவன். அவர்களின் ஆதியைத்தேடி தொடர்ந்து அலைபவன். கண்டவை, ஆய்ந்தவை, உணர்ந்தவைகளிலிருந்து அவர்தம் அறவாழ்வின் உரைகல்லினை இப்புனைவின்வழி தர முயன்றிருக்கிறேன். இப்புதினத்தின் களமான ஊடு பெட்டு மற்றும் சோர்ட்டு

பெட்டு ஆகிய மலைகளின்வழி வெயிலிலும், மழையிலும், காற்றிலும், கடுங்குளிரிலும் தரவுகளைத்தேடி, ஆதியைத்தேடி அலைந்திருக்கின்றேன். அந்த அலைதலின் ஒரு கீற்றினை உங்களுக்குப் புதினமாகத் தந்திருக்கிறேன்.

சில நூற்றாண்டுகளுக்கு முந்தைய காலத்தை கதைக்களமாகக் கொண்டமையும் இப்புதினத்தில் பல மெய் நிகழ்வின் வனைவுகளும் சில புனைவுகளும் நிறைந்துள்ளன. இக்கதைக்குரிய களத்தில் வழங்கப்பெறும் பல கதைகளை எருமைப்பாலோடு கலந்துப்போன விசும்பின் துளிபோல் இப்புனைவில் கலந்து தந்துள்ளேன். விருதுகளுக்கோ, விளம்பரத்திற்கோ அப்பாற்பட்டு இம்மக்களின் வாழ்முறையைப் பதிவுசெய்வதொன்றையே கருத்தில் கொண்டு இதைப் புனைந்துள்ளேன்.

சில நூற்றாண்டுகளுக்கு முந்தைய கதைக்களம், இம்மக்கள் பயன்படுத்தும் தனிமொழி ஆகியவற்றைக் கருத்தில் கொண்டு இம்மக்களின் வழக்கு நடையைப் பெரும்பாலும் தவிர்த்து, எழுத்து நடையிலேயே இதனை இப்புதினத்தை அணுகியிருக்கிறேன். இம்மக்களின் பண்பாடு சார்ந்த சில சொற்களை அவர்களின் மொழியிலே அளித்ததோடு அதன் தமிழ்ப்பொருளையும் இந்நூலிற்குப் புகுவதற்குமுன்பு அளித்திருக்கிறேன். மேலும், படைப்புலகின் புது முயல்வாக, தமிழ்மொழியில் தரவியலாத படுகு மொழிக்கான எழுத்துக்களுக்கு அதை ஒலிப்பதற்கான, ஒலிப்புமுறைக்கான குறியீட்டையும் தந்திருக்கிறேன். அவ்வகையில் எல்லா நிலைகளிலும் இம்மக்களின் இனவரைவியலைக் காட்டும் புதினமாக இது விளங்கும் என்று நம்புகிறேன். மேலும், இது பின்னோக்கு உத்திமுறையைக் கொண்டுள்ளது என்று இப்புதினத்தைப் படித்து கருத்துரைத்தவர்களின் முடிபையும் இங்கே சுட்ட விரும்புகிறேன். ஆனால், இது எந்த உத்தி முறையினையும் திட்டமிட்டு எழுதப்பட்டதல்ல என்பதும் குறிப்பிடத்தக்தாகும்.

புதின இலக்கியத்திற்கு என்னை அறிமுகப்படுத்தும் மாதிக்கும், இப்புதினத்தை வெளியிடும் பரிசல் பதிப்பகத்தின் தாளாளர் திரு. சிவ செந்தில்நாதன் அவர்களுக்கும் பரிசல் பதிப்பகத்தாருக்கும் என் நன்றிகள் என்றும் உரியது. மேலும், இப்புதினத்தைப் படித்து என்னை ஊக்கமூட்டியதோடு இதற்கு சிறந்ததொரு அணிந்துரை ஆக்கித்தந்த படைப்பாளர் க.அறிவன் அவர்களுக்கும், பல நேரங்களில் என்னை

நெறிப்படுத்திய என் துறைத்தலைவர் சி.மா.இரவிச்சந்திரன் மற்றும் என் நெறியாளர் முனைவர் ஓ.பாலகிருஷ்ணன் ஆகியோர்க்கு என் நன்றிகள். மேலும், இப்புதினத்தின் ஆதி வாசகர்களாக விளங்கி என்னை செம்மையாக்கிய என் குருநாதர் ஒரசோலை எச்.எஸ். கல்லாகவுடர், சகோதரி சௌபாக்கியா, சகோதரர் முனைவர் செ.துரைமுருகன், இரா. மகரிஷி, சகோதரி வி.பூரணி, பேராசிரியர் கோ. சதீஸ், திரு. பழனிவேல் ராஜன், முனைவர் மா. தினேஷ்வரன், சகோதரர் செ.ஜீவா, மாணவர் க.நவீன் மற்றும் தருண்குமார் ஆகியோருக்கும் மனமார்ந்த நன்றி. இந்தப் புதினத்தைப் பரிசல் பதிப்பகத்தார்க்கு அறிமுகம் செய்து வைத்த பேராசிரியர் மு.செல்வக்குமார் அவர்களுக்கும், முனைவர் செ. துரைமுருகன் மற்றும் பேராசிரியர் கோ. சதீஸ் அவர்களுக்கும் நன்றிகள் என்றும். மேலும் இந்நாவலினை சிறந்த முறையில் அச்சுக்கோப்பு செய்தளித்த சகோதரி வி. தனலட்சுமி மற்றும் இந்நூலிற்கான ஏற்ற முகப்பு அட்டையை வடிவமைத்துத் தந்த சகோதரர். லார்க் பாஸ்கரன் அவர்களுக்கும் நன்றிகள். என் ஆக்கத்தில் பெரும் அக்கறைக் கொண்ட, நான் பணியாற்றும் குமரகுரு பன்முகக் கலை அறிவியல் கல்லூரியின் நிர்வாகத்தார்க்கும், கல்லூரி முதல்வர் மற்றும் எம்துறையைச் சார்ந்த பேராசிரியர்களுக்கும், நா.மகாலிங்கம் தமிழாய்வு மையத்தார்க்கும், கோவை களம் இலக்கிய அமைப்பினர்க்கும், எனது ஆருயிர் பெற்றோர்க்கும், உற்றோர்க்கும், உதிரத்தோர்க்கும், உறுவோர்க்கும், உதித்தோர்க்கும், உரியோர்க்கும், உணர்வோர்க்கும், தகவலர்களுக்கும், என் நண்பர்கள் மற்றும் நலன்விரும்பிகளுக்கும் என் நன்றிகள் என்றும் உரியன.

ஆதியைத் தேடி அலைந்து திரிந்த என்னிடம் தொற்றிக்கொண்ட, மலையின் மீதும், அறத்தின்மீதும், அன்பின்மீதும் பேரார்வமும், ஏக்கமும் கொண்ட மாதி எனும் நீலமலையின் குழந்தையை உங்கள் வாசிப்பு உலகில் தவழவிடுகிறேன். உங்கள் கரங்களில் அவள் மிளிர்வாள் எனும் நம்பிக்கையில்.

முனைவர் கோ. சுனில்ஜோகி
நீலகிரி,
27.11.2021
suniljogheema@gmail.com
9159383919

திறவுகோல்

0ப0ட0கர்களின் தாய்மொழி மற்றும் தனித்திராவிட மொழியான "0ப0ட0கு" மொழியின் g, d, b *ஆகிய ஒலிகளைக் குறிக்க தமிழில் எழுத்துக்கள் இல்லை. ஆகவே, இந்த நாவலில் இடம்பெறும் படகு மொழிச்சார்ந்த சொற்களில் உள்ள இம்மேற்காண் எழுத்துக்களைக் குறிக்க க,ட,த,ப ஆகிய எழுத்துக்களுக்கு முன்பு '0' குறியிட்டு காட்டப்பட்டுள்ளது.*

*அதாவது, ஒலிப்பு முறையில் 0க (*ga, *நிகழ்வு என்பதில் உள்ள 'க' ஒலிப்பினைப் போன்றது), 0ட (*da, *ஆடு என்பதில் உள்ள 'டு' ஒலிப்பினைப் போன்றது), 0த (*dha *கோதை என்பதில் உள்ள 'தை' ஒலிப்பினைப் போன்றது), 0ப (*ba, *பாரதம் என்பதில் 'பா' வின் ஒலிப்பினைப் போன்றது) மேலும், இப்புதினத்துள் விளக்கம் தராமல் தரப்பட்டுள்ள 0ப0ட0கர்களின் வழக்குச் சொற்களுக்கான அகராதியும் இங்கே பகிரப்படுகின்றது.*

அக்க0பக்க	0ப0ட0கர்களின் ஒருகால் வழியினர் வாழும் நிலப் பரப்பு
அக்கிலு	பறவை
அ0குரு	மட்டை
அசிணிக்கெக் கோலு	ஒருவகையான மூலிகைக் கோல்
அத்தெ	சடங்கில் முதன்மை உணவு உண்ணும் உறவினர்களின் அமர்கை

ஆநாடு	தம் முன்னோர்கள் வாழும் மறுமை உலகம்
அம்மெ	பெண் / சகோதரி
அட்டுலு	மெத்தை
அ0டோலி	மணப்பெண்ணிற்கு பிறந்த வீட்டார் அளிக்கும் எருமைகள்
ஆடிக்கெ	இயற்கை உண்ணிகளின் புழுக்கை
இரட்டு	பெண்கள் தம் மாரிலும், இடுப்பிலும் சுற்றும் பட்டைத்துணி
உச்சகரெ	முற்றதில் உள்ள கல்
ஊரு0பெட்டு	ஊர் மலை
எம்மட்டி	எருமைகளுக்கான ஊர்
எர்சி	சடங்கில் முன்னிலை வகிப்பவர்கள் அமரும் இடம்
ஒரெ 0கூ	படையல்
ஒளவெ	அன்னை
கச்சுப் 0பள்ளி	பொருட்களை வைக்கும் சுவற்றைக் குடைந்தப் பகுதி.
கச்செ	ஆண்களின் கீழாடை
கட்டெஊ	குறிஞ்சி மலர்
கவிந்தி	தலையணை
கன்னெக் கடுசு	இளங்கன்று
கன்னேரி	புனிதமரம்
0கஞ்செ	பார்லியின் வகை
கிரு 0தீவி0கெ	அக்டோபர் மாதம்
குக்கெ	கூடை
0குதிலி	ஒரு வகையான களைக்கொத்து
0குள்ளு	விளைநிலத்தில் திணைகாக்க அமைக்கப்படும் ஓரறை வீடு
0கூம்மா	கூகை

0கூடுகல்லு	இளவட்டக்கல்
கேரி	முற்றம்
கைம்மெ சொப்பு	உவர்ப்புச் சுவைக்காகச் சேர்க்கப்படும் செடி
கோக்கு	எருமையின் பிட்டம்
கோக	அளவை
கோண	ஆண் எருமை
சவத்தெ	மூதாதையர்க்கான இரவு வழிபாடு
சவுன காக்கெ	செம்போத்துவகை
சிங்0கரா	நலம்
செலெகல்லு	நடுகல்
சின்ன0கெறெ சீலெ	ஆண்களின் மேற்போர்வை
தொரெ கோலு	குளிப்பதற்குப் பயன்படுத்தும் நுரைத்தன்மைக் கொண்ட தாவரம்
திரி0பாம்0பெ	மெதுவாக எரியும் நஞ்சுப் புல்லின் வேர்ப்பகுதி
துப்பக்0கூ	நெய்ச் சோறு
தய்	நவம்பர்
தை0கெ	வெண்கலத் தட்டு
நா0கு	பெண் எருமை
நெலிகோலு	நெருப்புக் கடையும் கோல்
0பில்லி ஊ	புனித மலர்
0பு0குரி	இசைக்கருவி
0பெத்து	மூங்கில்
0பெண்ணெ	வெண்ணெய்
0பை0கெ	வாகை மரம்
நேரி	புனித மரம்
ம0த்து 0பித்து	கசகசா

மந்0தக் கிச்சு	சடங்குகளில் இரவைக் கடத்தவும், வெளிச்சத்திற்காகவும் இடப்படும் நெருப்பு
மந்0தா	பஞ்சாயத்து
மம்மா	மாமா
மனெ (மனை)	வீடு
மல்லு முண்டு	ஆண்களின் கீழாடை
மண்0டரெ	ஆண்களின் தலைப்பாகை
மண்0டெப்பட்டு	படகப் பெண்கள் தலையில் அணியும் துணி
மிண்டேரிப் 0பள்ளி	இல்லத்தின் முற்றதை ஒட்டிய 0பள்ளி
முண்டு	பெண்கள் அணியும் மேலாடை
மோரெ	மடிப்பு
ஹாலானி	பிப்ரவரி
ஹள்ளா	ஆறு
ஹிரிய	முன்னோர்கள்
ஹிரிய தம்0புட்டெ	அறிவிப்புப் பறை
ஹெத்தெ	பாட்டி
ஹெச்சலி	வாழ்த்துச்சொல்
ஹெம்மாட்டி	டிசம்பர்
ஹெண்ணு	மகளே
ஜாகெ	ஒரு அளவு

1

மேலே தெரிகின்ற ஊரு0பெட்டு பெருமி உயிர்க்கும். கைகளை நீட்டி அழைக்கும். ஏன், சில நேரங்களில் வாரி அணைத்து உச்சியும் முகரும் உணர்வு மாதிக்கு எழாமல் இருந்ததில்லை.

பசுமை உடுத்திய அந்த இயற்கைத் திரட்சி. அதை நோக்க நோக்க சிலாகிப்பு. அது பால்யம் தொட்டே அவளுக்குள் அடைக்கலமானது.

மல்லு முண்டு, சின்ன 0கெரெ சீலெ மற்றும் வலதுபுறமாக மோரெ எடுத்துக் கட்டிய மண்0டரெ மிளிர, அகன்ற கச்சுப் 0பள்ளியை தன் திண்தோள்கள் மறைக்க, சந்தனக் கட்டையையும், அதை அரைக்கும் அரெகல்லினையும் எடுக்க நிற்கும் தன் அப்பா 0பெள்ளியைக் காணும்போதெல்லாம் ஊரு0பெட்டின் சிலாகிப்பு அவளைத் தொற்றிக்கொள்ளும்.

"ஏய்! 0பெள்ளி சந்தனத்தை அரைத்துப் பூசியப்பின் அதை கச்சு 0பள்ளியில் வைக்க மறவாதே."

"அது கடந்தமுறை உச்ச0கறெயில் கிடந்தது பார்..."

"ஏய்! மிச்சி! தூபமிட நெருப்பு தயாரா...?"

"தூபக்கல்லைத் துடைத்தாயா?"

என்று, தன் பாட்டி மாசியின் அதட்டலோடு கைகோர்த்து,

"ஏய்! 0பெள்ளி தயாரா?""

"ஏய்! மிச்சி தூபம் தயாரா?"

என்று ஒருமைப் பேச்செறிந்து, வாய் பொத்தி, கள்ளச் சிரிப்பு உதிர்த்து, மாசியிடம் மாதி பெற்ற கிள்ளுகள் ஏராளம்.

தூபக்கல்லில் தகிக்கும் கனலில் படியும் சாம்பலை அகற்ற, அது மசிந்து விடாமல் காக்க, தன் முன்கையின் வெள்ளி வளையொலிக்க விசிறும் மாதியின் தாயான மிச்சியின் கரங்கள் அவள் உடுத்திய வெள்ளை முண்டின் மரபுப் போற்றலுக்கு சற்றும் சளைத்தவையல்ல.

மாரிலும் இடையிலும் பட்டையான இரட்டுகளைச் சுற்றி, நெளிந்து சுருண்ட தன் கார்கூந்தலுக்கு மணிமுடியாய் வீற்றிருக்கும், வெண்துகிலால் கட்டிய மண்0டெப் பட்டுடன் அடுக்களையைத் தாண்டி வந்துநின்ற மிச்சியைக் கண்ணுற்றவிடத்து,

“ஏய்! மிச்சி, அந்நெருப்பிற்கு வாய்க்காற்று ஆகாது. தீட்டுறும். கவனம்...”

என்ற மாசியின் எச்சரிக்கை, நெருப்பின் சிவப்பொப்ப நாளும் தவறாதது. அதேநிலையில் அத்தையின் இந்த எச்சரிப்பின் தருணங்கள் பிரசவிக்கும் தன் தாய் மல்லெயின் நினைவுகளும் அவளுக்கு தவறாதவை.

அவளின் ஊரான கன்னேரியில் அவர்களின் வீடுதான் அந்த ஊரிற்கே 0தொ0ட்0டமனெ ஆகும். குலத்தில், ஊரில் தோன்றிய முதல் வீட்டினை 0தொ0ட்0டமனெ என்பது 0ப0ட0கர்களின் மரபு. 0தொ0ட்0டமனெக்கென்று சில கட்டமைப்புகள் உண்டு. அதிலும் குறிப்பாக அவ்வீட்டின் இடது அல்லது வலப்புறத்தில் அமைந்திருக்கும் ஆ0கோட்டு எனும் பால்மனை. இது அதீத புனிதத்திற்குரிய இடமாகும். இந்த இடத்தின் நெடிய மரபினை நெட்டுயிர்ப்பாக்கி, பொழுதொறும் நெக்குருகிக் காப்பதிலேயே நிறைவு கொள்பவன் மிச்சியின் தந்தை மல்லன்.

பால்மனையின் பால்கலமான மண்ணால் வனைந்த தட்டெ, அதை ஏந்தும் மூங்கிலினாலான அடியேந்தி தெக்கெ, பால் திரிக்கும் மத்து, மத்துக் கடைய நடப்பட்ட திண்ணிய நேரிமரக் கோலான 0குது, ஆ0கோட்டுக் கல்லடுப்பு, பால்கறக்கும் மூங்கில் கண்டியான ஒணெ, மடக்கெ எனும் மண்சட்டிகள், ஆ0கோட்டு அடுப்பின் நேர்மேல் முற்றத்தில் அமைத்துள்ள தானிய உணங்கலுக்கான 0பெசெகெட்டி

போன்ற 0தொ0ட்0டமனெயின் மரபார்ந்த கூறுகளையெல்லாம் நிர்வகிக்கும் நேர்த்தியை மல்லன் பாங்குடன் தரித்தவன். மேலும், பால்மனை மற்றும் குலதெய்வக் கோயிலிற்கான, விரிந்திருக்கும் ஐமுக 0பிரிமத்தினைச் செய்வதிலும் அவ்வூரில் அவன் நிகரிலன்.

வாரத்தின் திங்கட்கிழமையன்று தான் வழக்கமாக துயிலெழும் நேரமான வெள்ளி முளைப்பதற்கு முன்பே மல்லெ எழுந்துகொள்வாள். ஆனாலும், அதற்கு முன்பே எழுந்துகொண்ட தன் கணவன் மல்லனைக் கண்டு, விரைந்து கொல்லைக் கதவினைத் திறந்து, கொல்லைப்புறத்து அடுப்பில் பெரிய மண் சட்டியான அவிரியில் வெண்ணீர் வைப்பாள். புலராத காரிருள் நிலவோடு ஆட, அதையொத்த அவளின் வெண்பற்களால் அடுப்புக் கரியினைக் கடித்து, மொரந்தக் கோலினால் அழுத்தித் தேய்த்து, பனிக்குளித்த தண்ணீரில் வாய் கொப்பளித்து, சமையலறைக்குள் நுழைய, உறக்கம் கலைத்து வந்திக்கும் தன் தலைமகள் மணிக்கியைக் கண்டு புன்னகைத்தே,

"ஏய்! சின்னா! அப்பா ஆ0கோட்டினைச் சுத்தம் செய்யும் நேரமாகிவிட்டது. வேலைகளை விரைந்து முடிடா..."

என்று கூறி, அன்பால் அவளின் தலைகோதி, முற்றத்துக் கரி அக்கிலின் கீச்சொலியை ஓர்ந்தவாறே விரைவாள். இல்லத்தின் முன்கதவை இடுக்கிய மரத்தாழ்ப்பாளை நீக்கி கதவினை அகற்றுவாள்.

இந்த நொடிக்காகக் காத்திருந்து உள்நுழையும் பனிக்காற்று, முன்னறையில் தரையிலிருந்து நான்கடி உயரத்தில், மேல்கீழ்ச் சுவற்றுடன் இணைத்துக் கிடைமட்டமாக அமைக்கப்பட்டிருக்கும் பை0கெ மரத்தாலான அ0கலெயில் உறங்கிக் கொண்டிருக்கும் மிச்சியோடு விளையாடத் தொடங்கும்.

தூக்கம் கலைத்த காற்றினைச் சாடி, போர்வையால் முகத்தில் இட்ட இறுக்கத்தினை மேலும் கூட்டி, அவள் உறங்க எத்தனிக்க, வீட்டினுள் கேட்கும் சப்தம் அவளுக்கு திங்கட்கிழமையின் நினைவூட்டும். உடனே, அண்மையில் துயிலும் தன் அக்கா 0சென்னெயின் மீது அவளின் கள்ளப்பார்வை சூழும். அடுத்தடுத்து கள்ளப் புன்னகையும் சேர்ந்துகொள்ள, உறங்குவது

போல கள்ளங்கொள்ளும் 0சென்னெயைத் தன் கால்களால் தீண்ட, மூளும் சிரிப்பில் கள்ளம் குளிர்காயும்.

"ஏய்! உஸ்... உஸ்...

மணிக்கி எழுந்து போய்விட்டாள்.

சத்தமாக நகைக்காதே.... அம்மா கண்டுகொள்வாள்.."

என்று மிச்சி வாயெடுத்து முடிக்கும் முன்னமே

"0போக்கி இன்னும் என்ன உறக்கம்."

"அப்பா நீராடியாகிவிட்டது. விரைந்து எழுந்திரு..."

என்று தன் அக்காவை விளித்தெழுப்பும் தன் தாயின் குரல் கேட்டு, தன் முகத்தை போர்வையால் மேலும் இறுக்கி, மேலிடும் சிரிப்பினை வாய்பொத்தி அடக்கிக்கொண்டே மிச்சியின் கள்ளம் நீளும்.

சிறுவர்கள்தானே என்று உறங்க விட்டுவிடும் தங்கள் தாய்க்கு அவர்கள் விழித்தது தெரிந்தால் உடனே அவர்களும் எழுந்தாக வேண்டும். வீட்டின் முற்றத்தினைச் சாணமிட்டு மெழுக உதவ வேண்டும். இதன்பொருட்டே எல்லா வாரங்களிலும் கள்ளத்தால் முக்காடிட்டுக் கொள்வது மிச்சி மற்றும் 0சென்னெயின் வாடிக்கை.

ஆ0கோட்டினைச் சுத்தம் செய்யும் திங்கட்கிழமையன்று முதலில் ஆ0கோட்டினைச் சாணமிட்டு மெழுகியப்பின்பே வீட்டினை மெழுக வேண்டும். இதற்கென ஊரின் கீழ் எல்லை யிலுள்ள ஜோனி ஆற்றிற்குச் சென்று நீரினைக் கொண்டுவர வேண்டும். அதிலும் குறிப்பாக பறவைகள் குடிப்பதற்கு முன்பு அதிகாலையில் கொண்டுவர வேண்டும். அதனினும் மேலாக இதைக் கொண்டுவரும்போது யாரும் குறுக்கே வரக்கூடாது.

ஒருமுறை, இரவில் உண்டக் கொரளிச் சோற்றினால் அதிகாலையில் கண்ட வயிற்றுக்கடுப்பில் மலம் கழிக்க ஒதுங்க, ஆ0கோட்டுச் சடங்கிற்கு நீர் எடுத்துக்கொண்டு தலெ கேரியின் செவன அய்யா வருவதை அறிந்து, அவர் செல்லும்வரை அப்படியே புதரினுள், குளிரில் நடுங்கி அமர்ந்திருந்த கதையினை ஒருமுறை மல்லெ சொல்லக் கேட்டிருக்கிறாள் மிச்சி.

மல்லன் ஆ0கோட்டிற்கான நீரினைக் கொண்டுவந்து, ஆ0கோட்டினைச் சுத்தம் செய்து, ஒரெ படையலைச் செய்தபின்தான் அனைவரும் இல்லத்திற்குள் வரவேண்டும். குறிப்பாக பூப்பெய்திய பெண்கள். ஆனால், குழந்தைகள் மட்டும் இச்சடங்கிலிருந்து விதிவிலக்கு.

திங்கட்கிழமை வந்தாலே சலித்துக்கொள்ளும் தன் சகோதரிகளைக் காண மிச்சிக்கு நகைப்பு நீளும். சில நேரங்களில் அவர்களின்முன் கைகொட்டிச் சிரிக்கவும் செய்வாள்.

0போக்கியின் பூப்புச்சடங்கின்போது தீட்டுக்கழிக்க, வீட்டின் முன்வாசலில் நெருப்புக் கங்கினை வைக்க, அவள் அதை வலது காலால் மிதித்து வீட்டிற்குள் நுழைந்தபோது உண்டான சுடு காயத்தின்மேல் வல்லாரை இலைகளை அழுத்திப்பிடித்து மிச்சி மருத்துவம் பார்த்தபோது,

"இனிமேல் வாய்கொப்பளிக்காமல், எச்சில் வாயுடன் வீட்டின் சமையல் சட்டிகளைத் தொடக்கூடாதாம்..."

"தலையில் பட்டு உடுத்தாமல் வெளியில் வரக்கூடாதாம்..."

"திங்கட்கிழமையன்று ஆ0கோட்டு முறைக்குச் செல்லும்போது வீட்டினுள் இருக்கக்கூடாதாம்..."

என்று ஆலி பாட்டி சொன்னதாக தன் ஒலி0கிடி அனுபவத்தினைப் 0போக்கி கூறிப்புலம்பியது மிச்சியின் நினைவில் நிழலாடியது.

மாதவிடாய்க் காலங்களில் பெண்கள் தங்கி கழிப்பதற்காக அமைக்கப்பட்டுள்ள வீடுகளே ஒலி0கிடியாகும். மாதவிடாயுற்றுக் கழியும் எட்டு நாட்கள்வரை பெண்கள் இங்குதான் தங்குவார்கள். மேலும் இது மகப்பேற்றிற்கான இடமாகவும் விளங்கும். பூப்பெய்தி, மாதவிடாயை ஒலிகிடியில் கழித்த நாளிலும், மாதவிடாய்க் கழிந்து இல்லத்திற்குத் திரும்பும்போதும் காப்பாக தன் கையில் தரப்படும் உலர்பட்டாணி மிச்சியின் கைகளில் தவழும் போதெல்லாம் அவளுக்கு, அவளையறியாமலேயே கள்ளம் கலந்த புன்னகை மேலிடமால் இருந்ததில்லை.

மாதவிடாய்க் காலத்தில் தோன்றும் உடல் உபாதைகளிடமிருந்து தற்காக்கும் தொடர் ஓய்விற்கான

இடமாகவும் பாலியல் சார்ந்த கல்வி மற்றும் தெளிவிற்கான இடமாகவும் திகழ்ந்த ஒலிஒகிடியின் நினைவினை தன் பாட்டி காங்கி அசைபோடும் போதெல்லாம் மிச்சியின் மனம்நிறைய முழு உலர்பட்டாணியொன்று உருளாமலில்லை. இப்பொழுதும்கூட அது உருண்டுக் கொண்டிருந்தது.

திடீரென்று, "ஒலிஒகிடியில் பிடித்த நெருப்பு ஒதொஒட்ஒடமனெக்கு" என்று, தன் கையில் வைத்திருந்த நெருப்பினைச் சுட்டி மாசி கூறிய முதுமொழியினைக் கேட்டகணம் மிச்சியின் நினைவுகள் நிகழ்காலத்திற்கு மீண்டன.

தன் தாய் மல்லெ அடிக்கடி பயன்படுத்தும் இப் பழமொழியினைக் கேட்டெழுந்த அவளின் புன்னகை, அம்முதுமொழியைக் கேட்டு "ஒலிஒகிடி... ஒலிஒகிடி..." என்று சத்தமாகக் கத்திக் குதிக்கும் மாதியைக் கண்டதும் கரத்தில் தகிக்கும் நெருப்பினைத் தாண்டி மலர்ந்து ஒளிர்ந்தது.

தூபத்திற்கான நெருப்பிலிருந்து எழுந்து பரவும் மெல்லிய வெண்புகையை உற்றுநோக்க மாதிக்கு ஊருஒபெட்டின்மேல் படரும் வெண்மஞ்சின் நினைவாடும். படிமானமாய் மிளிரும் தன் மண்ஒடரெயைக் கழற்றி, வாரிச் சுருட்டிய தன் கற்றை தலைமயிரினை அவிழ்த்து, தன் வலக்கரத்தில் துபத்தினை எடுத்த ஒபெள்ளி,

"என்ன ஹெத்தெ ஈரமாசி, என்ன ஐயா ஹிரியோடையா"

என்று தம் குலதெய்வங்களை அழைத்துத் தூபமிட, வீட்டின் நடு அறைக்கும் உள் அறைக்கும் நடுவில் உள்ள மதிலின் மீது வைக்கப்பட்ட கம்பு விளக்கின் சுடரொளி, தூபத்தின் வெண்படலத்திற்குள் விழிமயங்க ஒளிர்ந்தது.

ஒற்றை வகிடென தொடங்கி, கற்றைக் கூந்தலென பின்னிப்பிணைந்து, ஊருஒபெட்டினைப் பேரெழில் மிகுந்த தேவதையாய் மாற்றும் உணர்வினைச் சற்று நேரத்திலேயே மேலதிகமாக மாதிக்குத் தந்து நின்றது விடாமல் எழுந்த தூபத்தின் வெண்புகை.

தன் மண்ஒடெப் பட்டினை அவிழ்த்துநின்ற மாசியும் ஒபெள்ளியுடன் தன் குலதெய்வம் ஈரமாசியை அழைத்தாள். விரி கூந்தலோடு விலகிநின்ற மிச்சிக்கு விரிசடையுடன்

குலதெய்வத்தை அழைத்துத் தூபமிட்டு, தன் தலையோடு தோள்களைச் சிலுப்பும் தன் தந்தையின் நினைவு வந்தோடியது. 0பெள்ளியும் தன் தோள்களைச் சிலுப்ப மாட்டானா.. என்று பலமுறை மிச்சி எதிர்பார்த்ததுண்டு.

ஆ0கோட்டிற்குள் தந்தைக்கு மட்டும் அனுமதி என்ற நிலையில், வெளியில் நின்று ஆர்வக்களிப்பில் அந்த இடத்தை எட்டிப்பார்த்த பருவத்திலும், பின், மரபினை எண்ணும் விபரமெய்திய பருவம்தொட்டும் ஆ0கோட்டினை விட்டு வெளியேறும் தூபத்தின் புகைமுழுக்க அவளுக்கு தன் தந்தையின் சிலுப்பலாகவே படரும்.

ஒணெயில் கொண்டுவந்த நீரினால் ஆ0கோட்டின் பால்தட்டெ, மத்து, ஒரெக்கூ படையல் செய்யும் மடக்கெ ஆகியவற்றைக் கழுவி, ஆ0கோட்டினையும், முறம், 0பெஸ்கெ, சிப்0பிலிகெ, 0பெண்ணெ குக்கெ போன்ற ஆ0கோட்டுப் பொருட்களையும் சாணமிட்டு மெழுகி, ஆ0கோட்டில் கிடுக்கிய நெய்யினைக் கொண்டு ஆ0கோட்டு விளக்கினை மல்லன் ஏற்ற, வெளியில் காத்திருக்கும் அவர்களின் நாசிதீண்டும் நெய்யின் மணம் அவர்களுக்கு அடுத்த பணிக்கான கட்டளையிடும்.

விரைந்து சென்று வீட்டின் அடுக்களை முதற்கொண்டு அனைத்து அறைகளையும் மணிக்கி சாணமிட்டு மெழுகுவாள். வீட்டின் முற்றத்தைச் சற்று திண்ணமான சாணக்களிம்பினால் கடுகுச் செடியினைக்கொண்டு 0போக்கி மெழுக, 0சென்னெயும், மிச்சியும் அவளுக்குத் துணைநிற்பார்கள். நிறைவாக வீட்டிற்கான முறம், 0காய்கூடு உட்பட்ட மூங்கில் பொருட்களையெல்லாம் மணிக்கி சாணமிட்டு மெழுகியப்பின் வீட்டின் மதில்மீது வைக்கப்பட்ட விளக்கினை மல்லன் ஏற்றுவான்.

ஒரெக் கூ படையலிற்காக ஆ0கோட்டு உலையில் வைக்கப்பட்ட நீர் கொதிக்க, அதில் சாமையரிசியை இட்டு சரியான பதத்தில் ஆக்கிய ஒரெக் கூவிற்காக, இம்முறைக்கான மொறெ தை0கெ மதிலின் விளக்கொளியில் மிளிர்ந்து மிடுக்குடன் காத்திருக்கும்.

வெள்ளாவி பறக்கும் அந்தப் படையலை தை0கெயில் இட்டு, நெய்வார்த்து, அத்தட்டினை வலதுகையில் ஏந்திக்கொண்டு

மல்லன் முற்றத்திற்குவர, அவன் வரவினை எதிர்பார்த்து அவனது 0பண்டாவின் எருமைகள் காத்திருக்கும்.

விரித்த சடையுடனும், திரண்ட மார்புடனும் வந்துநின்ற மல்லனைக் கண்டதும் துள்ளி ஓடி வரும் எருமைகளில் அந்தப் 0பெள்ளோடெ எருமையே முன்னிலை வகிக்கும். துள்ளி வந்து, தலையைத் தாழ்த்தித் தூக்கி மல்லனை முகர்ந்து, தன் பின்னங் கழுத்தினை அவனது கண்டக்காலில் தேய்த்து, அவன் கரங்களை நாவால் வருடும் அவ்வெருமைகளுக்கு முன்னர், கீழே முழங்காலிட்டு அப்படையலைப் படைப்பான் மல்லன். அன்புமிளிர, விரைந்து அப்படையலை உண்ணவரும் எருமைகளின் கழுத்தினைச் சற்று கனமாக அவன் வருடித்தர, அவை எழுப்பும் அன்பின் கனைப்பொலியில் அவன் உள்ளம் குளிரும்.

"ம்மெ... ம்மெ.." என்று பரவும் அன்புக் குழைந்த அக்கனைப்பொலியைப் போலவே ஒலியெழுப்பியப்படியே துள்ளிக்குதித்த காலப்பொழுதுகளை நினைவால் அசைபோட்டுக் கொண்டிருந்தாள் மிச்சி.

தலைமயிரை வாரி முடிந்து, வலப்பக்க மோரெயுடன் கட்டிய தலைப்பாகையோடு, தும்பை மலர்கள் நிரம்பிய கூடையினை இடக்கரத்திலும், 0பெத்துக் குடையினை வலக்கரத்திலும் ஏந்திக்கொண்டு, வீட்டில் உள்ளோரெல்லாம் வெளியில் ஒதுங்கி நிற்க, நெற்றியிலும் கைகளிலும் சந்தனம்பூசி ஊரு0பெட்டிற்குக் கிளம்புவான் 0பெள்ளி.

அதுவரை பிரமிப்புநீட தன் தந்தையைக் கண்டிருந்த மாதியின் கண்களில் கண்ணீர் நிறைய, உடன் செல்வதற்கான மன்றாடல்கள் தொடரும்.

"அய்யோ! என் மொட்டே!

அங்கு பெண்களும் குழந்தைகளும் வரக்கூடாதல்லவா...

பெரிய பெரிய பாறையின் வழி நடந்து செல்ல வேண்டுமே..

உன்னை இன்னொருநாள் நிச்சயம் அழைத்துச் செல்கிறேன்.. சரியா...

நீ இங்கிருந்து என்னைப் பார்த்துக் கொண்டே இரு

அப்பா சட்டென வந்துவிடுகிறேன்... சரியா...

வரும்போது தவிட்டப்பழம், ஜக்கலப்பழம், முள்ளிப்பழம் எல்லாம் பறித்து வருகிறேன்...

சரியா...

சிட்டு.. அப்பா சொல்வதைக் கேளுடா..."

என்று 0பெள்ளி சமாதானம்கூற, அவனின் ஒவ்வொரு சமாதான வார்த்தைகளையும் மாதியின் கண்ணீர் அழித்துக்கொண்டே பெருகும். அவளின் கைகளை அவன் இறக்கி அணைக்க, அவளூற்ற அடமோ அடங்காதுத் திமிரும்.

தன் கரங்களால் மாசியின் தலையையும் மாரையும் அடித்து, அவளின் மண்0டெப் பட்டினைக் கழற்றி, தலைமயிரைப் பிடித்து இழுத்து, விடாது தொடரும் அவளின் அடம் ஏதேனுமொரு மண்சட்டி உடைந்தாலொழிய அடங்காது. அம்முறை முற்றத்து அடுப்பில் வெந்நீர் வைக்கும் பெரிய அவிரிப்பானை உடைந்திருந்தது .

பெரியவர்களே நகர்த்த சிரமமுறும் நீர் நிறைந்த அந்த அவிரியை தன் கண்ணம் புடைக்க, பல்லினைக் கடித்துக்கொண்டு, தன் இரு கரங்களினால் புரட்டி, திண்ணையில் முட்டி உடைத்த மாதியின் அடம் ஊரு0பெட்டின் உயரத்தினையே விஞ்சி நிற்கும். இந்தப் பேரடத்தின் போராட்டத்தில் மாசியின் கழுத்தில் அணிந்திருந்த வெள்ளியாலான செருப்பணிகெ அணியும் அம்முறை அறுந்து போயிருந்தது.

மழை வேண்டியும் தம் மூதாதையர்களை வணங்கவும் மலையேறும் இச்சடங்கில், வெள்ளெறும்பு ஊர்வதைப்போல மலையேறும் கூட்டத்தில், வாகான ஒரு வெள்ளை உடையைச் சுட்டி, "அதோபார் உன் தந்தை..." என்று காட்ட, அவளின் அடத்தணிப்பின் முதல் படி தொடங்கும்.

அடங்காத கோபத்தோடு வாயில்கதவின் இடுக்கிலுள்ள அடி0கோட்டில், கண்ணீர் வழிய அலங்கோலமாக அமர்ந்திருக்கும் மாதியின் கோபத்தைப் 0பெள்ளி பறித்துவந்துள்ள சுவை மிகுந்த தவட்டெ, முள்ளி மற்றும் ஜக்கலப் பழங்கள்கூட உடனே போக்கிவிடவியலாது. அவளை அடி0கோட்டிலிருந்து இழுத்து,

தன் மடியில் அமரவைத்து, திரண்ட தவட்டெப் பழத்தினை ஊட்ட, தன் உதட்டினை இறுக்கியழுத்தி அப்பழங்களை உள்ளே அனுமதிக்காமல், தன் தந்தையின் ஊட்டத்தினை விலக்கும் மாதியின் அடமோ தவட்டெப் பழத்தின் சுவை ஏற ஏற மெதுவாகத்தான் இளகும்.

ஓயாமல் கண்ணீர் வழியும் தன் கண்களோ தேய்த்து தேய்த்து சிவப்பேற, பறித்துவந்த அத்தனை தவிட்டெப் பழங்களும் யாருக்குமின்றி உள்ளிறங்கும். ஒரு தூக்கத்திற்குப்பிறகே அவளின் இயல்பு மீளும். மீண்டதும் உடனே ஊரு0பெட்டினை வெறித்துப்பார்க்க அவளின் ஏக்கப்பார்வையும் நீளும். இப்படியாக இப்பசிய நினைவுகளின் சங்கமத்தில் திளைத்திருந்த மாதியின் விழிகள் நிறைய கண்ணீர் திரண்டிருந்தது. இதுவும் ஜக்கலப் பழத்திற்கான அதே அடத்தின் கண்ணீர்தான்.

உள்ளே வீறிட்டழும் பிறந்து முப்பது நாட்களே ஆன, தன் குழந்தையின் அழகுரல் கேட்டு முற்றும் தெளிந்தாள் மாதி.

“ஏய்! மாதி குழந்தை பாலுக்கு அழுகிறது...

விரைந்து வா...”

என்ற மிச்சியின் வார்த்தை முடியும் முன்னமே தன் மகன் ஜோகியை மார்போடு அணைத்துக்கொண்டு அவள் பாலுட்டினாள்.

மாதி தன் திரண்ட பருவத்தில் ஹெ0ப்0பநாடு ஊரினைச் சேர்ந்த ஹாலனுக்கு தன்னை மணம் முடித்து, ஒரு புதன்கிழமை நள்ளிரவில் வெள்ளி மோதிரத்தை இணைத்துக் கட்டிய உங்0கர மணி அணியினை அணிவித்து ஹாலனுக்கு உரிமையாக்கி அழைத்துச்சென்ற நாளிலும், சூலுற்ற நாற்பதாம்நாள் பொறங்0காடு சீமெயின் 0கவுடர் பொறுப்பிற்குரிய தமது ஊரான ஓரசோலையின் பொதுத்திடலை மரபு மற்றும் சடங்கார்ந்து மிதிக்க வந்திருந்த போதும், கரு நிலைத்த ஏழாவது மாதத்தில் உறுதிப்பாட்டு வதுவைச் சடங்கான ‘கண்ணி ஆக்கோது’ சடங்கு முடிந்து மகப்பேற்றிற்காக தாயில்லம் திரும்பிய போதும் அந்த ஊரு0பெட்டு பெருமி உயிர்த்துக்கொண்டுதான் இருந்தது.

சூல் வளர்ந்து தன் வயிறுபுடைத்த போதெல்லாம் அவளுக்கு அந்த ஊரு0பெட்டின் நினைவுதான் மேலிட்டது.

தனது புடைத்த வயிற்றினை தன் இரு கரங்களால் தடவிய போதெல்லாம் அவள் அந்த ஊரு0பெட்டினையே தழுவிக் கொண்டாள்.

ஊரு0பெட்டின் விளிம்பில் வீற்றிருக்கும் தம் குலதெய்வத்தினை தும்பை மலர்களால் அலங்கரித்து, 0தொ0ட்0ட மனெயிலிருந்து கிடுக்கிச்சென்ற நெய்யில் விளக்கேற்றி, அசிணிக்கெ கோலினைக் கொண்டு அணிகலன்களைச் சூட்டி, கோத்தரிடமிருந்து வாங்கிய இரண்டு மடக்கெகளை நஞ்சுப்புல்லினால் தேய்த்து, எருமைச் சாணமிட்டுப் புனிதமாக்கி, கடைந்து உருவாக்கிய நெருப்பில் வாட்டி, கழுவி, பாறையினை ஒட்டியாறு கட்டப்பட்ட இரண்டு கல் உலைகளில் வைத்து, அதிகாலையில் ஒணெயில் கறந்துக் கொண்டுவந்த எருமையின் கன்னெ கடுசின் பாலினை அந்த மடக்கெகளில் சரியளவாக ஊற்றி, விரிமயிர் தரித்த பூசாரிகள் எல்லாம் தலைவிரி கோலத்தோடு தூபமிட்டு, தெய்வத்திடம் பூகேட்டுப்பெற்று, பால்காய்ச்ச, அது பொங்கி வழியும் திசையில் இம்முறை மழை அதிகம் என்று கணிக்கும் தருவாயில், மேகம் திரண்டு, இடி முழங்கி, சில்லென்ற காற்றின் அம்புகள் தைக்க, கொட்டித் தீர்த்த மழையில், விரிந்த மூங்கில் கூடையையும் மீறி நனைந்து, அடிப் பாதங்களில் குளிரின் ஊசியேற, கால்களை நகர்த்த முடியாமல் நகர்ந்து வந்த அனுபவத்தை தன் தந்தை 0பெள்ளி கூற, கேட்ட மாதியோ, அதை ஒலி0கிடியில் தன் பனிக்குடத்து நீர் உடைந்து கால்வழி வழியும்போது பெற விழைந்தாள். மகப்பேற்றின் வலியில் விறைத்து நீட்டிய தன் பாதங்களை ஊரு0பெட்டில் குளிர்மழையில் விறைத்த தன் தந்தையின் கால்களுடன் ஒப்பு நோக்கினாள்.

மகப்பேற்றின் வலியிலும் ஒலி0கிடியின் கதவு இடுக்கின் வழியே காரிருளுக்குள் அந்த ஊரு0பெட்டினையே அவள் தேடிக்கொண்டிருந்தாள். தன் புடைத்த வயிற்றினைக் கீழ்நோக்கி அழுத்த, தலை வெளிப்பட்ட குழந்தையை மருத்துவச்சி குப்பி தன் கரங்களினால் பிடித்து இழுத்தெடுத்தப்பின் அவள் மயங்கிப்போனதும் குளிர்காற்றென நீண்ட ஊரு0பெட்டின் கரங்களே அவளின் தலைகோதியது.

மூர்ச்சை தெளிந்து தனதருகே நீலமலையின் கனியென, ஊரு0பெட்டினை இக்கணமே ஏறத்துடிக்கும் அவ் ஆண்சிசுவின்

28 ✹ மாதி

மிளிரும் கண்களில் நிறைந்திருந்த அந்த ஊருOபெட்டினையே அவள் முதலில் கண்டிருந்தாள். அக்குழந்தையும் தன் மென்கரங்களைத் தூக்கி தூக்கி ஊருOபெட்டினையே சுட்டிக் கொண்டிருந்தது.

திறந்திருந்த ஒலிOகிடியின் கதவின் வழியே வழிந்த அந்த ஊருOபெட்டின் குளிர்பாசத்தை, தன் முலைக்காம்புகளைப் பற்றிய தன் மழலையின் இதழ்ச்சுவையில் அனுபவித்த நினைவில் மூழ்கினாள் மாதி.

வயிறு நிறைந்து ஜோகியின் வாயிலிருந்து வழிந்த பாலும் அந்த ஊருOபெட்டின் பக்கமே வழிந்திருந்தது.

☆ ☆ ☆

2

ஹாலனின் மனைவியாக சோர்ட்டு 0பெட்டின்வழி ஹெ0ப்0ப நாட்டிற்கு மாதி சென்ற நாள். சுற்றத்தாரின் ஹாவ்... ஹாவ்... எனும் மரபின் மங்கல முழக்கத்தில் முழுமதி மேலும் பொலிந்தது.

மூங்கில் குடையுள் நிறைமதியாய் மாதி நகர்ந்தாள். அவளின் உடலைச் சிலிர்ப்பித்த அம்மலையின் காற்றும், மணக்கூட்டத்தின் பேரொலி கேட்டு அரண்டுக் கீச்சிடும் பறவைகளும், தூரத்தில் அலரிய ஆந்தைகளும், உயிர்க்காற்றினை உள்ளிழுத்து குரைக்கும் மான்களும், மழைக்குறிப்புணர்த்தும் தவளைகளும், சில்வண்டின் காதுபிளக்கும் ஓசையும், மர இலைச் சருகுகளைச் சலசலத்து மென்கூவல் விடுக்கும் கானங்கோழிகளும், குறுக்கிலும் நெடுக்கிலும் ஓடி ஓடி ஒளியும் முயல்களும், ஜக்கல செடியில் தொடர்ந்து ஆகாயத்தின் துண்டாய்ப் படர்ந்த சிலந்தி கூடுகளும், அதில் ஒரு கூட்டில் சிக்கிய காட்டுக் கரப்பான் பூச்சியும் என படர்ந்த சோர்ட்டு மலையின் இயற்கைப் போர்வையை ஊரு0பெட்டின் நினைவில் மாதி போர்த்தியிருந்தாள். அவள் தன் நீள் கழுத்தினைத் திருப்பி திருப்பி ஊரு0பெட்டினைப் பார்க்க அது மஞ்சில் மறையும் திங்களாய்க் காட்சியிலிருந்து தேய்ந்து கொண்டிருந்தது.

“ஏய்! மாதி நேராகப் பார்த்து நட....

காலகளில் சிக்கிக் கொள்ளாதே..”

என்று எச்சரித்த மிச்சியோ, மாதியின் கண்களுக்குள் திரண்டு நிற்கும் ஊரு0பெட்டினைக் கண்டுகொண்டாள். பெருமூச்செறிந்தாள்.

“விரைவாக... விரைவாக.... செல்லுங்கள்...

விடிவதற்குள் சேர்ந்தாக வேண்டும்...”

என்று அனைவரையும் துரிதப்படுத்தினாள் குனிக்கி. சற்றுநேரத்தில் அவளின் வசீகரக் குரல் அம்மலையின் இண்டு இடுக்குகளிலுள்ள அத்தனை உயிர்களின் செவிகளிலும் சென்று அமரத் தொடங்கியது.

“மாதியே! மாதியே!

பழக்கூடையை இடுக்கிக் கொண்டு

மாதியே! மாதியே!

மண்0டெப் பட்டினை இறுக்கிக் கொண்டு

மாதியே! மாதியே!

தவட்டெப் பழம் கனிந்திருக்கும்

மாதியே! மாதியே!

உன் கன்னத்தினை அணிந்திருக்கும்

மாதியே! மாதியே!

எட்டி எட்டிப் பறிப்பாயோ!

மாதியே! மாதியே!

கூடை நிறைய குவிப்பாயோ!

மாதியே! மாதியே!

உன் ஹாலனுக்குத் தருவாயோ!

மாதியே! மாதியே!

லால... லால... லாலா.. லல்லோ...

லியல லீலோ... லியல லில்லோ...

லியல லீலோ... லியல லில்லோ...

லால... லால... லாலா... லல்லோ...

என்ற குனிக்கியின் முன்பாட்டும், அதைத்தொடர்ந்து எழுந்த பின்பாட்டும் அனைவரின் செவியோடு மனதையும் சூழ, அம்மலையே ஆராவாரத்தில் களித்தது.

மாதியின் முகமோ நாணத்தில் சிவந்திருக்க, அந்த நாணக் கனலினை தன் இரு கரங்களால் பற்றிக்கொண்டு,

"லால லல்லோ லியலோ லில்லோ...

லால லல்லோ லியலோ லில்லோ...

மாதியே! மாதியே!"

என்று குனிக்கி சத்தமாக அப்பாடலைத் திரும்ப திரும்பப் பாட, பின்பாட்டும் உயர, சோர்ட்டின் சரிவில் அந்த மணக்கூட்டத்தினை அப்பாடல் கைபிடித்து அழைத்துச் சென்றது.

நிலவொடு கானமும் இடைவிடாதுப் பொழிந்து கொண்டிருந்த அச்சூழலை திடீரென மாற்றியது திடுமென உருண்டோடும் பேரொலியொன்று.

தொடர்ந்தது அப்பேரொலி. பாறைகள் உருள்வதைப் போன்ற சப்தம். மலைச்சரிவின் பக்கவாட்டிலிருந்து ஒரு எருமைக்கூட்டம் கணநேரத்தில் கடந்தது.

"ஏய் 0போஜா! 0போஜா!... கவனம்..."

என்று மடியன் அடிவயிற்றில் பதற்றம் ஏறிய வார்த்தையால் சப்தமாக எச்சரிக்க, திரி0பாம்0பெ பந்தத்தினை ஏந்திக்கொண்டு முன்னே வெளிச்சத்துடன் வழிநடத்திச் சென்றவர்கள் பின்வாங்கினர்.

நிலவின் வெண்மை ஊடி மயக்க ஒளிரும் பந்தத்தினை ஏந்திய 0போஜன் ஒருகணம் நின்றான். அவனுக்கு அருகில் நின்றிருந்த 0பெள்ளனோ தன் இரு கரங்களையும் அகல விரித்து பின்னே வருபவர்களுக்கு அணையிட்டான்.

திடும்... திடும்...திடும்... திடும்...

எனும் ஒலியோடு, மேலும் நான்கைந்து எருமைகள் குதித்தோட, கண்ணிமைகள் ஒருமுறை தொடும்முன்னே இளம் புலியொன்று அவற்றைத் துரத்திக்கொண்டுப் பாய்ந்தோடியது. சரிவுகளில் பிடித்திருந்த மரங்களின் உச்சியில் மிரண்ட மந்திகளின் கூக்குரலோடு அக்கூட்டத்தினரின் "ஏய்! ஏய்! ஏய்!" எனும் கூக்குரலும் சேர்ந்து மிகுந்தது.

சூழலைக் கூர்ந்தான் மாதன்.

"அஞ்சாதீர்கள்.... எருமைகள்.. வீடு திரும்பாமல் வழித்தவறியுள்ளன..."

என்றான். உடனே,

"ஈரமாசியே! பாவம் எருமைகள் ... அனைத்தும் நல்லபடியாக வீடுதிரும்பட்டும்"

என்ற குனிக்கியின் பிரார்த்தனை எழ, சுற்றியிருந்த அனைவராலும் "ஆமாம்... ஆமாம்..." என்று அவ் இறைக்கோரிக்கை ஆமோதிக்கப்பட்டது.

அதிர்ச்சியிலிருந்து மீண்ட கூட்டத்தினருக்கு நடுவில், பிடித்திருந்த மூங்கில் குடையோடு உறவுகளும் சூழ பாதுகாக்கப்பட்ட மாதியின் நினைவில் மீண்டும் நிழலாடியது ஊரு0பெட்டு.

'ஒரு நாள் ஊரு0பெட்டின் பக்கம் மேய்ச்சலுக்குச் சென்ற தங்களின் எருமை மந்தை வீடு திரும்பாதபோது 0பெள்ளி பந்தத்துடன் தேடிச் சென்றிருந்தான். நள்ளிரவு கழிந்து திரும்பிய அவனோ,

"எவ்வளவோ தேடிப் பார்த்தேன்...

அறெ 0பெட்டின் முக்குவரை சென்றுவந்தாகிவிட்டது...

எங்கும் தென்படவில்லை...

அறெ0பெட்டின் செலெக்கல்லு திடலின் மீது ஏறியும் கூர்ந்தேன். சுற்றிலும் எங்கும் எருமைகளின் அரவக் குறிப்புக்கூட காணவில்லை... சோர்ட்டு மலையுடன் இணையும் அறெ0பெட்டின் பக்கவாட்டிலும் எந்தக் குறிப்பும் இல்லை... மந்திகளும்... கானங்கோழிகளும்கூட அமைதியாகவே இருக்கின்றன."

என்று சோர்ந்து கூறினான்.

குறிப்புணர்த்தும் மந்தியின் விழியொத்த பார்வையுடன் அவன் கூறியதைக் கூர்ந்து கேட்டாள் மாசி. உடனடியாக அடி0கோட்டிலிருந்த விறகுடைக்கும் கோடாலியை எடுத்து 0பெள்ளியிடம் தந்தாள். அதன் பிடியினை அகற்றச் சொன்னாள். 0பெள்ளிக்குப் புரிந்துபோனது.

அட்டுலின் முன்முனையில் இருந்த ஈர்வாளினை எடுத்தான். கோடலியினை மேலிருந்து தட்டி, மாசி0கெ மரத்தால் செய்யப்பட்ட பிடியினை அகற்றினான். கோடாலியினை மாசியிடம் கொடுத்தான்.

வீட்டின் முன்னறையில் அட்டுலுவிற்கு ஏறுவதற்கான சுவற்றுடன் பிணைத்து அமைக்கப்பட்டிருந்த மூங்கில்படியை ஒட்டியவாறு அமைந்திருந்த நில உரலின் முன்னர் நின்றாள் மாசி. "ஈரமாசியே... ஹரியோடையனே..." என்று சற்று சப்தமாக தம் குலதெய்வங்களை அழைத்தவாறே அக்கோடலியின் கூர்முனை மேல்நோக்கி இருக்கும்படி நில உரலுக்குள் வைத்தாள். அதன்பிறகும் அவளின் அடிமனதுற்ற பதற்றத்தின் அலையில் தம் குலதெய்வங்களின் பெயர்கள் மெல்லிய முனங்கலாய் அவ்வறையில் மிதந்தன.

எருமைகளுக்கும், தன் தந்தைக்குமாக உறங்காதுக் காத்திருந்த மாதியோ, தன் பாட்டியின் இச்செயலினை வியப்போடு கண்ணுற்றாள். மதிலின் விளக்கொளியில் உரலினுள் இருக்கும் கோடாலியை எட்டிப்பார்த்தப்படியே, இது எதற்கு பாட்டி என்று வினவ,

"ஏய் முதுக்கி... உன் கேள்வியை ஆரம்பித்து விட்டாயா..

இது வாய்க்கட்டு டி.....

இப்படி செய்தால் நம் எருமைகள் தவறியிருக்கும் காட்டிலுள்ள புலி, சிறுத்தை போன்ற காட்டுஜாதி விலங்குகளின் வாயினைக் கட்டிவிடலாம்...

அப்போது நம் எருமைகளை அவைகளால் ஒன்றும் செய்யமுடியாது சரியா...

இரு... இரு... உன் வாய்க்கும் இவ்வாறு ஒரு கட்டினைப் போடுகிறேன்"

என்று, மாதியின் வாயினை மாசி தன் கையினால் பொத்திச் சிரிக்க, அனைவரும் உறங்க சென்றனர்.

என்றும் கோலி விண்மீன் எழும்போதே அணைக்கப்பட்டுவிடும் வீட்டின் 0பள்ளிகளில் உள்ள அகல் விளக்குகள் விடிய விடிய எரிந்தன. அதனோடு 0பெள்ளியின் கண்களும் துணைசேர்ந்திருந்தன.

மாசியின் மடியிலேயே உறங்கிப்போயிருந்தாள் மாதி. அவள் விழிக்கும்போது அ0கலெயின் மீது போர்வைக்குள் கிடந்தாள்.

வெடுக்கென எழுந்தாள் அவள். இன்னும் உறக்கம் தெளியாத, பீளை கட்டிய தன் கண்களை நன்கு தேய்த்துக்கொண்டே முதலில் உரலினை எட்டிப் பார்த்தாள். அங்கு அந்தக் கோடாலி இல்லை. உடனே குனிந்து அடி0கோட்டில் பார்த்தாள். அங்கு அகற்றிய பிடிக்கருகில் பொருத்தாமல் அது கிடந்தது. மனதில் மெல்லிய பயமும் ஆர்வமும் படர, முற்றத்தினை நோக்கி விரைந்தாள். இல்லம் திரும்பியிருந்த எருமைகளுக்கு நடுவில் நின்றிருந்தாள் மாசி.

"ஏய் மாதி! நான் சொன்னேன் அல்லவா... அதுபோலவே நடந்துவிட்டது பார்த்தாயா.."

என்று ஆசுவாசமும், பெருமிதமும் கலந்த பார்வையால் மாதியைப் பார்த்தாள் மாசி.

அதிகாலை வெயிலால் கூசிய கண்களை மணிக்கட்டினால் துடைத்துக் கொண்டே ஓடிச்சென்று அவளுக்கு பிரியமான 0பெள்ளோடெ எருமையின் முகத்தினை தம் மார்போடு அணைத்துத் தழுவிக் கொண்டாள் மாதி.

உள்ளத்தின் பயம் மகிழ்வாய்ப் பெருக, பீளைப்படிந்த தன் கரத்தால் அவ்வெருமையின் கழுத்தினை அழுத்தமாகத் தேய்த்துக் கொடுத்தாள். இரவெல்லாம் கனவில் ஊரு0பெட்டின் மடியில் பாதுகாப்பாய்ப் படுத்துறங்கிய அவளோ, தன் தலையினைக் குனித்து தயைகொண்டு நின்ற ஊரு0பெட்டினை கனிவோடு பார்த்தாள். தம் எருமைகளை தாயாய்க் காத்த அந்த ஊரு0பெட்டிற்கு நன்றியாய் அவளின் கண்கள் சில கண்ணீர் முத்துக்களைச் சிந்தியிருந்தன.'

ஊரு0பெட்டின் நினைவின்வாசம் மாதியின் நாசியோடு ஊடாடியது. சோர்ட்டின் விளிம்பு நோக்கிய சரிவில் மீண்டும் தன் தலையைத் திருப்பி ஊரு0பெட்டின் திசையை வாஞ்சையோடு பார்த்தாள். ஊரு0பெட்டின் கருணை நிலவில் மிளிர்ந்தது.

நள்ளிரவு கடந்திருந்தது. கிரு 0தீவிகெ மாதத்தின் குளிர் உச்சியேறியது. அடிபாதமோ தரையில் படரவியலாது கால்கள்

விறைத்தன. ஆண்கள் தம் கழுத்துவரை சீலெயை அகற்றிப் போர்த்தினர். பெண்களும் தம் மேல் முண்டினைப் போர்த்தி, தம் தலையுடன் சேர்த்து முக்காடிட்டுக் கொண்டனர். சோர்ட்டின் சரிவில் கூதிர்க்காற்று அவர்களை விரட்டிக் கொண்டிருந்தது.

பொழியும் நிலவினை தன் இளஞ்செங் கரங்களினால் ஏந்தி நிற்கும் உச்சி மேகமணைய, திரிபோம்பெ பந்தத்தின் அணையும் தருணம், உடனே மற்றொன்றினை எடுத்து அப்பந்தத்தில் பற்றவைத்து அதன் உயிர்ப்பினைக் கடத்தினான் மாதன். உயிரேற்றிய நிறைவில் பயனின் நிறைவினைத் தொட்டுக்கொண்டிருந்த, எரிந்துமுடிந்த அத்திரிபோம்பெயினை அருகிலிருந்த பாறையிலிட்டு, மாதன் தன் காலால் மிதித்துத் தேய்க்க, அது தன் இறுதிப் பயனையும் ஈந்து சென்றது.

“ஏய் மாதா! இது தான் இறுதி...

விடியும்வரை இது போதுமல்லவா”

என்று வெளிச்சத்தின் இருப்பினை உறுதிப்படுத்தினான் போஜன்.

“ஓ... ஓ... போதும்... போதும்... தாராளம்.. ”

என்ற மாதனின் மறுமொழி முடிய, சோர்ட்டின் விளிம்பிற்கு சற்றுமேலே சில பந்தங்கள் தெரிந்தன.

கீழிறங்கும் பனிக்காற்றினை எதிர்த்து மேல்நோக்கி ஏறிவரும் அந்தப் பந்தங்களில் சிவந்த அடிவானம் எஞ்சியிருந்தது.

“நடையைச் சற்று விரைவுபடுத்துங்கள்...”

என்று குளிரால் சோர்ந்த அனைவரையும் மாதன் விரைவுபடுத்தினான். அடர்ந்த சேலை மரங்களின் இடுக்கில் மேல்நோக்கி வரும் பந்தங்களின் வெளிச்சம் நிறைந்து அவர்களை நெருங்கியது.

பெரிய கரும்பாறைகள் நிறைந்த அப்பெரும் பள்ளத்தையொட்டிய ஒற்றையடிப் பாதையில் அனைவரும் கவனத்தோடு கீழிறங்க, மேல்நோக்கி வந்த பந்தங்களின் வெளிச்சம் அவர்களின் முகத்தில் அறைந்தது.

மேலேறி வந்தவர்கள் சுதாரித்துக்கொண்டு பின்னோக்கி நகர்ந்தனர். மலைப்பாதையின் விதிகளின்படி, மேலிருந்து வருபவர்களுக்கு இறங்க வழிவிட்டு, இடது ஓரமாக ஒதுங்கி நின்றனர். கீழிறங்கும் பனிக்காற்றிலிருந்து தற்காக்க சீலெயினால் முகத்தையும் சேர்த்து முக்காடிட்டுக் கொண்டிருந்த அவர்களுள் முன்னின்ற ஒருவன் 0போஜனைக் கண்டு,

“மம்மா நலமா?.....

ஊரில் அனைவரும் நலம்தானே?”

என்று நலன் விசாரித்தான்.

“சிங்0கரா... எல்லாம் நலம்...

நீங்கள் ஏன்... இந்த நேரத்தில்... இவ்வழியில்...”

என்று 0போஜன் நலம்கூறி விசாரிக்க, அங்கிருந்த ஐவரில் இருவர் ஒரே நேரத்தில் பேசலாயினர்.

“அதை ஏன் கேட்கிறீர்கள்?...

மேய்ச்சலுக்குச் சென்ற எருமைகள் திரும்பவில்லை...

அவைகளைத் தேடி வந்தோம்”

என்று அவர்கள் பதிலுரைக்க,

“அய்யோ... அய்யோ...” என்று தான் மாரில் அடித்து வருந்தினாள் குனிக்கி. பதற்றத்துடன் தாம் கண்ட காட்சியினைக் கூறினாள்.

அதைக் கேட்டவுடன் அதில் ஒருவன் தான் ஏந்திவந்த திரி0பாம்0பெயினை தரையிலுள்ள சிறுபாறையுடன் சேர்த்து வைத்தான். தன் தலைப்பாகையினை அவிழ்த்துக் கட்டினான். விழிவானில் அலை அலையாய், பிசிர்களாய் விரிந்து நின்று காற்றில் அலையும் நிலவொளியும், காரிருளும் ஒத்த, கருப்பும் வெள்ளையும் கலந்த தன் தலைமயிரை தம் கைகளால் ஒதுக்கிக்கொண்ட அவனின் பார்வை சோர்ட்டின் உச்சியையே வெறித்திருந்தது. மேலிருந்து கீழே இறங்கிய சற்று பலமான பனிக்காற்றில் அசைந்தாடிய அவனின் காதுமடலையொட்டிய இளஞ்சிவப்பு மயிர்கற்றை மட்டும் புலர்காலை வானினை ஒத்திருந்தது.

வரிந்துகட்டிய கச்சையைச் சீர் செய்தான் அவன். திரி0பாம்0பெயினை நோக்கினான். முன்னோக்கி நகர்ந்து பந்தத்தினை எடுக்க எத்தனித்தவனை,

"ஏய்! அண்ணா..."

என்று விளித்தாள் குனிக்கி. அவனோ, ஏக்கமும் மிரட்சியும் நிறைந்த தன் கண்களால் தலையில் சேவெ கூடையுடன் நின்று கொண்டிருந்த குனிக்கியைப் பார்த்தான். உடனே, அவள் தன் தலையில் இருந்த கூடையை இறக்கி கீழே வைத்தாள். அதனை மூடியிருந்த வெள்ளைத் துணியை எடுத்தாள். அதற்குள்ளே தீய சக்திகளுக்கும், காற்றிற்கும் காப்பாக இடப்பட்ட கன்னேரி இலைகளையும் விலக்கினாள். அதிலிருந்து முழு மதியின் வடிவொத்த நெய்யில் சுட்ட துப்பத இட்டு பலகாரத்தினை எடுத்து அவர்களை நோக்கி நீட்டினாள்.

"இந்தாருங்கள் இந்தப் பலகாரத்தை உண்ணுங்கள்..

நீங்கள் வெகுதூரம் செல்ல வேண்டுமே?

எவ்வளவு நேரம் ஆகுமென்று தெரியாதல்லவா...?

இதை வைத்து பசியாறிக் கொள்ளுங்கள்.."

என்றாள் குனிக்கி. நிலவின் தண்மை அவர்களின் முகத்தில் புன்னகையாய்ப் பொழிந்தது. முன்னின்றவனோ தன் தலையை மேலும் கீழும் சரியென்றவாறு அசைத்துக்கொண்டே நிலவொத்த அப்பலகாரங்களை தன் இரு கைகள் நிறைய பெற்றுக்கொண்டு தன் சகாக்களுக்கும் பகிர்ந்தான்.

"ஓ... ஓ.. ஹாலனின் மணப்பெண்ணா... ஹெச்சலி"

என்று அவன் வாழ்த்த, பின் நின்றவர்களும் வாழ்த்தி அப்பலகாரத்தினை உண்டனர்.

அவர்கள் உண்பதை கருத்துடன் கவனித்திருந்தாள் குனிக்கி. அவர்கள் உண்டுக்கொண்டிருந்த பலகாரம் தீரும் தருவாயில் மீண்டும் சிலவற்றை எடுத்து நீட்டினாள். பசி மற்றும் சுவையின் நீட்சியால் அவர்கள் மறுக்காமல் அதையும் பெற்று உண்டனர். அவையும் தீரும் தருவாயில் மீண்டும் சிலவற்றை அவள் எடுத்து நீட்ட,

“ஹவ்வே... போதும்... போதும்... சிங்0கரா...”

என்று, நெய்ப்படிந்த தம் இரு கரங்களினாலும் மறித்துக் காட்டியப்படியே வாயில் திணித்ததை உண்டு முடித்தனர். கைகள் முழுதும் படிந்திருந்த நெய்யினைத் திரண்ட தம் கால் கண்டத்தில் தேய்த்தனர். உடனே, கூடையை மூடியிருந்த கன்னேரி இலைகள் சிறிதளவினை அவ் ஐவருக்கும் அளித்தாள் குனிக்கி.

“இதை உங்களது துணியில் முடிந்து கொள்ளுங்கள்...”

என்றாள். அவர்களோ புரியாமல் குனிக்கியைப் பார்த்தனர்.

“நெய்ப்பலகாரம் உண்டிருக்கின்றீர்கள்...

தீய காற்றினால் பாதிப்பு உண்டாகலாம்...

இது உங்களைப் பாதுகாக்கும்...”

என்று குனிக்கி அதை தெளிவுபடுத்தினாள்.

“ஒஹோ.. ஒஹோ... சரிதான்... சரிதான்...”

என்றவாறு அவர்கள் அந்த இலையினைப் பெற்று, தங்கள் தலைப்பாகையின் பின்புறம் திணித்துக் கொண்டனர். கீச்.. கீச்... என்று கரி அக்கிலுப் பறவையின் சப்தம் அந்த இடத்தில் பரவத் தொடங்கியது.

“அடடா... விடிந்து விட்டதே...

சிங்0கரா... நாங்கள் வருகிறோம்...”

என்று அவர்கள் விடைபெற்றுக்கொண்டு, தவட்டெச் செடியினை விலக்கி மேலேறிச் சென்றனர்.

சேவெக் கூடையை நன்குமூடி, மீண்டும் தலையிலேந்தி குனிக்கி நடக்கத் தொடங்கினாள். வீசிய அதிகாலைக் காற்றில் அவள் ஏந்திய கூடையின் விளிம்பினைக் கடந்துநின்ற இளஞ்சிவப்பும் பச்சையும் கலந்த கன்னேரி இலைகள் படபடத்தன.

கரி அக்கிலின் கீச்... கீச்... எனும் கீச்சொலி ஏகாந்தமாய்ப் பரவ, மாதியின் கண்கள் அப்பறவையைத் தேடின.

இந்தப் பறவையின் குரலே விடியலுக்கான இயற்கையின் முதல் மணியொலி. இப்பறவையின் கீச்சொலி கேட்டவுடன்

விழித்துக்கொள்ளும் தன்தாய் மிச்சியின் நினைவிற்கும் இப்பறவையின் ஒலியே மணியொலி.

மணமகன் வீட்டிற்கு அழைத்துச்செல்ல, தம் இல்லத்தின் வாயிலினைத் தாண்டியதும், தன் வலக்கரத்தில் அணிந்திருந்த இரண்டு வெள்ளி மோதிரங்களில் ஒன்றை தன் தந்தை வாங்கி, வீட்டின் மதிலு 0பள்ளியில் வைத்துவிட்டு, தன் கையில் மங்களக்காயினைக் கொடுத்ததும் மாதியின் பாட்டி கூறிய முதல் அறிவுரையே “கரிஅக்கிலு கீச்சிடும்போதே எழுந்துகொள்” என்பதே. அதேபோல,

மாமன், அத்தை மற்றும் பெரியவர்கள் வீட்டில் இருக்கும்போது வீட்டின் மெத்தையின் மேல் ஏறக்கூடாது...

தலையில் மண்0டெப்பட்டு அணியாமல் வெளியே வரக்கூடாது...,

சோற்றுச் சட்டியை வழிக்கக்கூடாது...

என்ற மாசியின் பல்வேறு அறிவுரைகளை கரி அக்கிலின் கீச்சொலிகள் மாதிக்கு நினைவுபடுத்திக் கொண்டிருந்தன.

ஒப்பில்லா செல்வமாக வளர்த்த மகளுடன் வீட்டின் மொத்த செல்வவரத்தும் இல்லத்தை விட்டுச் சென்றுவிடக்கூடாது என்பதற்காகவும், மணமகன் இல்லத்திற்கு அனுப்பும் தம் இல்லத்துப் பெண்ணின் நினைவாகவும், பிறந்தகத்திற்கும் புகுந்தகத்திற்கும் அப்பெண்ணால் நல்லுறவு நீடிக்க வேண்டுமென்ற நல்லொப்புதலின் குறியீடாகவும், சாசனமாகவும் தன் தந்தையால் வாங்கி வைக்கப்பட்ட அந்த ஒற்றை வெள்ளி மோதிரத்தை எண்ணிக் கொண்டே தன் கையில் இருந்த மற்றொரு மோதிரத்தைத் தடவினாள் மாதி. அவள் தடவ தடவ வீட்டின் ஆ0கோட்டுப் 0பள்ளியில் இருக்கும், வழிபாடு மற்றும் சடங்கியல் சார்ந்து 0பெள்ளி அணிந்துகொள்ளும், சற்று கனமான வெள்ளியால் செய்யப்பட்ட மு0த்0தர மேதிரத்தின் நினைவு அவளை விழுங்கியிருந்தது.

மரபார்ந்து தலைமுறை தலைமுறையாக ஆ0கோட்டில் வைத்து இம்மு0த்0தரா பாதுகாக்கப்படும். எல்லா சடங்குகளிலும் தம் குலதெய்வத்தை அழைத்து இம்முத்திரத்தைத் தனது வலக்கரத்தில் அணிந்துகொள்வான் 0பெள்ளி.

ஊரு0பெட்டு மலையேற்றத்தின் போது இம்மோதிரத்தைப் 0பெள்ளி அணிந்து கொண்ட நினைவும் மாதியைத் தழுவிக்கொண்டது. ஊரு0பெட்டிற்கு தன் தந்தையுடன் செல்ல அடம்பிடித்த பொழுதுகளில் தன் மேற்கையைப்பற்றி, தன்னை தன் பாட்டியிடம் இழுத்துக் கொடுத்துவிட்டு 0பெள்ளி நகர்ந்த நேரங்களில், தன் தந்தையின் பிடியுடன் தன்னை மேலும் அழுத்தி சற்று வலியைக் கூட்டிய இந்த மு0த்0தர மோதிரத்தின் வலியனுபவத்தின் ஒரு கீற்றினை அசைபோட்டாள் அவள். ஒளிரும் மு0த்0தர மோதிரமென முழுமதி எழுந்து ஊரு0பெட்டின் திசையை நோக்கி நகர்ந்து கொண்டிருந்தது.

0பெள்ளோடெ எருமை மந்தையென, இருளின் விளிம்புதிரண்ட வானம். அதில் ஹெம்மெ அவரையைப் போன்ற தன் கண்களை அகலத்திறந்து இமைக்கும், கரிய, கரஜி எருமையின் கண்களைப்போல மின்னும் விண்மீன்கள் ஒளிர, தரையிறங்கிய நிலவாய் மாதி ஹெ0ப்0ப நாட்டின் எல்லைக்குள் நுழைந்தாள்.

“வெள்ளி முளைத்து விடியல் நேரம் மாதியே!

எழுந்துவந்து வாயிற்கதவைத் திறக்கும் நேரம் மாதியே!

லால லாலோ லலலா லல்லோ...

லியல லீலோ... லியலா லில்லோ...

லையலோ லாலோ... லீலிலீலோ...

லில்லோ... லாலா.. லாலோ லியலோ லீலோ...

மூங்கில் ஒணெயினை எடுப்பானாம் ஹெ0ப்0பநாடு ஹாலன்தான்...

எருமை மந்தையைத் திறப்பானாம் மாதியின் ஹாலன்தான்...

லீல லியலோ... லிலிலோ.. லியலோ.. லாலோ லாலிலோ...

லால லால லையலோ... லீலோ லியலோ லீலிலோ...

என்ற குனிக்கியின் பாடல் ஹெ0ப்0ப நாட்டிற்கு முகமன் கூறியது. உறவுகளின் பின்பாட்டும் தொடர்ந்தது. அன்பர்களின் இந்த அன்பின் கானம் ஹெ0ப்0ப நாட்டின் சோலைகளிலெல்லாம் எதிரொலித்தன.

சோர்ட்டில் ஓயாது நடந்த கால்கள் சோலையின் சமதளப்பரப்பில் சற்று இளைப்பாறி நடந்தன. அதிகாலைப் பனிப்பொழிவில் முக்காடிட்டுக்கொண்ட முகங்கள் ஆதவனின் கதிரையும், ஹாலனின் வீட்டையும் எதிர்பார்த்து நடந்தன. பாட்டும் பின்பாட்டு மட்டுமே அவர்களின் ஊக்கத்திற்கு ஆரமாய் நின்று அவர்களை நகர்த்திச் சென்றன.

திரிOபாம்Oபெயின் இறுதி நிமிடங்கள் தொடர்ந்தது. அந்தச் சோலையில் அடர்ந்த Oபிக்கெ மரத்தின் இடுக்கிலிருந்து வந்த ஆதவனின் ஒளிக்கீற்று, சோர்ட்டின் விளிம்பிலிருந்து படர்ந்த சோலைக்காட்டின் விளிம்பினைத்தாண்டி அவர்களின் கரம்பற்றி அழைத்துச்சென்றது.

ஹெOப்Oப நாட்டின் கீழ்ஹள்ளாவின் இருபுறமும் கரையெங்கும் வளர்ந்திருந்த கோரைப் புல்லில் படர்ந்திருந்த பனிமுத்துக்கள் மின்மினியாய்க் கண்சிமிட்டின. கீழ்ஹள்ளாவின் சலசலக்கும் தண்ணீரின் ஒலி, பிரம்மாண்டமான Oபீரமுக்கு மலைக்கு கம்பளமாய் விரிந்திருந்த, நஞ்சுப் புல்லினால் கூரை வேயப்பட்டிருந்த குடியிருப்புகளைக் கொண்ட ஹெOப்Oபநாடு ஊரிற்கு மாதியையும், மணவீட்டாரையும் முதலில் மங்களம்பாடி வரவேற்றது.

சோர்ட்டின் சோலை விளிம்பிலிருந்து எல்லோரும் ஒருவரை ஒருவர் கரம்பற்றி மெதுவாக கீய்ஹள்ளாவில் இறங்கினர். காலைப் பனிவேய்ந்த கோரையின் இயற்கைக் கம்பளத்தை அவர்களின் பாதங்கள் தீண்ட கொக்கின் ஒற்றைக்கால் தவம் தொடர்ந்தது. கால்களை மாற்றி மாற்றி வைக்க, பனியின் காரநெடி விரலிடுக்குகளின்வழி ஊசியாய் உடல்முழுவதும் தைத்தது. கைவிரல்களை இறுக்கமாக மடித்து சிறிதளவு ஊக்கத்தினை வருவித்துக்கொண்டு பனி உறையும் கீய்ஹள்ள நீரினுள் இறங்கி நடந்தனர். நெடுநேரம் பனியோடு உறவாடிய அவ்வோடையின் நீரோ, அதிகாலை உறவாய்த் தொடர்ந்திருந்த நல்லுறவிற்கு துன்பம் தந்தமைக்காக கோபம் கொண்டு அவர்களின் கால்களை மேலும் பதம் பார்க்க,

“ஹவ்வே... அப்பா... ஹவ்வே... எவ்வே...”

என்ற ஆவி தழுவிய முனகலுடன் நெடிய எட்டுகளை வைத்து அவர்கள் அவ்வோடையினைக் கடந்தனர்.

பனி நிறைந்த கோரைப் புல்லின்மீது கால்வைக்கும் போதே மாதிக்கு இதே கிரு 0தீவிகெ மாதத்தில் நிகழ்ந்த தன் பூப்புச்சடங்கின் நினைவு மேலிட்டது. ஒரசோலையின் 0தாட்டெ மொக்கெ ஆற்றில் அன்று தானுற்ற அந்த அதிகாலை குளியலை எண்ணி சிலிர்த்தாள்.

அன்று, அதுநாள்வரை அணிந்திருந்த உடைகளைக் களைந்து, மார்புக்குக்கீழே சுற்றிய ஒற்றை வெள்ளை ஆடையுடன், அன்றலர்ந்த புதுமலராய் அந்தக் குளிர்ந்த நீரில் ஆனந்தமாய் நீராடினாள். அந்நீரில் கை நனைத்தவர்களே குளிரில் நடுங்க, அவள் அவ்வாற்றில் தெரியும் ஊரு0பெட்டின் பிம்பத்தினைக் கண்டவாறே களித்து நீராடினாள்.

“ஏய்! மாதி போதும்.. போதும்..” என்று இச்சடங்கினைத் துவங்கிவைத்த அவளின் அத்தை முறைக்காரி, அந்த அதிகாலைக் குளிரில் நடுங்கியவாறு சொல்ல, கேட்காமல் 0குப்0பிசி பறவையைப்போல நீராடிய மாதியைக்கண்டு அனைவரும் அதிசயத்தனர். இப்பசிய நினைவின் மீட்டலில் கீழ்ஹள்ளாவின் பாதியைக் கடந்த மாதியை அவளுக்குக் குடைப்பிடித்துவரும் 0கெண்டெ ஐயாவின் குளிர்தாளாத முனங்கலொலி கலைத்தது.

தன் முடிமீது அமர்ந்துகொண்ட முழுமதியுடன் காட்சிதரும் 0பீரமுக்கு மலையின் பிம்பத்தினை கீய்ஹள்ள ஓடைநீரில் கண்டு மகிழ்ந்தாள் மாதி. பாதம்பட்டு அலைந்த நீரினால் சலனமுற்ற மதியுடன்கூடிய 0பீரமுக்கின் பிம்பத்தினை மேலும் சலனப்படுத்த விரும்பாது மென்னடையோடு அக்கரையடைந்தாள். நிலவு தன் முடியாய் அவளின் அக்கறையைச் சூடியிருந்தது.

மறுகரையின் விளிம்பெங்கும் மஞ்சளும் சிவப்புமாக மலர்ந்திருந்த 0கிலி0கிஜ்ஜெ மலர்கள் மாதியை நோக்கி புன்னகைத்தன. அடர்ந்த நாணத்தில், தரையில் படர்ந்திருந்த கன்னெ செடியினைக் கண்டவாறே, மண்ணொடு படர்கொடியான அக்கன்னெயின் உணர்வுடனேயே, அவள் வாழப்போகும் ஊரின் மண்ணில் தன் பாதங்களைப் பதித்தாள்.

ஊரு0பெட்டு வழியனுப்ப, சோர்ட்டு0பெட்டு கைப்பிடித்து அழைத்துவர, 0பீரமுக்கு மலை வரவேற்று அரவணைக்க இனம்புரியாத உணர்வில் திளைத்தாள் மாதி. அவளின்

பாதங்கள் உரிமையால் மேலும் உரம்பெற்று நடந்தன. அந்த அலாதி உணர்வில் உழன்ற மாதியின் ஆதியைத் தீண்டியது பாதத்தில் நறுக்கென்று தைத்த மூன்றுகால் முள்ளொன்று.

"ஷ்..." என்று வெளியேறிய வலியொலியை தன் தாடையை கழுத்தோடு இறுக்கி அடக்கினாள் மாதி. அம்முள்ளினை எடுக்க அவளின் கரம் விரைந்தது. அனிச்சையாய் கால்களும் மேலேற, பெரியவர்கள் சூழ்ந்திருக்க கால்களைத் தூக்கி, தைத்த முள்ளினை அகற்றுவது முறையல்ல என்று எண்ணினாள். மெதுவாக கீழே அமர்ந்து, தன் வலது கரத்தினை ஊன்றி, வலது காலில் தைத்திருந்த முள்ளினை எடுத்து ஒதுங்கி நின்று தூர எறிந்தாள். தீடிரென குடையிலிருந்து மாதி விலகுவதைக் கண்ட 0கெண்டெ ஐயா,

"என்ன... என்ன.... என்னவாயிற்று ஹெண்ணு"

என்று கேட்க, முள்தைத்த வலியுடன், பெரியவரின் வினவலுக்குப் பதிலுரைக்கும் நிமித்தமாய் அவரை நோக்கி "முள்" என்றாள் மாதி. உடனே,

"ஆமாம்... ஆமாம்... இந்தப் பகுதியில் முட்கள் அதிகம்தான்...

அனைவரும் சுதாரித்து வாருங்கள்"

என்று விழிப்பூட்டினார் மாதியை அழைத்துச்செல்ல வந்திருந்த ஹாலனின் குடும்ப உறவினர்களுள் மூத்தவரான கல்லன்.

நிலத்தில் ஊன்றிய தன் வலக்கரத்தில் படிந்த அதிகாலைப் பனியில் குழைந்த ஹெ0ப்0ப நாடு மண்ணினைத் துடைக்க எண்ணினாள் மாதி. அதில் சிவந்த முகத்துடனும், முறுக்கு மீசையுடனும் ஹாலன் சிரித்துக்கொண்டிருந்தான். மாதியோ தனது கரத்தினைத் துடைக்காமலேயே தனக்குள் பத்திரப்படுத்திக் கொண்டாள் தன் ஹாலனை.

"என்னாவகிவிட்டது ஹெண்ணு ..."

என்று, நின்று விசாரித்த தன் தந்தையிடம்,

"ஒன்றும் இல்லை அப்பா"

என்று புன்னகைத்தாள் மாதி.

ஊருOபெட்டினை ஏறும் நாளன்று, ஊருOபெட்டின் பாறையில் அமர்ந்து இளைப்பாறி வந்தமையால், தன் தந்தையின் முண்டின் பின்பகுதியில் படிந்திருக்கும் ஊருOபெட்டு மண்ணின் நினைவையும் தன் தந்தையின் மறு புன்னகையில் பெற்றவள் தன் தந்தையினையும் தன் ஹலனோடு சேர்த்து வைத்துக்கொண்டாள்.

ஊரினை நெருங்கிய உற்சாகத்தில் மணக்கூட்டம் விரைவாக நகர்ந்தது. தீடிரென்று முன்னும் பின்னும் திரும்பிப்பார்த்த செள்ளி,

"குனிக்கி எங்கே? ஏய் குனிக்கி...."

என்று விளித்தாள். அனைவரும் முன்னும் பின்னும் பார்த்தவாறு குனிக்கியைக் காணாமல் அங்கேயே நின்றனர்.

சற்றுத் தொலைவிலுள்ள கீழ்ஹள்ளாவினை நோக்கி அனைவரின் பார்வையும் நீள, தலையில் சுமந்த கூடையுடன் ஆற்றின் உட்கரையில் குனிக்கி எதையோ பறித்துக் கொண்டிருந்தாள்.

"ஏய் குனிக்கி"

என்று கத்தி அழைத்தாள் காடெ. அக்கூட்டமே தன்னை நோக்கி நிற்பதைக் கண்ட குனிக்கியோ, "ஒன்றுமில்லை... தொரெ கோலு" என்று அச்செடியின் உரித்த நாரினை அவர்களை நோக்கி உயர்த்திக் காட்டிக்கொண்டே விரைவாக நகர்ந்து வந்தாள். கீழ்ஹள்ளாவின் குளிர்நீர் சொட்ட சொட்ட குனிக்கி கொண்டுவந்த தொரெகோலுச் செடி சோர்ட்டு Oபெட்டின் பயணத்திற்கு முற்றுப்புள்ளியிட்டது.

பொழுதுபுலர Oபீரமுக்கு மலையின் முகட்டின் வழியாக ஆதவனின் இளஞ்சிவப்புடுத்திய வெள்ளொளி ஆர்த்தது. மிளிர்ந்த செம்மண் உடுத்திய ஹெOப்Oப நாட்டின் பாதையை நெருங்கியதும்,

"மாதி வந்தாளே! எங்கள் மாதி வந்தாளே!
ஹெOப்Oப நாட்டு ஹாலனுக்கு எங்கள் மாதி வந்தாளே!
ஹெOப்Oப நாட்டின் ஆண்மகன்
ஹாலனுக்கு எங்கள் மாதி வந்தாளே!
எருமையின் இளங்கன்றின்

துள்ளிய நடையோடு
அள்ளி அள்ளி அளிக்கும்
கோக கையினைக் கொண்ட
எங்கள் மாதி வந்தாளே!
மாதி வந்தாளே! எங்கள் மாதி வந்தாளே!

என்று குனிக்கி மகிழ்வில் உரக்கப்பாட, சுருதி குறையாமல் பின்பாட்டும் எழுந்தது.

கல் வேயப்பட்ட வட்டவடிவிலான தோவில் உள்ள எருமைகள் இக்கூட்டத்தை மிரண்டு வெறித்துப் பார்த்தன. எருமையிட்ட பசுஞ்சாணத்தின் நெடியும், அதிகாலை ஈர மண்ணின் வாசமும் ஒருங்கே சேர்ந்தெழ, ஹெ0ப்0பநாட்டினை உச்சிமுகர்ந்தாள் மாதி. முன்வரிசையில் நின்ற 0போஜன்

ஹாவ்... ஹாவ்... ஹாவ்... ஹாவ்...

என்று முழங்க, கூட்டத்திலுள்ள ஆண்கள் அனைவரும்

ஹாவ்... ஹாவ்... ஹாவ்... ஹாவ்...

என்று அம்முழக்கத்தோடு இணைந்து கொண்டனர்.

ஒரு அணியினர் "ஹாவ்... ஹாவ்..." என்று முழங்க, மற்றொரு அணியினர் "ஹிஹாவ்... ஹாவ்" என்று முழங்க அதே சந்தத்தில் அந்த மங்கல முழக்கம் தொடர்ந்தது.

0பீரமுக்கு மலையின் மேலே எழுந்துவந்த ஆதவன் மங்கல முழக்கத்திற்கு இடையில் நிலம்பார்த்து நடந்துவரும் மாதியை வாழ்த்தி வரவேற்றான்.

ஹாவ்... ஹாவ்... ஹாவ்;... ஹாவ்... என்று ஹாலனின் இல்லத்திலிருந்து எழுந்துவந்த மங்கல முழக்கமும் இவர்களை வரவேற்க, சற்று நேரத்தில் அவ்விரண்டு முழக்கங்களும் ஒன்றிணைய, உறவுகள் கலந்தன.

☆ ☆ ☆

3

சேரியில் எருமைக் கன்றுகள் உலவின. முற்றத்தின் இருகரை நெடுகிலும் செம்பாறைக் கற்கள் கொண்டு அமைக்கப்பட்டு, சாணமிட்டு மெழுகப்பட்டிருந்த திண்ணைகள் நீண்டிருந்தன. அதையொட்டிய பின்புறத்தில், இல்லத்தினையொட்டிய சிறுநிலத்தில் இடப்பட்டிருந்த கொடிப்பரவிய ஹெம்மெ அவரெயின் கொடிகளே பந்தலாகி மணமகளை வரவேற்றன.

நேற்றைக்கு முன்னாள் பிறந்த எருமைக் கன்றின் கனைப்பொலியும், தன் கன்றின் கனைப்பொலியைக் கேட்டகணத்தில் வெள்ளையுடுத்திய அந்த மணக் கூட்டத்தினரைக்கண்டு மிரட்சியுற்று, மறுகனைப்பொலி எழுப்பிக்கொண்டே தன் கன்றினை அடைய முன்னேறிய தாய் எருமையின் கனைப்பொலியும் அங்கு மங்கலத்தைக் கூட்டின.

கூட்டத்தினர் விலக, திமிறி வரும் அவ்வெருமையைப் "0ப்.. 0ப்0போ... 0ப்0போ..." என்று சாந்தப்படுத்தும் மாதப்பனின் ஒலியும், சற்றுநேரம் ஓய்ந்திருந்து மீண்டும் உறவின் களிப்பில் மிகுந்தெழுந்த "ஹாவ்... ஹாவ்... ஹாவ்... ஹாவ்..." எனும் ஒலியும் மங்கலத்தையும் மகிழ்ச்சியினையும் ஓயாமல் தூவின.

வீட்டின் முற்றக் கூரையோடு இணைத்து, என்றும் பசுமைமறா மூலிகைச் செடியான மொரந்தச் சொப்பினால் அமைக்கப்பட்ட பந்தலின் கொள்ளை அழகுடன் போட்டியிடும் கொள்ளை அழகாக மாதி வந்து நின்றாள். ஊராரின் கண்கள் அனைத்தும் மாதியையே பற்றி நின்றன.

"ம்மெ... ம்மெ... ம்மெ... ம்மெ... ம்மெ..."

என கனைத்துக்கொண்டே எருமைக் கன்றொன்று வீட்டின் முன்திண்ணையிலிருந்து மாதியை நோக்கி ஓடிவந்தது. அது தன் கழுத்தின் வலப்பக்கத்தால் மாதியின் கால்களை தனது கனைப்பொலியை மிகுத்துக் கொண்டே உரசி நின்றது.

குடைக்குள் நின்றிருந்த மாதியோ குனிந்து அக்கன்றினைக் கட்டித்தழுவினாள். அதன் நெற்றியில் முத்தம் இட்டாள். பெருகி நின்றது அக்கன்றின் தாய் எருமையின் கனைப்பொலியுடன் ஹாலனின் தாய் குப்பியின் கண்ணீர். இதழில் புன்னகை மிளிர, வழியும் ஆனந்தக் கண்ணீரும் புலர்ந்த காலையிலும் விசும்பினை நீங்காத நிலவாய்த் தொடர்ந்தன.

தன் மருமகளை கண்கொட்டாது பார்த்துக் களித்திருந்தாள் குப்பி. முற்றத்தின் பக்கவாட்டில் ஹெம்மெ அவரைச் செடியின்மேல் அமர்ந்திருந்த கரி அக்கிலின் கீச்சொலி குப்பியின் இயல்பினை மீட்டது.

"சிங்0கரா... சிங்0கரா...

எல்லோரும் வருக... வருக.."

என்று ஊராரும், மணமகன் வீட்டாரும் மாதியின் வீட்டாரை வரவேற்றனர். அவர்கள் கொண்டு வந்திருந்த பொருட்களை வாங்கி வைத்தனர். ஒரசோலை ஊரின், பொறங்0காடு சீமையின் 0கவுடர், காகெ 0கவுடரை நோக்கி விரைந்து சென்றான் ஹாலனின் அண்ணனான 0தோணன். அவரின் கையில் வைத்திருந்த மூங்கில் குடையினை வாங்கிக்கொண்டு, அவர் உள்ளே செல்ல விலகி நின்றான். அனைவரும் உள்ளே சென்றபின் குடையினைக் கொண்டுச்சென்று அடி0கோட்டில் வைத்தான். பெரியவர்களுக்குச் செய்யவேண்டிய முறையினைச் சரிவர செய்ததன் களிப்பினை அவனது மனது நீண்ட நாட்களுக்குப்பிறகு மேலுமொருமுறை அசைபோட்டது.

குனிக்கி தன் தலையில் சுமந்திருந்த பலகாரக்கூடையினை இறக்கிக் கொடுத்தாள். அதிலிருக்கும் பலகாரங்களை அனைவருக்கும் அளிக்கப் பணிந்தாள்.

ஒன்பது படி சாமை அரிசி, சிறிய மண் குடுவை, சொப்புக் கத்தி, வெண்கலத் தட்டு இவையெல்லாம் சேர்த்துக் கட்டிய

‘சவுன அக்கி’ பையுடன் நின்றிருந்தான் மாதியின் தமையன் 0பெள்ளன். அவனுக்கும் அனைவரும் விலகி நின்று வழிவிட, தம் சகோதரிக்கான அச்சீரினை வீட்டிற்குள் கொண்டுச்சென்று அடி0கோட்டில் வைத்தான்.

அன்று பிறந்த எருமைக்கன்றாய் மருண்டப் பார்வையுடன் நின்றிருந்த மாதிக்குப் பிடித்திருந்த குடையினை பெரியவர் 0கெண்டெ தளர்த்தினார். அக்குடையினையும் காத்திருந்து 0தோணன் வாங்கிச்செல்ல அதுவும் அடி0கோட்டினை அலங்கரித்து மரபினை வரைந்து கொண்டிருந்தது.

கோத்தரிடமிருந்து பெற்று, புனிதப் புல்லான நஞ்சு உல்லு புல்லினையிட்டு, புதரிற்குள் மூன்று நாட்கள் வைத்திருந்து, கழுவி, சாணமிட்டு மெழுகி, நெருப்பில் வாட்டிய மண்சட்டியில், ஊரின் கீழ்ப்புறமுள்ள ஜோனி ஆற்றிலிருந்து அதிகாலையில் கொண்டுவந்த நீரினை ஹாலனின் பெரியம்மா கெப்பி வெளியில் ஏந்தி வந்தாள். அந்தக் குளிர்ந்த ஜோனி ஆற்றின் நீரினை சிவந்த கன்னேரி இலையொத்த தன் மென் கைகளைச் சேர்த்து அகற்றி, குனிந்து நின்றிருந்த மாதியின் கைகளில் ஊற்றினாள். தெளிந்த அந்நீரினை முழுநிறைவுடன் தன் கரங்களில் பெற்றுக்கொண்டாள் மாதி. தொடர்ந்து தன் வலக்கரத்தினால் அந்நீரினை நெற்றியில் மூன்றுமுறை தொட்டு வணங்கினாள். நான்காவது முறை அந்நீரினை உள்ளங்கையில் வாங்கி வாயினைக் கொப்பளித்தாள். பெரியவர்கள் சூழ்ந்திருந்த நிலையில் மரியாதை மற்றும் மரபுக்கருதி கொப்பளித்த எச்சில் நீரினை உமிழாமல் விழுங்கினாள். தன் முண்டினை முன்னோக்கி இழுத்து நின்றாள். எஞ்சிய மண்சட்டியின் நீரினை கெப்பி மாதியின் முழு கால்களும் நனைய ஊற்றினாள். அதுமுதல் ஜோனி நீரின் சாட்சியாய் மாதி ஹெ0ப்0பநாடு ஊரிற்கு சொந்தமானாள்.

ஊரு0பெட்டில் தொடங்கி சடசடவென இறங்கிவரும் அடைமழையில் நனைந்த உணர்வினை மாதியோடு முடிந்து சென்றது ஜோனியின் நீர். பாதம் முழுக்க நனைத்துச்சென்ற அக்குளிர்நீர் அவளின் கரத்தில் செம்புலமாய்ப் படிந்திருந்த ஹாலனையும் 0பெள்ளியினையும், அம்முற்றத்து பசுஞ்சாணமிட்ட நிலத்தோடு சேர்த்துக் குழைத்திருந்தது.

நேரிமரம் ஏந்திய நெருப்பாய், அந்த ஈரமண்ணில் பதிந்த மாதியின் சீரடிகளில் பொலிந்தது ஹாலன்மீது அவள் கொண்ட நம்பிக்கை. மாதியின் பாதம் நனைத்து வழிந்தோடிய நீரோ சூழ்ந்திருந்த பல உறவுகளின் பாதங்களையும் தொட்டு புது உறவின் வரைபடமொன்றினை வரைந்திருந்தது.

அன்பில் நனைந்த புன்னகையுடன், இன்றைய பொழுதை அளந்த கரி அக்கிலாய் நின்றிருந்தாள் மாதி. நிறைவின் களிப்பில் அவளைநோக்கி வந்தாள் கெப்பி. தம் குலதெய்வத்தினை எண்ணி தன் இரு கைகளாலும் ஏந்தியிருந்த மாலெ மணி ஆபரணத்தை மாதியின் கழுத்தில் கட்டினாள்.

மிச்சி மாதியின் மண்0டெப் பட்டினைத் தாண்டி திமிரிய கூந்தலை விலக்கிப் பிடித்துக்கொள்ள, ஆற்றங்கரையின் கோப்பைமலராய்க் குனிந்துநின்ற மாதியின் கழுத்தினை அலங்கரித்த மாலைமணி சுற்றத்தாரின் புன்னகையில் மேலும் ஒளிர்ந்துகொண்டிருந்தது.

ஏற்கனவே தன் பிறந்தகத்தின் சார்பாக தன் பெரியம்மா கட்டிய மாலெமணி மற்றும் செருப்பணி ஆபரணத்துடன் கூடிநின்ற புகுந்தவீட்டின் மாலெமணியால் உறவின் உரிமைகூட, அவைகளின் ஜொலிப்பில் மாதியின் புன்னகை எதிரொளித்தது.

தன் பெரியம்மா காடெ, தம் பிறந்தகத்தில் அந்த மாலெ மணியைக் கட்டியபோது அதில் தடித்த 0குண்டு மணி, சிறு வட்டவடிவில் அமைந்திருந்த குசுறு மணி, அதன் நடுவில் விளங்கிய பெரிய 0குப்பிகெ மணி, அதன் இரு முனைகளிலும் விளங்கிய 0பெள்ளி உங்கரா ஆகிய அணிக்கோர்வையைப் பெருமிதத்துடன் மாதிக்குச் சுட்டிகாட்டியிருந்தாள்.

"ஏய்! மாதி இதோ இந்தக் 0குண்டு மணி உள்ளதல்ல இது வீட்டின் ஆணிற்கான குறியீடு....

இதோ இந்தக் குசுறு மணி இருக்கின்றதே இது வீட்டின் பெண்ணிற்கான குறியீடு...

இதோ இந்தப் பெரிய 0குப்பிகெ மணியோ குடும்பத்திற்கான குறியீடு...

இந்த மாலையின் இருபுறத்தின் முற்றாகி, வலிமையாக நிற்கின்றதே இந்தப் 0பெள்ளி உங்கரா இது உரிமைக்கான குறியீடு டீ...

இது தெரியுமா? உனக்கு....

தெரிந்துகொள் சரியா...

உறவின் சாட்சியாக இந்த மாலெமணியினை அணிந்தபிறகு உன் பிறந்த வீட்டிலும், புகுந்த வீட்டிலும் உள்ள ஆண், பெண் என்ற அனைத்து உறவுகளையும் நீ அனுசரித்து அரவணைக்க வேண்டும் சரியா....

உன் கழுத்திலுள்ள இந்த மாலெமணி உனக்கு உறவுகளின் ஒற்றுமையை அறிவுறுத்திக்கொண்டே இருக்கவேண்டும் தெரியுமா?"

என்று மரபார்ந்த அந்த ஆபரணம் காட்டிய உறவின் குறியீட்டு நிலையினை அவள் விளக்கியதோடு மட்டுமின்றி,

"ஏய் மாதி, உனக்கு ஒருவேளை பெண்குழந்தைப் பிறந்தால், முதலில் ஐந்து குசுறு மணிகளைக் கோர்த்துக் கட்டவேண்டும்...

ஆண்குழந்தைப் பிறந்தாலோ ஐந்து 0குண்டு மணிகளைக் கோர்த்துக் கட்டவேண்டும்.."

இந்த முறையாவது உனக்கு தெரியுமா...

சரி, அதெல்லாம் இருக்கட்டும்.. உனக்கு எந்தக் குழந்தை வேண்டும்....."

என்று காடெ உரக்கக்கேட்க, தான் நாணி நின்ற நிலையினைச் சுட்டிக்காட்டும் விதமாக, அதிகாலைக் கதிரொளியில் தொடர்ந்து ஒளிர்ந்து நகையாடிக் கொண்டிருந்தன மாலெமணியின் 0குண்டுவும் குசுறுவும்.

உறவுகளின் திரட்சி மாதியின் கழுத்தில் மிளிர்ந்தது. இரு விழிகளிலும் பெருகிய ஆனந்தக் கண்ணீரை தன் வலக்கரத்தின் மணிக்கட்டால் துடைத்தவாறே குப்பி வீட்டினுள் சென்றாள். தொடர்ந்து கெப்பி மாதியை வீட்டினுள் அழைத்துச் சென்றாள். இன்னும் புலராமல் மாதியின் கால்களில் படிந்திருந்த ஜோனி நீரின் ஈரம் உறவின் கோலம்வார்க்க, சாணமிட்டு மெழுகிய ஹாலனின் வீட்டில் மாதி தன் முதல் அடியினைப் பதித்தாள். மதிலில் ஒளிரும் கம்பு விளக்கின் முன் நின்று கைகூப்பித் தொழுதாள். அம்மதிலை ஒட்டிய பக்கவாட்டு சுவரினை

ஒட்டி சம்மணமிட்டு அமர்ந்தாள். வெண்கலத்தட்டில் சாமைக்களியிட்டு, அதில் எருமைத் தயிரினை ஊற்றிய முறை உணவை மாதிக்குப் படைத்தாள் கெப்பி.

“ஈரமாசியே!” என்று தன் குலதெய்வத்தினை வணங்கி, இளஞ்சூடுடன் விளங்கிய மிருதுவான அந்தச் சாமைக்களியினை பக்குவமாய் ஓர் ஓரத்திலிருந்து எடுத்து, தயிருடன் கலந்து பிசைந்து உண்டாள் மாதி. தன் புகுந்தகத்தின் முதல்வாய் உணவு மாதியுள் இறங்க, செஞ்சோற்றால் மாதி அவ்வுறவோடு மேலும் கலந்துபோனாள். ஹாலனின் மூத்த அண்ணனின் துணைவி காடே, இரண்டாவது அண்ணனின் மனைவி ஆலி, கடைசி அண்ணன் 0தோணனின் மனைவி 0சென்னெ ஆகியோருடன் கெப்பியும் மாதியோடு அவ்வுணவில் துணைசேர்ந்தனர்.

உறவின் வலிமை கூட, விட்டும், தொட்டும், தொடுத்தும் உண்ட இந்த முறையுணவானது எருமையின் தயிராய், வேளாண்மையில் விளைந்த சாமையாய், எருமை மந்தையும், வேளாண்மையும் ஒருங்குக்கொண்ட தம் வாழ்முறையில் மாதி எனும் புதிய உறவை இணைத்தது. இறுதிக் கவளச் சோற்றினையும் ஐவரும் பங்கி உண்டு வலுவான ஒற்றுமைக்கு விதையுமிட்டு, உடனே விருச்சமாய் வளர்ந்து, காணும் அனைவருக்கும் உறவின் களிப்பினை அளித்து மிளிர்ந்தது இம்முறையுணவு சடங்கு. மழைச்சடங்கின் போதெல்லாம் ஊரு0பெட்டிலிருந்து தன் தந்தை பறித்துவரும் தவட்டெ பழத்தின் மேல் முனையில் வீற்றிருக்கும் ஐந்து இதழ்களாய் அவ் ஐவரும் வீற்றிருக்க, இம்முறையும் எல்லா தவட்டெ பழங்களையும் மாதியே உண்டிருந்தாள். இந்த உறவின் ஒற்றுமை இச்சடங்கிற்காய் அன்றி நீளகூடாதா என்று குப்பியோடு அங்கு கூடியிருந்த அனைவரும் மனம் வெதும்பினர்.

ஒற்றை பருக்கையும் எஞ்சாது குடும்பத்தின் ஒற்றுமையே அனைத்தையும் உண்டிருக்க, உறவின் சாட்சியாய் ஒளிர்ந்த அவ்வெண்கலத் தட்டில் முதலில் புது உறவான மாதி தொடங்கி அடுத்து உறவு மற்றும் வயதின் அடிப்படையில் அனைவரும் மற்றொரு மடக்கெயில் குப்பி கொண்டுவந்த நீரினால் தம் கைகளைக் கழுவினர். நிறைவாக எச்சில் நீருடன் அத்தட்டினை ஏந்திக்கொண்டுச் சென்றாள் மாதி. கேரியின் முன்திண்ணையின்

ஓரத்தில் அவ் எச்சில் நீரினைக் கொட்டினாள். தொடர்ந்து கெப்பி நீரினை ஊற்ற அத்தட்டினை நன்கு கழுவினாள். மீண்டும் வீட்டிற்குள் கொண்டுசென்று தன் அத்தை குப்பியிடம் உறவில் கலந்த களிப்புடன் அதை பக்குவமாய் அளித்தாள் மாதி.

மீண்டும் ஆனந்தக்கண்ணீர் ததும்ப அதைப் பெற்றுக்கொண்டாள் குப்பி. அதனை கச்சு 0பள்ளியில் வைத்தாள். அங்கு கூடியிருந்தவர்களின் கண்களெல்லாம் கொண்ட நீரிலும், உண்ட உணவிலும், பகிர்விலும், பணியிலும், பவ்யத்திலும் தன் பக்குவத்தினைக் காட்டி பொலிந்துநின்ற மாதியை நோக்கி நின்றன. ஆனால், மாதியின் கண்களோ ஹாலனைத் தேடின.

"ஹாவ்... ஹாவ்... ஹாவ்... ஹாவ்..."

என்ற மங்கள முழக்கம் மீண்டும் தொடர்ந்தது. அதனோடு மல்லனின் 0பு0குரியின் இசையும், அரக்கோலின் இசையும் காற்றில் விரியும் 0கிலி0கிஜ்ஜெ மலராய் மென்மையாய்த் தொடங்கி செல்ல செல்ல மிகுந்து களிப்பினைக் கூட்டின. வீட்டினுள்ளிருந்த அனைவரும்,

"ஹா.... மாப்பிள்ளை வந்துவிட்டார்...

வாருங்கள்... வாருங்கள்..."

என்று ஒவ்வொருவரும் அழைத்தவாறே முற்றத்தினை நோக்கி விரைந்தனர். சிலர் வாசல் வழியே வெளியில் எட்டிப்பார்த்தனர். வெளியே ஓடிச்சென்று ஹாலனைப் பார்க்கும் ஆசை இருந்தும் மணப்பெண்ணாய், நாணத்தினைப்பேண அங்கேயே அடங்கி நின்றாள் மாதி. விரையத்துடிக்கும் தன் பாதங்களை அழுத்தி, பற்றுக்கோடாக மனதில் ஊரு0பெட்டினைப் பற்றிக் கொண்டிருந்தாள் அவள்.

ஹாலனுக்கு மாதி வந்தாளே!
ஹா... ஹா... ஹோ... ஹோ...
ஹெ0ப்0ப நாடு ஹாலனுக்கு மாதி வந்தாளே!
ஹோ... ஹோ... ஹா... ஹா...
மாதிக்கு ஹாலன் வந்தானே!
எங்கள் மாதிக்கு ஹாலன் வந்தானே!

ஹா... ஹா... ஹோ... ஹோ...
ஹோ... ஹோ... ஹா... ஹா...
ஓரசோலை மாதி இங்கு
ஹெ0ப்0ப நாட்டிற்கு வந்து நின்றாளே!
ஹா... ஹா... ஹோ... ஹோ..
ஹோ... ஹோ... ஹா... ஹா...

என்று வெளியில் கைகொட்டி களிப்பில் பாடும் பாடல் மாதியை நெருங்கிவந்து அணைத்தது. அவர்கள் நெருங்க நெருங்க மண்மகளுக்குத் துணைநின்ற அவளின் விழிகள் அவளை அறியாமலேயே வீட்டின் வாசலை நோக்கியது. இறுதியில் காதல் நாணத்தினை வென்றிருந்தது.

பெருங்களிப்பில் மேலும் கீழும் கைகொட்டி முன்னால் ஆடி வந்தவர்கள் விலக, மூங்கில் குடையுள் தகிக்கும் ஆதவனாய் ஹாலன் பொலிந்தான். கரிய கற்றைத் தாடியில் முறுக்கிய மீசையுடன், கச்சிதமாக மோரெ எடுத்துக் கட்டிய தலைப்பாகையுடன், எருமையின் நிறத்தினையொத்த எம்மெ 0கெறெ சிலையைத் தன் வலதுகையின் கீழ்ப்புறத்தின் வழியாக இழுத்துப்போர்த்தி 0பீரமுக்கு மலையினை மறைத்து நின்ற ஹாலனைப்பார்க்க மாதிக்கு கோடில் வெண்ணிற மஞ்சு சூழ்ந்த ஊரு0பெட்டின் நினைவாடியது.

திடகாத்திரமான உருவின், களங்கமில்லாத புன்னகையின், திறத்தின் கட்டியத்தின் சான்றாய் விளங்கிய ஹாலனை சுற்றத்தாரின் கண்கள் விலகாது நோக்கி நின்றன. வீட்டிற்குள்ளே வந்த பெரியவர்களுக்கு வழிவிட்டு ஒதுங்கி நின்றாள் மாதி. தன் மனக்கட்டினையறுத்து ஹாலனை நோக்கி நின்ற தன் பார்வையின் வேட்கைக்கும் அணையுமிட்டாள்.

“ஏய்! மாதி... வெட்கப்படாதே.

இங்கே பாரடி...

ஹாலன் வந்திருக்கிறான்... உன்னுடைய ஹாலன்தான்...

பாராடி... சும்மா பாராடி...”

என்று தன் முழங்கை மூட்டினால் மாதியை இடித்துச் சீண்டி எள்ளினாள் குனிக்கி. மதிலில் ஒளிரும் கம்பு விளக்கின்

சுடரொளியின் சிவப்பினையெல்லாம் காந்தமென ஈர்த்து நாணத்தில் மேலும் சிவந்து ஒளிர்ந்தது மாதியின் முகம்.

“எர்சியில் அமர்பவர்களுக்குக் கால்கழுவ நீர் தயாராக இருக்கின்றது...”

என்று 0தோணன் அழைத்தான். மாதியின் தாய் மற்றும் தந்தைவழி 0குருமார்கள் நால்வருடன், ஒரசோலை ஊர் 0கவுடரும் வாசலில் அவிரியில் வைக்கப்பட்டிருந்த தண்ணீரில் கால்கழுவி வந்தனர். வீட்டின் முன்னறையில் மதிலினையொட்டி பக்கவாட்டிலுள்ள சுவற்றினையொட்டி அமர்ந்தனர்.

விழிகளில் வாழ்த்துக் களிப்புடன் அமர்ந்திருந்த, மணப்பெண்ணிற்கு மேலதிக உரிமையுடைய பெரியவர்களுக்கு முன்னர் கனிவுடன் நின்றான் ஹாலன். தன் மண்0டரெயை அவிழ்த்தான். மேலே சுருட்டிக்கட்டிய தன் தலையின் கற்றை மயிரினையும் விடுத்தான். முழங்காலிட்டு அமர்ந்து தன் நெற்றி தரையில்பட அப்பெரியவர்களை வணங்கி நின்றான்.

வளமுண்டாகட்டும்... பால்வளம் பெருகட்டும்... ஒன்று ஆயிரமாகட்டும்...

பால் பொங்குவதைப்போல வளமைப் பெருகட்டும்...
விளைச்சல் பெருகட்டும்... மங்களம் நிறையட்டும்...
பிள்ளைப்பேறு பெறட்டும்...

என்று நிறைவாய் எழுந்த வாழ்த்தொலி பரவி வழிந்தது. நெடுமென நிமிர்ந்த ஊரு0பெட்டென ஹாலன் எழுந்து நிமிர்ந்து நின்றான். முறுக்கேறிய கரங்களால் தன் சீலெயைச் சரிசெய்தான். அடைமழைக் காலத்திற்குபின் மேலும் வளமைப்பெருகி மிளிரும் ஊரு0பெட்டணைய அவனின் தோளில் சுருண்டு விழுந்த விரிசடை ஹாலனை மேலும் மெருகேற்றியது.

அவன் மாதியின் பக்கம் திரும்பி நின்றான். தன் விரிசடையை முடிந்தான். பதினோரு அடிக்கொண்ட தன் மல்லு மண்0டரெயைத் தனது வலது காரத்தினால் தலையில் சுற்ற ஆரம்பித்தான். கட்டை விரலினை விரித்து மீதி நான்கு விரல்களை நீட்டி, கட்டை விரலின் இடுக்கின் வழியே படிமானமாய் தலைப்பாகை துணியைச் சுற்றிய ஒவ்வொரு சுற்றும் மாதியைக் காண்பதிலேயே முடிந்து தொடர்ந்தது.

நிறைவாக தலைப்பாகையின் மோரெயினைச் சீராக்கும் சாக்கில் நாணத்தால் தலைகவிழ்ந்து நின்றிருந்த மாதியை சில நொடிகள் முழுமையாகக் கண்ணுற்றான். உறவின் சாட்சியாய் அவள் சூடி யிருந்த மாலெமணியும், அவளின் அகத்தில் நிறைந்து ததும்பி, நாணத்தால் அவள் அடக்கி நின்ற அவனது நினைவுகளும் அந்நீண்ட அம்முதல் பார்வையில் ஒளிர்ந்து நின்றன.

எர்சியில் அமர்ந்திருந்த பெரியவர்கள் வெண்கலக் கோப்பையில் கொடுக்கப்பட்ட மேரினை அருந்தினர். வெண்கலக் கிண்ணத்தில் தரப்பட்ட தண்ணீரில் வாய்பூசி எழுந்தனர். வீட்டினை விட்டு வெளியேறி முற்றத்தில் கூடினர். அடி0கோட்டிலிருந்து 0கு0திலியை எடுத்து ஹாலனுக்கு அளித்தாள் குப்பி. அதனை தன் வலது கரத்தில் வாங்கிக்கொண்ட ஹாலனோ அதை மாதியிடம் அளித்தான். தன் அன்பரிடம் பெற்ற முதல் கையுறையாய் அதனை தன் வலக்கரத்தால் மகிழ்ந்து பெற்றுக்கொண்டாள் மாதி. ஹாலனைப் பின்தொடர்ந்து சென்றாள்.

மீண்டும் தொடர்ந்தது "ஹாவ்... ஹாவ்..." எனும் மங்கல முழக்கத்தோடு 0பு0குரியின் இசை. மணமக்களை அழைத்துக் கொண்டு மணக்கூட்டம் 0பீரமுக்கு மலையின் அடிவாரத்தை ஒட்டி அமைந்திருந்த ஹாலனின் விளைநிலத்தை நோக்கி நகர்ந்தது.

விளைச்சலுக்கு அதிகமாக நீரினை எதிர்பார்க்காத, சுயத்தின் சுயம்பாய் வாழும் குப்பியைப்போல, வானம்பாராத ஹாலனின் விளைநிலம் தனக்கே உரிய தயைக் கலந்த கர்வத்தோடு மிளிர்ந்தது. புது உறவுகளின் பாதங்களை அன்பால் ஏந்தி நின்றாள் அந்நிலத்தாய்.

குப்பியும், ஹாலனும் அங்கு முன்னிலை வகித்தனர். உறவினர்கள் சூழ்ந்து நின்றனர். மாதி தான் ஏந்திவந்த 0கு0திலியினால் மூன்றுமுறை அக்கருமண் நிலத்தினைக் கொத்தினாள். சுற்றியிருந்தவர்களின் "ஹாவ்... ஹாவ்... ஹாவ்... ஹாவ்..." எனும் மங்கல முழக்கம் 0பீரமுக்கு மலையில் எதிரொலித்தது. 0புகுரியின் இசையும் புது உறவினை இணைத்த அம்மண்தாய்க்கும், அப்பெருமலைக்கும் மகிழ்வினைக் கூட்டியது.

உரிமையோடு தன் புகுந்தகத்தின் நிலத்தினைக் கொத்திய இடத்தில், பேரன்பு இழைத்த இல்லறத்தின் விதையிட்டு, ஹாலனின் கரங்கள் மதியின் கரத்தினைப்பற்றி அழைத்துச் செல்ல மணக்கூட்டம் இல்லம் திரும்பிகொண்டிருந்தது. தன் மடியின் பால் முழுதையும் தன் கன்றிற்கு ஊட்டிய தாய் எருமையின் மகிழ்ச்சியின் நிறைவு அனைவரின் கண்களிலும் நிறைந்திருந்தன. ஊருபெட்டின் அடிவாரத்தில் திரண்ட மாதியெனும் முத்து பெரமுக்கு மலையடிவாரத்தில் ஹாலனின் கரங்களில் அணியாய்ப் பதிந்தது.

பெரமுக்கிலிருந்து கீழறங்கிய சுழற்காற்றும் புகுரியின் இசைக்கேற்ப சுழன்று ஆடியது. களிப்பில் வலுவடைந்த காற்றின் சுழல் தோவிற்கு அருகில் பரந்திருந்த செம்மண் நிலத்தில் அதே களிப்போடு சுழல, மேலெழுந்த புழுதிக்காற்று சில நெடிகள் யாரையும் நகரவிடாமல் நிறுத்தியது. அனைவரின் கண்களையும் இறுக்க மூடச்செய்தது. காற்றோடு இணைந்து களிப்பில் சுழன்றாடிய மண்மகளும் மணமக்களை வாழ்த்தி நின்றாள்.

மாதியின் கண்களில் மண்துகள்கள் நுழைந்திருந்தன. அவ்வுருத்தலைப்போக்க தன் கண்களை மாறி மாறி தேய்த்தாள் அவள். அதை கண்ணுற்றவுடனே அவளின் கைகளை விலக்கிப் பிடித்தான் ஹாலன். அவளின் கண்களை அகலத்திறந்து, தன் வாய்க்காற்றால் ஊதி மண்துகளை அகற்றிட முனைந்தான். ஒவ்வொரு முயல்விற்குப் பிறகும் "போதுமா... போதுமா..." என்று தன் கண்களை நோக்கிக் கேட்ட ஹாலனின் விழிகளில் நிறைந்து பொழிந்த ஊருபெட்டினையே கண்டாள் மாதி.

ஹாலனின் பேரன்பில் நிலைகுத்தி நின்ற அவளோ அவனுக்கு மௌனத்தையே பதிலாய் உதிர்த்தாள். சுற்றி யிருந்த உறவுகள் அப்பேரன்பைக்கண்டு மகிழ்ந்தனர். அவன் விடுத்தபிறகும் மாதியின் கண்கள் உறுத்தவே செய்தன. ஆனாலும், மீண்டும் தன் கண்களைத் தொடாமல் தன் கைகளைக் கட்டுப்படுத்திக் கொண்டாள் அவள். ஹாலனின் பேரன்பிற்கு நிறைவினை அளித்தாள்.

மாதியை ஹாலன் தாய்போல் காப்பான் என்பதற்கு மண்தாயே சான்றுரைத்தாள். மீண்டுமொரு சுழலிற்காய்

ஏங்கிய மனதுடன் அவ்விணை இல்லத்தை நோக்கி நகர்ந்தது. இம்முறை ஹாலனின் கரங்களை மாதி பற்றியிருந்தாள். தன்னை பெண்பார்க்க வந்த நாளன்று, ஊர் மந்தையில் முதலிரண்டு 0கூடுகற்களைத் தூக்கி அனாயசம் செய்துவிட்டு, மூன்றாவது கல்லினை ஒரே மூச்சில் பற்றி எடுத்து, தன் தோளில் தாங்கி, ஊர் மந்தையினை மும்முறை சுற்றிவந்த தீரனான ஹாலனின் கரத்தைத்தான் மாதி பற்றியிருந்தாள். அதுவரையில் அவ்வூரில் 0பெள்ளியால் மட்டுமே அவ்வளவு அனாயசமாகத் தூக்கியெறிய முடிந்த அந்தப் பெரிய 0கூடுகல்லும் ஊரு0பெட்டினுடையதே. அந்தக் கல்லைப் பெயர்த்தவனின் கரத்தின்மீதுதான் மாதியெனும் முத்துக்கல் பதிந்திருந்தது.

ஆதவனும் நிலவும் இணைந்து பொலிந்ததைப்போல அன்பின் அடையாய், அடையா அன்பினை அடைந்து அவ்விணையர் பொலிந்தனர். தன் மறிக்கன்றை அரவணைத்துக் காக்கும் தாய் எருமையாய் ஹாலனின் கரம்பற்றிச் செல்ல, குறிஞ்சியை நாடிவந்த சில்வண்டாய் மாதியின் மகிழ்வின் ரீங்காரம் ஹெ0ப்0பநாடு ஊர்முழுக்க அலையென பரவியது. களங்கமில்லா அகம் கொண்ட பொலிமுகத்தோடு பவனிவந்த ஊரார் எல்லாம்,

"சரிதான்... சரிதான்... சரியே சரி....

ஹெச்சலி... ஹெச்சலி...

ஹாலனின் மனதிற்கேற்பவே அழகான பெண்...

ஹெச்சலி... அவர்களின் வாழ்வு சிறக்கட்டும்..."

என்று அகம்மலர வாழ்த்தினர். அரக்கோலு இசைக்கு ஆடுபவர்கள் முன்னணிவகுக்க, சூழ்ந்த பெரியவர்களின் "ஹாவ்... ஹாவ்..." எனும் ஒலியோ, மகிழ்வில் மேலும் மேலும் வலுத்தேற, அனைவரும் ஹாலனின் இல்லத்தை வந்தடைந்தனர்.

வீட்டின் முற்றத்து திண்ணையைச் சூழ்ந்துநின்ற எருமை மறிக்கன்றுகள் ஹாலனைக் கண்டதும் ஓடிவந்து சூழ்ந்துகொண்டன. மாதி பற்றிநின்ற ஹாலனின் கரங்களை நாவால் வருடின. தலையைச் சாய்த்து தன் மென்கழுத்தால் ஹாலனையும், மாதியையும் உரசி நின்றன. "ஹாவ்.. ஹாவ்..."

எனும் மங்கல ஒலி மேலும் வலுத்தொலித்தது. மறி எருமைகளின் இச்செயலைக் கண்டதும் குனிக்கி,

"ஹெச்சலி... ஈரமாசி ஹெத்தெயே உங்களுக்கு ஆசி வழங்கிவிட்டாள்...."

என்று உரக்கச் சொல்லி மாதியின் கன்னங்களைத் தொட்டு முத்தமிட்டாள். கன்னேரி மரத்தின் நறுமணம்சூழ, அந்தக் கன்னேரி மரத்தையே கைப்பற்றியதுபோல தன் ஹாலனைப் பற்றிய, தன் அன்பின் பிடியைச் சற்றும் தளர்த்தாமல் பற்றி யிருந்தாள் மாதி.

"ஏய் மாதி... கவலை வேண்டாம்... எங்கள் ஹாலன் உனக்கு மட்டும்தான்..

இப்போது ஜோனிக்குச் செல்லவேண்டும்...

என்னை கோபித்துக் கொள்ளாதே...

விரைந்து வா...

சடங்கினை முடித்து வந்ததும் உன் ஹாலனின் கைகளை நீயே வைத்துக்கொள்...

எந்த எருமை மறியும் அவனின் கைகளை வருடாமல் நான் பார்த்துக்கொள்கிறேன்.. சரியா?"

என்று கெப்பி உரக்கக்கூற, சுற்றத்தார் அனைவரும் கொள்ளென்று சிரித்தனர். நாணம் மேலிட, ஊரு0பெட்டினையே பற்றுகோடாய் பெற்றதைப்போல பற்றியிருந்த ஹாலனின் கரத்திலிருந்து புறப்பற்றினை விடுத்தாள் அவள். ஹாலனைக் கண்டதும் ஓடிவந்த மறிக்கன்றாய் கெப்பியை நோக்கி ஓடிச் சென்றாள். தனதருகே வந்துநின்ற மாதியெனும் மறிக்கன்றினை ஆரத் தழுவிக்கொண்டாள் கெப்பி.

"மகளே! உன் கையிலுள்ள 0குதிலியை அதோ கீழ் முற்றத்தில் வைக்கப்பட்டுள்ள அவிரி நீரில் நன்றாக மண் நீங்க கழுவி, அதை கொண்டுசென்று மதிலின் கீழ்வைத்து வணங்க வேண்டும்.

பிறகு அடி0கோட்டில் வைக்க வேண்டும் சரியா.."

என்றாள் கெப்பி. அக்குடியில் தலைமுறை தலைமுறையாகத் தொடர்ந்துவந்த உழைப்பின் ரேகையுடன், தன் கைரேகையினையும் பதித்த அந்தக் கொத்தினைக் குனிந்து அடிகோட்டில் வைத்தாள் மாதி. அது அங்கிருந்த மரத்தினை இழைக்கும் கருவியான பாசியின் மேல் சாய்ந்து நின்றது. அந்தப் பாசி நிச்சயம் ஹாலனுடையதாகத்தான் இருக்க வேண்டும் என்று எண்ணியவள் அவனின் தோள் சாய்ந்த உணர்வில் மேலும் நாணினாள்.

அகலெயின் மீது வரிசையாக வைக்கப்பட்டிருந்த மூங்கில் தெக்கெகளைக் கெப்பி ஒவ்வொன்றாக எடுத்தாள். முதலில் தன் மூத்த மருமகள் மல்லெக்கும் தொடர்ந்து மற்ற மருமகள்களுக்கும், நிறைவாக மாதிக்கும் அளித்தாள். தொடர்ந்து அதே வரிசையில் ஆளுக்கொன்றாக மடக்கெகளையும் அளித்தாள்.

கெப்பியும் அந்த இல்லத்தின் மற்ற மருமகள்களும் முன்னிலை வகிக்க மாதியை ஜோனி ஆற்றினை நோக்கி அழைத்துச் சென்றனர். ஊர் கவுடரின் வீட்டினைக் கடந்து, சிவப்பு நிற மலர்கள்சூழ மிளிரும் மொட்டெ அவரெக் கொடிகள் பூத்துள்ள நிலத்தினைத்தாண்டி, பத்து ஜாகெ தொலைவினை அடைந்ததும் அடர்ந்த கோப்பை மலர்கள் சூழ்ந்த புதரிலிருந்து சலசலத்து ஓடிவரும் ஜோனியின் நீர் மாதியை வரவேற்றது. தன் அன்பின் கரங்களை நீட்டி அழைத்தது.

பாறையிலிருந்து கீழே விழுந்து ஓடிவந்தது ஜோனி. அதில் சாம்பல் நிற குப்பிசிப் பறவைகளின் ஆனந்தக்குளியல் அதன் அழகை மென்மேலும் கூட்டியது. முன்சென்றவர்கள் அவ்வாற்றில் ஒருவரின்பின் ஒருவராக இறங்கினர். அப்பறவைகளின் குளியலைக் கலைக்க மாதிக்கு துளியும் மனமில்லை. அப்பறவைகளைக் கண்டவாறே ஏரியில் நின்றாள் மாதி.

சுத்தத்தின் குறியீடான தூடே மரத்தின் நிழல் அவ்வாற்றில் அலைந்தது. தன் சிறகை அடித்தும், முழுகியும் நீராடிய அக்குப்பிசிப் பறவைகளை அத்தூடே மரத்தின் நிழல்கிளைகள் ஏந்தியிருந்தன.

ஹள்ள ஜோனியின் நீரினைத் தொட்டு நெற்றியில் வைத்து வணங்கினாள் கெப்பி. முதலில் மல்லெயிடமிருந்து

மடக்கெயினைப் பெற்றாள். பாறையிலிருந்து விழும் நீரில் கழுவினாள். அம்மடக்கெயில் நீர் நிறைக்க, மேற்கரையில் நின்றிருந்த ஊர் 0கவுடரின் மனைவி லட்சி அதைப் பெற்றுக் கொண்டாள். மல்லெ தன் தலையில் மூங்கில் தெக்கையினை வைக்க அதன்மேல் அம்மடக்கெயினை வைத்தாள் லச்சி.

இதே முறை தொடர்ந்து நிகழ, மாதியின் முறை வந்தது. அனைவரும் வழிவிட்டு விலகி நிற்க மாதி ஜோனியின் நீரைத் தொட்டுவணங்கி அதிலிறங்கி நடந்தாள். சலசலத்து வீழும் ஜோனியின் நீரினைக் குனிந்து தன் கரங்களைக்கூப்பிப் பிடித்து தன் தலையில் ஒற்றி மீண்டும் வணங்கினாள். கீழே உள்ள பாறையில் விழுந்து சிதறும் ஜோனியின் நீர்திவலைகள் மாதிக்கு நூற்றுக்கணக்கான முத்தங்களைப் பதித்தன.

ஆர்த்து விழும் அந்நீரில் தன் முகத்தைப் புதைத்து முத்தங்களை வார்க்கத் துடித்தாள் மாதி. ஜோனியின் அன்பு முத்தங்கள் மாதியின் பாட்டி மாசியின் முத்தங்களை ஒத்திருந்தன. மடக்கெயில் நீர்பிடித்துக் கரையேறினாள் மாதி. லச்சியின் அன்புத்துணையுடன் மாதியின் தலையை அலங்கரித்தது அந்த நீர் மடக்கெ.

கரையில் நின்றிருந்த ஹாலனின் குடும்பத்தின் தூண்களாக இருக்கவேண்டிய மருமகள்கள் ஐவரின் பிம்பத்தினையும் ஏந்தியிருந்தது ஜோனி. மீண்டும் அதில் வந்தமர்ந்த சாம்பல் பறவைகளை மாதியின் பிம்பம் சூடியிருந்தது.

முன்னத்தி ஏராய் முத்த மருமகள் அணிவகுத்துச் சென்றாள். அளந்த அடிகளுடன் பின்னே நடந்து சென்றாள் மாதி. புது மருமகளுடன் ஹாலனின் குடும்பத்தின் மற்ற மருமகள்கள் அணிவகுத்து வருகின்ற, யாராலும் நம்பமுடியாத அக்காட்சியைவிட்டு உறவினர்களின் கண்கள் சற்றும் அகலவில்லை.

முழுக்க நிரம்பிய நீர்பானையை சிறிதும் தளும்பாமல் கொணர்ந்துவரும் பக்குவத்தில், இல்லறத்திற்கான நீர்தடத்தினை அறிந்துவந்த மகிழ்ச்சியில் மேலும் பொலிந்தாள் மாதி. மடக்கெயினைக் கழுவியபோது தங்கிய ஜோனியின் நீர்துளிகள் மாதியின் காதுமடலுக்கு மேலே திமிரிநின்ற, கார்முகிலொத்த

சுருண்ட கூந்தலில் சொட்டு சொட்டாக வழிந்தது. இன்னும் காயாத ஜோனியின் முத்தங்களின் ஈரம் மாதியின் முகத்தில் மிளிர்ந்து கொண்டிருந்தது.

பாங்கின் உருவமாய் நடந்துவரும் மாதியைக் கண்ணுற்ற அனைவருக்கும் ஆர்க்கும் நீரும், விழுந்து ஓடும் நீருமென திகழும் ஜோனியின் நினைவாடியது. ஜோனியின் பிரதிநிதியாய்ப் பவனிவரும் மாதியெனும் ஜோனியில், சாம்பல் பறவையாய் நீராடிக் கொண்டிருந்தான் ஹாலன்.

ஹாலனின் வீட்டு முற்றத்தில் அவர்களை எதிர்நோக்கியிருந்தார் ஊர்0கவுடர். தன் காட்சிக்கு அவர்கள் பட்டதும் "அதோ வந்துவிட்டனர்..." என்றவர், ஹாலன் மற்றும் மாதியின் தாய், தந்தை, தாத்தா மற்றும் பாட்டிவகை 0குருமார்களை அழைத்து ஒருங்குசேர்த்தார். அமர்வதற்கேற்ப சாமைப் புல்லிடப்பட்ட வீட்டின் முற்றத்து திண்ணையில் அமரவைத்தார்.

மருமகள்களின் பவனி இல்லத்தை அடைந்திருந்தது. மாதியை முன்னகர்த்தி மற்றவர்கள் வழிவிட்டு நின்றனர். குனிந்து வீட்டினுள்ளே சென்றாள் மாதி. மதிலின் விளக்கினை நோக்கி மனதார வணங்கினாள். அவள் கொண்டுவந்த மடக்கையோடு மற்றவர்களின் மடக்கெகளையும் வாங்கிய கெப்பி வரிசையாக மதிலினையொட்டி வைத்தாள்.

"சரி.. சரி.. எல்லாம் சரி...

கெப்பி அழைத்துவா.."

என்றார் மல்லன். இல்லத்தினுள்ளிருந்து மாதி கொண்டுவந்திருந்த நீர் மடக்கெயின் விளிம்பினை மாதியும், ஹாலனும் தம் வலக்கரத்தினால் பற்றி ஒன்றாக வெளியே ஏந்திச் சென்றனர். தம் கால்களை நீட்டி அமர்ந்திருந்த 0குருமார்களின் பாதங்களில் வலது புறத்திருந்து இடது புறமாக, அவர்தம் பின்னங்கால்களும் நனையுமாறு அந்நீரினை ஊற்றினர். இறுதியாக அம்மடக்கெயினை மாதி கவிழ்த்து வைத்தாள். தொடர்ந்து இருவரும் கீழேவிழுந்து வணங்க, மாமன்மார்களின் ஆசிமொழிகள் தொடர்ந்தன.

மணமக்கள் நீர்ப்பானையுடன் வீட்டின் முற்றத்தினை நெருங்கியிருந்தபோதே தன் இல்லத்தினை நோக்கி விரைந்தான் ஹாலனின் மூத்த சகோதரன் அஜ்ஜன். நேரி மரத்தின் பட்டையினை இட்டு ஊறவைத்து காய்ச்சிய கள் நிரப்பிய அவிரியைக் கொண்டுவந்து வீட்டின் திண்ணையில் மிண்0டேரிப் 0பள்ளிக்கு அருகில் இறக்கி வைத்தான்.

அஜ்ஜனைத் தொடர்ந்து ஐசனும் ஒரு அவிரியைக் கொண்டுவந்து பக்கவாட்டிலுள்ள திண்ணையில் இறக்கி வைத்தான். அவனைத் தொடர்ந்து 0தோணன் ஐந்தாறு குடுவைகளை தன் வயிற்றுடன் இடுக்கி கொண்டுவந்தான்.

ஹாலனின் வீட்டின் அட்டுலின் மேலே மூங்கில் ஓணைகளில் ஊற்றி, தவட்டெ மரத்தின் கோலினால் அடைக்கப்பட்ட கோலத்தேனினையும் கொண்டுவந்து மிண்0டேரி 0பள்ளிக்கு அருகில் வைத்தான் அஜ்ஜன்.

கள் அவிரிகளில் கட்டிய துணியையும், பத்து நாட்களுக்கு மேலாக ஊற்றி ஊறவைத்த தேன் ஓணையின் தவட்டெ பெ0க்கினையும் அஜ்ஜனும், 0தோணனும் அகற்றினர். நுரைத்து, புளித்த நெடி எல்லோரின் மூக்கிலும் ஏறியது. சில நொடிகளில் அனைவரின் மனதையும் அக்களிப்பின் நுரை ஆண்டது.

ஊர் 0கவுடர் உண்டாட்டினைத் துவக்கி வைத்தார். மணமக்களை வாழ்த்தியபடியே, ஆண்கள் அவிரியில் உள்ள நேரியின் கள்ளினைப் பருகினர். பெண்கள் மூங்கில் ஓணையில் இருந்த நுரைத்த தேனினை உண்டனர். கள் அவிரியில் உள்ள புளித்த நுரையைத் தவிர்த்து, கள்ளினை ஐசனும் அஜ்ஜனும் முகர்ந்துதர ஒவ்வொரு குடுவையும் அத்தேனுக்கு நிகரென இனித்தது. சில நிமிடங்களிலேயே கள்ளை முகர்ந்த குடுவைகள் கள் அவிரியின் உள் தரையைத் தட்டியது.

அகன்ற மரத்தட்டுகளில் நிறைத்து வைக்கப்பட்டிருந்த நெருப்பில் சுட்ட காட்டுக் கிழங்குகளும், கைம்மெ சொப்பினை இட்டு அவரையோடு வேகவைத்த கிழங்குகளும், புளிப்புச் சுவைகொண்ட உல்லா மஜிகெ செடியிட்டு வேகவைத்த ஹெம்மெ அவரெ, கெப்பு அவரெ, மொட்டெ அவரெ, கண்ணு அவரெ, சால் அவரெ, சொனெ அவரெ போன்ற விதவிதமான அவரைக் கொட்டைகளும் கள்ளிற்கு துணையுணவாகப்

படைக்கப்பட்டன. நான்குமுறை தீர்ந்துபோய் ஐந்தாவது முறையாக அத்துணையுணவு நிரப்பி வைக்கப்பட்டது.

கள் அவிரியைக் கவிழ்த்து ஊற்றிய கடைசி குடுவை கள்ளினை தனது ஆறாவது குடுவையாக ஏற்றுக் கொண்டான் 0போஜன். மரவட்டிலில் எஞ்சியிருந்த சுட்ட கிழங்கினையும் வாரி எடுத்து உண்டான். அதை விழுங்கும் முன்னமே அவனுக்கு புளித்த ஏப்பம் பெருமி எழுந்தது.

கடைசி ஒணெயின் தேனை நிறைவுச் செய்தாள் குனிக்கி. அவளின் முழங்கைவரை வழிந்து நின்ற தேனை தன் கையினை முறுக்கி, தன் நாவால் மேல்நோக்கி நக்கி சுவைத்தாள். ஊரல்தேனின் சுவை அப்போது கிறக்கத்துடன் இணைந்திருந்தது. கிறக்கமேறிய கண்களுடன் மாதியை நோக்கி நகைத்தாள் குனிக்கி. மாதியின் கண்களும் கிறக்கத்தால் குனிக்கின் பார்வையை அணைத்துக் கொண்டது.

காலியான கள் அவிரிகளும், மூங்கில் ஒணெகளும் கொல்லைக்குக் கொண்டுசென்று வைக்கப்பட்டன. ஒரு சில நிமிடங்களில் அம்முற்றம் விருந்திற்கான இடமானது. வரிசையாக இடப்பட்ட சாமைப்புற்களில் அனைவரும் அமர்ந்தனர். கத்தியால் சீவி சன்னமாக்கப்பட்ட தவட்டெ குச்சியுடன் மீனிங்கெ இலையினை இணைத்துச் செய்யப்பட்ட இலைகள் அனைவருக்கும் பரிமாறப்பட்டன.

இல்லத்தினுள்ளே ஓரசோலை மற்றும் ஹெ0ப்0ப நாட்டின் ஊர் 0கவுடர்களுடன் மணமக்களின் தாய்மாமன்மார்களும், ஊர் குலதெய்வக் கோயில் பூசாரியும் சேர்த்து ஒன்பது பேர்கள் அத்தெ உணவிற்குரியவராக அமர்ந்திருந்தனர். சடங்கிற்காக இல்லத்திற்கு வந்திருக்கும் ஊர்பெரியவர்கள் மற்றும் தாய் மாமன் முறை உறவினர்களை மரியாதை நிமித்தமாக முதலில் உபரிசரிப்பதே இந்த அத்தெ உணவின் மரபாகும்.

சாமையரிசியில் பால் ஊற்றி ஊறவைத்த அச்சிக்கெ உணவினை அவர்களுக்கு முதலில் பரிமாறினான் ஐசன். அத்தெயில் உள்ளவர்கள் உண்ண ஆரம்பித்ததும் முற்றத்தில் அமர்ந்திருந்த அனைவருக்கும் உணவுப் பரிமாறப்பட்டது.

மரபு மிளிர விருந்து தொடர்ந்தது. அஜ்ஜனும், 0தோணனும், மாதனும், மலக்கனும் தம் அகன்ற கைபிடியினால் எடுத்துவைத்த

தித்திக்கும் அச்சிக்கெயை இரண்டாவது முறையாகவும் அனைவரும் ஏற்றுக்கொண்டனர். அதன் சுவையும் மற்றும் ஊறவைத்த குளிர்ச்சி தன்மையும் அவ்வுணவினை ஏற்க சிலரை மூன்றாவது முறையாகவும் தூண்டியது.

அச்சிக்கெயை உண்டப்பிறகு அனைவருக்கும் ஓர் உருண்டை சாமைக்களியும் அதற்குத் தொட்டுக்கொள்ள ஹெம்மெ அவரெக் குழம்பும் தரப்பட்டன. பிறகு சாமையரிசியினாலான குச்சக் கூ உணவும் அதற்குத் தொட்டுக்கொள்ள மசித்த கிழங்கும் தரப்பட்டன. தொடர்ந்து இராகிக்களியை வைத்து அதன் நடுவில் எருமையின் நெய் ஊற்றப்பட்டது. அதற்குத் தொட்டுக்கொள்ள நெய்யிற்கு உகந்தவாறு சற்று காரம் மிகுந்த மிளகோடு அரைத்த பூண்டுத்துவையல் இடப்பட்டது. தொடர்ந்து கட்டியான எருமைத்தயிரும், 0பெண்ணெக் குக்கெயிலிருந்து கைகளில் அள்ளி வைக்கப்பட்ட எருமை வெண்ணையுமென மண விருந்தின் சுவை நீண்டது. அந்த இடம் முழுவதும் நெய்யின் மணம் கமழ்ந்தது.

வீட்டினுள் அத்தெயில் அமர்ந்த பெரியவர்கள் உண்டு முடித்திருந்தனர். மல்லெ, அவர்கள் உண்ட இலையினை எடுத்தாள். அவிரியில் அவர்கள் கை கழுவுவதற்கான தண்ணீரினைக் கொண்டு வந்து தந்தாள் குப்பி. மல்லெ குடுவையில் அந்நீரினை முகர்ந்து ஊற்ற மற்றொரு அவிரியில் அப்பெரியவர்கள் தம் கைகளைக் கழுவினர். அவர்தம் கைகளைத் துடைப்பதற்காக துணிகளும் அளிக்கப்பட்டன.

நிறைவுடன் தன் தலையில் கட்டிய மண்0டெப் பட்டினை அவிழ்த்தாள் மல்லெ. வலது புறமிருந்து கீழாக அத்தெ பெரியவர்கள் உண்ட இடத்தில் சிந்திய எச்சில்களை தன் பக்கமாகத் துடைத்துக் கூட்டினாள். இறுதியாக வலது புறத்தின் கீழ்ச்சுவற்றோரம் அவற்றைச் சேர்த்தாள். துடைத்த மண்0டெப்பட்டினை உதறாமல் தன் தலையில் அணிந்தவள் அப்பெரியவர்களை வணங்கினாள். அந்த ஒன்பதுபேரும் அவ்வில்லத்து பெண்ணின் விருந்தோம்பலை வாழ்த்தி ஆசிகூறி எழுந்தனர்.

அத்தெயில் அமர்ந்தவர்கள் எழுந்ததை உறுதிப்படுத்தியதும் உண்டு முடித்த மற்றவர்களும் எழுந்தனர். விருந்தோம்பல்

மரபின் காரணமாக அனைவரும் தண்ணீரில் கரங்களைக் கழுவியதனால் அவர்தம் கைகளில் படிந்த தயிர் மற்றும் வெண்ணெயின் கொழுப்பின் பசை நீங்கியிருக்கவில்லை. சிலர் முற்றத்திண்ணையில் வைக்கப்பட்டிருந்த அடுப்புச் சாம்பலினைத் தேய்த்து கைகளைக் கழுவியும், அப்பசை நீங்கியபாடில்லை. சிலர் தம் கரங்களில் படிந்த அக்கொழுப்பின் நறுமணத்தினைத் திரும்ப திரும்ப முகர்ந்து பார்த்தவர்கள் தம் கீழாடையில் தேய்த்து அப்பசையினை நீக்க முயன்றனர். பின் மீண்டும் தம் கரங்களை முகர்ந்து பார்த்தனர். கைகளைவிட்டு நீங்காமல் தொடர்ந்த அந்நறுமணமோ அவ்விருந்தின் நிறைவினை மென்மேலும் கூட்டிக்கொண்டிருந்தது.

நேரிப்பட்டைக் கள்ளும், தேன் நறவும் அனைவருக்கும் உகந்தது. அதன் கிறக்கம் அளவுடையது. விருந்தில் உண்டு ஆடிக் களிப்பதற்கென்றே இந்தக் கள். உடல் ஆரோக்கியத்திற்கும் ஊறு விளைவிக்காத உற்சாக பானம் இது.

தேகம் உற்ற மெல் கிறக்கத்தினை ஆடிக்களிக்க கால்கள் துடித்தன. மாதனும் அஜ்ஜனும் *0*பு*0*குரியை எடுத்தனர். மூச்சுப் பிடித்து இசைக்க “*0*பூ...*0* பூ...” என்று தம் குலதெய்வம் ஈரமாசியைத் தொட்டுத் துவங்கியது *0*பு*0*குரியின் இசை. அதன் இசையைப் பிடித்து அரக்கோலின் இசையும் நடந்தது.

வெண்கலத்தட்டில் வைக்கப்பட்டிருந்த கொம்புத் தேனினை உண்ட கிறக்கம் மணமக்களைக் காதலின் பிடியில் மேலும் இறுக்கியது. சுற்றியாடும் சுத்தாட்டம் முடிந்து மெட்டாட்டத்தில் களித்திருந்த குனிக்கியின் அணியினர் மணமக்களை ஆட்டக் களத்திற்குள் இழுத்துச் சென்றனர்.

தன் சீலெயை கச்சிதமாகச் சுற்றிக் கட்டினான் ஹாலன். தன் புஜங்களைக் குலுக்கி ஒரு சுத்தாட்டத்தினைத் துவங்கினான். சுற்றமெல்லாம் ஆராவரிக்க மாதியும் அவனோடு சேர்ந்து கொண்டாள்.

லாலா லாலோ.. லியாலோ லீலோ... லாலா லாலோ...
லியாலோ லீலோ..
லையால. லீலோ... லீயாலோ லாலோ... லீயாலா லாலோ...
லியாலா லீலோ...

ஓரசோலையின் பெண் ஏற்றவளே! ஹெ0ப்0ப நாடு
ஹாலனுக்கு...
சீர் மிகுந்த எங்கள் மாதி நல்லவளே! போசனின் மகனுக்கு...
லாலா லாலோ... லியாலோ லீலோ... லாலா லாலோ...
லியாலோ லீலோ...
லையால. லீலோ... லீயாலோ லாலோ... லீயாலா லாலோ...
லியாலா லீலோ...
ஓரசோலையின் மாதி சீரோளே! ஹெ0ப்0ப நாடு
ஹாலனுக்கு...
ஹெ0ப்0பநாடு ஹாலன் சீரோனே! ஓரசோலை மாதிக்கு...
லாலா லாலோ.. லியாலோ லீலோ.. லாலா லாலோ..
லியாலோ லீலோ..
லையால லீலோ... லீயாலோ லாலோ.. லீயாலா லாலோ..
லியாலா லீலோ
முழுமதி பொழியும் நாளின்று லாலோ லாலிலோ...
ஜோடி சேர்ந்து பொலிவான்தானே அஜ்ஜனின் தமையனே!
லாலா லாலோ... லியாலோ லீலோ.. லாலா லாலோ..
லியாலோ லீலோ
லையால லீலோ.. லீயாலோ லாலோ.. லீயாலா லாலோ..
லியாலா லீலோ..
கிரு 0தீவிகெ மாதம் தானே லாலா லலாலோ...
தும்பை மலரைச் சூட்டுவான் தானே ஐசனின் தமையனே!
லாலா லாலோ.. லியாலோ லீலோ.. லாலா லாலோ..
லியாலோ லீலோ..
லையால லீலோ.. லீயாலோ லாலோ.. லீயாலா லாலோ..
லியாலா லீலோ..
பால் பனியும் பொழியும் மாதம் லாலோ லாலோ...
வெள்ளி மாலையைச் சூட்டுவான் தானே 0தோணனின்
தமையனும்..
லாலா லாலோ.. லியாலோ லீலோ.. லாலா லாலோ..
லியாலோ லீலோ..
லையால லீலோ.. லீயாலோ லாலோ.. லீயாலா லாலோ..
லியாலா லீலோ..
ஓரசோலையின் பெண் நல்லாளே! ஹெ0ப்0ப நாடு
ஹாலனுக்கு..

அழகு நிறைந்த எங்கள் மாதிதான் நல்லோளே! 0பெள்ளியின் மருமகனுக்கு...
லாலா லாலோ... லியாலோ லீலோ.. லாலா லாலோ.. லியாலோ லீலோ..
லையால லீலோ.. லீயாலோ லாலோ.. லீயாலா லாலோ.. லியாலா லீலோ..
லியலோ லீலோ.. லியலோ லீலோ.. லியலோ லீலோ..
லையல லால.. லியலோ லீலோ.. லியலோ லீலோ...

என்று குனிக்கியின் குழுவினரின் களிப்பின் கானம் ஓயாமல் ஒலித்தது. அதற்கேற்ப மிகுந்த 0பு0குரியின் இசையும், அரக்கோலின் இசையும் களிப்பினை மேலும் நிறைத்தது.

ஆட்டத்திற்கேற்ப அளந்தாடும் கால்களும், அலைந்தாடும் கால்களும் பசுஞ்சாணம் வார்த்த முற்றத்தினைச் சிவக்கச் செய்தன.

மணவீட்டாரின் ஆனந்தக் களிப்பினை 0பீரமுக்கின் மலைமுகட்டிலிருந்து கண்டு களித்தான் ஆதவன். அவன், ஆடியக் களைப்பிலும், அன்பின் களைப்பிலும் சிவந்த மாதியின் முகத்தின் நிறமெய்தியிருந்தான். அந்நிறமொத்த இளைத்த கதிரினை விசும்பெல்லாம் பரப்பினான். நிலவிற்கு வழிவிட மனமின்றி அறைமனதுடன் அந்த இடத்தினின்று விலகினான்.

செக்கச்சிவந்த வானம் அந்த ஆடுகளத்தில் பிரதிபலித் திருந்தது. 0பு0குரியைப் பிடிக்கும் வலுவிழந்த 0போஜன் 0பு0குரியின் இசையை நிறுத்தினான். உண்டாட்டின் களிப்பு முடிவுக்கு வந்தது.

இதுவரை இடைவிடாது ஆடி முயங்கிய கால்களுக்கு மேலுமொரு ஆட்டம் தேவைப்பட்டது. அவை ஆடத் துடித்தன. இந்த ஆட்டக்களிப்பின் நீங்காத விருப்பத்தின் விளிம்பினை முடிவுக்குக் கொண்டுவந்தது முற்றத்திற்கு வந்துநின்ற பத்திற்கும் மேற்பட்ட அ0டோலி எருமைகள்.

புது இடத்தினை, அரண்ட பார்வையுடன் சுற்றி சுற்றி நோக்கிக் கனைத்தன அவை. “0ப்0போ... 0ப்0போ... 0ப்0போ... 0ப்0போ...” என்று அவ்வெருமைகளைத் தேற்றினான், அவைகளை ஓட்டிவந்த 0பெள்ளன்.

"மாம்மா வாருங்கள்... எல்லா சிங்0கரவா..."

என்று அங்கு நின்றிருந்த ஊரார் அவனை வரவேற்றனர். ஹாலனும் முன்னேறி அவரை வரவேற்றான்.

"ம்மே.... ம்மே..." என்ற கனைப்பொலிமிக அக் கூட்டத்திலிருந்து மாதியை நோக்கி ஓடிவந்தது அந்த எருமை. விரிந்த கொம்புடன் திடகாத்திரமாக ஓடிவரும் அவ்வெருமை 0கெட்டி மாதியின் செல்ல எருமையாகும்.

0கெட்டி மாதியை நெருங்கியதும் தன் விரிந்த கொம்புகளை வலதும் இடதுமாக ஆட்டி நர்த்தனமாடியது. தன் கழுத்தினை நீட்டி அதன் வளைவால் மாதியை அணைத்தது. நீண்ட பயணத்தால் நுரைகட்டி வெண்மைப்படிந்த தன் நாவால் மாதியின் கரங்களை விடாது வருடியது. தொடர்ந்து "ம்மே... ம்மே... ம்மே..." என்று மாதியைப் பிரிந்திருந்த ஒருநாள் ஏக்கத்தினைக் கனைத்துத் தீர்த்தது. புது எருமைக் கூட்டத்தினை தன் இடத்திற்குள் கண்ட ஹாலனின் எருமைகளும் விடாமல் கனைத்தன.

தன் 0கெட்டியை ஆரத்தழுவி முத்தமிட்டாள் மாதி. அவ்வெருமைகளை ஓட்டிவந்த 0பெள்ளியின் தமையன் 0பெள்ளன் ஹாலனின் தோள்களைப் பற்றினான். அருகில் நின்றுகொண்டு 0பெள்ளனின் பிடியில் மிளிர்ந்த உறவின் மெல் இறுக்கத்தினை தன் மனதில் ஏந்தி நின்ற 0பெள்ளியை நோக்கியவாறே,

"ஹாலா, உன் மாமனார் மாதியின் வயதின் அடிப்படையில் அவளின் ஒவ்வொரு வயதிற்கு ஒரு எருமையாக பதினாறு எருமைகளை அ0டோலியாக அளித்திருக்கிறார்.

இந்தப் பதினாறு நூறாக வேண்டும்"

என்று வாழ்த்தினார். மேலும்,

"ஹாலா... இந்த மாதியை சாதாரணமாக எண்ணிவிடாதே...

இதோ இந்தக் 0கெட்டியை இவளின்றி, என்னாலும், ஏன்... உன் மாமன் 0பெள்ளியாலும்கூட பால் கறக்க முடியாது... நீ ஜக்கிரதை..."

கோ.சுனில்ஜோகி ◆ 69

என்று வெண்மையின் பிசிர் கலந்திருந்த தன் அடர்ந்த தாடியைத் தடவிக்கொண்டே உரக்கச் சிரித்தார். ஹாலனை இறுக்கி அணைத்துக் கொண்டார்.

உறவின் முயக்கத்தில் கட்டுண்டு நின்றான் ஹாலன். அந்த அன்பின் அணைப்பு அதுவாக விலகும்வரை அந்த அன்பிற்கு மதிப்பளித்து காத்து நின்றான். ஹாலனின் முதுகினை அழுத்தித் தடவிக் கொண்டிருந்த 0பெள்ளனின் கரங்கள் புதிய உறவொன்றின் வரைவினை எழுதிக் கொண்டிருந்தது.

"சிங்0கர மம்மா...

சென்று உணவருந்துங்கள்..."

என்று ஹாலன் பணித்தான். தன் முறுக்கிய மீசையினை மேலும் முறுக்கிக் கொண்டே, நிறைவின் நகை ததும்ப, அருகில் நின்றிருந்த மாதியின் கன்னத்தை அழுத்தமாகக் கிள்ளினான் 0பெள்ளன். இது 0பெள்ளனின் வாடிக்கை. "ஹா.. ஹா.." என்று மாதியின் வலியின்மொழி மிகுந்தது. என்றைக்கும் போலவே கோபத்தால் அவளின் கண்கள் சிவந்தன. என்றும் தன் முன்னங்கைகளை மடக்கி, 0பெள்ளனின் மார்பில் குத்தும் மாதியின் வாடிக்கை செயல்பாடு அன்று அவளின் எண்ணத்தின் அளவிலேயே நிறைந்து நின்றது. அதனால் அவளின் சிவந்த கன்னங்கள் மேலும் சிவந்திருந்தன.

நெடுங்களிப்பின் இளைப்பாற்றுதல்கள் முற்றத்தின் நாற்புறத் திண்ணையெங்கும் அரங்கேறிக் கொண்டிருந்தன. ஆதவன் 0பீரமுக்கு மலையின் உச்சியை நோக்கி நகர்ந்து கொண்டிருந்தான்.

"நேரமாகிவிட்டது... அனைவரும் எழுந்து புறப்படுங்கள்...

ஏய் மாதா.... எழுந்திரு... 0போஜா விரைந்து...

வானில் மழைக்குறிவேறு தென்படுகின்றது... அனைவரும் விரையுங்கள்"

என்று 0பெள்ளி அனைவரையும் விளித்தான்.

திண்ணையில் அமர்ந்திருந்தவர்கள் குழு குழுவாக எழுந்து சென்றனர். உச்சக்கல்லிலும், பக்கவாட்டு மற்றும் முன் திண்ணையின் மூலையிலும் வைக்கப்பட்டிருந்த அவிரிகளில்

நிரப்பியிருந்த வெந்நீரினால் முகங்களைக் கழுவினர். மரபினால் தண்ணீரில் அறிமுகமான உறவு வெந்நீரின் கதகதப்பில் வலுபெற்று விடையிறுத்தது.

மிச்சி மற்றும் குனிக்கியுடன் மாதியின் உறவினர்கள் மூவருமாக ஐந்துபேர் அன்று அங்கு மாதிக்கு துணையாகத் தங்கினர். மற்றவர்களோ 0பெள்ளி முன்னிலைவகிக்க தம் புறப்பாட்டிற்காக ஆண்வீட்டாரின் ஒப்புதலை வேண்டி நின்றனர்.

"ஏய் மாதி, என்றும் நிறைமகிழ்வோடு இரு..." என்று அனைவரும் அவளின் தலைமேல் கைவைத்து வாழ்த்தினர். பெரியவர்கள் சிலர் ஹாலனின் தலைமீதும் கைவைத்து வாழ்த்தினர்.

"சரி.. நாங்கள் புறப்படுகிறோம்... சென்று வருகிறோம்..." என்று போசியின் குரல் முந்துற,

"இன்று ஒரு நாள் தங்கிவிட்டு நாளை செல்லலாம் தானே" என்று, விடையிறுத்தலுக்கான பிரிவின் தாக்கத்தால், நா தழுதழுக்கும் ஆண்வீட்டாரின் மறு மொழி எழுந்தது.

"இல்லை.. இல்லை... மிக்க மகிழ்ச்சி...

எல்லாம் நிறைவு... வெகு நிறைவே

நாளைய பிழைப்பைப் பார்க்க வேண்டுமே...

வீட்டில் பெரியவர்களையும், எருமைகளையும் விட்டு விட்டு வந்திருக்கின்றோம்..

பெரும் மகிழ்வு மற்றும் நிறைவுடன் விடைபெறுகிறோம்...

எங்கள் மாதியைப் பார்த்துக் கொள்ளுங்கள்"

என்று அனைவரும் ஒருமித்த குரலில்கூறி புறப்பட்டனர்.

0பெள்ளியின் கண்கள் நிறைய கண்ணீர் பனித்திருந்தது. தன்னை நோக்கி ஓடிவந்த மாதியை இறுக அணைத்துக் கொண்டான். அவளின் தோள்களை இறுகப் பற்றினான். பிரியம் தழுவிய பிரியா விடையை மாதிக்கு 0பெள்ளியின் கை இறுக்கமும், கண்களும் அறிவித்து நின்றன. ஹாலனிடமும்,

அவனின் வீட்டாரிடமும் தலையசைத்து 0பெள்ளியும் மற்றவர்களும் ஒப்புதல் பெற்றனர். அந்த உறவின் கூட்டம் சோர்ட்டுப் 0பெட்டினை நோக்கி நகர்ந்தது.

பெண்வீட்டார் துப்பதிட்டு கொண்டுவந்த கூடை நிறைய ஆண்வீட்டார் கடிமிட்டு உருண்டைகளை நிரப்பியிருந்தனர். அதை நேரியின் தழையிட்டு, துணியால் மூடி மணிக்கி தன் தலைமேல் சுமந்து நடந்தாள்.

எட்டிற்கு மேற்பட்ட திரி0பாம்0பெ பந்தங்களைச் சாமைப்புல்லினால் சுற்றி முதுகோடு சேர்த்துக் கட்டிக் கொண்ட 0போஜனோ, ஹாலனின் வீட்டார் ஏற்றிக்கொடுத்த திரி0பாம்0பெயினை ஏந்திக் கொண்டு அக்கூட்டத்தில் முன்னேறி நடந்து கொண்டிருந்தான். மேலும், புறப்பாட்டிற்குத் தயாரான கணம்தொட்டு தன் கச்சையில் இடுப்பினையொட்டி முடிந்திருந்த நெருப்பினை உண்டாக்கும் 0பிங்கசக் கல்லினைப் பலமுறைத் தொட்டுப்பார்த்து அதன் இருப்பினை உறுதிப்படுத்திக் கொண்டான். அடை மழையினால் பந்தம் அணையநேரிடின் நெருப்பை உண்டாக்க இருக்கும் ஒரேவழி இந்தப் 0பிங்கசக்கல் மட்டுமே.

திரி0பாம்0பெகள் நனையாமல் இருக்க அவை திண்ணமாக சாமைப்புல்லினால் சுற்றப்பட்டிருந்தது. தவிர்க்கவியலாத நிலையில், 0பிங்கசக் கல்லினால் நெருப்பினை ஆக்க, சாமைப்புல்லினால் நன்கு சுற்றப்பட்ட உலர்ந்த நஞ்சு உல்லுப் புல்லினையும் 0போஜன் தன் 0கோட்டெயில் நிரப்பியிருந்தான். நெடும்பயணங்களில் இச்செயலிற்குரிய பக்குவம் 0போஜனிடம் மிகுந்திருந்தது.

அக்கூட்டத்தை முன்னகர்த்தி, கடையாளாக நடந்து உறவுகளை நடத்திச் சென்றான் 0பெள்ளி. அவனையே வெறித்துப் பார்த்தவாறு ஓயாமல் கனைத்தது 0கெட்டி. அதன் ஒவ்வொரு கனைப்பொலிக்கும் திரும்பி திரும்பி மாதியைப் பார்த்துக்கொண்டே நகர்ந்தான் 0பெள்ளி. மாதியின் குரலை அவளின் சார்பாக 0கெட்டி ஓயாமல் எழுப்பிக் கொண்டிருந்தது.

மாதியை அணைத்து விடைபெற்றபோது அவளின் கழுத்தில் படிந்த 0பெள்ளியின் கண்ணீர் மாதியை விடாமல்

அணைத்துக் கொண்டிருந்தது. அந்தக் கண்ணீர் மேலும் பெருகி மாதியின் கண்ணீருடன் கலந்து, உறவின் படிமத்தினை உணர்வால் நிறைத்துக் கொண்டிருந்தது. மாதியின் ஒற்றை மோதிரம் இருக்கும் நிறைவில் 0பெள்ளியின் கால்கள் ஊரினை நோக்கி நகர்ந்தன.

ஹெ0ப்0ப நாட்டின் கீழ்ஹள்ள சோலையுள் அவர்கள் மறையும்வரை தன் உறவுகளைக் கண்டு கண்ணீர்மல்க நின்றாள் மாதி. அவளின் கரத்தினை ஹாலன் இறுகப் பற்றியிருந்தான். தன் தந்தையினையும், ஹாலனையும் ஹெ0ப்0பநாட்டின் செம்புலத்தோடு குழைத்துப் பற்றிருந்த மாதியின் அதே கரம்தான் ஹாலனை முழுமையாய்ச் சேர்ந்திருந்தது.

ஹாலன் அணிந்துள்ள மோதிரம் மாதியை அழுத்தியது. தன் தந்தையின் 0மு0த்0தர மோதிரத்தின் அதே அழுத்த உணர்வு அவளுக்கு. ஹாலனின் கரங்களில் சாய்ந்து கொண்டாள். சோர்ட்டு 0பெட்டின் முடிமீது ஏறிநிற்கும் முழுமதியை வெறித்திருந்தாள். திரி0பாம்0பெ பந்தத்தின் சுடர் அம்மதியை நோக்கி நகர்ந்து கொண்டிருந்தது.

☆ ☆ ☆

4

வானம் கருத்திருந்தது. கண்ணைப் பறிக்கும் மின்னல்கள் விடாது வெட்டி இறங்கின. ஓயாத இடியொலியில் மரத்தின் மந்திகள் மிரண்டு கிளைவிட்டுத் தாவின. மின்னல் இமைக்கும் அப்பசிய காடு. மேல் மலையில் விழுந்த பேரிடியில் பற்றி எரிந்து கொண்டிருந்த 0பெத்து ஆர்த்து எரியும் காட்டுத்தீயின் ஒலியினைத்தாண்டி மிகும் யானைகளின் பிளிறல். சுழற்றி அடிக்கும் காற்றில் பிசிராகப் பிரிந்து செல்லும் குஞ்சுடை தம் கூட்டின் நார்களை அலகால் பிடித்தும் பயனின்றி கத்தும் பறவைகளின் தொடர் ஓலம். இமைகளை இறுக்கித் தொடரும் புள்ளினங்களின் அடைகாத்தல். ஆந்தைகளின் குறையாத அலறல். அடைமழையின் வரவிற்கு தோகை விரிப்பதை மறுத்து அலரி அகவும் மயில்கள். ஓயாத தொடரிடியில் நெருங்கி, நெருப்பு பூத்துக் கொண்டிருக்கும் அனலேந்திய கானகத்தாய். அய்யோ! இது என்ன சோதனை? என் மகளுக்காக ‘மாசிகெ’ மரத்தின் விறகெடுக்க வந்த இடத்தில் இப்படி அகப்பட்டுக் கொண்டேனே. பால்சுரந்து மார் நனைகிறதே.. அய்யோ! அவளுக்குப் பசியெடுக்கிறது போல... என்ன செய்வேன்.. என் செய்வேன்.. கரைத்தாண்ட இயலாது பெருகியோடுகிறதே வெள்ளம்.”

“அய்யோ! அய்யோ! அய்யோ!”

“என் மகளை விட்டுவிட்டேனே... அய்யோ! அய்யோ!”

என்று பெருங்காற்றில், அவிழ்ந்து அலையும் விரிகூந்தலோடு அரற்றி அழுகிறாள் அவள்...

"அய்யோ! அய்யோ! என் மூதாதையர்களே! என் தந்தைமார்களே!... அண்ணன்மார்களே! நான் என்செய்வேன்...

என் குழந்தை.. என் குழந்தை.. அய்யோ! அய்யோ!"

கேவி கேவி அழுகிறாள் அவள். ஆட்கொல்லும் பேய் மழை... விரைந்து செல்... விரைந்து செல்... என்று விடாமல் துரத்தின மின்னலின் நாவுகள்... அணையிடவியலாத அவளின் கண்ணீர் வெள்ளம்...

"அய்யோ! அய்யகோ! என் குழந்தை... என் குழந்தை..."

என இடியைப் பிளக்கும் அவளின் ஓலம். தன் கரங்களினால் விரிந்தாடும் தன் கூந்தலை அழுத்திக் கோதினாள்... பிய்த்து இழுத்தாள்... எரியும் அந்தப் பெருங்காட்டிற்கு நெய் வார்த்தாள்... ஓயாத அவளின் அலறல்... ஓயவே வழியில்லாத அவளின் அலறல்...

"அய்யோ! என் மாதி.. அய்யோ என் மாதி...

என் செல்ல மகளே! என் மாதி.. என் மாதி..."

அலறிக் கண்விழித்தாள் மாசி. கொடும் கனவு. அவளின் கரங்கள் உதறின. அந்தக் கடும் பெருங்காட்டின் பீடிப்பும் அவளை விலகியபாடில்லை. சுழற்றி அடிக்கும் காற்றின் ஓசை. மாசியின் கண்களோ சுழன்று சுழன்று மாதியைத் தேடின.

மூப்பால் பேத்தியின் திருமணத்திற்குச் செல்ல இயலாமல் இல்லத்திலேயே இருந்துக்கொண்ட மாசி அவளை அறியாமலேயே உறங்கிப் போயிருந்தாள். தன் வலக்கரத்தின்மேல் சாய்த்து, தன் மேல் முண்டால் போர்த்தி, தொடர்ந்து கனத்த போர்வையினைப் பக்குவமாய் மூடி, பூப்படைந்தப் பிறகும் மாதியை நாள்தோறும் உறங்கவைத்த மாசி அவளின் நினைவகலாமலேயே உறங்கியிருந்தாள். நேற்றுவரை மாதிக்கு மாசியின் வலக்கரமே தலையணை. இந்த நீங்காத பாசவுணர்வே பெரும் கொடுங்கனவாய் மாசிக்குப் பிரசவித்திருந்தது.

திறந்திருந்த வீட்டின் முன்வாயிலிற்குள் இயற்கையெனும் மயிலின் விரிதோகையாய் விரிந்து பரவிக்கொண்டிருந்தது ஊருOபெட்டு மலையின் சில்லென்ற காற்று. மாசியின் தெளிச்சியும் இன்றுவரை அக்காற்றின் வசமே. மணக்கூட்டத்தினர்

திரும்பும்வரை மதிலின் விளக்கு அணையாமல் காக்கப்பட வேண்டும். அதன் நினைவெழவே, அது அணைந்து விட்டதோ எனும் பயத்தில் விரைவாகக் கண்ணுற்றாள்.

முனையில் கரிதிரண்ட அவ்விளக்கின் திரியில் மெல்லொளி நிலைத்திருந்தது. பதறி எழுந்தாள். நெய்க்குடுவையினை எடுத்தாள். நன்கு இறுக்கமாகக் கட்டியிருந்த நெய்யினைத் தன் வலக்கரத்தால் முயன்று எடுத்தாள். மதிலில் எரியும் கம்பு 0தீவிகெயில் அதன் திரியில் படாமல் இட்டாள். மொரந்தக் கோலினால் முனையில் திரண்ட கரியினை நீக்கி அதனைத் தூண்டினாள்.

இறுகக் கட்டிநின்ற நெய் மாசிக்கு மழையின் குறிப்புணர்த்தியது. இன்று மேய்ச்சலுக்குத் திறந்துவிடாத எருமை மந்தையினைக் கண்ணுற முற்றத்தருகே உள்ள தோவினை நோக்கி விரைந்தாள்.

ஆதவன் தன் பயணத்தை முடித்துக்கொண்ட மந்தகாசமான அந்திப்பொழுது. ஊரு0பெட்டின் உச்சியில் இறங்கிய மின்னலொன்றில் ஒளிர்ந்து மறைந்தது அந்த மலை. மீண்டும் அதே மாசிகெ மரம்... அதே கனல்மூண்ட காட்டின் கொடுங்கனவின் நினைவு மாசிக்கு. அவளின் மனதும் ஒளிர்ந்து ஒளிர்ந்து மறைந்தது மாதியின் நினைவெனும் மின்னலொளியில்.

அடைமழைப் பிடித்துக்கொண்டால் தோவிலிருந்து நீர் வெளியேறும் பாதையில் அடைக்கப்பட்டுள்ள தட்டுக்கல் நீக்கப்பட்டுள்ளதா என்று மாசி நோட்டமிட்டாள். தோவின் வாயிலை அடைத்திருந்த 0கெணெ கட்டையின் மீது அந்தியையொத்த சவுன காக்கையொன்று கரைந்து கொண்டிருந்தது.

"ஏய் சவுன... ஓடு... ஓடு.."

என்று அதை மாசி துரத்திச் சென்றாள். அது கரைந்துகொண்டே 0பெள்ளெ முள்ளி புதருள் சென்று நுழைந்தது. இதே ஒரு அந்திப் பொழுதில்தான் இந்தப் பறவையைப்பற்றி மாதிக்கு கூறிய நினைவு அந்தச் சவுன காக்கையின் கரைதலோடு முடிச்சிட்டது.

“சவுன காக்கையின் கூட்டினை எடுத்துவந்து அதன் குஞ்சுகளைக் கட்டிவைத்தால், தாய்ப்பறவை விரைந்துசென்று ஒரு வேரினை எடுத்து வருமாம். அதை கூண்டில் வீசுமாம். உடனே அதன் குஞ்சுகளைப் பிணைத்த கட்டு அவிழ்ந்துவிடுமாம். பிறகு தாமதிக்காமல் தன் குஞ்சுகளுடன் பறந்து சென்றுவிடுமாம். நாம் சென்று அது கொண்டு வந்திட்ட வேரினை எடுத்து வந்தால் அதை வைத்து நினைத்ததை அடையலாமாம். அதன் காலிக் கூண்டினை ஓடும் ஆற்றின் எதிர்திசையில் விட்டால் அதிலிருந்து பொன்துகள்கள் வெளிவருமாம்...”

என்று மாதிக்கு சவுன காக்கெயைப்பற்றி உரைத்திருந்த நினைவு மாசியின் காதுகளில் அக்காக்கையின் கரைதலாய் நீண்டு கொண்டிருந்தது.

“இப்பறவையைக்கண்ட சகுனம் நமக்கு இரத்தக்கறையை ஏற்படுத்தும். ஆகவே, தூ.. தூ.. தூ... என மூன்றுமுறை தரையில் துப்புவதைப்போல பாவனை செய்ய வேண்டும்.. சரியா”

“ஹெத்தெ.. மூன்று முறை துப்பினால் அவ்வாறு ஆகாதா?”

“ஆகாது.. ஆனால், நிஜத்தில் துப்பக்கூடாது டா... நம் எச்சில் தரையில்படுவது பாவமல்லவா... துப்புவதைப்போல பாவனை செய்ய வேண்டும் சரியா”

“த்தூ... த்தூ... த்தூ”

என்ற மாதியுடனான உரையாடல் பொழுதுகளுக்கு களமான அத்திண்ணைகள் சற்று சப்தமாகவே அந்நினைவுகளை அசைபோட்டுக் கொண்டிருந்தன.

“த்தூ... த்தூ... த்தூ..”

என்று மாசியும் துப்பி பாவனைசெய்ய, மாதி ஒரு திவலை கண்ணீராய் மாசியின் கண்களில் திரண்டிருந்தாள்.

சவுன காக்கையின் கூண்டினை எரித்து அதன் புகையினைக் காட்டினால் பேரடம்பிடிக்கும் குழந்தையின் அடம் விலகுமென்று மருத்துவச்சி குப்பி சொல்ல, தன் கணவன் ஜோகி கொண்டுவந்த கூண்டினை எரித்து, 0பெள்ளியின் அடம்போக்க முயன்ற நினைவும் மாசிக்கு மேலிட்டது.

பேரடக்காரனான தன் தந்தைக்கு சற்றும் சளைத்தவளல்ல மாதி. அவளின் அடத்தினைப் போக்க எவ்வளவு முயன்றும் சவுனக் காக்கையின் கூடினைக் கண்டடைய இயலவில்லை. நிலத்தில் விளையும் தானியங்களை அதிகமாக உண்ணும் இயல்புடைய இந்தப் பறவையின் மீதுதான் எவ்வளவு வெறுப்பு. பேராசையே வெறுப்பிற்கான பெரும் காரணமல்லவோ.

இந்தச் சகுனப் பறவையைக் கண்ணுறும் போதெல்லாம் விளிம்பில் அவளூறும் கருணை உணர்வு இன்றும் எஞ்சியிருந்தது. வழக்கம்போலன்றி அக்காக்கையைத் துரத்தியதற்கான கழிவிறக்கமாக என்றும் இடும் ஒரு கையளவு 0கஞ்செ தானியத்திற்கு பதிலாக இன்று இரு கரங்களினால் அள்ளியெடுத்த 0கஞ்செயைத் தோவிற்கு அருகிலுள்ள சிறு பறையின்மீது இட்டாள் மாசி.

அண்டை அயலார் எல்லாம் மாதியின் திருமணத்திற்குச் சென்றிருந்தனர். மழைக்குறியால் காரிருள் சூழ்ந்திருந்தது. மென்மேலும் குளிர்ந்த ஊரு0பெட்டிலிருந்து இறங்கிவரும் சில்லென்ற மழைக்காற்று தொடர்ந்து வீசியது. தோவிற்கு அருகில் இருக்கும் அந்தப் 0பிக்கெ மரம் சிலிர்த்தாடியது.

அவ்வடர்ந்த 0பிக்கெ மரத்தின் உச்சிக் கிளைகளில் ஈன்ற எருமையின் மாசினை இட்டு முடிந்து கட்டிய துணிக்கட்டும் விடாது முன்பின் அசைந்தாடியது. அம்மரத்தின் உச்சாணிக் கிளையில் அம்முடிப்பினைக் கட்டிவிட்டு, நடு மரத்திலிருந்து தரைக்கு தன் கரங்களை அகல அகட்டி, குதித்து நின்ற ஜோகியின் நினைவு மாசிக்கு மின்னலாய்த் தோன்றி மறைந்தது.

‘அந்த உச்சிமரக் கொப்பில், அந்தப் 0பெள்ளோடெ எருமையின் மாசினைக் கட்டிய மூன்றாவது கடைபோகம். அம்மாசோடு உறைந்த அக்கன்று கன்னெ கடுசாக நின்றது. அதன் பாலினை இம்முறை ஊரு0பெட்டிற்குக் கொண்டுச் செல்ல ஜோகி திண்ணமாயிருந்தான்.

அன்றும் இதேபோன்றொரு புதன்கிழமை. கன்னெ பாலிற்கு நேர்ந்து கொண்ட அந்த இளங்கன்று, பொழுது இரவினைத் தழுவியும் இல்லம் திரும்பவில்லை. என்றும் காலம் தாழ்த்திவரும் பழக்கம் அதற்கிருந்தாலும் இன்று

காலம் மீறியிருந்தது. ஊரு0பெட்டு சோலையின் முகப்பிலேயே நிலைகுத்தியிருந்தது ஜோகியின் பார்வை.

இருளின் போர்வையில் மினுங்கி நின்றிருந்தது ஊரு0பெட்டு. சீகுறிப் பூச்சிகளின் கீச்சொலிவேறு அம்மலையின் இருள் மயக்கத்திற்கு மேலும் வலுசேர்த்தது. செவிகள் அடைக்க கீச்செறிக்கும் கீச்சொலியை ஊடறுத்து வந்தது ஒற்றை கனைப்பொலியொன்று. விட்டு விட்டு எழுந்த அக்கனைப்பொலி ஜோகிக்கு சூழலை தெளிவாக உணர்த்தியது.

தன் கச்சையை இறுக்கிக் கட்டினான் அவன். கையில் திரி0பாம்0பெ பந்தத்துடன் ஊரு0பெட்டினை நோக்கி விரைந்தான். விட்டு விட்டு எழுந்த ஆபத்தினை உணர்த்தும் அக்கனைப்பொலி அந்த இளங்கன்றுடையதுதான். அடுத்தடுத்த கனைப்பொலிகள் ஒன்றிலிருந்து ஒன்று மிக்கிருந்தன.

முதல் கனைப்பொலியிலேயே அதனுள் சன்னமாய் மறைந்திருந்த புலியின் உறுமலையும் ஜோகி ஓர்ந்திருந்தான். தொடர்ந்து அவ்விளங்கன்றின் கனைப்பொலிக்கு ஒப்ப மிக்கிருந்த புலிகளின் உறுமல் ஜோகியின் மனதில் சிறு பதற்றத்தைப் படர்த்த அவனின் கால்கள் விரைந்தன.

அந்த ஆபத்தின் ஒலியைக் கேட்டும், செய்தியைக் கேள்விப்பட்டும் சிலர் ஜோகியின் முற்றத்தில் கூடினர். அனைவரின் பார்வையும் ஊரு0பெட்டின் இடையில் நகர்ந்து செல்லும் ஜோகியின் பந்த வெளிச்சத்தில் நிலைகுத்தியிருந்தன.

மேல்கேரியைச் சார்ந்த 0கோடனும், ஆரியும் ஆளுக்கொரு பந்தத்தினை ஏந்திக் கொண்டு ஊரு0பெட்டை நோக்கி விரைந்தனர். நடைவிசையில் மேலும் கீழும் அசைய, அவர்கள் பற்றிச் செல்லும் ஆளுயர ஈட்டி மாசிக்கு சற்று ஆறுதலளித்தது.

ஊரு0பெட்டுச் சோலைக்குள் நுழைந்த அந்தப் பந்தங்களின் வெளிச்சத்தினை கரடிக்கொரெ அடர் சோலையின் அடிவிளிம்பினைத் தாண்டி மேலேறும் அரெகாடு வளைவில் அனைவரும் எதிர்நோக்கியிருந்தனர். அந்தக் கும்மிருட்டின் உலகத்தில் வெளிச்சங்களின் கோர்வைக்காக அனைவரும் பிரார்த்தித்திருந்தனர்.

சற்றுநேரம் நிலவிய மயான அமைதி அனைவரையும் பெருமயக்கத்தில் ஆழ்த்தியது. ஊகிக்கவியலாத ஊரு0பெட்டின் இருள் அனைவரின் மனதையும் கவ்வியிருந்தது. அச்சத்தால் பெருமூச்சோடு அடிவயிறும் பிரண்டது மாசிக்கு. தன்னை நிலைப்படுத்த விரல்களை இறுக்கிய அவளின் உள்ளங்கைகள் வியர்த்திருந்தன. அந்த ஈரத்தின் இறுக்கம் அக்கொடும் சப்தத்தினைப் பிசைந்து கொண்டிருந்தது.

சோர்ட்டின் பக்கம் விழுந்த பேரிடியின் சத்தம் மாசியின் உள்ளத்தில் மென்மேலும் பதற்றத்தைக் கூட்டியது. அவளின் கால்கள் தளந்துபோயிருந்தன. திடுமென புலிகளின் உறுமல் அந்தக் கன்னெ கடுசின் கனைப்பொலியைத் தாண்டி மிகுந்தன. இதுவரை அங்கிருந்தவர்களின் எண்ணத்தை பசியொடு உறுமும் புலிகளின் உறுமல்கள் மாற்றின.

மிகுந்த பசியோடு இருக்கும் புலிகளின் உறுமல்தான் இது. ஒரு முறை இதைப்பற்றி தனக்கு விளக்கியுரைத்த தன் தந்தையின் நினைவாடியது மாசிக்கு. அதோடு, இதுவரை ஒற்றை புலிதானென்று இருந்தவர்களின் எண்ணமும் மாறியது. மாசிக்கு முதல்முறையாக அவளின் கால் கண்டங்கள் நடுக்கம் கண்டன. ஒருவனாய்ச் சென்றிருந்த ஜோகியை எண்ணிய அவளின் அச்சம் தொடர்ந்து பெரும் நடுக்கமாய்ப் படர்ந்தது.

ஊரு0பெட்டின் அடர் இருட்டிற்குள்ளிருந்து புலிகளின் ஒருங்கிணைந்த பெரும் உறுமலொலி. அதைத்தொடர்ந்து அதுவரையின்றி திடிரென்று எழுந்தது அந்த இளங்கன்றின் ஒற்றைக் கனைப்பொலி. அடர் இருட்டில் நிகழ்ந்து கொண்டிருந்த சூழலை ஒலிகொண்டு உணர்ந்தவர்களின் முகங்கள் வெளிறிப் போயின. தொடர்ந்து மிகுந்துகொண்டே இருந்தது ஒற்றைப் புலியின் உறுமல். அம்மலையின் நடுவில் அலைந்தது அந்த ஒற்றை பந்தம். இரை தடைபட்டு வெகுண்ட புலியுடன் களமாடிய ஜோகியின் தீரத்தினைக் கீழிறங்கும் காற்றில் சுழன்ற, அவனேந்திய பந்தத்தின் சுடர் அடர் இருட்டில் வரைந்து கொண்டிருந்தது.

ஏதோவொன்று மரங்களை ஊடறுத்து கீழே வீழும் பேரொலி. புலியொன்றின் மரண ஓலம். மாதியின் உள்ள நடுக்கத்திற்கு சற்று தெம்பு கூடியது. ஒற்றைப் பந்தத்தினை நெருங்கிக் கொண்டிருந்த இரட்டைப்பந்தங்களின் ஒளி

80 ✹ மாதி

அனைவரின் கண்களிலும் மெலிந்திருந்த நம்பிக்கையின் ஒளியைச் சற்று தூண்டியது.

திடீரென அறெ0பெட்டின் இடது விளிம்பில் தோன்றி ஊரு0பெட்டில் வெட்டி இறங்கியது மின்னலொன்று. இரண்டாவது புலியின் மரண ஓலம். ஜோகியேந்திய பந்தத்தின் ஒளி மறைந்திருந்தது. அனைவருக்கும் அங்கு நிகழ்வது நன்கு புரிந்தது. காப்பின் போராட்டம் ஒளிகளுக்கு அப்பாற்பட்டது. வெளிச்சத்திற்கு ஜோகி என்ன செய்வான் என்ற அச்சத்தினைவிட துணைக்குச் சென்றவர்கள் நெருங்கிவிடுவார்கள் என்ற நம்பிக்கையே அனைவருக்கும் மிக்கிருந்தது.

அறெ0பெட்டின் வலது விளிம்பில் வெட்டி இறங்கின அடுத்தடுத்த மின்னல்கள். அடுத்த புலியின் ஓலமும் மிகுந்தது. ஊரு0பெட்டின் அந்தப் பெருஞ்சரிவில் ஏதோ உருளும் சப்தம். அடுக்கடுக்காய்த் தொடர்ந்த அந்தச் சப்தம் சற்று நீண்டது. “ஜோகி... ஏய் ஜோகி... ஏ.. ஜோகி... எங்கிருக்கிறாய்... ஏய் ஜோகி.. ஏய் ஜோகி...” என்று கூவி அழைக்கும் ஒலி புலிகளின் மரண ஓலத்தினும் மிக்கெழுந்தது. கோடனின் கரகரத்த குரல் ஊரு0பெட்டின் இருளை உலுக்கியது. எதிர்பார்த்தபடி தீப்பந்தங்கள் சேர்ந்திருந்தும் அனைவருக்கும் நம்பிக்கையின் ஒளி அணைந்திருந்தது.

மாசியின் மிரண்ட பார்வை ஊரு0பெட்டையே வெறித்திருந்தது. அடுத்தடுத்து இறங்கிய மின்னல் இருளொப்ப திரண்டிருந்த கார்மேகத்தின் மழைமுடிச்சினை அவிழ்க்க அடைமழைப் பிடித்தது. சட சடவென இறங்கிய மழை சில நொடிகளில் இருதிணையினரையும் தொப்பென நனைத்தது. 0பெள்ளியும், காடெயும் மாசியை வீட்டிற்குள்ளே இழுத்துச் செல்ல முயன்றனர். அவளின் வெறித்தப் பார்வைக்குள் வேதனையே மிகுந்திருந்தது. ஜோகியின் தீப்பந்தம் அலைந்த இறுதி நினைவுடனே, அடுப்புக்கரியில் நெற்றியில் இட்ட குறியினை அழித்து வழியும் மழைநீரினூடே ஊரு0பெட்டின் சரிவிலேயே அவளின் பார்வை நிலைத்திருந்தது. உயிரெரிய கல்லென நின்றிருந்தாள் மாசி.

ஊரு0பெட்டிலிருந்து இறங்கிய மழையேந்திய சுழற்காற்றில் அந்தப் 0பிக்கெமரம் தலைவிரித்துச் சிலிர்த்தது. நின்ற

இடத்திலிருந்து சற்றும் நகராதிருந்த மாசியின் மனமும் ஓயாமல் சிலிர்த்தது.

ஒரசோலையின் மூன்றாவது இளவட்டக்கல்லினை முண்டால் சுற்றிக்கட்டி, தன் பல்லால் கடித்தெடுத்து மறுபுறம் எறியும் வீரன் ஜோகியன்றி எவருமில்லை. இருப்பினும் மாசியின் அடிநெஞ்சம் பதைபதைத்தது.

முற்றத்து நிலத்தில் நின்றிருந்த, மேய்ச்சலிலிருந்து திரும்பியிருந்த எருமைகளும் அடைமழையில் நனைந்தவாறே ஊரு0பெட்டினை நோக்கி ஓயாமல் கனைத்துக் கொண்டிருந்தன. ஆனால், திரும்பாத அந்த இளங்கன்றின் தாய் எருமை மட்டும் மாசியைப்போலவே அமைதி காத்தது.

ஜோகியின் இல்லத்தின் மிண்0டேரி 0பள்ளியையொட்டி ஒதுங்கி நின்றவர்களின் ஓயாத புலம்பல்கள் நிலம் கண்ட மழையினும் மிக்கிருந்தன. எருமைகளின் கனைப்பொலியும் மீண்டும் மீண்டும் மிகுந்து கொண்டே தொடர்ந்தன. மடி நிறைய பாலினையும், மனம் நிறைய ஜோகியையும் ஏந்தி காத்திருந்தன அந்த எருமைகள்.

எருமைகளின் புலம்பலும் எல்லையின்றி மிகுந்தன. கனைத்து கனைத்து ஜோகியை அழைத்த எருமைகளின் பக்கம் மாசியின் பார்வை திரும்பியது. எருமைகளின் பார்வை முழுவதும் ஊரு0பெட்டினையே நோக்கியிருந்தன. ஆனால், அந்தத் தாய் எருமை மட்டும் மாசியை நோக்கியது. அதன் கண்ணிறைய நம்பிக்கை ஒளிர்ந்து கொண்டிருந்தது. அது மாசியின் பதற்றமெனும் இருளுக்கு வெளிச்சத்தின் மெல்லிய ஒளிக்கீற்றைப் பாய்ச்சியது.

அடைமழையால் நன்கு நீர்கண்டுபோன நிலத்தில் விழும் அடைமழைநீரின் ஒலி நெடும் காலெட்டுகளை வைத்து நடந்துவரும் ஜோகியின் நினைவினை மாசிக்கு எழுப்பிக் கொண்டிருந்தது. இப்படியான நடையோடு திடீரென ஜோகி வந்து நின்றிருந்தான் மாசியின் மனக்காட்சியில்.

இருளைப் பெயர்த்துக் கொணர்ந்ததைப்போல அணைந்து, முனையில் கரிக்கட்டையான பந்தத்துடன் முற்றத்தினை நோக்கி வந்துநின்றனர் கோடனும் ஆரியும். மாசி உட்பட

எல்லோரின் கண்களும் அவர்களின் பின்னே ஜோகியின் வரவினை எதிர்பார்த்திருந்தன. முன்றிலில் ஒதுங்கிருந்த அனைவரும் அவர்களை நோக்கி விரைந்து வந்தனர். நனைய விரும்பாதவர்களும் அன்பிற்காகவும் பண்பிற்காகவும் தொப்பென நனைந்தனர். அவர்கள் வந்தவழியை நோக்கியவாறே நின்றிருந்தவர்களிடம் எழுந்த கேள்வியை வார்த்தைகளின்றியே அவர்கள் புரிந்து கொண்டனர்.

"ஏய் மாசி... அந்த இடம் பெரும் பள்ளம்.

அதன் மேற்பரப்பில் உள்ள ஒற்றை பாறைக்குக்கீழே இளம்புலியொன்று வாய்ப்பிளந்து இறந்து கிடந்தது."

என்றான் கோடன்.

"கீழே இறங்க ஆரம்பித்தோம். அடைமழையின்நீர் பெருக்கெடுத்து நெருங்கியது. மேலும், கீழே இறங்கப் பார்த்தோம். இறங்க வழியின்றி தப்பித்து வந்தோம்."

என்று ஆரி கூற,

"நிச்சயம் ஜோகி அந்தப் பள்ளத்தில்தான் இருப்பான்..

எவ்வளவோ அழைத்துப் பார்த்தோம்...

மறுமொழி இல்லை..

ஒருவேளை மழையின் ஒலியில் எங்கள் குரல் கேட்காமல் போயிருக்கவும் வாய்ப்புண்டு...

கவலை வேண்டாம்... அவன் நிச்சயம் வந்துவிடுவான்"

என்று முகத்தில் வழியும் மழைநீரை கைகளால் துடைத்துக் கொண்டு, புருவங்களில் மழைநீர் வழிய, சற்று இடுக்கிய கண்களுடன் அவ்விருவரும் உரைத்தனர்.

"ஏய் மாசி, அச்சம் வேண்டாம்... அவன் வந்து விடுவான்... வீட்டினுள்ளே போ.."

என்று ஆரி கூறினான். சுழற்றியடிக்கும் ஊரு0பெட்டு காற்றின் விசையேறி, ஓயாமல் முகத்தினைத் தைத்துக்கொண்டிருந்த அடைமழை நீரினையும்மீறி தன் கண்களை அகன்று திறந்திருந்தாள் மாசி. தன் வெறித்தப் பார்வையை ஆரி

யிடமிருந்து அந்தத் தாய் எருமையின் பக்கம் செலுத்தினாள். அங்கும் அதே பார்வை. நம்பிக்கை துளியும் குறையாத பார்வை. மாசியின் நம்பிக்கை மேலும் மெருகேறியது.

ஊரு0பெட்டில் தொடர்ந்து வெட்டியிறங்கிய மின்னலொளியில் அனைவரின் கண்களும் ஜோகியைத் துழாவின. நிலமே அதிரும் பேரிடியொன்று விழுந்தது. முற்றத்தில் நின்றிருந்தவர்கள் அஞ்சி மீண்டும் முற்றத்திற்குள் நெருங்கி ஒதுங்கினர். மாசி மட்டும் நகராமல் நின்றிருந்தாள். உலுக்கும் அப்பேரிடிக்குப் பின்னர் மழையின் தாக்கம் மெதுவாகக் குறைந்தது. எங்கும் அடிமனதின் உலுக்கலுடனான அமைதி நிலவியது. அனைவரின் பார்வையும், நோக்கமும் ஊரு0பெட்டின் மேலே படர்ந்திருந்தன.

இதுவரை அமைதிகாத்த அத்தாய் எருமை ஓங்கி கனைத்தது. ஊரு0பெட்டில் நிலைகுத்தியிருந்த மாசியின் பார்வை தன் மனதொத்த அவ்வெருமையை மீண்டும் நோக்கியது. அவ்வெருமையின் கனைப்பொலி மேலும் மேலும் பெருகியது. அதன் விழிகளில் அதே இடையறாத நம்பிக்கையின் மின்னொளி. அதன் நம்பிக்கை மிளிரும் கனைப்பொலி தொடர்ந்தது. ஊரு0பெட்டின் சோலையைக் கடந்து ஜோகி வந்து கொண்டிருந்தான்.

அந்தக் கன்னெக் கடுசினை அவன் தன் தோளில் சுமந்திருந்தான். மீண்டும் மீண்டும் தோன்றிய மின்னலொளியில் நொடிக்குநெடி அவன் ஒளிர, அந்த ஊரு0பெட்டினைவிட நிமிர்ந்து மிடுக்குடன் நடந்து வந்துகொண்டிருந்தான் அவன். மின்னலொளியோடு கூடி, தன்னையே நோக்கி நின்றவர்களின் வியப்பேறிய கண்களின் கூட்டொளிர்வில் மென்மேலும் ஒளிர்ந்து கொண்டிருந்தான் ஜோகி.

மீண்டும் பிடித்துக்கொண்ட மழையால் இருள் மேலும் இருண்டிருந்தது. ஜோகியின் தரிசனத்திற்காக அடுத்த மின்னொளியை அனைவரும் எதிர்பார்த்திருந்தனர். மழையால் நனைந்துபோன பந்தத்தினை மீண்டும் ஒளியேற்றும் கோடனின் முயற்சி சில முறைகளிலேயே சலித்துப்போனது. ஒருசில நொடிகளிலே அடுப்பில் எரிந்து கொண்டிருந்த கொள்ளிக் கட்டையுடன் வந்தான் ஆரி. கூரையில் திணித்து வைத்திருந்த

திரி0பாம்0பெயினைத் தேடினான். எதிர்பார்த்திருந்த அடுத்த மின்னலொளி. ஜோகி காற்றில் சிலிர்த்தாடும் அந்தப் 0பிக்கெமரத்தின் கீழே உள்ள பாறையில் வீற்றிருந்தான்.

இளஞ்சிவப்பென எரிய துவங்கிய திரி0பாம்0பெயின் மெல்லிய வெளிச்சம் நீண்டுக் கொண்டிருந்தது. அவ்வொளியேறலோடு பயணித்து அந்தப் 0பிக்கெ மரத்தினை அடைந்தன அனைவரது மனதோடு கால்களும். ஜோகியின் தலைப்பாகையால் இறுகக் கட்டப்பட்டிருந்த அந்தக் கன்னெக் கடுசின் கழுத்துப் பகுதியின் வழியே குருதி வழிந்து கொண்டிருந்தது. இறுகி முடிச்சிடப்பட்ட அந்தக் கட்டின்வழி குருதிமழை பெய்துக் கொண்டிருந்தது.

சூடேறிய திரி0பாம்0பெ நன்றாக நின்று எரிந்தது. அவ்வொளியை ஆக்கிய இளஞ்சிவப்பின் நாவுகள் இருளை முடிந்தளவு தின்றுக் கொண்டிருந்தன. ஜோகியின் தோளில் தன்னை இருத்தியிருந்தது அந்தக் கன்னெக் கடுசு. தன் துவண்ட கழுத்தினை அவனது வலது திண்தோளில் சாய்த்திருந்தது. அதன் கழுத்திலிருந்து விடாது வழிந்து கொண்டிருந்தது செந்நீர். தொப்பென நனைந்திருந்த ஜோகியின் சீலெயின் வழி வழியும் குருதியும் தீயின் நாவினையே ஒத்திருந்தது.

கோடன் அப்பொழுதுதான் அதைக் கவனித்தான். ஜோகியின் முதுகுப்புறத்திலும் செங்குருதி வழிந்து கொண்டிருந்தது.

“ஏய்! ஏய்! ஜோகி என்னவாயிற்று”

என்றவாறு அவனது தோளில் அவன் தாங்கிக் கொண்டிருந்த கன்னெக் கடுசை வலுக்கொண்டு தூக்கி இறக்க முயன்றான். மழை நீர் நிரம்பி ஓடிய அப்பெண் நிலத்தில் அவ்விளங்கன்றினைத் தாங்க, தடுமாறி, தன் பல்லினைக் கடித்து, கழுத்தில் நரம்புகள் புடைக்க வலுக்கொண்டு அக்கன்றினை தரையில் இறக்கினான்.

அதுவரையில் கன்னெக் கடுசின் அடிவாயிறு அழுத்திக் கொண்டிருந்த ஜோகியின் கழுத்துப் பிடரியிலிருந்து குருதி பீரிட்டு எழுந்தது. புலியால் ஆழக் கடிப்பட்டு அவனின் பின்கழுத்தின் உட்சதை வெளியேறியிருந்தது. அணைந்து நின்றிருந்த மாசியின் முன்னாடையில் தாரத்திற்கான இரத்த உறவின் இறுதி சாசனத்தை வரைந்து கொண்டிருந்தது ஜோகியின் செங்குருதி.

“அவ்வே! அவ்வே! கெட்டேன் நான்! கெட்டேன் நான்!”

என்று மாசியின் ஓலக்குரல் புலியின் மரண ஓலத்தைத் தாண்டியும் மிகுந்தது. இமைக்காமல் அகலத் திறந்திருந்த ஜோகியின் கண்களும் செங்குருதியின் நிறமேறியிருந்தன. அது ஊருபெட்டின்மீது நிலைகுத்தியிருந்தது. அடுத்து அடுத்து இருளைப்பிளந்து இறங்கிய மின்னல்கள் அன்பின் குருதி சாசனத்தை முற்றுப்புள்ளியிட்டு நிறைவுசெய்தன. அமர்ந்த நிலையிலேயே மெதுவாகச் சாய்ந்தான் ஜோகி. மாசி ஏது செய்வதென்று அறியாமல் திகைத்து நின்றாள். ஜோகியைத் தாங்க விரைந்தான் கோடன். அவன் ஊருபெட்டாக மாறி யிருந்தான்.

அதிர்ந்து நின்ற ஆரியின் கையிலிருந்து தீப்பந்தம் நழுவி விழுந்தது. பிக்கெ மரத்தின் திடலில் வீழுந்தெரிந்த அந்தப் பந்தத்தின் வெளிச்சம் எருமையின் புண்ணினை ஆற்ற ஜோகி தனது இடதுகையில் இடுக்கியிருந்த நாரஞ்சி செடியினைக் காட்டி நின்றது.

எருமைக்கன்றின் கழுத்தில் ஜோகி கட்டியிருந்த அவனது மண்டரெத் துணியை முற்றாய் குருதி நனைத்திருந்தது. சொட்டு சொட்டாய் குருதியின் வரத்து மென்மேலும் பெருகி அந்த மண்டரெயிலிருந்து வழிந்து கொண்டிருந்தது. ஆரியால் எவ்வளவு முயன்றும் பிக்கெமரத்தின் திடலில் அமர்ந்திருந்த அக்கன்றினைத் தூக்கிச்செல்ல இயலவில்லை. அதன் கோக்கினை அழுத்தி வீட்டினை நோக்கி ஓட்டிச் சென்றான்.

விடாது எழுந்த அக்கன்றின் மென்கனைப்பொலி புலியால் கடிப்பட்ட அதன் வலியை வெளிப்படுத்தியது. ஆரியின் முயற்சிக்கு ஒத்துழைக்காமல் அதன் கடிபட்ட கழுத்தினைத் திருப்பி திருப்பி ஜோகியைக் கண்ணுற்றவாறு மென்மேலும் அது கனைத்தது. திரும்ப ஜோகியிடம் வரவே திமிரியது. தன் இருகரங்களாலும் வலுக்கொண்டு அக்கன்றினை வீட்டினை நோக்கி அழுத்தி ஓட்டிச் சென்றான் ஆரி. வீட்டின் அடிகோட்டில் விடப்பட்டப் பின்னரும் ஜோகிக்கான அதன் கனைப்பொலி ஓய்ந்தபாடில்லை.

அடங்காது, ஜோகியை நோக்கி வெளியே ஓடிவர தொடர்ந்து முனைந்தது அக்கன்று. இறுதியில், ஜோகியின்

நிலையைக்காணும் அவசரத்தில் அக்கன்று வெளியில் வராதபடி அவ்வீட்டின் முன்கதவினை 0கெணெகொண்டு அடைத்தான் ஆரி. வீட்டின் உள்ளிருந்து தொடர்ந்த ஜோகிக்காக ஓயாத அக்கன்றின் கனைப்பொலியோ புலியின் வாயில் அகப்பட்ட கனைப்பொலியாகவே தொடர்ந்தது. இந்த அன்பின் போராட்டம் செங்குருதியை விஞ்சி நின்றது. தன் கன்றின் கனைப்பொலியில் அனைத்தையும் புரிந்துகொண்டது அத்தாய் எருமை. விடாது தொடர்ந்த அதன் கனைப்பொலியில் ஊரு0பெட்டு அதிர்ந்து நின்றது.

வெட்டும் மின்னல் அந்த வீரத்திருமகனின் அதகள கோலத்தினைக் கருத்த விசும்பிற்கும் ஊரு0பெட்டிற்கும் நொடிக்கு நொடி காட்டி நின்றது. அந்தத் தாய்எருமையின் ஓயாத கனைப்பொலியுடன் வான் இடியின் கனைப்பொலியும் ஓயாது ஓங்கின. ஓயாத அடைமழையில் அந்த வீரனின் செங்குருதி அவன் பல உயிர்களை விதைத்த அந்நிலம் முழுவதும் பெருகி ஓடியது. தன் இணையரின் கருணைகலந்த மறத்தின் பெருமிதம் அந்த அடைமழையையினும் விஞ்சி மாசியை நனைத்தது. சிலையென மாறிநின்ற மாசியின் கண்கள் வெங்குருதியைப் பொழிந்து கொண்டிருந்தன.'

ஒப்பில்லாத தன் அன்பாலும், வீரத்தாலும் ஊரு0பெட்டு மலையை தன் தலைப்பாகைத் துண்டினால் கட்டி, பல்லினால் கவ்வி இழுத்துப் புரட்டிப்போட்ட ஜோகியின் வீரம்விளைந்த அந்தப் 0பிக்கெ மரத்தடியிலுள்ள மண்ணினை அள்ளி எடுத்து தன் ஐயனின் சீதனமாக, ஆசியாக வெள்ளைத் துணியில் முடிந்து மாதிக்குக் கொடுத்தனுப்பியிருந்தாள் மாசி.

ஜோகி மீட்ட அந்தக் கன்னெக் கடுசின் பாலினை, தன் தந்தையின் மு0த்0தர மோதிரத்தினை அணிந்து 0பெள்ளி ஊரு0பெட்டிற்குக் கொண்டுசென்ற காட்சியையும் அசைபோட்டாள் மாசி. அதுநாள்தொட்டுத் தன் வாழ்நாள் முழுவதும் எந்நேரமும் அந்தப் 0பிக்கெ மரத்தினையே வெறித்துப் பார்த்துக் கொண்டிந்த அந்த இளங்கன்றின் நினைவும் மாசியைச் சூழ்ந்திருந்தது. முற்றத்தின் வலப்புறத்தில் நேரி மரத்திற்கருகிலுள்ள தோவினையொட்டிய கரும்பாறையில் அமர்ந்து கொண்டு, அந்தப்0பிக்கெ மரத்தினை வெறித்துப்

பார்த்தவாறே இளங்கனைப்பெலியுடன் தன் தாயின் நினைவினை எழுப்பிக் கொண்டிருக்கும் அந்தக் கன்னெக் கடுசின் கன்றான 0கெட்டி எருமையின் நினைவும் மாசியோடு உறைந்தது. 0கெட்டி வாடிக்கையாக அமர்ந்திருக்கும் தோவின் பாறைக்கு அருகில் உள்ள இடத்தினையும் சற்று நேரம் வெறித்தாள் மாசி.

“0கெட்டி மாதியைப் பார்த்துக் கொள்வாள்...

கவலையில்லை...

0கெட்டி மாதிக்குத் துணையிருப்பாள்..”

என்று மிகுந்த மாசியின் மனவுணர்வு அவளின் இதழில் முனகலாக உதித்தது.

மீண்டும் ஊரு0பெட்டிலிருந்து கீழிறங்கி வந்த மழைக்காற்று சுழற்றியடித்தது. அந்தி கடந்த இருளோடு மழைக்கூடலின் இருளும் சேர்ந்து கொண்டது. சடசடத்து, விடாது சிலிர்த்தது அந்தப் 0பிக்கெ மரம். தன் இடைகடந்த விரிசடையில் ஈரம் சொட்ட கன்னெக் கடுசினைத் தன் தோளில் சுமந்துகொண்டு ஜோகி நின்றிருந்தான்.

வீட்டின் முற்றத்தை தடுகல்லினால் முட நினைத்தாள் மாசி. ஹெ0ப்0பநாட்டிலிருந்து புறப்பட்டவர்கள் எக்கணம் வேண்டுமென்றாலும் வரலாம். அவர்கள் வரும்போது முன்முற்றம் அடைப்பட்டிருப்பது முறையல்ல என்று எண்ணி அதைத் தவிர்த்தாள். தொடர்ந்து ஊரு0பெட்டிலிருந்து இறங்கிக்கொண்டிருந்த மழைக்காற்று மழைச்சாரலை ஏந்தியிருந்தது. அடைமழைக்கான குறியினை இச்சூழல் மாசிக்கு உறுதிப்படுத்தியது.

சோர்ட்டின் வழியில் திரும்பிக் கொண்டிருக்கும் தம் உறவின் கூட்டத்தினரை எண்ணி வருந்தினாள் அவள். அடைமழையில் அவர்கள் சிக்கிக்கொள்வார்களோ? அடைமழையில் அவர்களுக்கு வழிகாட்டும் தீப்பந்தம் அணைந்துவிடின் என்ன செய்வார்களோ? அந்த அடர்வனத்தில், ஈரத்தில் 0பிங்கசக் கல்லும்கூட நெருப்பினைக் கக்காதே.. என்ன செய்வார்களோ? என்ற பலவிதமான எண்ணங்கள் சுழல்காற்றாய் மாசியின் மனதில் சுழன்றன.

முற்றத்தின் பக்கவாட்டிலுள்ள திண்ணையின் மேலேறி, வலுவாக வீசிக்கொண்டிருந்த காற்றினைச் சமாளித்து, தன் பாதங்களை நன்கு அழுத்திஊன்றி சோர்ட்டினைக் கூர்ந்து நோக்கினாள். அவள் அஞ்சியதைப் போலவே கார்மேகம் சூழ்ந்திருந்தது. கச்சைக் கட்டி, கையில் கம்புடன் நெடுந்தோள் 0பெள்ளி அக்கூட்டத்தினை வழிநடத்தி வருவான் என்ற நம்பிக்கையில் அவள் தன்னை சமாதானம் செய்துக்கொண்டாள். அப்போது தீடிரென்று ஓங்கி கனைத்தது அந்தப் 0பெள்ளோடெ எருமை. மந்தையின் தலைவனான அவ்வெருமையும் மாசியின் எண்ணத்தினை ஆமோதித்தது. அது மீண்டும் மீண்டும் மாசியை நோக்கி கனைத்தது. மாசிக்கான தன் துணையினையும் அறிவுறுத்தியது. இவ்விரிச்சியால் காற்று விலக்கிய மஞ்சாய் மாசியின் மனக் கலக்கம் அகன்றது. மெதுவாய் வலுத்தது சாரல்மழையோடு மாசியின் ஊக்கமும்.

விறகு உடைக்கும்போது கடைமுற்றதில் சிதறிய ஈட்டிமரச் சில்லுகளை அடுப்பெரிக்க விரைவாக அள்ளினாள் மாசி. வலுப்பெற்றுவிட்ட சாரல் மழையினை எதிர்த்து இல்லத்திற்குள் சென்றாள். இருட்டின் சூன்யத்தில் மிரட்சித்தந்த ஊரு0பெட்டிலிருந்து அந்தப் புலிகளின் ஓலம் மட்டும் மாசியின் காதுகளுக்கு ஓய்ந்தப்பாடில்லை.

திருமணத்திற்குச் சென்றவர்கள் திரும்பும்வரை மழை ஓய்ந்திருந்தால் நல்லது என்ற எண்ணம் மாசியின் மனதில் எழுந்தாலும், அவள் அவ்வெண்ணத்தினை வளர்க்க விரும்பவில்லை. அவளுக்கு நினைவு தெரிந்த நாள்தொட்டுச் சந்தித்த கடும் அடைமழைக் காலங்களிலும்கூட மழைக்கு எதிரான, இடையூறான எண்ணங்களை அவள் தோன்றவிட்டதில்லை. இது அவளுக்கு தன் தந்தை பலமுறை உணர்த்திய அறமாகும். தன் கணவனின் வீரச் செங்குருதியை இந்நிலமெல்லாம் ஊறச்செய்த நன்றியும் இப்போது கூடிநிற்க எல்லாவற்றையும் மழையிடமே ஒப்படைத்துவிட்டு மதில் விளக்கின் நெய்யினை எட்டிப்பார்த்தாள்.

வெளியிலிருந்து இடைவிடாது வீட்டினுள் நுழைந்த ஈரமேறிய மழைக்காற்று நின்றெரிந்த விளக்கொளியை அலைத்தது. வாயில் கதவினை சடங்கார்ந்து அடைக்கவியலாத நிலை மாசிக்கு. இயற்கையின் மீதான அவளின் நம்பிக்கை

மேலும் வலுத்தது. மொரந்தச் செடியின் கோலினால் விளக்கின் திரியினை நன்கு தூண்டினாள். திரியினை சற்று முன்னோக்கி இழுத்தாள். காற்றில் அலைந்த அச்சுடர் மாசியின் நம்பிக்கையை வரைந்து கொண்டிருந்தது.

சமையலறையை நோக்கி நகர்ந்தாள் அவள். காலையில் செய்த இராகிக்களியில் ஓர் உருண்டை மிஞ்சியிருந்தது. தனக்கு அது போதுமென்று எண்ணினாள். அடுப்பை ஒட்டிய மூங்கில் கொறடில் மாட்டிவைத்திருந்த மடக்கெயினை எடுத்து அடுப்பில் வைத்தாள். சில நெடிகளில் ஈட்டி மரத்தின் கதகதப்பு மடக்கெயில் ஏறியது. அடுப்பினை ஒட்டி பக்கவாட்டிலிருந்த இரண்டாவது ஒலெ 0பள்ளியிலுள்ள ஆமணக்கு எண்ணெயினை எடுத்தாள். மாசிகெ மரத்தில் செய்த களித்துடுப்பில் சில துளி எண்ணெயினை ஊற்றினாள். கடுகிட்டாள். மாசரெ கல்லில் இட்டு நசிந்த ஈரவெங்காயம், பூண்டு, காரத்திற்கு மிளகு, புளிப்பிற்கு உல்லா மஜி0கெ செடி சேர்ந்த கலவையினை இட்டு வதக்கினாள். மூன்று முகங்கொண்ட அடுப்பில் நடு முகத்தில் காய்ந்திருந்த வெந்நீரினை அரை குடுக்கையளவு எடுத்து ஊற்றினாள். லேசாகக் கொதித்ததும் வெயிலில் உலர்த்தி துகளாக்கி வைத்திருந்த 0காக்கெ சொப்பு கீரையினை இரு பிடியளவு எடுத்து அதிலிட்டுக் கிளறினாள். அது சுண்ட சுண்ட 0காக்கெ சொப்பின் நறுமணம் நாசியை ஆதிக்கம் செய்தது.

இல்லத்திற்குள் நுழையும்போதே இக்கீரையின் நறுமணத்தினைப் பிடித்துக்கொண்டு “0காக்கெ சொப்போ...” என்று விளித்தவாறே நுழையும் வழக்கம் ஜோகிக்கும் 0பெள்ளிக்கும் ஒற்றை குணம். களிஉருண்டையைப் படைக்கும்முன் அவர்கள் இருவருக்கும் களி உருண்டையின் அளவிற்கு இந்தக் 0காக்கெ சொப்பையும் இட்டாக வேண்டும். உண்ணத் தொடங்கும்போதே “ஒளவெ கோடனுக்கு சிறிதளவு கொடுக்க வேண்டியது தானே..” என்பான் 0பெள்ளி. இதுவும் அதே அவனின் தந்தையின் குணமே.

ஜோகிக்குத் துணைநிற்கவியலாது அன்று அவனை இழந்த கையறுநிலையில் இன்றும் உழன்றுக் கொண்டிருந்தான் கோடன். ஊரில் நடக்கும் எல்லா நிகழ்வுகளிலும் ஜோகியின் இருப்பையும், மறத்தினையும் தொடர்ந்து நினைவுகூர்பவனாக

தன்னை ஆசுவாசப்படுத்திக் கொண்டான் அவன். தன் தோழமையை இறக்காமல் இன்னும் சுமந்திருந்தான். மிச்சியின் ஒவ்வொரு மகப்பேற்றிற்குப் பிறகும் அவளின் உள்புண்ணினை ஆற்றவும், பால்சுரப்பிற்கும், மகப்பேறு மாசுக்களைப் போக்கவுமென ஊருOபெட்டின் கீழ்விளிம்பில் அலைந்து திரிந்து தினமும் Oகாக்கெ சொப்பு கீரையினைத் தவறாது கொண்டுவந்து தருவான் கோடன். சத்துமிகுந்த இக்கீரை யினைத் துணிபோர்த்தி உலர்த்திப் பொடியாக்கி நீண்ட நாட்களுக்குப் பயன்படுத்துவது வழக்கம். உடல் உஷ்ணத்தால் வாய்ப்புண் தோன்றும்போதெல்லாம் அதிலிருந்து நலம்பெற, அதற்கு அருமருந்தான இக்கீரையின் இலையினை மேல்கேரி மல்லெ ஹெத்தெ மென்றுகொண்டே இருப்பாள். இச்செயலால் ‘Oகாக்கெ சொப்பு ஹெத்தெ’ என்ற பட்டப்பெயருக்கும் அவள் உரியவளானாள். ஊரிலுள்ள சிறுகுழந்தைகள் மல்லெ ஹெத்தெயை ‘ஏய் Oகாக்கெ சொப்பு’ ‘ஏய் Oகாக்கெ சொப்பு’ என்று எள்ளி நகையாடி ஓடிவிட, தடியோடு அவர்களைத் துரத்திவரும் மேல்கேரி மல்லெ ஹெத்தெயின் நினைவு இக் கீரையினைச் சமைக்கும்போதெல்லாம் ஊரிலுள்ள யாவருக்கும் எழமால் இருந்ததில்லை.

Oகாக்கெ சொப்பு கீரையின் நறுமணம் குறைந்தபாடில்லை. வாய்பூசிவந்து வீட்டுப் பயன்பாட்டிற்கென்று தனியாக அடுப்பிற்கருகில் வைக்கப்பட்டிருந்த தட்டெயிலிருந்து குடுவையில் தயிரினை எடுத்தாள் மாசி. நன்கு தயிராவதற்கென வெப்பம்மிகுந்த அப்பகுதியில் அத்தட்டெ வைக்கப்படுவது வழக்கம். உள்ளே விட்ட குடுவை நன்கு திரண்டிருந்த தயிரில் சிக்கியது. சற்று அழுத்தம் கொடுத்தே அக்குடுவையை மாசி வெளியே எடுத்தாள். குடுவையுள் அடங்காது, குடுவைக்கு மேலே தொக்கி நின்ற மஞ்சள் நிறம்கலந்த அக்கட்டித்தயிர் மிஞ்சிப்போன ஓருரண்டை களிக்கு மிஞ்சியதாகவே இருந்தது. கைவிரல்கள் தட்டெயில் உள்ள தயிரில் படாதவாறு லாவகமாக குடுவையின் கழுத்து பகுதியைப் பிடித்து தயிரினை எடுக்க வேண்டும். ஒருமுறை எடுத்தப்பிறகு மீண்டும் அக்குடுவையினை வெந்நீரில் கழுவிய பின்னரே அடுத்தமுறை தட்டெயிலிருந்து தயிரினை எடுக்க பயன்படுத்த வேண்டும். சுகாதாரம் கருதிய இம்முறையை இன்றும் கருத்தென கொண்டாள் மாசி.

இராகிக்களியினைத் தனக்குரிய வெண்கலத் தட்டில் இட்டு, முதலில் அதில் சிறிதளவு வெந்நீரினை ஊற்றினாள் அவள். அதில் ஏறியிருந்த குளிர்ச்சியை நீக்கியவள் குடுவையில் வழியாமல் நிரம்பியிருந்த கட்டித் தயிரினை ஊற்றினாள். அத்தயிர் குடுவையினை வெந்நீரினால் அலசி ஊற்றி நன்கு பிசைந்தாள். 0காக்கெ சொப்பு கீரையோடு கரைத்த களியினை ருசித்தாள். "நன்றாகக் குழைத்து உண். நன்றாகக் குறட்டைவிட்டு உறங்கு" என்று இராகிக் களியைக் கரைத்துண்ணும்போது அடிக்கடி ஜோகி கூறும் முதுமொழி, நிசப்தம் நிரம்பியிருந்த அவ்வீட்டில் இன்று சற்று கூடுதலாகவே எதிரொலித்தது.

மாசியின் கன்னங்களில் முத்தங்களைப் பொழிந்தும், மறுக்கும் வேளைகளில் தரையில் அழுது புரண்டும் "ம்... ம்... எனக்கு வேண்டும்... எனக்கு வேண்டும்..." என்று அரற்றி, அடம்பிடித்து மூன்று வேளையும் அக்குடுவை நிறைய தயிரினைப் பெற்று, தன் கரங்களில் வழிய உண்ணும் மாதியின் நினைவினை முழுவதும் நிறைத்திருந்தது அம்மஞ்சள் தயிரோடு அத்தயிர் குடுவையும்.

0காக்கெ சொப்பின் வாசத்தினை மிஞ்சியிருந்தது மாதியின் நினைவின் வாசம். கணுவில் எரிந்த ஈட்டிமரக் கட்டையின் புடைப்பொலி மாசியை நிகழ்காலத்திற்கு மீட்டது. முதல்முறையாக அவளின் நினைவு தவறியிருந்தது. அவளுக்கு நினைவு தெரிந்து இதுநாள் வரையில் அவளின் எச்சில் கரங்கள் காய்ந்ததில்லை. தன்னை சுதாரித்துக் கொண்டாள் மாசி. கைகளைக் கழுவி எச்சில் நீரினைக் கொட்டுவதற்காக வெளியில் சென்றாள். வீட்டின் முன் திண்ணையில் கோடன் அமர்ந்திருந்தான்.

"வாருங்கள் அண்ணா... வந்து நெடுநேரமாகிவிட்டாதா?"
என்று வினவினாள் மாசி.

"இல்லை... இல்லை... நான் இப்போது தான் வந்தேன்...
அந்தக் 0கரெஜி எருமை திரும்ப தாமதமாகிவிட்டது...
முன்னமே வர எண்ணியிருந்தேன்

தாமதமாகிவிட்டது"...

என்றான் கோடன்.

“சரி அண்ணா... உள்ளே சென்று அமருங்கள்

இல்லை.. இல்லை.. காற்றார இங்கே அமர்வதுதான் சரி...”

என்று தொடர்ந்த உரையாடலோடு ஜோகியின் நினைவும் தொடர்ந்தது கோடனுக்கு. அந்தப் 0பிக்கெ மரத்தினை வெறித்து நோக்கினான். செங்குருதிவழிய தோளில் சுமந்த இளங்கன்றோடு அமர்ந்திருந்த ஜோகியின் அந்தக் கடைசி காட்சி அவனின் கண்களில் நிறைந்திருந்தது. வெண்கலக் கோப்பை நிறைய மோரினைக் கொண்டுவந்து கோடனுக்குக் கொடுத்தாள் மாசி.

“திருமணம் முடிந்து திரும்பிக் கொண்டிருப்பவர்களுக்காக அவிரியில் ஊற்றி வைத்திருந்தது.. பதத்தில் உள்ளதா என்று பாருங்கள் அண்ணா...”

என்றாள். பழுத்த தன் வெண்தாடியுடன் ஐக்கியமான மீசையைத் தன் இடது பின்னங்கையால் விலக்கினான் கோடன். அதைக் குடித்தவாறே,

“சரிதான்... சரிதான்... அவர்களுக்கு சரியாக இருக்கும் என்றான்...”

வழக்கமாக ஒரே முயற்சியில் முழுக்கோப்பை மோரினையும் குடித்துமுடிக்கும் கோடன் மாறாக குடிப்பதை பாதியில் நிறுத்தியிருந்தான். ஊரு0பெட்டின் திசையைச் சில நொடிகள் கூர்ந்து நோக்கினான். அங்கிருந்து எழுந்து கொண்டிருந்த ஒருவிதமான ஒலியினை ஓர்ந்தான். இதுவரை அவ்வொலியை மழைக்காலத்தில் மந்தியின் ஒலியென்று நினைத்திருந்த மாசியிடம் “அவன் வந்து கொண்டிருக்கிறான்..” என்றான் கோடன்.

“இந்த ஒலி அப்போதே கேட்டது அண்ணா... நான்தான் கணிக்கவில்லை..”

என்றாள் மாசி.

“சரி விடு... அவனுக்கு உண்ண என்ன வைத்திருக்கின்றாய்...”

“பசியோடு வருவான் போல...”

என்றான் கோடன். சற்றும் யோசிக்காத மாசி,

“அதற்கென்ன அண்ணா... இப்பொழுதே செய்துவிடுகிறேன்..”

என்றவாறு வீட்டிற்குள் விரைந்தாள். வீட்டின் முன்னறையில் சுவற்றோடு சேர்த்து வைக்கப்பட்டிருந்த மூங்கில் ஏணியில் ஏறினாள். மூன்றாவது கணுவில் நின்றவாறே அட்டுலில் இருந்த அவரை அவிரியை எட்டி முன்னோக்கி இழுத்தாள். அதில் நிறைத்து வைக்கப்பட்டிருந்த உலர்ந்த கண்ணு அவரையிலிருந்து மூன்று கையளவு அவரெயினை அருகில் இருந்த வெண்ணெயை இட்டுவைக்கும் சிறு கூடையில் எடுத்து இட்டாள். தொடர்ந்து அருகில் இருந்த ஆமேசேமெக் கூடையில் ஒரு கோக அளவிலான கண்ணு அவரையினை நிரப்பினாள். அச்சிறு கூடையினை ஆமெசேமெ கூடையினுள் வைத்தவள் மெதுவாகக் கீழிறங்கினாள்.

வருபவர்களுக்கென்று உலையின் மூன்று முகங்களிலும் அவிரிகளில் வெந்நீர் வைத்திருந்தாள் மாசி. அந்தப் பெரும் அவிரிகளில் உள்ள நீரினை என்றையும்போல பகுதியாகப் பிரித்து ஊற்றி இறக்க நேரமின்றி, வலுக்கொண்டு அவற்றை இறக்கி தெக்கெயில் வைத்தாள். களி மடக்கெயினை எடுத்து அதில் அரைப்பகுதி நீர் ஊற்றி அடுப்பின் நடு முகத்தில் இருத்தினாள். விறகேற்றும் முதல்முகத்தில் மடக்கெயின் நடுவில் ஒரு கையளவு துளையிடப்பட்டு செய்யப்பட்டிருந்த தானியங்களை வறுக்கும் உரி மடக்கெயினை வைத்தாள். அதில் அவள் சிறுகூடையில் எடுத்த அவரையினை இட்டாள். துணியால் ஆன பந்துமுனை பகுதியைக் கொண்ட வறுக்கும் உரி குண்டினால் அதை வறுத்தாள்.

ஈட்டி மரத்தின் கதப்பில் கண்களை அகலவிடாது ஜாலம்கொண்டு எரிந்தது நெருப்பு. சில நிமிடங்களில் அவரையின் வறுபட்ட வாசம் எழுந்தது. அடுத்தகணமே உடனடியாக உரிமடக்கெயினை இறக்கினாள். அருகில் கால்பங்கு நீருற்றி வைத்திருந்த மடக்கெயில் வறுபட்ட அவரையினைக் கொட்டினாள்.

அவரையிலிருந்து எழும் அந்த வாசமே அது வறுபட்டதற்கான குறியீடாகும். உடனே அதை எடுக்காமல்,

சற்று காலம் தாழ்த்தினாலும் அவரைகள் கரிந்து போய்விடும். அதேபோல வறுத்தெடுத்ததும் வெப்பமேறிய உரிமடக்கெயில் சற்றுநேரம் வைத்திருந்தாலும் அவரைகள் கரிந்துவிடும். எனவே, என்றும் அவரை வறுப்பதற்கு முன்பாகவே அருகில் மடக்கெயில் நீர் ஊற்றி வைத்திருப்பது மாசியின் பழக்கம். அவரையினை வறுப்பதில் உள்ள பக்குவம் அதை விரைந்து நீருற்றிய மடக்கெயில் மாற்றுவதிலும் இருக்க வேண்டும். இந்த வறுபடும் நிலைதான் அந்த அவரையின் சுவையின் இரகசியம். இது மாசியைவிட மாதிக்கு சிறப்பாகக் கைகூடியிருந்தது.

0பெள்ளி மட்டும் ஓரளவு கரிந்துபோன அவரையினை விரும்புபவன். அவனுக்கு வறுக்கும்போது மட்டும் வறுபட்ட வாசம் எழுந்தப்பின்பும் ஐந்தாறுமுறை உரிகுண்டினால் வறுத்தெடுப்பாள் மாசி. ஆனால், மிச்சியோ வறுத்த அவரையுடன் உரிமடக்கெயினைக் கீழே இறக்கியபிறகே அதை நனைக்க அவிரியிலிருந்து நீர் எடுப்பாள். இந்த நேரத்திற்குள் உரிமடக்கெயின் வெப்பத்தில் 0பெள்ளியின் பதத்திற்கு அவரைகள் கரிந்து போயிருக்கும்.

வறுத்த அவரையின் நறுமணம் வெளியில் அமர்ந்திருந்த கோடனின் நாசியை அடைந்திருந்தது. அடுப்பின் இரண்டாவது முகத்தில் களிக்காக வைத்திருந்த மடக்கெயினை முதல் முகத்திற்கு மாற்றினாள் மாசி. நடுப்பகுதியில் வறுத்த அவரையினையிட்ட மடக்கெயினை வைத்தாள். அதனுள் சில உல்லமாஜி0கெ இலைகளையும் இட்டாள். களிக்கு வைத்திருந்த நீர் கொதித்தது. அதில் கழுவிய சாமையரிசியினைக் கொட்டி மரவட்டினால் மூடினாள். அந்த அறையில் நிரம்பி சற்று மட்டுப்பட்டிருந்த வறுத்த அவரையின் நறுமணத்தினை வெந்த சாமையரிசியின் மணம் ஆட்கொண்டது. அதற்குரிய பதத்தின் மணம் மிகுந்தது. அம்மடக்கெயினை கீழே இறக்கினாள். அடுப்புடன் சேர்த்து அம்மடக்கெயில் சாமைப்புற்களைச் சற்று திண்ணமாகச் சுற்றினாள். மனெயில் அமர்ந்துகொண்டு தன் கால் கட்டை விரல்களினால் அடுப்போடு சேர்த்து அம்மடக்கெயினை இடுக்கிக் கொண்டு குழைந்து வெந்திருந்த சாமையரிசியைக் கிண்டினாள். துடுப்பில் எடுத்து மரவட்டிலிட்டு, தண்ணீர் தொட்டு உருண்டைகளாக

உருட்டினாள். ஆறாவது உருண்டையினை உருட்டி முடித்ததும் மீண்டும் அவ்வுருண்டைகளையெல்லாம் அக்களி மடக்கெயினுள் இட்டு மூடி அடுப்பினருகில் வைத்தாள் மாசி.

நீர்சுண்டிப் புளிப்பேறி கொழுத்துப் போயிருந்த நனெ அவரையினையும் இறக்கி மூடிவைத்தாள். சமைத்த உணவிற்கான சுவையினை பக்குவம் வாய்ந்த அதன் நறுமணங்களே அறிவித்து நின்றன.

மாசியின் மனம் முழுக்க பரவசநிலையோடியது. பக்குவமாய் அவள் சமைத்த உணவை அவர்கள் ருசித்து உண்ணும் மனக்காட்சி விரிந்தது. என்றும் அன்பால் விளையும் உணவின் பிரதிபலிப்பு இது. நிறைமனதுடன் சமையலறையின் பரண்மீது இருந்த ஆமேசேமெ கூடையினை எடுத்தாள். அதனுள் இருந்த ஆண்டி சாமையினை அருகில் இருந்த 0பெண்ணெ குக்கெயில் கொட்டிவைத்தாள். முற்றத்திலுள்ள தானிய குழியினை அடைந்து அதிலிருந்து அக்கூடைநிறைய சாமையினை நிரப்பியவள், எடுத்து ஏற்கனவே அவரையை நிரப்பிவைத்திருந்த ஆமெசேமெ கூடையுடன் வைத்தாள்.

விரித்த தலையுடன் 0பெத்தினை தன் வலக்கரத்திலும், இடக்கரத்தில் வெள்ளைத் துணியால் ஆன சிறு மூட்டையினையும் ஏந்திக்கொண்டு அவன் வந்துகொண்டிருந்தான். தோவினைக் கடந்து அவன் வரும்போதே மந்தையின் தலைமை எருமை கனைத்து அவனின் வரவினை அறிவித்தது. ஏதோ ஒருவித அச்சத்தில் அதன் கனைப்பொலி தொடர்ந்து நீண்டது. ஏய்.. 0போ.. 0போ... 0போ.. என்று அவனும், ஏய்.. 0போ... 0போ... 0போ... என்று கோடனும் எருமைத்தலைவனுக்கு சமாதானம் உரைத்தனர்.

“ஓ.. பிஞ்சனா... வா.. வா...

என்று கோடன் வரவேற்க. “அப்பா... நலம்தானே” என்று விசாரிப்பினூடே கோடனை நெருங்கி ஆசி பெற்றான் குறுமர் இனத்தினைச் சார்ந்த பிஞ்சன்.

“ஹோ.. எல்லாம் நலமே...

உன் தந்தை நலமா

வீட்டில் அனைவரும் நலமா?

காட்டினுள் மழையின் நிலவரம் என்னா"

என்று இருவருக்குமான விசாரிப்பின் உரையாடல் தொடர்ந்தது.

பிஞ்சன் வந்துவிட்டதை அறிந்தாள் மாசி. திண்ணையில் அமர்ந்து பேசிக்கொண்டிருந்த இருவருக்கும் மோர் கொண்டுவந்து தந்தாள்.

"வா... பிஞ்சா.. எல்லா சிங்0கரவா..."

என்று மாசி அவனை விசாரிக்க,

"ஔவெ... எல்லா சிங்0கரா...

வீட்டின் திருமண செய்தியினைக் கேள்விப்பட்டேன். அதைப்பற்றி விசாரித்துவிட்டு இந்தத் தூபத்தினைத் தந்துபோகலாம் என்று வந்தேன்"

என்றான் பிஞ்சன். அவன் நீட்டிய துணிப்பையினை கோடன் பெற்றுச்சென்று ஆ0கோட்டில் வைத்தான். காட்டு மரங்களிலிருந்து சேகரித்த தூபம் அது. அவர்களின் குலதெய்வத்தின் குறியீடு இதுவாகும். அவ்வூரின் குலதெய்வக் கோயில் பூசாரியான கோடனே இத்தூபத்தினை காட்டிற்குச் சென்று கொணர்ந்துவரவும், தொடவும் தகுதி வாய்ந்தவர். அவருக்கு அடுத்து ஊர்0கவுடருக்கே இந்தத் தகுதி. குலதெய்வம் சார்ந்த இந்தத் தகுதியின் அடையாளத்தை, காப்பாக இவர்கள் அணிந்திருக்கும் 0மு0த்0தர மோதிரமே பறைசாற்றி ஒளிரும்.

ஜோகி இருக்கின்ற காலந்தொட்டு வீட்டிற்குவரும் இந்தத் தூபத்தினை வாங்கிவைக்க கோடனை அழைப்பது வழக்கம். ஜோகியின் காலத்தில் பிஞ்சனின் தந்தை விசுவன் இப்பணியைச் செய்து வந்தான். அவருற்ற முதுமையின் காரணமாக அப்பணியை அல்ல, அக்கடமையை பிஞ்சன் ஏற்றுக் கொண்டான். இந்தப் பண்டமாற்று நீலகிரியில் வாழும் ஒவ்வொருவரின் கடமையாகும். தூபத்தினை வைத்துவிட்டு திரும்பியிருந்த கோடனிடம்,

“அப்பா, இங்கு வந்து சேர்ந்ததுமே முதலில் உங்களைத்தான் அழைக்க எண்ணினேன். நல்லவேளையாக நீங்களே இங்கு இருக்கின்றீர்கள்...

அப்பா.. இந்த இளம் 0பெத்தினை வாங்கி வையுங்கள்...

0பு0குரி செய்வதற்கு பாங்காக இருக்கும்...

இது என் தந்தையார் தங்களுக்குத் தரச்சொன்னார்...”

என்று அவன் கொண்டுவந்திருந்த 0பெத்தினை நீட்டினான். அதை மகிழ்வோடு பெற்றுக் கொண்டான் கோடன்.

“சரிதான்... 0பிதிலுக் காடிலல்லவா இத்தகு மூங்கில் கிடைக்கும்..

0பு0குரிக்கு நல்ல பாங்கானதுதான்...

பிஞ்சா... உன் தந்தையுடன் நாங்கள் 0பெத்துக்குச் சென்ற இளமைப்பருவத்து காலங்கள் மிகவும் இனிமையானவை..

0பிதிலுக் காட்டிலிருந்து மூலெத்தொரெவரை பாங்கான 0பெத்து இருக்கும் எல்லா தடமும் உன் தந்தைக்கு அத்துபடி..

அதெல்லாம் சரி... உன் தந்தையின் உடல்நிலை எவ்வாறு உள்ளது”

என்று அவ்விளம் 0பெத்தினைத் தன் இரு உள்ளங்கைகளுக்குள் வைத்து திரிகிக்கொண்டே கேட்டான் கோடன். அந்தப் 0பெத்து அவர்களின் இளமை நினைவுகளை 0பெத்தினை அழுத்தியிருந்த உள்ளங்கையோடு படரும் சிறு வெக்கையென ஊட்டிக் கொண்டிருந்தது. அந்த வார்த்தைகளிலுள்ள கதப்பினை பிஞ்சனாலும் உணர்ந்து கொள்ள முடிந்தது.

“அப்பா.. தந்தைக்குப் பரவாயில்லை.. ஆனால்...

அந்தக் கால் வலியினைத்தான் அவரால் பொறுக்கவியவில்லை...

இங்குவந்து உங்களையெல்லாம் காணத் துடிக்கிறார் அவர்...

இப்போது நான் கிளம்பி வரும்போதுகூட அவருக்கு இருப்புக் கொள்ளவில்லை...

உங்களையெல்லாம் மிகவும் விசாரித்ததாகச் சொல்லச் சொன்னார்..”

என்றான்.

கால்கழுவ பக்கவாட்டில் உள்ள திண்ணையில் வெந்நீரைக் கொண்டுவந்து வைத்தாள் மாசி.

“சரி.. கைகால் கழுவு.. உணவு உண்ணலாம்...

நெடுதூரம் நடந்து வந்திருப்பாய்... நன்கு பசியோடு இருப்பாய் வேறு...

செல்.. செல்..”

என்றான் கோடன்.

“சரிதான் அப்பா.. நல்ல பசிதான்...”

என்றவன் கால்கழுவி வந்தான். அ0கலெயில் சம்மணமிட்டு அமர்ந்தான். மரவட்டிலில் சூடான சாமைக்களியினை இட்டாள் மாசி. இட்டதும் அதன் நடுப்பகுதியை விரல்களால் அழுத்தி சிறு குழிச் செய்தான் பிஞ்சன். அது நிறைய நெய் யினை ஊற்றினாள் மாசி. மரவட்டலின் ஓரத்தில் வறுத்த நனெ அவரையினையும், தொட்டுக் கொள்ள ஈரவெங்காயம், பூண்டு மற்றும் குறுமிளகிட்டு அரைத்த சண்டெ0கெத் துவையினையும் இட்டாள். பருகுவதற்கு ஒரு குடுவை நிறைய மோரினையும் வைத்தாள் மாசி.

முதல் உருண்டையை உண்டு முடித்து இரண்டாவது உருண்டைக்கும் நெய்யினையும் அத்துவையலையும் இட்டாள் மாசி. நான்காவது உருண்டையை இடும்போதும், “ஔவெ... இனி கரைத்துக் குடிக்கிறேன்” என்றான் பிஞ்சன். மற்றொரு குடுக்கை நிறைய கட்டி தயிரினைக் கொண்டு வந்து வைத்தாள் மாசி. ஐந்தாவது உருண்டையுடன் தனது உணவினை முடித்தான் பிஞ்சன். அடுத்த உருண்டையை மாசி இடப்போக,

“ஔவெ போதும்... போதும்... இதுவே அதிகம்...”

என்று மறித்தான் பிஞ்சன். நெய்யின் வாசத்தினைவிட அங்கு நிறைவின் வாசம் நிறைந்திருந்தது. உண்ட களைப்பிலிருந்த பிஞ்சனோடு அடுப்படியில் அமர்ந்தான் கோடன்.

மழைக்காற்று ஓயாமல் வீசிக் கொண்டிருந்தது. மழையும் வருபவர்களுக்காகக் காத்திருக்கின்றது போலும். முற்றத்திலுள்ள அடுப்பெரிக்க எடுத்து வைத்திருந்த விறகுகள் சாரல் மழையில் நனைந்து போயிருந்தன. அவர்களும் இன்னும் சற்றுநேரத்தில் வந்துவிடக்கூடும். உள்ளே சமையலறை அடுப்பிற்கருகே வைக்கப்பட்டிருந்த உலர் மரக்கட்டையினை எடுக்கச் சென்றாள் மாசி. அங்கு அமர்ந்து பேசிக்கொண்டிருந்தவர்களிடம் மன்னிப்புக்கோரி விறகினையும் பிறகு எரிகின்ற கொள்ளிக் கட்டையொன்றினையும் எடுத்துச்சென்று, முற்றத்து அடுப்பில் பெரிய அவிரியில் வெந்நீர் வைத்தாள்.

நெடுந்தூரம் பயணித்து வருபவர்களுக்கு மோர் அளிப்பதற்காக அட்டுலின்மேல் வைத்திருந்த குடுவைகளையும், வெந்நீர் கொடுப்பதற்கான அகன்ற மடக்கெகளையும் எடுத்து அகலெயின் மேல் தயாராக வைத்தாள். சமையலறையில் பெரிய மூன்று அவிரிகளில் வைத்திருந்த மோரினை நான்கு முகம்கொண்ட 0பிரிமத்தினால் சிலமுறை கடைந்தாள். மூன்றாவது அவிரியிலிருந்து ஒரு குடுவை மோரினையெடுத்து அவர்களுக்கு ஊற்றிக் கொடுத்தாள்.

ஈட்டிமரத்தின் நெருப்பில் உரையாடிக் கொண்டிருந்த பிஞ்சனோ, "ஔவெ... மறுப்படியுமா? வயிறு நிறைந்துள்ளது... அதற்குள் ஏன்..." என்றவாறு கோடனுக்குரிய வெண்கலக் கோப்பையில் கோடனுக்கு அளிக்கும்வரை காத்திருந்து பிறகு தானும் பெற்றுக் கொண்டான். ஒரே மூச்சில் மோரினைக் குடித்து முடித்தான் கோடன். அவனது கையில் உள்ள வெண்கலக் கோப்பையில் ஈட்டி மரத்தின் நெருப்பு எதிரொளித்தது. அந்நெருப்பின் கதகதப்பு உடலில் மட்டுமல்ல அங்கிருந்தவர்களின் மனங்களிலும் படர்ந்திருந்தது. ஜடைத்தரித்த பூசாரிகளுக்கும், நம்பிக்கையாடிகளுக்கும் பருக அளிப்பதற்காகவென மரபார்ந்து இருக்கும் அந்த வெண்கலக் கோப்பை ஜோகியின் காலத்திற்குப்பிறகு அந்த இடத்தில் இன்றுதான் நெருப்பினை எதிரொளித்து ஜொலித்தது. நடைமுறை நிறைந்திருந்த அவ்வறையில் மரபின் தூபம் கமழ்ந்து கொண்டிருந்தது.

ஊரு0பெட்டின் திசையில் இறங்கிய பேரிடியொன்று மரபின் இவ்வுரையாடலுக்கு முற்றுப்புள்ளியிட்டது.

"சரி, அப்பா... நான் புறப்படுகிறேன்...

நான் செல்லும்வரை அப்பா உறங்காமல் காத்திருப்பார்...

ஒரு சிறுத்தைவேறு நம் வீட்டிற்கு அருகில் ஈன்றிருக்கின்றது...

அது என்றும் பேராபத்து...

நான் புறப்படவா..."

என்று உத்தரவு கேட்டான் பிஞ்சன்.

"இன்னும் சற்று நேரத்தில் அவர்கள் அனைவரும் வந்துவிடுவார்கள்...

நீ அவர்களையும் கண்டுவிட்டுச் செல்லலாம் அல்லவா..."

என்றாள் மாசி.

"இல்லை ஔவெ... மழைக்குறி வேறு...

நான் அடுத்த முறை வரும்போது நிச்சயம் காண்கிறேன்..

நான் புறப்படுகிறேன்"

என்று பிஞ்சன் சொல்ல, அவனுக்கு அளிப்பதற்காக அ0கலெயின் மீது வைத்திருந்த அவரை மற்றும் சாமைக் கூடையினை எடுத்தளிக்கச் சென்றாள் மாசி. "ஏய் பிஞ்சா இரு... இரு... ஒரு நிமிடம்.. இதோ வந்துவிடுகிறேன்" என்று கூறிவிட்டு தன் இல்லத்தினை நோக்கி விரைந்தான் கோடன்.

மகிழ்வுடன் அத்தானியக் கூடையினைக் கொண்டுச்செல்ல பிஞ்சன் தயார்படுத்திக் கொண்டிருக்க ஒரு துணிமுடிப்போடு வந்தான் கோடன்.

"பிஞ்ச, இதோபார்.. இதில் சோக்கெ பட்டை உள்ளது...

இதை உன் தந்தைக்கு நீருடன் காய்ச்சிக்கொடு...

இது சற்றுநேரம் வலிமறந்த உறக்கத்தினைத் தருவிக்கும்"

என்று அதை அவனுக்குக் கொடுத்தான். அவனும் அதைப்பெற்று தன் கச்சையில் முடிந்து கொண்டான். ஒரு

கூடையின்மேல் மற்றொரு கூடையினை வைத்து தன் தலைமேல் எடுத்துக் கொண்டான்.

“சரி அப்பா... ஔவெ சரி... நான் வருகிறேன்.

ஔவெ, எல்லா சிங்0கரா...”

மாதி சென்றிருக்கின்ற குப்பி ஔவெயின் வீடு நம் குடும்பத்தைப் போலவே நல்ல குடும்பம்... நல்ல குணம் நிறைந்த வீடு...

மாதி நன்கு வாழ்வாள்... கவலை வேண்டாம்...”

என்று தானறிந்த விபரத்தினைக்கூறி வாழ்த்தினான் பிஞ்சன். மாசி கொடுத்த திரி0பாம்0பெயினை ஏந்திக்கொண்டு ஊரு0பெட்டினை நோக்கி நடந்தான். தீப்பந்தம் அலைக்க வீசிய மழைக்காற்றில் அந்தப் 0பிக்கெ மரமும் சிலிர்த்து பிஞ்சனுக்கு விடைகொடுத்தது.

செந்நிறப்பிழம்பின் புள்ளியென பிஞ்சன் ஏந்திச்சென்ற பந்தத்தின் ஒளி ஊரு0பெட்டின் உச்சிவரை நகர்ந்து செல்வதைக் கண்டுக்கொண்டிருந்த கோடனுக்கு, பிஞ்சனுக்கு வெளிச்சத்தைக் காட்டி நகரும் அந்தத் தீப்பந்தம் ஜோகியின் நினைவினைக் காட்டி நின்றது.

மதில் விளக்கிற்கு சிறிது நெய்யினையும், மற்ற விளக்குகளுக்கு சிறிதளவு ஆமணக்கு எண்ணெயினையும் ஊற்றினாள் மாசி. விளக்கின் திரிகளைத் தூண்டிவிட்டாள்.

“அண்ணா, நீங்கள் சற்றுநேரம் அ0கலெயில் உறங்குங்கள்” என்று கூற, கோடன் தன் சுட்டு விரலால் வானத்தினைச் சுட்டினான்.

ஹெத்து கெடிசி விண்மீன் எழுந்திருந்தது. வெள்ளி மீன் எழுவதற்கு முன்பு எழும் இந்த விண்மீனை வெள்ளி மீன் என்று நம்பி எருமை மந்தைகளைத் திறந்து விடுவதால் அவை எளிதில் புலிக்கு அகப்பட்ட நிகழ்வுகளால் இந்த மீனுக்கு எருமைகளைக் கெடுக்கும் மீன் எனும் இப்பெயர் நிலைப்பெற்றிருந்தது.

“அய்யோ.. விடிந்துவிட்டதா...”

என்று உறக்கமில்லாத தன் கண்களை இரு கரங்களால் அழுத்தித் தேய்த்தாள் மாசி. தன் மண்0டெப் பட்டினைச் சீர் செய்துக் கட்டினாள். சற்று தூரத்தில் பந்தங்களின் ஒளி தெரிந்தது. அக்கூட்டத்தினர் வந்து கொண்டிருந்தனர். அவர்களின் நல்வரவினையெண்ணி கோடன் மற்றும் மாசியின் கண்கள் முற்றத்து உலையில் கனன்று எரிந்து கொண்டிருந்த நெருப்பொப்ப மிளிர்ந்தன. கரி அக்கிலின் கீச்சொலி அவர்களை வரவேற்றது.

5

கரி அக்கிலின் கீச்சொலி தொடங்கியிருந்தது. மெத்தையின்மேல் தன் தாய் மற்றும் குனிக்கியுடன் உறங்கிப்போயிருந்த மாதி கண் விழித்தாள். நேற்றிரவு விடிய விடிய நீடித்த உரையாடலை அசைபோட்டாள்.

நேற்றைய அசதியில் மற்றவர்கள் உறங்கிப்போக, குனிக்கி மட்டும் விடிய விடிய தன் வாழ்வின் கதையைக்கூறி முடிந்தளவிற்கு மாதிக்கு வாழ்க்கைப்பாடம் நடத்தியிருந்தாள்.

திருமணநாளன்று மணப்பெண்ணுடன் பெண்வீட்டார் ஐவர் தங்கியிருந்து, தம் பெண்ணிற்கு அகவாழ்வின் நடைமுறைகளைச் சுட்டிக்காட்டுவதும், ஆண்வீட்டின் சூழலினை உட்கிரகிப்பதும், அவ்வீட்டின் சூழலிற்கேற்ப அப்பெண்ணைத் தயார்ப்படுத்துவதுமான மரபு வழக்கம் சிறந்த முறையில் நிறைவேறியிருந்தது.

கரி அக்கிலின் கீச்சொலிக் கேட்டு கண்விழித்த மாதி குனிக்கி கற்றுத்தந்த வாழ்க்கைப் பாடத்தினை அன்றே தொடங்கினாள். உறங்கும்போது தலைமாட்டில் கழற்றிவைத்த முன்னங்கையில் அணியும் வெள்ளியாலான 'முங்கை 0பே' வளையினையும், தோளிற்குக்கீழே தொடிபோல் அணியும் '0தொட்ட 0பே' வளையினையும் எடுத்து அணிந்து கொண்டாள். மண்0டெப் பட்டிற்குள் அடங்காது சுருண்ட தன் கூந்தலைச் சீர்செய்து மண்டெப் பட்டினைக் கச்சிதமாகக் கட்டினாள். தொடர்நடையினாலும், தூக்கம் தொலைத்ததாலும் உடல் கொண்ட அசதி

மற்றும் உஷ்ணத்தால் கண்ணிடுக்கில் கட்டிய பீளையை அகற்றினாள்.

எரியும் தன் கண்களைச் சுதாரித்துக்கொண்டு, எரிந்து கொண்டிருந்த மதில் விளக்கின் மெல்லொளியைப் பற்றுகோடக்கி, சுவற்றோடு சேர்த்து வைத்திருந்த மூங்கில் ஏணியின்வழி மெதுவாக இறங்கினாள்.

சாணமிட்டு மெழுகியிருந்த தரையில் தன் கால்பட்ட உடனே நிலத்தினைத் தொட்டு வணங்கினாள். இரண்டு எட்டு முன்னோக்கி நகர்ந்து, கம்பு விளக்கு ஒளிர்ந்து கொண்டிருந்த மதிலினை கையெடுத்துத் தொழுதாள். இரவினைக் கடந்து புலர்தலுக்குப் புள்ளியிட்ட நிறைவின் ஆழத்தில் ஒளிர்ந்து கொண்டிருந்த விளக்கொளி மாதியை வாழ்த்தியது. இரம்மியமாக எரிந்து கொண்டிருந்த, அவ்வீட்டார்க்கு மட்டும் உரிய வைகறையின் விளக்கொளி, அக்குடும்பத்தின் வாழ்வியலுக்கு மாதியைக் கைப்பிடித்து அழைத்துச் சென்றது.

சமையலறையின் குறுகலான வாசலிற்குள் தலைகுனிந்து உள்ளே நுழைந்தாள் மாதி. அடுப்பு எரிந்து கொண்டிருந்தது. அடுப்பு மூட்டுவதை தம் அடுத்தபணியாக எண்ணியிருந்த மாதிக்கு அது சிறு ஏமாற்றத்தை அளித்தது. கொல்லை கதவின் 0கெணெயும் நீக்கப்பட்டிருந்தது. இதற்கு முன்பே யாரோ எழுந்ததற்கான அறிகுறிகளை மாதி கண்ணுற்றாள். தனக்கு முந்தி யாரோ எழுந்து கொண்டனரே எனும் சிறு வருத்தமும் மாதிக்கு மேலிட்டது. மெதுவாக கொல்லைப்புற கதவினை நீக்கினாள். கொல்லைப்புற அடுப்பினை குப்பி ஏற்றிக்கொண்டிருந்தாள்.

கொல்லைக்கதவை நீக்கிய சத்தம் கேட்ட குப்பி, வெளியே வந்துநின்ற மாதியைக் கண்டாள். வாய்நிறைந்த நகையோடு,

“ஹெண்ணு.. இதற்கு முன்னதாக ஏன் எழுந்தாய்..

இன்னும் சற்றுநேரம் உறங்கியிருக்கலாம் அல்லவா...

நேற்று நெடுந்தூரம் நடந்துவந்த களைப்பில் இருப்பாயே!...”

என்று பனிசூழ்ந்த காலை மலர்போல, அசதி சூழ்ந்து புன்னகைத்து நின்ற மாதியை நோக்கி கூறினாள் குப்பி.

“பரவாயில்லை அத்தை..” என்றவாறே தன் அத்தையின் முன்னர் தலையை முன்னோக்கிச் சாய்த்து நின்றாள் மாதி. ஆசிவாங்க நின்ற அவளை தன் வலக்கரத்தை உயர்த்தி 0பதுக்கு என்று மனம் மகிழ்ந்து ஆசிவழங்கினாள் குப்பி. எழுந்து கொள்பவர்களுக்காக தயாராக எடுத்து வைத்திருந்த மாசி0கெ மரத்தின் கரித்துண்டுகளில் ஒன்றை எடுத்து மாதியிடம் கொடுத்தாள். தொடர்ந்து காயத்தொடங்கியிருந்த நீரினை எடுத்து முகங்கழுவ அளித்தாள்.

காலைக்கடன்களை முடித்தாள் மாதி. சமையலறையில் நுழைந்தவள் எரிந்து கொண்டிருந்த அடுப்பினைத் தொட்டு வணங்கினாள். அடுப்புச் சாம்பலினை நெற்றியில் இட்டுக் கொண்டாள். வீட்டின் முன்கதவினை அகற்றினாள். பொழுது புலராது, இருளும் ஒளியும் கலந்த எழில் கொஞ்சும் வானத்தையும், புலரா வானத்தின் நிழலாய் வீற்றிருந்த அகன்ற முற்றத்தையும், கண்முன்னே குறையிருளில் கலையொடு விளங்கிய பரந்த நிலங்களையும் கண்டு பூரித்தாள். ஆடிய பலரின் கால்களின் தழுவலில் தன் மேற்பரப்பினை ஈந்து, அதிகாலை வானத்திற்கு முன்னமே சிவந்திருந்த முற்றத்தின் முன்தரையினைத் தொட்டு வணங்கினாள்.

கண்களின் முதல் காட்சிக்கே பிரமாண்டமாய் நின்றிருந்தது 0பீரமுக்கு மலை. மலைப்புடன் கைகூப்பி வணங்கினாள். 0பீரமுக்கு மலையிலிருந்து இறங்கிவந்த அதிகாலைக் குளிர்காற்று ஊரு0பெட்டின் நினைவினை மாதிக்குத் தருவித்தது. நேற்றுவரை கண்விழித்ததும் தாம்காணும் ஊரு0பெட்டே எழுந்து வந்ததைப்போல காரியின் வீட்டிற்கு உறங்க சென்றிருந்த ஹாலன் முற்றத்துள் நுழைந்து வீட்டினைநோக்கி வந்துகொண்டிருந்தான்.

அதிகாலை விளக்கொளியைப் போலவே இரம்மியமாய் ஒளிரும் ஹாலனின் அதிகாலை முகத்தினைக் கண்டாள் மாதி. அதிகாலை முகமும்கூட, அதிகாலையின் விளக்கொளியைப் போன்றதுதானே. ஒளிவு இன்றி ஒளிர்தலுக்கு மட்டும்தானே நிறைவு. அவனைக் கண்டு புன்னகைத்தவாறே வழிவிட்டு நகர்ந்து நின்றாளவள். முளைத்திருந்த அதிகாலையின் அழகையெல்லாம் ஒருங்குசேர்த்து ஒளிர்ந்து கொண்டிருந்த, மாதியின் நெற்றியில்

இட்டிருந்த சிறு சாம்பல்பொட்டின் ஒளிக்கீற்று இல்லத்தில் நுழையும்வரை அவனின் கண்ணிலிருந்து விலகவில்லை. அவனின் அகமகிழ்வு புன்னகையாய்ப் பொங்கியது. புன்னகை விளைந்த முகத்துடன் வீட்டினுள் நுழைந்தப்பிறகு திரும்பி மாதியை நோக்கினான். தன் அடம்போக்க தந்தை தரும் ஊரு0பெட்டின் தவட்டெ பழங்களைத் தந்துவிட்டுப்போனது ஹாலனின் அந்த அன்புப் பார்வை.

நேராக கொல்லையை நோக்கி நடந்தான் அவன். எரிந்து முன்னோக்கி ஒதுங்கியிருந்த கொள்ளிக் கட்டைகளைச் சரிசெய்து கொண்டிருந்தாள் குப்பி. தன் அன்னையின் பாதங்களைத் தொட்டு வணங்கினான். அமர்ந்திருந்த குப்பியின் முன் முழங்காலிட்டு தன் அன்னையின் முகத்தினைப் பார்த்துப் புன்னகைத்தான். அவளின் மறுப்புன்னகையிலும் முக மலர்ச்சியிலும் தன் அன்னையின் நிறைவினைக் கண்டு கொண்டான்.

“ஔவெ.. உன் மருமகள் மாதி என்ன சொல்கிறாள்...”

என்றவாறு புன்னகைத்துக் கொண்டே முகம்கழுவி பால்கறப்பதற்கான ஒணெகளுடன் தோவிற்குக் கிளம்பினான்.

தோவின் 0கெணெ நீக்கப்பட்டிருந்தது. உள்ளே மாதி 0பெத்து கூடையில், வீட்டின் முற்றத்தினை மெழுகுவதற்காக சாணத்தைச் சேகரித்துக் கொண்டிருந்தாள். என்றுமே ஹாலன்வந்து தூய்மை செய்யும் தோவின் முற்றமும், எருமைகளின் திரவக்கழிவுகள் வெளியேறும் கால்வாயும் தூய்மை செய்யப்பட்டிருந்தன.

இன்னும் புலராத அந்தக் குறை வெளிச்சத்தில் தோவில் உள்ள எருமைகளின் ஒட்டுமொத்த பார்வையும் மாதியை நோக்கியிருந்தன. ஹாலனின் பார்வையும் அதனுடன் சேர்ந்துகொண்டது.

தோவிற்குள் அயலவர்கள் யார்வரினும், ஏன், தன் அண்ணன்மார்களைக்கூட உள்ளே எளிதில் அனுமதிக்காத, ஹாலனுக்கு மட்டும் கட்டுப்படும், அவனின் விருப்ப எருமையும்கூட மாதியின் அருகே கட்டுப்பட்டு நின்றது. அதைக் காண ஹாலனுக்கு வியப்பு மேலிட்டது.

சாணம் எடுப்பதை நிறுத்திவிட்டு ஹாலனையே கண்ணுற்றிருந்தாள் மாதி. ஹாலனும் தான்... அந்தப் பார்வையின் ஸ்பரிசத்தினை அந்த முரட்டு எருமை இட்ட சாணத்தின் ஓசை கலைத்தது. அது இட்ட வெது வெதுப்பான சாணத்தினை இறுதியாக அள்ளியிட்டு கூடையை நிறைத்தாள். அவளின் கையோடு மனதிலும் வெதுவெதுப்பினைச் சுமந்து கொண்டு வீட்டினை அடைந்தாள்.

புலர்ந்த வானம் ஆதவனுக்கு கம்பளம் விரித்திருக்க, அந்தப் புலர்ந்த காலைக்கே கம்பளம் விரித்திருந்தாள் மாதி. குப்பிக்கு மாதியின் நினைவுவந்தது. அவளைத்தேடி முற்றத்திற்கு வந்தாள். கடை முற்றத்தினை அவள் மெழுகிக் கொண்டிருந்தாள். மாதியிட்ட சாணத்தில், திரண்டிருந்த பக்குவத்தில் குப்பி லயத்தாள். இவ்வளவு விரைவாக, நேர்த்தியாக முற்றத்தினை மெழுகிய மாதியை எண்ண பெரும் மகிழ்ச்சியும், பெருமிதமும் அடைந்தாள். அப்போது எழுந்து வந்திருந்த மிச்சியும் தன் மகளின் செயலினைக் கண்ணுற, அவளின் மனதிலும் பெருமிதத்தின் ஒளிவீசியது. மாதி மெழுகிய களத்தினைக் காணவே ஆதவன் உதித்திருந்தான் போலும்.

துயிலெழுந்து வந்திருந்த மாதியின் வீட்டாரை அன்போடு கவனித்தாள் குப்பி. முற்றத்தினை மெழுகிய கடுகுச் செடியால் ஆன கூட்டு மாரினைக் கழுவி வைத்தாள் மாதி. மிஞ்சிப்போன சாணக்கரைசலுடன் வீட்டினைச் சுற்றிக் கொண்டு கொல்லைக்குச் சென்றாள். அங்கு முகம் கழுவிக் கொண்டிருந்த மிச்சி உள்ளிட்ட அனைவரும் மாதியைக்கண்டு புன்னகைத்தனர். ஆட்காட்டி விரலிலும், வாயிலும் கரிபடர்ந்த நிலையில் பல்விளக்கிக் கொண்டிருந்த குனிக்கியோ அவளைக்கண்டு "புத்தியுள்ள பெண்ணே" என்றுகூறி புன்னகைத்தாள். அடுத்த சில நிமிடங்களில் அனைவரும் முகங்கழுவிவிட்டு வீட்டிற்குள் சென்றனர். தொடர்ந்து கொல்லைப்புறமும் மிளிர்ந்தது மாதியின் கைவண்ணத்தில்.

தன் சகவுயிர்ப்போல் வளர்த்த எருமைகளின் பால் மடியினைத் தொடும்போதெல்லாம் தாயின் பால்முலையைக் கண்ட குழந்தையைப்போல உற்சாகம் கொள்வான் ஹாலன். அந்த உற்சாகம் சிறிதும் குறையாமல் பால்கறந்து முடிப்பான்.

அவன் பால்கறக்க ஆரம்பித்ததும் தாயின் தாலாட்டைக்கேட்ட குழந்தையாய் மாறிபோகும் எருமைகள், ஹாலனின் உற்ற நண்பர்களையும் விஞ்சி நிற்கும். இம்மந்தையுடனான பதினைந்து ஆண்டுகால இணக்கம் அவனுக்கு. அது தாயுக்கும் மகனுக்குமான அன்பையே விஞ்சி நிற்பதை யாரும் மறுப்பதற்கில்லை.

எருமையின் மடியிலுள்ள பகுதி பாலினை மட்டுமே கறப்பது ஹாலனின் வாடிக்கை. மிஞ்சும் பாலினைக் கன்றுகளுக்கு ஊட்டுவதில் அவன் கொள்ளும் கவனம் என்றும் குறைந்ததில்லை. இரண்டு வயதிற்குப் பிறகும் எருமைக்கன்றுகள் தாய்மடியில் பால்குடிக்கும்சூழல் ஹாலனின் மந்தையில் மிகுந்திருக்கும். அங்கிருக்கும் இளங்கன்றுகள் அனைத்தும் ஹாலன்மீது கொண்ட நம்பிக்கைக்கலந்த அன்பினால், அவன் பால்கறந்து முடிக்கும்வரை எந்த இடையூறுமின்றி காத்திருக்கும்.

அவனது மரபின்படி ஆநிரைகளை கயிற்றால் பிணைப்பது பாவமென்பதால், இதுநாள் வரையில் கட்டுகளால் கட்டுப்படுத்தப்படாத அந்த எருமை மந்தை அன்பிற்கு மட்டும் கட்டுப்பட்டிருந்தது. இரவிலோ, மேய்ச்சலிலோ தாகம் மிஞ்சி தாய்மடியைப் பற்றும் போதெல்லாம் தான் சார்ந்த வீட்டிற்கென்று ஆநிரைகளும், அதேநிலையில், பால்கறக்கும்போது எருமைக்கன்றிற்கென்று ஹாலனும் நினைக்கும் அந்த அன்பின் உணர்வு வியப்பிலும் வியப்பாகும்.

மூன்று ஒணைகள் நிறைந்திருந்தன. நான்காவது ஒணையில் பால்கறக்க அடுத்த எருமைக்கு நகர்ந்தான் ஹாலன். இன்னும் இருபதிற்கு மேற்பட்ட எருமைகள் மிஞ்சியிருந்தன. வாடிக்கையான வேகத்தைவிட சற்று கூடுதலாகவே பாலினைக் கறந்து கொண்டிருந்தான் அவன். மாதிக்கு, மட்டும் அடங்குவதாகச் சொல்லப்படும் 0கெட்டி எருமையைக் கறக்கும் எண்ணமே அவனை முழுவதும் ஆட்கொண்டிருந்தது.

இன்று அதிகாலையில் எழுந்து கொள்ளும்போதே கொம்பு விரிந்த 0கெட்டி எருமையை அவன் கறக்கின்ற காட்சி அவனது மனக்கண்ணிலிருந்து விலகியபாடில்லை. தனக்குமட்டுமே அடங்கும் அம்முரட்டு எருமை 0பீர, சற்றுமுன்பு மாதிக்குக்

கட்டுப்பட்டு நின்றதை எண்ண எண்ண 0கெட்டியைக் கட்டுப்படுத்தி கறக்கும் எண்ணம் அவனுக்கு மேலெழும்பியது. யாருக்கும் கட்டுப்படாது என்று கூறுவனவற்றைக் கட்டுப்படுத்தி, அக்கர்வத்தை அன்புநிலையில் பரிமாறிக் கொள்வதே பேரன்புப் பயணத்தின் முதலடியால்லவா.

ஹாலன் கொண்டுசென்ற ஐந்து ஒணெகளும் நிறைந்து போயின. அவற்றை ஒருங்கிணைத்து தன் மார்போடு சேர்த்து பிடித்துக்கொண்டு மனையைநோக்கி நடந்தான். முற்றத்தில் நுழையும்போதே சிறு பிசிருமின்றி மெழுகப்பட்ட மாதியின் நேர்த்தி ஹாலனுக்கும் வியப்பொடு பெருமிதத்தினை விளைவித்தது. அன்னையை அழைத்துக்கொண்டே முன் வாயிலில் நுழைந்தான் அவன். அடுப்படியிலிருந்து விரைந்து சென்ற மாதி ஒணெகளை வாங்க நின்றாள்.

“ஏய் மாதி.. ஹாலன் அழைத்தது அவனது அன்னையைத்தானே... உன்னையல்ல...”

என்று குனிக்கி சொல்ல அனைவரும் கொள்ளென சிரித்தனர். குனிக்கியைப் பார்த்தவாறே மாதி நாணி நின்றாள். தன் கற்றைத்தாடியில் பால்துளிக்ள் ஒட்டிநிற்க, ஒணெகளைப் பற்றி நின்ற ஹாலனிடமிருந்து ஒவ்வொன்றாக அவ் ஒணெகளை வாங்கி மதிலிற்கு அருகில் வைத்தாள் மாதி. கால்கழுவி வந்த ஹாலன் மதிலின்கீழ் வைக்கப்பட்டிருந்த ஒணெகளிலுள்ள பாலினை ஆ0கோட்டிலுள்ள தட்டையில் ஊற்றினான். முதலில் கறக்கும் ஐந்து ஒணெகள் பாலினை ஆ0கோட்டு பயன்பாட்டிற்காக ஊற்றுவது மரபு. அதைக்கொண்டு விளக்கேற்றுவதற்கான நெய் மற்றும் ஆ0கோட்டுப் படையலுக்கான தயிர், வெண்ணெய் போன்றவற்றை எடுப்பதுண்டு.

மீண்டும் ஒணெகளுடன் பால்கறக்க தோவிற்குக் கிளம்பினான் ஹாலன். கச்சிதமாகக் கட்டிய பால்கறப்பதற்கான மடியுடையான கச்சையில் ஆங்காங்கும், முழங்கால் முழுதும் சாணம் படிந்திருக்க, நரம்போடிய பின்னங்கால்கள் புடைக்க நடந்து செல்லும் ஹாலனின் திடாகத்திரம் எவரையும் ஈர்க்காமல் விட்டுவிடுவதில்லை. இதுவரையில் அங்கங்களில் விரசத்தினைக் கண்டறியாத மாதி முதல்முறையாக ஹாலனின் திடகாத்திரமான உடலமைப்பினில் லயத்து நின்றாள்.

உலர்பட்டாணியை வறுத்து நனெ கள்ளெ உணவினைத் தயாரித்துக் கொண்டிருந்தாள் குனிக்கி. அனைவரும் காலை உணவிற்கான வேலைகளைப் பகிர்ந்து செய்துக்கொண்டிருந்தனர். எரிந்து கொண்டிருந்த அடுப்பில் கூடுதலாக விறகினை இட்டுக்கொண்டிருந்தாள் மாதி. அவளின் செயலில் சற்று பற்று குறைந்திருந்தது. அவளின் முகத்தில் தென்பட்ட மெல்லிய சலனம் குனிக்கியின் கவனத்தில் பட்டது. ஹாலனுக்கு உதவவேண்டும் என்ற மாதியின் எண்ணவோட்டத்தினை குனிக்கி நன்கு உணர்ந்திருந்தவள்,

“ஏய் மாதி நீ ஹாலனுக்கு உதவலாமில்லையா...

அவன் கறந்திருந்த ஒணெகளைக் கொண்டுவந்து பாலினை ஊற்றிவிட்டு, திரும்ப அதை அளிக்கலாம் தானே...

வந்து செல்வது அவனுக்கு எவ்வளவு சிரமம்..

செல்... அவனுக்கு உதவு...”

என்றாள். மனதில் மகிழ்ச்சியின் மின்னல் வெட்ட சாமைக்களி கிண்டிக்கொண்டிருந்த தன் அத்தையை நோக்கினாள் மாதி. அந்தப் பார்வையில் அவளின் ஆர்வத்தினை உணர்ந்து கொண்டாள் குப்பி “அதுவும் சரிதான்...” என்றுகூற, மின்னலைவிட வேகமாக கொல்லைக்குச் சென்று வாய்பூசி தோவினைநோக்கி விரைந்தாள் மாதி. ஓடிச்செல்லும் அவளின் அன்பு புடைத்த கால்களின் காட்சி மறையும்வரை விலகாது கண்ணுற்று மகிழ்ந்திருந்தாள் குப்பி. ஆனதன் மகிழ்வை உதடுகளின் ஓரத்தில் மென்னகையாய் உதிர்த்துக்கொண்டு கடலையைக் கிளறிக்கொண்டிருந்தாள் குனிக்கி.

சாமைக்களியைக் கிளறிக்கொண்டிருந்த குப்பி அடுப்பிற்கு அருகில் இருந்த பக்கவாட்டுச் சுவரினையொட்டிய சிறு திண்ணையில் வைக்கப்பட்டிருந்த பால் தட்டையினைப் பார்த்தாள். அப்பார்வையின் எண்ணத்தினைப் புரிந்துகொண்டாள் மிச்சி. உடனே, கழுவி வைக்கப்பட்டிருந்த அந்தப் பால் தட்டைகளை மீண்டுமொருமுறை வெந்நீரில் அலசினாள். மூங்கில் தெக்கெயைச் சரிசெய்து, அதன்மீது பக்குவமாய் வைத்தாள்.

முற்றத்தினைக் கடந்து தோவினை நோக்கி சென்று கொண்டிருந்தாள் மாதி. அப்போது, வீட்டினை நோக்கி வந்து கொண்டிருந்த தம் ஓரகத்திகள் மூவரும் எதிர்பட்டனர். குறுகிய அப்பாதையில் அவர்களுக்கு வழிவிட்டு ஒதுங்கி நின்றாள் அவள்.

“ஏய் மாதி... என்ன விஷேசம்... எல்லாம் சிங்0கரவா...

நேற்று நன்கு உறங்கினாயா?

உன் அத்தை என்ன சொல்கிறாள்...”

என்று ஒருமித்த குரலில், தொடுப்பது யாரென்று அறியமுடியாமல் கேள்விகலந்த விசாரிப்புகள் மிகுந்தெழுந்தன. அத்தனைக்கும் புன்னகையை மட்டும் விடையாக்கி நின்றிருந்தாள் மாதி.

“ஓ.. ஓ... தோவிற்குச் செல்கிறாயா...

ஹாலனைக் காணவா...

சரி சரி.. செல் செல்...”

என்றவாறே அவர்கள் நகர்ந்து முற்றத்தில் நுழைந்தனர். முனைமுதல் அடிவரை அரைவட்ட வடிவில் வரி வரியாய், கச்சிதமாக மெழுகப்பட்ட முற்றம் அவர்களுக்கு வியப்போடு பொறாமையை அளித்தது. வியப்பினைவிட பொறாமையே மேலிட்டது. பொறாமைக்கனல் விழிகளில் வழிய, ஒருவரை ஒருவர் பார்த்தவாறே இல்லத்தினுள் நுழைந்தனர்.

“புது மருமகள் வந்த பூரிப்பில் முற்றத்தை இவ்வளவு அழகாக மெழுகிவிட்டீர அத்தை...”

என்றாள் மல்லெ. அவளின் பொறாமையின் சாயல், அவள் கேட்ட தொனியில் அப்பட்டமாகவே படர்ந்திருந்தது. பல ஆண்டுகளுக்குப் பிறகான மல்லெயின் இந்த உரையாடலின் நோக்கம் குப்பிக்குப் புரியாமலில்லை. அவள் மிகவும் நிதானமாக,

“இது முழுக்க மாதியின் செயல்தான்...

நாளைமுதல் அவளிடம் நான் பயிற்சி எடுக்கலாம் என்று எண்ணுகிறேன்...”

என்று விடையிறுத்தாள். மீண்டும் கொள்ளென்ற நகை அந்த இடத்தைக் கொண்டது. வார்த்தையை வளர்க்க மல்லெயின் மனது துடித்தது. அடுத்தகணம் குப்பியும் மாதியின் வீட்டாரும் அவரவர் வேலைகளைப் பார்க்க, மறுவார்த்தையின்றி அவர்களும் அவ்வேலைகளில் கலந்தனர். குப்பி ஒருவாறு நிம்மதி அடைந்தாள்.

தோவினை ஒட்டிய இறக்கத்தில் இருந்த சிறுபாறையைச் சுற்றிவந்து தோவிற்குள் நுழையும் பொறுமையின்றி, ஹாலனுக்கு உதவும் ஆர்வத்தில் அப்பாறையினின்று குதித்து தோவிற்குள் நுழைந்தாள் மாதி. அவள் வந்த விசையில் தோவின் முன்னிருந்த எருவுக்குழியில் இரைத்தேடிக் கொண்டிருந்த சாவு0கெ பறவைகள் சிதறி ஓடின.

மான்போல தோவிற்குள் நுழைந்தாள் மாதி. சுற்றி முற்றும் பார்த்தாள். கல்சுவற்றின் ஓரத்தில் கறந்து வைக்கப்பட்டிருந்த இரண்டு ஒணெகள் பாலினை முழங்காலிட்டு தன் மார்போடு அணைத்து எடுத்துக்கொண்டு வீட்டிற்கு விரைந்தாள்.

சிதறுண்ட சாவு0கெ பறவையினையொத்த மாதியின் வேகம் ஹாலனை வியக்கவைத்தது. அண்ணன்களுடனான கூட்டு வாழ்க்கை சிதைந்தப்பிறகு, நீண்டநாட்கள் கழிந்து இப்படியொரு உதவியினை இன்றுதான் அனுபவித்தான் ஹாலன். சித்தியால் சிதறுண்ட தன் குடும்பத்தின் நினைவு அவனுக்கு மேலிட்டது. பால்கறக்கும் வேளையில் மனக்குழப்பம் கூடாது என்பதால் அந்நினைவை நீட்டிப்பது முறையல்ல என்று எண்ணியவன் அந்நினைவினின்று வலிந்து மீண்டான். இந்தச் சிலநிமிட சிந்தனை போராட்டத்தின் முடிவிற்குள்ளாகவே சிட்டென மீண்டும் தோவிற்குள் வந்து நின்றாள் மாதி.

கொண்டுவந்த காலி ஒணெகளை சுவற்றினையொட்டி வைத்தாள். அதிலிருந்து ஒரு ஒணெயினை எடுத்தாள். ஹாலனை அடுத்து நின்றிருந்த எருமையின் மடியருகில் அமர்ந்தாள். தன் முழங்காலில் ஒணெயினை இறுக்கினாள். பால் பீய்ச்ச ஆரம்பித்தாள். ஹாலனின் முரட்டுக் கரங்களையே அதுவரை சந்தித்துப்பழகிய அவ்வெருமை முதல்முறையாக மாதியின் மென்கரங்கள் பட்டதும் எச்சலனமுமின்றி அமைதியாக பாலினைச் சுரந்தது.

வளைகள் அணிந்த, அன்பின் வலுநிறைந்த மாதியின் கரங்கள் பால்பீய்ச்சும் அழகிலிருந்து ஹாலனின் கண்கள் சற்றும் விலகவில்லை. அவள் கறப்பது கன்று ஈன்ற எருமையானதால், எங்கு அவள் பாதி மடியைக் கடந்து கறந்துவிடுவளோ என்று அறிவுறுத்த காத்திருந்தானவன். ஆனால், அதற்கு சற்றும் அவசியமில்லாதவாறு, தாய்மையை நன்கு உணர்ந்தவளாக அடுத்த எருமைக்கு நகர்ந்திருந்தாள். ஹாலனுக்கு வியப்பு தாளவில்லை. தன் செயல்களையும் எண்ணங்களையும் இவ்வளவு விரைவாகத் தெரிந்து கொண்டவளின் அடைவு அவனது நிறைவினை மென்மேலும் கூட்டியது.

தொடர்வியப்பில் ஹாலனின் வேகம் சற்று மட்டுப்பட்டிருந்தது. அடுத்த ஒணெக்குக் கடந்திருந்தாள் மாதி. ஹாலனைப் பார்த்து புன்னகைத்தவாறே அடுத்த எருமையின் பாலினைக் கறந்தாள். பகுதிக்குமேல் நிரம்பிய தன் ஒணெயோடு மாதியைக் கடந்து நின்ற அடுத்த எருமைக்குத் தாவினான் ஹாலன். அவன் அவ் ஒணெயினை நிரப்புவதற்கு முன்னமே அடுத்த எருமைக்குக் கடந்தாள் மாதி. பகுதிக்குமேல் அவளின் ஒணெ நிறைந்திருப்பதைக் கண்ணுற்றான் ஹாலன். அவன் தன் ஒணெயினை நிரப்புவதற்காகக் கறக்கும் வேகத்தினைக் கூட்டினான். அவனுக்குமுன்பே தன் ஒணெயினை நிரப்ப முயன்று கொண்டிருந்த மாதிக்கு அந்தப் 0பெள்ளோடெ எருமை நன்றாக ஒத்துழைத்தது. ஒற்றை முயற்சியில் மாதியின் ஒணெ நிறைந்துவிடும் சூழல். ஹாலனின் ஒணெ இன்னும் நிரம்பியிருக்கவில்லை. பற்றிய காம்பினை இழுக்காமல் பாசாங்கு செய்தாள் மாதி. ஹாலனின் ஒணெ நிரம்பக் காத்திருந்தாள். தன் ஒணெ நிரம்பிப்போக, நிரம்பலின் விளிம்பில் இருந்த மாதியின் ஒணெயினைக் கண்ணுற்று வெற்றிக்களிப்பில் மாதியைக் கண்டு நகைத்தான் அவன். அவ் ஒணெயினை வைக்க நகர்ந்தான். நிறைந்துபோன மனதுடன் கையில் பற்றியிருந்த காம்பில் விசையைக் கூட்ட அவளின் ஒணெ நிரம்பி வழியாது நின்றது. கலையும் அன்பும் கலந்துநின்ற அப்போட்டியை அங்கிருந்த எருமைகளும் இரசித்துக் கொண்டிருந்தன.

அடுத்த ஒணெயுடன் வந்து நின்ற ஹாலனுக்கு அவள் கறந்து கொண்டிருந்த எருமையை விட்டு விட்டு, கறந்து வைத்திருந்த மூன்று ஒணெகளை மார்போடுபற்றி இல்லத்திற்குத்

திரும்பினாள். மென்மை படர்ந்திருந்த தன் காம்புகளில் வன்மைபடர அவ்வெருமை தன் கழுத்தினைத் திருப்பி மாதியை ஏக்கத்தோடு பார்த்தது. வன்மை படர்ந்த தன் கரத்தில் மென்மை படர்த்திய, மாதியின் அன்பு ஊட்டிய மகிழ்ச்சியில் அடுத்தடுத்த ஒணெகள் விரைவாக நிரம்பின. நிரம்பிய மனதுடன் எல்லா எருமைகளையும் தடவிகொடுத்தான் ஹாலன். தாய்மையின் ஊட்டல் தொடர்ந்தது. தன் தாயின் மடியைப்பற்றி பால் உறிஞ்சும் கன்றுகளின், ஹாலனுக்கான முனங்கலொலியில் அவனது மனமெனும் ஒணெ நிரம்பி வழிந்தது.

இரண்டு ஒணெகள் பாலுடன் வீட்டினை நோக்கி சென்று கொண்டிருந்தான் ஹாலன். முற்றத்தினை நெருங்கும் முன்பாக காலி ஒணெகளுடன் வந்து நின்றாள் மாதி. அதை ஹாலனிடம் தந்துவிட்டு அவளிடம் ஒணெகளைப் பெற்றுக்கொண்டாள். தோவினை நோக்கி திரும்ப எத்தனித்த ஹாலனிடம்,

“அ0டோலி எருமைகளை நான் கறக்கவா..”

என்று அதுவரையிலும் மௌனமொழியில் பேசியவள் தன் முதல் வாக்கியத்தை உதிர்த்தாள். ஆழமான புன்னகையோடு மாதியின் கண்ணுண்ணும் கண்களைப் பார்த்தான் ஹாலன்.

“இவை உங்கள் வீட்டு எருமை என்பதற்காக இப்படி கேட்கிறாயா...”

என்றான். அவனது முகத்தில் புன்னகை நகையென வளர்ந்திருந்தது.

“இப்போது அவை நம் வீட்டு எருமைகள் தானே...”

என்றாள் மாதி.

“சரி.. அப்போது என்வீட்டு எருமைகளை நான்தானே கறக்க வேண்டும்”

என்றான். அவன் இவ்வார்த்தையை முடிக்கும் முன்னமே,

“அதற்கில்லை.. 0கெட்டியிடம் கவனமாக...”

என்று வார்த்தையின் வாய்மை சார்ந்து கவனம் கொண்டு மாதி நிற்க,

“இந்த மாதியையே ஆள்பவன் நான்... அந்தக் 0கெட்டி எம்மாத்திரம்..”

என்றவன், அவ் ஒணெகளை வலக்கரத்தில் பற்றிக்கொண்டு இடக்கரத்தினால் தன் தாடியினைத் தடவிக்கொண்டே அ0டோலி எருமைகள் அடைத்து வைக்கப்பட்டிருந்த தோவினை அடைந்து 0கெணெயினை நீக்கினான்.

மாதிக்கு இருப்பு கொள்ளவில்லை. 0கெட்டியைப் பற்றி அவள் நன்கு அறிந்திருந்தாள். விரைந்து சென்று ஒணெயின் பாலினை தட்டெயில் ஊற்றியதும் தோவினை நோக்கி ஓடினாள். மிகுந்த துடிப்புடன் இயங்கும் மாதியைக் காண காண மற்ற மருமகள்களுக்கு பொறாமை பெருகிக்கொண்டே சென்றது. இந்தத் தாளா பொறாமை கனலுக்குத் தூபமிட்டவள் ஹாலனின் சித்தி 0கிரிஜி.

ஹாலனின் திருமணம் நடக்கும்போது நான் ஊரிலேயே இருக்க மாட்டேன் என்று, தன் பிறந்த ஊரான கடசோலைக்குச் சென்றிருந்த 0கிரிஜி தன் கணவனோடு திரும்பியிருந்தாள். சிட்டாக தன்னைக் கடந்த மாதியையும், பக்குவத்துடன் களிப்பும் கலந்து விளங்கிய குப்பியின் முற்றத்தினையும் கண்டு உள்ளம் கனன்றுகொண்டே தம் இல்லத்தினை நோக்கி நகர்ந்தாள்.

ஹாலனின் இல்லத்தினைத் தாண்டிய இரண்டாவது வீடு அவளுடையது. ஆறாத மனதின் கோபம் கதவைத் தட்டிய அவளின் கைவிசையில் கொப்பளித்தது. அவளின் மூத்த மகள் கதவினைத் திறந்தாள். தன் கைப்பையினை அவளிடம் தந்துவிட்டு, மனதின் கனல் முகத்தில் ஏறியிருக்க ஹாலனின் அண்ணன்மார்களின் வீட்டிற்கு விரைந்தாள். எங்கு அவர்கள் குப்பியின் இல்லத்திற்குச் சென்றிருப்பார்களோ? என்ற எண்ணம் அவளின் கனலும் மனதைப் பிசைந்தது. எங்கு அவர்களுக்குள் மீண்டும் ஒரு இணக்கம் தோன்றிவிட்டதோ, தோன்றிவிடுமோ என்று அவளின் மனம் குமுறியது.

அவளின் இதயத்துடிப்பை அவள் காதுகள் கேட்டன. கூடும் பதற்றம் அவளின் தன்னிலையை அவிழ்த்துக் கொண்டிருக்க, ஐசனின் இல்லத்தினை அடைந்தாள். "ஏய்! ஆலி... ஏய்! ஆலி.." என்று அவனது மனைவியைக் கோபத்தோடு விளித்துக்கொண்டே வீட்டினுள் நுழைந்தாள். அதைக்கேட்டு உடனே அ0கலெயிருந்து குதித்திறங்கினான் ஐசன். தன் சித்தியைக் கண்டதும் அவன் அதிர்ந்து போனான்.

அவளின் எரிக்கும் பார்வையைக்கண்டு ஐசனுக்கு மிரட்சி தொற்றியது. கோபம் தெறிக்கு வார்த்தைகளால் "எங்கே உன் மனைவி…" என்றாள்.

தன் அன்னையின் இல்லத்திற்குச் சென்றிருப்பதை அவள் அறிந்தால், அடுத்து நடப்பது அவனுக்கு நன்கு தெரியும். வரன்முறையற்ற வார்த்தைகள் அவனது பரம்பரையையே துளைத்து நிற்கும். பதில் சொல்ல முடியாமல் திணறி நின்றான்.

"வாருங்கள் அத்தை… வந்து விட்டீர்களா… எப்போது வந்தீர்கள்…"

என்றவாறே உள்ளே நுழைந்தாள் ஆலி.

"வந்து வெகுநேரம் ஆகிவிட்டதா… அமருங்கள்"

என, 0கிரிஜியோ அதே கோபம் நிகர்த்த வார்த்தையினால்

"எங்கே சென்றாய்" என்றாள்.

எவரேனும் ஒருவரின் இல்லத்திற்குச் சென்றுவந்ததாகச் சொன்னால் அங்குச் சென்று அதை உறுதிபடுத்தாமல் விடமாட்டாளே என்று 0கிரிஜியின் புத்தியை நன்கு அறிந்திருந்தாள் ஆலி.

"ஓ.. அதுவா.. காடெயைப் பார்க்கச் சென்றிருந்தேன்"

என்று, மூவரும் பேசிவைத்ததைப் போலவே, முகத்தில் சற்றும் சலனம் தோன்றாமல் கூறினாள்.

"ஓஓ.. சரிதான்…

எங்கே, அந்தக் கேடுகெட்ட வீட்டிற்குச் சென்றுவீட்டீர்களோ என்று நினைத்தேன்…"

என்றாள் 0கிரிஜி.

"பொல்லாத திருமணம் முடிந்ததா…

நீங்கள் எல்லோரும் சென்று மகிழ்ந்து குலாவினீர்களா…

ஆ… மானமின்றி அவ்வீட்டில் விருந்துணவு உண்டீர்களா…"

என்று காழ்ப்பின் வினாக்கள் தொடர்ந்தன. அமைதியாகவே நின்றிருந்தாள் ஆலி.

"அப்படியொன்றும் இல்லை அத்தை...

பெயருக்குச் சென்று வந்தோம்... அவ்வளவுதான்..

அதன்பிறகு அந்தப் பக்கம்கூட திரும்பிப் பார்க்கவில்லை.."

என்று ஒருவாறு சமாளித்தாள் ஆலி. ஆனால், 0கிரிஜியின் கோபம் சற்றும் குறையவில்லை.

"சரி... நேற்று அந்தப் பொல்லாத மணப்பெண்ணோடு நீர்சடங்கில் பங்கேற்றவர்கள் யார்...

நீங்கள்தான் சென்றதாகக் கேள்விப்பட்டேனே..."

என்று தன் மனக்கனலுக்கு நேற்றிலிருந்து துருத்தியாய் நின்றிருந்த வினாவினைத் தொடுத்தாள் 0கிரிஜி.

"ஆம் அத்தை... என்ன செய்ய..

எல்லாம் அந்த ஊர் 0கவுடராலே...

ஊர்கூடி எங்களை அழைக்க நாங்கள் என்ன செய்ய முடியும்... சொல்லுங்கள்..."

என்றாள் ஆலி.

"ம்... ம்... சரிதான்..

நீங்கள் உற்ற நிலையை மறந்துவிடாதீர்கள்...

என் உயிரைக் கொடுத்து உங்களைக் காத்துள்ளேன்... மறவாதீர்கள்...

என்னை மீறி நடந்தால் உங்கள் வாழ்க்கை நாசமாகிவிடும் என்பதை மறந்துவிடாதீர்கள்.."

என்றவாறு ஐசனைப் பார்த்து முறைத்துக்கொண்டே வெளியேறினாள் 0கிரிஜி. ஆலியின் பார்வை ஐசன் மீது நிலைகுத்தியிருந்தது. அவ்வறையிலிருந்து 0கிரிஜியின் காழ்ப்பின்கனல் விலகியிருக்கவில்லை. ஆலி அவளை ஓரளவு சமாளித்திருந்தாலும், எங்கே, அவளுக்குத் தெரியவந்துவிடுமோ என்ற அச்சமும் அவளின் மனதைப் பற்றாமலில்லை.

ஐசனின் இல்லத்தில் நடப்பதை ஓர்ந்திருந்தாள் காடெ. அவள் எதிர்பார்த்திருந்ததைப் போலவே அவளின் வீட்டிற்குள்தான் நுழைந்தாள் 0கிரிஜி.

“வாருங்கள் அத்தை... அமருங்கள்..”

என்று காடெ கூற, அ0கலெயின்மீது படுத்திருந்த அஜ்ஜன் தன் கால்களைச் சுருட்டி ஓரமாக ஒதுங்கினான். மேலேறி அமராமல் அ0கலெயோடு சாய்ந்து நின்றாள் 0கிரிஜி.

“என்ன, உங்கள் வீட்டு திருமணம் சிறப்பாக முடிந்ததா...”

என்று சூசகமாகக் கேட்டுக்கொண்டே காடெயை முறைத்துப் பார்த்தாள் அவள்.

“அது எப்படி முடிந்தால் நமக்கென்ன அத்தை...

என்று 0கிரிஜிக்கு உகந்தபடி சாமர்த்தியமாகப் பதிலளித்தாள் காடெ. அது 0கிரிஜியின் மனதிற்கு சற்று குளிர்ச்சியைத் தெளித்தது. சிலநொடிகள் நீண்டிருந்த மௌனத்திற்கு அனலேற்றிக் கொண்டிருந்தது 0கிரிஜியின் முறைத்தபார்வை.

அனலுறும் அந்த மௌனத்தினைக் கலைத்தது 0சென்னெயின் வரவு. ஆலியின் வீட்டில் உண்டானதைவிட அதிகமான சப்தத்தினை எதிர்பார்த்துக் காத்திருந்தாள் 0சென்னெ. காடெயின் கோப குணமறிந்து அது நிச்சயம் நிகழுமென்று 0சென்னெயோடு மொட்டெயும் காத்திருந்தாள். அது நிகழாதுபோக, நடப்பதை அறியும் ஆர்வம் அவளை அங்கு அழைத்து வந்தது.

“அத்தை... எப்போது வந்தீர்கள்...

அடுத்தவாரம் அல்லவா வருவதாகச் சொன்னீர்கள்...”

என்றாள் 0சென்னெ. 0கிரிஜியின் முறைக்கும் பார்வைக்கு 0சென்னெ சிக்குண்டாள்.

“ஏய்0சென்னெ.. உங்கள் ஓரகத்தி எப்படி...

இப்போதே அடக்கமின்றி திரிகிறாள்...

அவளிடம் நீங்கள் கவனமாக இல்லையென்றால் அவ்வளவுதான்...

உங்களை அவள் விழுங்கி ஏப்பம் விட்டுவிடுவாள்... சாக்கிரதை...

அவளின் வயதிற்கேற்ப பதினாறு எருமைகளை அ0டோலியாக அளித்தானாமே அவனது தந்தை... சரியான திருடன்...

சுத்தமாக மரியாதை தெரியாதவன்..."

என்று தொடர்ந்தெழுந்த வார்த்தைகளும் பெரும் கனலேறியிருந்தன. இதற்கு முன்னமே மாதியின் இல்லத்தில் அவளுற்ற அவமானத்தை எண்ணி எண்ணி அவள் மென்மேலும் கனன்றெழுந்தாள்.

ஹாலனுக்கு மாதியைப் பெண்கேட்டதை அறிந்த அடுத்தநாளே ஒரசோலைக்குச் சென்றிருந்தாள் 0கிரிஜி. 0பெள்ளியிடம்,

"பெற்ற பிள்ளைகளே வெறுக்கும் தீய எண்ணம் கொண்ட குப்பியின் வீட்டிற்கா உங்கள் மகளைக் கொடுக்கின்றீர்கள்..." ஆ...

இவ்வளவு அழகான, 0பெள்ளோடெ எருமைக் கன்றொத்த பெண்ணைப் போயும் போயும் தாயின் முந்தானையைப் பிடித்துத் திரியும் சோம்பேறி ஹாலனுக்கா கொடுக்கப்போகிறீர்கள்...

வேண்டாம் அய்யா... உங்களுக்கு நல்லதாகப் போகட்டும்...

என்று 0கிரிஜி உணர்ச்சித் தெறிக்கப் பேசினாள். அவளுக்கு அளிக்கப்பட்டிருந்த மோரினைப்பருகி முடிக்கும்வரை பொறுமையாகக் காத்திருந்தாள் மாசி. அவர்களின் மௌனத்தினைக் கண்டு சற்று மகிழ்ந்திருந்தாள் 0கிரிஜி. மிச்சி ஊற்ற, மேலும் அரை குடுக்கையளவு மோரினை வாங்கி பருகிமுடித்தாள் அவள். மாசி பேச ஆரம்பித்தாள்.

"0கிரிஜி நிலத்தைப் பார்த்தால் தெரியாத... அதன் விளைச்சல்...

மனிதனின் சொல்லைக் கொண்டு தெரியாத... அவர்தம் மனம்...

உன் குடும்பத்தினைச் சார்ந்த குப்பியைப் பற்றியும் உனக்கும் மகன் முறையாகும் ஹாலனைப் பற்றியும் இப்படி குறை கூறுகிறாயே... இது நியாயமா? இது அடுக்குமா?

எங்களுக்கு குப்பியையும் நன்கு தெரியும். குப்பியின் கணவன் போசனையும் நன்கு தெரியும்...

எங்கள் மகள் குப்பியின் வீட்டிற்குதான் மருமகள்...

ஹாலனுக்குத்தான் மனைவி..

இதை எவராலும் மாற்றவியலாது...

சிங்0கரா... நீங்கள் சென்றுவாருங்கள் நல்லது.."

என்று மாசி சொன்ன வார்த்தைகள் 0கிரிஜியின் மனதையும் காதுகளையும் ஓயாது குடைந்து கொண்டிருந்தன. இந்த அவமானம் கலந்த கோபத்தால் அவளின் குமுறல் உச்சநிலையிலிருந்து சற்றும் குறைந்தபாடில்லை.

"அந்த மோசக்காரி குப்பிக்குத் துணையாக இன்னொருவள் சேர்ந்து கொண்டாள்...

இது உங்களுக்கு மேலும் கடினமே..

உங்களின் நலனுக்காக எத்தனை காலம்தான் நான் போராடுவது.."

என்று தன் வலக்கரத்தால் தலையை அடித்துக்கொண்டே வெளியேறினாள் 0கிரிஜி. அனைவரும் பெருமூச்செறிந்தனர். தனக்கு முன்பே தன் அன்னையைத் தவறாகப் பேசுவதைக்கண்டு அஜ்ஜனுக்கு வருத்தம் மேலிடாமலில்லை. இருந்தும் தன் சித்தியை அவன் கண்மூடித்தனமாக நம்பினான். அவள் உருவாக்கி வைத்திருந்த சூழ்ச்சி வலைக்குள் முதலில் சிக்குண்டது அவன்தான். மானுட மனதுள் இருக்கும் ஆசை மற்றும் பொறாமை எனும் எண்ணங்களின் தூண்டுதல்கள் பிரிவினைத்தவிர எதனை அளித்துவிட போகின்றன... இதற்கு குப்பியின் இல்லமும் விதிவிலக்கல்லவே.

தன் வீட்டினை நோட்டமிட்டவாறே 0கிரிஜி கடந்து போனதும் குப்பி நினைத்தவாறே மருமகள்கள் மூவரும் அவர்கள் செய்துகொண்டிருந்த வேலைகளை அப்படியே விட்டு விட்டு யாருக்கும் சொல்லாமல் வெளியேறினர். மாதியின் வீட்டார் அதை எதையும் துளியும் பொருட்படுத்தவில்லை. அந்த இடத்தின் சூழலை மாற்றவோ, ஏனென்று விசாரித்து குப்பியை

சங்கடத்தில் ஆழ்த்தவோ அவர்கள் சற்றும் விரும்பவில்லை. அவர்கள் விட்டுச்சென்ற வேலைகளையும் சேர்த்து மும்முரமாகத் தொடர்ந்தனர். எல்லாம் தெரிந்தவர்களைவிட புரிந்தவர்களுக்கு யார்? என்ன? என்ற விசாரிப்புகள் தேவைப்படுவதில்லையே.

அன்பு என்றும் வெளிப்படையானது. குப்பியும் அப்படித்தான் இருந்தாள். அன்பு எல்லோரையும் பிணைத்து வைக்கும். பேராசையும் பொறாமையும் நுழைந்து அதைக் கெடுத்தாலும், முடிந்தவரை அது எவரின் கரங்களையும் விடுவதில்லை. சுயமான விலகல் தொடரும்போதும்கூட அது தன் கைகளைத்தர தயாராகவே காத்திருக்கும். என்னவொன்று, பேராசையையும் பொறாமையையும் மீறி அன்பைப் புரிந்துகொள்ள சிறிது அவகாசம் தேவையாகின்றது.

அ0டோலி எருமைகள் உள்ள தோவினைத் திறந்தான் ஹாலன். மாதியை எதிர்பார்த்துக் காத்திருந்த 0கெட்டியோ, வந்து நின்ற ஹாலனைக் கண்டதும் சற்று கோபமாகக் கனைத்தது. அக்கனைப்பொலி ஹாலனின் உறுதியை சற்று குலைத்தது. இருந்தும், தன் துணையின்முன் பெருமிதம்கூட துணிந்துச் சென்றான். மாதிக்கு மட்டும் அடங்குவதை தான் அடக்கி, அன்பின் பராக்கிரமத்தைக் காட்ட அவன் மனம் துடித்தது. 0கெட்டியைக் கறந்து, மாதி பார்க்க ஒணெயுடன் கம்பீரமாக வீட்டிற்குள் நுழைவதாகவும், அடுத்தமுறை தனைக் கறக்க 0கெட்டி ஹாலனை எதிர்பார்த்து காத்திருப்பதாகவுமான ஹாலனின் மனக்காட்சி விடாது ஓடிக்கொண்டிருந்தது. அக்கற்பனையில் ஹாலன் மிதந்தான்.

0கெட்டியின் கண்களை ஹாலன் உற்றுநோக்கினான். அதனை நெருங்கினான்.

“0போ.. ம்மா... 0போ... ம்மா.. 0போ... 0போ... ம்மா... 0போ.. 0போ..“

என்றவாறே மெதுவாக அதன் நெற்றியைத்தடவ தன் கரத்தினைக் கொண்டுசென்றான். உடனே தன் தலையை உதறியது 0கெட்டி. அதற்கு சிறிதும் ஒப்பாது பின்னோக்கி விலகியது.

“ஹோய்.. ஹோய்... ஹோய்..”

என்று அதனை ஆசுவாசப்படுத்த முயன்றான் ஹாலன். இம்முறை அது தலையை உதறிக்கொண்டு அவளை முட்ட வந்தது. மிரட்சியோடு விலகி நின்றான் அவன். மாதியின் மீதான இந்தப் பேரன்பின் போட்டி முழுவீச்சில் நிகழ்ந்தேறியபோதே அங்கு வந்து நின்றாள் மாதி.

ஹாலனின் பார்வையிலும், முகத்தோற்றத்திலும் அனைத்தையும் புரிந்து கொண்டாள் மாதி.

"நான்தான் சொன்னேன் அல்லவா...

அவ்வளவு எளிதில் உங்களுக்குக் கட்டுப்பட 0கெட்டி ஒன்றும் மாதியல்ல..."

என்று கூறியவள் கொள்ளென்று சிரித்தாள். மாதியைக் கண்டதும் பெருமகிழ்வுடன் நெருங்கிவந்தது 0கெட்டி. தன் கழுத்தினைச் சாய்த்து மாதியின் முழங்காலில் உரசியது. அதன் தலையினை மாதி தடவிக்கொடுத்தாள். 0கெட்டியின் அன்பின் கனைப்பு பெருகியது. இந்த அன்புப் பிணைப்பினைக் கண்ணுற ஹாலனுக்கு மகிழ்ச்சியோடு சற்று பொறாமையும் எழுந்தது. லோசான பொறாமையை ஏற்படுத்துவதுதானே அன்பிற்கு அழகு. 0கெட்டியின் கழுத்தினை ஆரத்தழுவினாள் அவள். தன் முகத்தோடு அதன் முகத்தினைச் சேர்த்து தன் அன்பின் வாடிக்கையைக் காட்டினாள். இந்தப் பேரன்பு நிலையை கண்டதும் இவ் அன்பின் பிணைப்பினை எளிதில் உடைக்க எண்ணிய தன் முட்டாள் தனத்தினை எண்ணி வருந்தினான் ஹாலன்.

மாதியைக்கண்டு மற்ற எருமைகளும் அவளை நோக்கி வர, அவற்றிடமும் மாதியின் பேரன்பு படர்ந்தது. பேரன்பின் கனைப்பொலியில் அவ் இடம் திளைத்தது. தன் தோ முழுவதும் பேரன்பு கமழ்கின்ற காட்சியை முதல்முறையாகக் கண்டு பூரித்தான் அவன்.

"அ0டோலி எருமைகளை இங்குள்ள சூழலிற்கேற்ப பழக்கி, நம் கரங்களுக்குத் தரும்வரை அவைகளைக் கறக்க வருபவர்க்கு உகந்த இடத்தைத் தயார் செய்ய வேண்டும். ஹாலா, அதை மறந்துவிடாதே.." என்று தன் அன்னை கூறியதற்கு மாறாக, அதைப்பற்றிய கவலை சிறிதுமின்றி, இவ்வெருமைகளை மட்டும் விட்டுவிட்டு, மாதியின் வீட்டார் சென்றது ஏனென்று மேலிட்ட

தம் குழப்பத்திற்கு விடையாக மாதியின் பேரன்பு மிளிர்ந்து கொண்டிருந்தது.

திடீரென்று தொடர்ந்து மும்முறை கனைத்தது 0கெட்டி. அதைப் புரிந்து கொண்டாள் மாதி. ஹாலனின் கையிலிருந்த ஒணெயினை வாங்கினாள். யாரேனும் கவனிக்கின்றார்களா என்று சுற்றும் முற்றும் பார்த்தாள். தன் மண்0டெப் பட்டினை அகற்றினாள்.

கூந்தலின் அழகினை புறத்திற்கு அவசியமின்றி காட்சிப்படுத்தக்கூடாது எனும் வாழ்வியல் விழுமியத்திற்கேற்ப, முறையோடு, ஹாலன் மட்டும் இருக்கும் இடமாகையால், அதை உறுதி செய்துவிட்டு கருத்துச் சுருண்ட தன் கூந்தலை அவிழ்த்தாள் அவள். அவளின் இடைக்குக்கீழ் விழுந்தது அவளின் கார்முகிலொத்த கூந்தல். அந்தக் கார்முகிலிற்குள் ஒளிரும் வெண்ணிலவாய் ஒளிவீசிக் கொண்டிருந்த மாதியைக் கண்ணகலாது பார்த்துக் கொண்டிருந்தான் ஹாலன். அவளின் முழு அழகையும் தன் கண்களுக்குள் அடக்கமுடியாமல் திண்டாடினான் அவன். மலைச்சரிவில் மேய்ச்சலுக்கு விடப்பட்ட எருமை மந்தையினைக் கண்ணுறுவதைப்போல, அங்குமிங்கும் அவளின் திரண்ட அழகினைக் கண்டான்.

மண்0டெப் பட்டுடுத்திய மாதிக்கும், கூந்தலுடன் விளங்கும் மாதிக்கும் மிகப்பெரும் அழகியல் வேற்றுமையிருந்தது. இதுவரை கண்ணுக்கு எட்டாத அழகென்று எண்ணி வியந்த 0பீரமுக்கு மலையின் அழகினை மிஞ்சிய அழகொன்றினை இன்றுதான் கண்டு லயத்தான் ஹாலன். கருப்புநிற கண் அவரையையொத்த தன் கருவிழியால் மாதி ஹாலனை நோக்க, அவளின் ஒரு கண்ணில் 0பீரமுக்கு மலையும் மறுகண்ணில் ஹாலனும் அடங்கியிருந்தனர். 0பிரிமத்து தயிரைக் கடைவதுப்போல மாதியின் அழகு ஹாலனைக் கடைந்து கொண்டிருந்தது. அன்பும் அழகும் ஒருங்கே நிறைந்திருக்கும் இவளிடம் யாரால் கட்டுப்படாமல் இருந்திடமுடியும்? என்று எண்ணினான் அவன். தன் ஒட்டுமொத்த பெருமிதத்தையும் அவளுக்கே சமர்ப்பித்தான்.

வெட்டும் பார்வையோடு லோசான புன்முறுவலையும் சேர்த்த மாதி 0கெட்டியின் மடியருகில் அமர்ந்தாள்.

0கெட்டியைப் பால்கறப்பதற்கு மாதி ஏன் கூந்தலை அவிழ்த்தாள் என்று விளங்காமல் நின்றிருந்தான் ஹாலன். விளங்குதலுக்கு அழகினைவிட சிறந்த தடையேது இந்த உலகில். மாதியின்மேல் நிலைகுத்திய ஹாலனின் பார்வை தொடர்ந்தது.

ஒணெயினை தரையில் வைத்தாள் மாதி. அவளின் கரிய கூந்தலினால் 0கெட்டியின் பின்னங்கால்களைக் கட்டினாள். பதமாகக் குந்தி அமர்ந்து ஒணெயினைத் தன் முழங்காலுக்குச் சற்று மேலே இடுக்கிக் கறக்க ஆரம்பித்தாள். தன் வாழ்நாளில் இதுவரை காணாத காட்சியின் தரிசனம் ஹாலனுக்கு. தன் கூந்தலில் ஏழு எருமைகளைக் கட்டி பால்கறந்ததாக தன் அன்னை கூறிய ஈரமாசியின் நினைவெழுந்தது. அவன் அறியாமலேயே அவனின் வாய் “ஈரமாசி.. ஈரமாசி..” என்று தம் குலதெய்வத்தின் பெயரை முணுமுணுத்தது. இந்த ஹெ0ப்0பநாடு ஊரோடு 0பீரமுக்கு மலையினை ஒருங்குசேர்த்து கட்டி ஆட்படுத்தியதைப்போல 0கெட்டியை கூந்தலால் கட்டி கறக்கும் மாதியிடம் ஹாலனும் கட்டுண்டான்.

மாதியின் ஒணெ நிறைந்துபோனது. அதை பக்குவமாய் கீழே வைத்தவள் தன் கூந்தலை அவிழ்த்தாள். சில நொடிகளில் அடங்காத தன் கூந்தலைச் சீராக்கி மண்0டெப் பட்டினைக் கட்டினாள். வான் நிலவையும் விண்மீன்களையும் படர்ந்து மூடும் மேகமாய் மாதியின் பேரழகினை மூடிநின்ற மண்0டெப் பட்டினை ஹாலன் கோபத்தோடு பார்த்தான். மாதியின் இருவகை அழகிற்கும் எல்லையாக நிற்கும் அதன்மேல் அவனுக்கு ஒரு மயக்கமும் மேலிடாமலில்லை

“இந்தக் 0கெட்டியால் சிறிது நேரம்கூட கால்களை அமைதியாக வைத்திருக்க இயலாது..”

என்று, தன் களங்கமில்லாத சிரிப்பினை வார்த்துக்கொண்டே அடுத்தடுத்த எருமைகளைக் கறந்தாள் மாதி. இந்த எருமைகளை இவளைத்தவிர வேறு யாராலும் ஆளமுடியாது எனும் முடிவுக்கே வந்திருந்தான் ஹாலன். மாதி கறந்து முடித்த ஒணெகளை வாங்கி வைத்துவிட்டு வேறு ஒணெகளை அவன் கொடுத்து உதவினான். 0கெட்டியை விடுவித்த மாதியின் கட்டில் இன்னும் கட்டுண்டிருந்தான் ஹாலன்.

மாதி பால்பீய்ச்சும் பக்குவத்தினை பெருமிதத்தோடு கண்டு களித்தானவன். அவனுற்ற இந்தப் பெருமிதத்தை எவராலும் கொள்ள முடியாததாக எண்ணினான். அவன் தன் அண்ணிமார்கள் யாரையும் இதுநாள்வரை முற்றம் மெழுக சாணம் எடுப்பதை தவிர்த்து வேறு எதற்கும் இந்தத் தோவிற்குள் வந்து கண்டதில்லை.

இரண்டுக் கோண எருமைகள்போக பதினான்கு எருமைகளையும் சற்று நேரத்தில் கறந்து முடித்திருந்தாள் மாதி. அவள் கூடுதலாகக் கொண்டுவந்திருந்த ஒணெகளிலும் பால் நிரம்பிபோக, அவற்றைப் பகிர்ந்தெடுத்துக்கொண்டு ஹாலனும் மாதியும் இல்லம் திரும்பினர்.

ஓணெகளை தம் மார்போடு அணைத்துக்கொண்டு முற்றத்தில் நுழையும் அவ்விணையைக் கண்டவர்கள் அனைவரும் பெரிதும் மகிழ்ந்தனர். அவ்வீட்டின் வலது புறத்தில் உள்ள ஹாலனின் பெரியப்பா வீட்டினைத்தவிர்த்து, அடுத்தடுத்துள்ள வீடுகளில் பொறாமையின் பார்வையே தொடர்ந்தது.

“சரிதான்... சரிதான்... சிங்0கர.. சிங்0கர..”

என்று வீட்டின் திண்ணையில் அமர்ந்துகொண்டிருந்த மதிக்கத்தகுந்த வயதுடைய ஒருவர் பெருமையும் மகிழ்வும் மிளிர அவர்களுக்கு ஆசி வழங்கினார். அவரின் முகத்தினை எங்கோ பார்த்த நினைவு எழுந்தது மாதிக்கு. ஓணெயுடன் வீட்டிற்குள் நுழைந்தவர்களை அங்கிருந்தவர்கள் அனைவரும் மகிழ்ந்துநோக்க, குப்பியின் கண்களில் மீண்டும் ஆனந்தக்கண்ணீர் பெருகியிருந்தது.

ஓணெயினை இறக்கி வைத்துவிட்டு விரைந்து வெளியே வந்தான் ஹாலன்.

“வாருங்கள் காரி அப்பா... எப்போது வந்தீர்கள்...

தவறி சென்ற எருமைகள் கிடைத்தனவா..”

என்று ஹாலன் விசாரிக்க, மோருடன் வந்து நின்றாள் மாதி. மாதியைப் பார்த்துக் கொண்டே,

“இவர்களின் ஊரின் எல்லையில்தான் மிரண்டுபோன நம் எருமைகளைக் கண்டடைந்தோம்.

இவளின் தந்தையின் உதவியோடுதான் அவைகளை ஓட்டிவந்தேன்..

ஆனால்... 0பிட்டனை மட்டும் காப்பாற்ற இயலவில்லை ஹாலா... அவனின் கழுத்தை ஆழமாக புலி கடித்திருந்தது.

புலியை எதிர்த்து நம் 0பிட்டன் விடாது பேராடியுள்ளான்...

மற்ற எருமைகளையெல்லாம் அவன்தான் மீட்டுள்ளான் ஹாலா..

உரிய மரியாதையுடன் ஒரசோலையின் எல்லையில்தான் அவனைப் புதைத்தோம்...

அதற்கெல்லாம் இவளின் தந்தை 0பெள்ளி பெரிதும் உதவினார்..

0பிட்டனைப் புதைத்த இடத்தில் அவர் கன்னேரி மரத்தையும் நட்டார்."

என்று ஆழ்ந்த வருத்தம்மேலிட கூறிய காரி தரையை வெறித்திருந்தான். அதைக் கேட்டவுடன் மாதிக்கு அது நினைவுவந்தது. சோர்ட்டிலிருந்து இறங்கும்போது எருமையைத் தேடி வந்த கூட்டமும் அதில் தன் தலைப்பாகையை அவிழ்த்துக்கட்டிய உருவமும் நினைவில் வர. அது காரிதான் என்பதைக் கண்டுகொண்டாள். காற்றில் ஆடிய அந்தச் செம்முடி இப்போதும் அசைந்து கொண்டிருந்தது. அவனது நினைவிற்கான பொருத்தப்பாட்டினை கச்சிதமாக 0பீரமுக்கு மலையிலிருந்து இறங்கிய காற்றில் அது எழுதிக்கொண்டிருந்தது. திண்ணையில் தனக்கருகில் அமர்ந்துகொண்டு தன்னை ஓர்ந்த குனிக்கியைப் பார்த்து,

"ஏ அம்மெ... அன்று இறுதிவரை உன்னைத்தான் நினைத்துக் கொண்டிருந்தோம்...

நீ கொடுத்த அந்தத் துப்பதிட்டுதான் அடுத்தநாள் மாலை நாங்கள் ஒரசோலையில் உண்ணும்வரை எங்களுக்கு உணவு...

நீ தந்த அந்தப் பலகாரத்தின் தெம்பில்தான் காடுமேடெல்லாம் அலைந்தோம்...

உனக்கு என்றும் நன்றிகூற கடமைப்பட்டுள்ளோம்..."

என்று நன்றி ததும்பிய வார்த்தைகளை உதிர்த்தான் காரி. அதைக்கேட்டு நாணமும், மகிழ்ச்சியும் கலந்த உணர்வுடன் மௌனம் கொண்டாள் குனிக்கி.

ஹாலன் காரியிடம் அன்று நடந்ததையெல்லாம் கேள்விப்பட்டான். அடுத்த குடுவை மோருடன் வந்தாள் மாதி. காரிக்கும் ஹாலனுக்கும் ஊற்றினாள். உரையாடல் தொடர்ந்தது.

“ஹாலா நேரமாகிவிட்டது...”

என்றாள் குப்பி. ஹாலனும் “ஆ.. ஆ.. சரி ஔவெ” என்றவன் குப்பியிடம் 0பிட்டனின் இழப்பினைச் சொல்லி வருந்தினான். குனிக்கியிடம்,

“அத்தை, உங்கள் 0கெட்டியைப் போலதான் காரி அப்பாவின் 0பிட்டனும். அது காரி அப்பாவிற்கும் எனக்கும் மட்டுமே அடங்கும். இந்த ஊரில் யாருக்கும் அடங்காது.

எங்களுடைய மந்தைகள் அனைத்தையும் வழிநடத்திச் செல்வது 0பிட்டன்தான்...”

என்று, 0பிட்டனை நினைத்து கண்ணீர் பனிப்ப கூறினான் ஹாலன்.

“ஆம் ஹாலா... அந்த எருமைகளை புலி துரத்திச் செல்வதை நாங்கள் கண்டோம்...”

என்று கூறிய குனிக்கி, புலியால் 0கெட்டியின் தாய்க்கு ஏற்பட்ட நிலை, மற்றும் மாதியின் தாத்தா ஜோகியின் வீரக்கதையினைக்கூறி கண்ணீர் சிந்தினாள். அவ்வீரனின் கதையைக்கேட்ட காரியும் ஹாலனும் ஜோகியின் வீரத்தினை கற்பனையில் அசைபோட்டனர். அடுத்தகணமே அந்த வீரனின் வழித்தோன்றலான மாதியை அள்ளி அணைத்து உச்சிநுகர துடித்தான் ஹாலன்.

ஜோகியின் குடும்பத்திலிருந்து பெண்ணெடுக்க குப்பி காட்டிய ஆர்வம் அப்போதுதான் அவனுக்கு முழுமையாக புரிந்தது. விழிகளில் நன்றி ததும்ப தன் தாயை நோக்கினான் அவன். எதிர்நோக்கிய குப்பியின் பார்வையில் பற்பல அர்த்தங்கள் நிறைந்திருந்தன.

ஜோகியின் வீரத்தின் பிடியிலிருந்து இன்னும் வெளிவரவியலாமல் திளைத்திருந்தான் காரி. அவர் உறைந்த பதியில் நேற்று உலவியதைக் குறித்தும், அவர் வீட்டிலிருந்து கொண்டுவந்த உணவினை உண்டது குறித்தும், அந்த வீரத்தின் விளைநிலத்தில் 0பிட்டனைப் புதைத்ததைக் குறித்தும் பெருமைகொண்டான்.

இந்த உரையாடல் நிகழ்ந்து கொண்டிருந்தபோதே மாதிக்கு மாசி கொடுத்த தன் தாத்தாவின் வீரக்குருதி உறைந்த மண்முடிப்பின் நினைவு வந்தது. உரியநேரம் வரும்போது மாசி கூறியதைப்போலவே அதை தன் விளைநிலத்தில் உடனடியாக கலந்து விட வேண்டும் என்று எண்ணினாள் மாதி. தன் உடைமைகளைக் கொண்டுவந்த ஏகிக் கூடையினுள் வைத்த மண்முடிப்பினைச் சரிபார்த்தாள்.

உரையாடல் நீண்டு கொண்டிருந்தது. ஹாலனுக்கு மீண்டும் நேரமானதை நினைவுபடுத்தினாள் குப்பி. ஜோகியைப் பற்றி குனிக்கி கூறிக்கொண்டிருந்ததைக் கேட்கும் ஆவல் ஹாலனுக்கு மிகுந்திருந்தது. அவன் அங்கிருந்து நகர்ந்து வீட்டிற்குள் சென்றான். தன் எருமை மந்தையிலிருந்து கறந்து ஊற்றிய பால் அவிரியினை ஒரு மடக்கெயில் மூடி, அதை தன் மார்போடு அணைத்தெடுத்துக் கொண்டு கிளம்பினான். எதுவும் புரியாமல் மாதியுடன் அவளின் வீட்டாரும் ஹாலனின் செயலினைக் கவனித்தனர். குப்பியின் முகத்தோடு காரியின் முகமும் தீடீரென்று இறுகியிருந்தது.

முற்றத்தைக்கடந்த ஹாலன் வலப்பக்கமாகத் திரும்பினான். முதலில் இருந்த தன் பெரியப்பாவின் வீட்டிற்குச் சென்றான். அ0கலெயில் வைக்கப்பட்டிருந்த தட்டெயில் நான்கு மடக்கெ பாலினை ஊற்றினான். தொடர்ந்து அடுத்தடுத்ததாக தன் சிற்றப்பா மற்றும் அண்ணன்மார்களின் வீடுகளில், முற்றத்தின் கடைத்திண்ணையில் வைக்கப்பட்டிருந்த அவிரிகளில் அளவுமாறாமல் பாலினை ஊற்றினான்.

காலி அவிரியுடன் தன் வீட்டு முற்றத்தினுள் நுழைந்த அவனை குப்பியும் காரியும் கருணையுடன் பார்த்தனர். மாதியின் வீட்டாரிடமும் அதே பார்வை தொடர்ந்தது. குப்பி செய்கின்ற எல்லாவுமே காரணத்துடனும் நியாயம் கலந்த

நேர்மையுடனும் இருக்கும் என்ற மாசியின் வார்த்தையை மீண்டும் நினைவுபடுத்திக்கொண்ட மாதியின் வீட்டார் அதைப்பற்றி எதுவும் சலனங்கொள்ளாமல் அடுத்தடுத்த பணிகளைத் தொடர்ந்தனர்.

சமையலறையின் கீழ்ப்பக்கத்து இடது மூலையில் அமைந்திருந்த 0பிள்ளெயில் ஹாலன் குளிப்பதற்கான சுடுநீர் தயாராக இருந்தது. அன்பும் வியப்பும் பொங்க மாதியைப் பார்த்தான் ஹாலன். 0பிள்ளெக்குள் சென்று அங்கிருந்த சட்டெ கல்லில் அமர்ந்தான். சுடுநீரோடு தண்ணீர் கலந்து, ஹாலனின் ஒப்புதலோடு, அவனுக்கேற்ப நீரினைப் பக்குப்படுத்தினாள் மாதி. அவளின் மனதில் ஏதோ ஒருவித அச்சம் மேலிட்டது.

இதுநாள்வரையில் அவள் குளிப்பதற்காக ஆற்றங் கரையிலிருந்து கொண்டுவரும் நுரைத்தன்மை கொண்ட தொரெகோலிலிருந்து அவளுக்கு தேவையான நுரையினை மாசிதான் பக்குவமாக எடுத்துக் கொடுப்பாள். ஆனால் இன்று முதல்முறையாக ஹாலனுக்கு தொரெகோலின் நுரையினை ஆக்க வேண்டும். இதுசார்ந்த மாசியின் செயல்பாட்டின் நினைவினை, ஹாலனுக்குக் குளிப்பதற்கு நீர் எடுத்து வைக்கும்போதே அவளின் மனதில் ஓடவிட்டிருந்தாள் மாதி. இன்னும் அது ஓய்ந்தபாடில்லை.

தொரெகோலினை எடுத்தாள் மாதி. அதன் மேற்தோலினை உரித்து இடிகல்லினால் நீர் சேர்த்து இடித்து நுரையாக்கினாள். தொரெகோலின் செயல்முறையை மாதிக்கு நினைவூட்ட எண்ணிய குனிக்கியோ உள்ளே நுழைந்தாள். அங்குத் தொரெகோலினை இடித்துக்கொண்டிருந்த மாதியின் காட்சியைக் கண்ணுற்றவள்,

"ஏய் மாதி.. சரிதான்... சரி தான்..

எத்தனைமுறை கேட்டிருப்பேன்..

ஒரு நாளாவது எனக்கு இப்படி தொரெகோலினை இடித்து தந்திருப்பாயா?..

சொல்... கள்ளி...

என்று எள்ளிக் கொண்டு அங்கிருந்து விலகினாள்."

உரியவளிடம் ஒப்படைத்த நிறைவில் திண்ணையிலமர்ந்து பேசிக்கொண்டிருந்தாள் குப்பி. இருந்தாலும் அவளின் மனதில் இதுநாள்வரை தன் மகனுக்கு தான் செய்த கடமையை, மாதிக்கு விட்டிருந்த சிறு வருத்தமும் மேலிடவே செய்தது. அதைச் சிறிதும் வெளிப்படுத்தாமல் இருப்பதில் கவனமாக இருந்தாள். காலத்தையும் கடமையையும் எண்ணி அவள் தன்னை சமாதானம் செய்து கொண்டாள். தவறாது அன்பின் ஞாலம் கருதும்போது சில சங்கடங்களைப் பொருட்படுத்தக் கூடாது எனும் குப்பியின் பக்குவம் இன்றும் தொடர்ந்திருந்தது.

தன் உடலை நனைத்த ஹாலன், மாதி குடுவையில் செய்தளித்த தொரெகோலு நுரையினை எடுத்து தன் தலைமுதல் தேய்க்க தேய்க்க, மாதியின் தொரெகோலு நுரையின் தயாரிப்பும் தொடர்ந்தது. அச்சூழலைக் குறிப்பால் உணர்ந்தவள் அவனுக்குத் தேவையான நேரத்தில் அவனின் தலைக்கு நீர் ஊற்றினாள். இரண்டாவது முறை தலை அலசலுக்கும் தொரெகோலு நுரையினை அளித்தாள் மாதி. இதுவும் ஹாலன் அனுபவிக்கும் புதுப்பழக்கமாகும். இரண்டாவது அலசலுக்குப் பிறகு ஹாலனின் முதுகினைத் தேய்க்கப்போனாள் மாதி. அவளுக்கு தன் கையில் வைத்து தேய்த்துக் கொண்டிருந்த நாரினை கொடுத்தான் ஹாலன்.

மென்மையும் வலிமையும் கலந்த அதுபோன்ற நாரினை முதல்முறையாகக் கண்டாள் மாதி. வியப்புடனே,

"இது நீங்கள் செய்ததா?" என்றாள்.

"இல்லை.. இது சவுனக்காக்கெயின் கூடு"

என்றான். வியப்பு தளாமல் அதை நோக்கியவாறே,

"ம்... தெரியும். நான் இதைப்பற்றி கேள்வியுற்றிருக்கின்றேன்...

என் தந்தை சிறுவனாக இருந்தபோது அவரின் அடத்தினைப்போக்க இக்கூண்டினைக் கண்டடைந்து, அவர்முன் என் தாத்தா எரித்தாராம். அதேபோல என் அடத்தினைப்போக்க எவ்வளவு முயன்றும் இப்பறவையின் கூண்டினை என் தந்தையால் கண்டடைய முடியவில்லையாம்.."

என்றாள் மாதி.

"ஓ.. ஓ.. அதனால்தான் நீ அவ்வளவு குறும்பு செய்கிறாயோ?"

என்று ஹாலன் கேட்க,

"ஓ.. ஹோ.. இந்தக் கூடும் உங்களின் அடத்தினைப் போக்கக் கொண்டுவரப்பட்டதோ?"

"ஆமாம், பார்த்தாயல்லவா என் சமத்தினை... இந்தக் கூட்டினை எரிக்கும் அவசியமே ஏற்படவில்லை. நான் எவ்வளவு நல்லப்பிள்ளை பார்த்தாயா?..."

என்று உரையாடல் தொடர, மூன்றாவது முறையாக அவனது அகன்ற முதுகினை அழுத்தித்தேய்த்துக் கழுவினாள் மாதி. அன்பின் கரத்தில் கட்டுண்ட அங்கம் துளியும் களங்கமற்றே போகும் அல்லவா. இறுதிக் குடுவையினை 'ஈரமாசியே'... என்று ஹாலன் தன் தலையில் ஊற்றினான். தன்னோடு ஒத்திருக்கும் இப்பழக்கத்தினை எண்ணி உள்ளூற மகிழ்ந்தாள் மாதி.

புலரா ஈரத்துடன் 0பிள்ளெயில் நிற்கும் ஹாலனைக் கண்டதும் அவளுக்கு அடைமழைக்குப்பின் பசியநிற்கும் ஊரு0பெட்டின் நினைவாடியது. அவனின் அங்கங்களைத் தேய்த்த அனுபவம் அவளுக்கு முதல்முறையினதாகத் தெரியவில்லை. ஆண்டாண்டுக்காலம் வாழ்ந்த அனுபவத்தின் உணர்வினை அவள் அள்ளிப் பருகியிருந்தாள்.

வாழ்க்கைக் கடமையின் சிறந்த ஆக்கத்தின் நிறைவு மேலிட்டது மாதிக்கு. அவனுக்கு துணிகளைக் கொடுத்தாள் அவள். தலையைத் துவட்டிக்கொண்டே அவன் எழுந்து நிற்க முறுக்கேறி புடைத்த அவனின் உடலின் ஒலி மாதிக்கு தன் தந்தையை நினைவூட்டியது. தன் தந்தையின் ஒட்டுண்ணியாகத் திகழ்ந்தவள் மாதி. அவரைப் பிரிந்து இனி இவள் எப்படி வாழ்வாளோ என்று அனைவரும் வருந்தினர். அப்படியொரு சூழலினை அன்புநிறைந்த இவ்வீடு அவளுக்கு ஏற்படுத்தவில்லை. தன் தந்தையோடு ஒப்புநோக்க ஹாலனைத்தவிர வேறொருவன் இந்த உலகத்தில் இல்லை என்றே உறுதியாக நம்பினாள் மாதி.

ஹாலன் தலைத்துவட்ட ஏதுவாக, அடுப்பில் மூலிகைத்தன்மை கொண்ட மாசி0கெ மரத்தின் கட்டையினை இட்டு தயாராக வைத்திருந்தாள் மாதி. மூலிகை

வாசத்தோடு கனன்றெரிந்த மாசி0கெ மரத்தின் வெக்கை ஹாலனின் கைகளில் படர்ந்து, அதன்வழி அவனது சிகையை உலர்த்திக் கொண்டிருந்தது. ஓரளவு உலர்ந்ததும் தன் கற்றை முடியை வெயிலில் உலர்த்த முற்றத்திற்கு நகர்ந்தான் அவன். திண்ணையில் அமர்ந்து பேசிக்கொண்டிருந்த மாதியின் வீட்டார், மாதியைக் குளிப்பாட்ட வீட்டிற்குள் நுழைந்தனர்.

தொரெகோலின் நுரையினை மாதியின் கூந்தலுக்கு இட்டப்படியே குனிக்கி,

"மாதி எல்லாம் தெரியுமல்லவா..."

என்றுகேட்க,

"எல்லா சிங்0கர குனிக்கி..."

என்றவாறு குனிக்கியின் பெயரினை அழுத்தமாகச் சொல்லிக்கொண்டே தன் இரு கரங்களிலும் தொரெக்கோலின் நுரையினை எடுத்து குனிக்கியின் முகத்தில் தடவினாள் மாதி.

சுடுநீரின் ஆவி அவ்வறை முழுவதும் படர்ந்திருந்தது. ஹாலனை ஏந்தியிருந்த அடுப்பிற்கு அருகிலுள்ள முக்காலி மாதியை ஏந்தியிருந்தது. கட்டுக்குள் அடங்காத அவளின் கூந்தல் கனன்றெரியும் மாசிகெ மரத்தின் சுடரினை மேலும் சிவக்கச் செய்தது.

கண்களுக்கு அதிகமாக எரிச்சலூட்டாத மாசி0கெயின் வெண்புகையோடு மிச்சிக்கு அந்தக் கவலையும் சேர்ந்தெழுந்தது. மாதி தலைக்கும் சேர்த்து நீராடும் நாட்களில் அவளின் சிகை உலர்த்தும் காட்சியே நெடுநேரம் தொடரும். அதை காணும்போதெல்லாம் தவறாமல் மிச்சிக்கு இக்கவலை தொற்றிக்கொள்ளும்.

'புகுந்த வீட்டிற்குச் சென்றபிறகு இவ்வடர் கூந்தலை அவள் எவ்வாறு கையாள்வாளோ....

உலர்த்த நேரமின்றி அவளுக்கு சளி கண்டுவிடுமோ...

என்று அடுக்கடுக்காய் மிச்சி அசைபோட்ட இக் கவலைகளுடன், இனி, மாதியால் முற்றத்திற்குச் சென்று கூந்தலை உலர்த்தவும் இயலாதே...

எனும் புதுக்கவலையும் சேர்ந்துகொண்டது. மிச்சியின் இக்கவலை மாசிகெயின் மென்புகையினையும் விஞ்சி நின்றது. அப்போது அடிகோட்டு பெள்ளியை நோக்கிச் சென்றாள் குப்பி. அங்கு வைத்திருந்த அகன்ற சட்டெக்கல்லோடு அடுப்பினை நோக்கி வந்தவள், அதில் மாசிகெயின் நெருப்புக் கங்குகளை நிரப்பினாள். அதில் அவள் ஏற்கனவே பொடித்து வைத்திருந்த சந்தன மரக்கட்டையின் துகளினை இட்டாள். எழுந்த நறுமணப்புகையில் மாதியின் சிகையோடு மிச்சியின் கவலையும் உலர்ந்திருந்தது. சந்தனத்தின் நறுமணத்தினைத்தாண்டி அங்கு தாய்மை கமழ்ந்துகொண்டிருந்தது.

பெரும் நிறைவு மேலிட அனைவரும் உண்ணத் தயாராகினர். அகெலெயின்மீது அமர்ந்திருந்த காரிக்கும் ஹாலனுக்கும் முதலில் வெண்கலத்தட்டில் உணவுப் பரிமாறினாள் மாதி. அவள் சீராகக் கொண்டுவந்திருந்த வெண்கலத் தட்டில் உணவு உண்டுக்கொண்டிருந்தான் ஹாலன். கம்பட்டனிடம் சொல்லி மிக நேர்த்தியாக, மாதியின் திருமணச் சடங்கிற்காக பெள்ளி செய்த தட்டு அது. உரிய இடத்தினை வந்தடைந்ததும் அத்தட்டிற்கு அழகுடன் கம்பீரமும் சேர்ந்துகொண்டது.

அவர்கள் கைகழுவ இரு குடுவைகளில் நீர் கொண்டுவந்திருந்தாள் மாதி.

"மாதி.. இது என்ன உன் கணவனுக்கு மட்டும் சிறப்பாக..."

என்று காரி கேட்க,

"இல்லை மாமா.. உங்களுக்குத்தான் சிறப்பாக.."

என்று, அவருக்கான குடுவையினை நீட்டினாள். அதிலிருந்த தண்ணீரில் அவர் கைகளைக் கழுவினார். அடுத்து ஹாலனுக்குக் கொடுக்கப்பட்ட குடுவையில் வெந்நீரிருந்தது. ஹாலன் மாதியைப் பார்க்க,

"இல்லை, காரி மாமாவிற்கு நான் முதல்முறையாகப் பரிமாறுகிறேன். எனக்கு அவர் முதல் விருந்து. எனவே, நம்மரபின் அடிப்படையில் அவருக்கு தண்ணீர் அளிப்பதுதானே முறை"

என்றாள் மாதி.

"ஓ... சரிதான்... சரிதான்... நீ உன் அத்தை குப்பியையே விஞ்சிவிட்டாய் போ.... சிங்0கரா.."

என்று அகமினிக்க வாழ்த்தினார் காரி. சாமைக்களி, வேகவைத்த காட்டுக் கிழங்கு, நனெ கள்ளெ, மாசி கொடுத்தனுப்பிய 0காக்கெ சொப்பு ஆகியவற்றை காரிக்கும் அவரைத் தொடர்ந்து ஹாலனுக்கும் பரிமாறினாள் மாதி. நெய், தயிர், மோர் என்று உணவு நிறைவடைந்திருந்திருக்க மீண்டும் அவ்விருந்தின் நிறைவிற்கு காரிக்கு தண்ணீரையே அளித்தாள் மாதி. அவர்கள் உண்ட தட்டுகளை எடுத்துச் சென்றாள்.

"ஏய் ஹாலா... இப்படியொரு உணவினை உண்டு வெகுநாட்கள் ஆகிவிட்டது டா..

சிங்0கரா...

குப்பி, நீ கொடுத்து வைத்தவள்...

முறையறிந்து, குறிப்பறிந்து ஓம்பும் மருமகள் கிடைத்திருக்கிறாள்...

எல்லாம் உங்களின் மனதைப்போல சிறப்பாக அமைந்திருக்கின்றது..

நீங்கள் 0பில்லிப் பூ வாடாமல் பல்லாண்டுகள் வாழவேண்டும்.."

என்று மனதார வாழ்த்தினான் காரி.

"இன்று நீங்கள் இருப்பீர்கள் தானே... நம் வீட்டிற்கு வாருங்கள்..."

என்று மாதியின் வீட்டாரைநோக்கி காரி அழைக்க,

"மம்மா... இன்று கிளம்பியாக வேண்டும்..."

என்று முந்திய மிச்சி பதிலுரைத்தாள். அதைக் கேட்டகணம் மாதியின் முகம் சுருங்கி போனது.

"ஓ.. சரிதான்... சரிதான்.."

என்று கூறிய காரி, தன் கச்சையில் வைத்திருந்த சிறு துணி முடிப்பினை மிச்சியிடம் தந்தான்.

கோ.சுனில்ஜோகி

"இதில் 0தொட்ட ஹெம்மெ அவரையின் விதைகள் உள்ளன..

இதை உங்கள் முற்றத்திற்கருகில் உள்ள நிலத்தின் திண்ணையையொட்டி விதையுங்கள்...

நம் சந்திப்பின், உறவின் அடையாளமாக வருடம் முழுவதும் காய்க்கும் இந்த அவரைகள் திகழட்டும்"

என்றான் காரி. மாதியின் வீட்டார் ஐவரும் காரியிடம் ஆசிபெற்றனர்.

காரியின் முகத்தோடு பார்வையிலும் நிறைவே ததும்பியது. கனிவான குரலோடு மீண்டும், "செல்வதற்கான திட்டம் என்ன" என்றார்.

"அப்பா.. நான் சென்று விட்டுவருகிறேன்.."

என்று காரியின் வார்த்தை முடிவதற்கு முன்பாகவே முந்தியுரைத்தான் ஹாலன்.

"இல்லை... இல்லை... வேண்டாம்... வந்தவழிதானே.. நாங்களே சென்று விடுகிறோம்.

ஹாலனுக்கு ஏன் வீண் சிரமம்..."

என்று குனிக்கி குறுக்கிட,

"சகோதரியே... அது முறையல்ல...

அது புலிகள் உலவும் பாதை...

உங்களோடு ஹாலன் வரட்டும்... அவள் உங்களை விட்டுவருவன்..."

என்றுகூறி விடைபெற்றான் காரி.

தாம் உண்டுமுடித்தப்பிறகு மாதிக்கும் குப்பிக்கும் உணவு பரிமாறி, உண்ணச் செய்தப்பின் அவர்கள் புறப்பாட்டிற்குத் தயாராகினர். மாதியை வாழ்த்தி அவளின் நெற்றியில் அவ் ஐவரும் முத்தமிட்டனர். விடைபெற தயாராகினர். மாதியின் கண்களில் கண்ணீர் பெருகியது. தாரை தாரையாக மார்பில் இறங்கியது. பெருகிய அவளின் கண்ணீரை குப்பி தன் கைகளால் துடைக்க, மாதி குப்பியை இறுக்க அணைத்துக்கொண்டாள்.

பலகாரங்கள் நிறைந்த கூடையை குனிக்கி தலைமேல் சுமந்திருந்தாள். ஒருநாள் கழித்துச் செல்லவேண்டி குப்பி அவர்களை எவ்வளவோ வலியுறுத்தியும், சூழலால் மறுத்த அவர்களை முறையோடு வழியனுப்பினர். மாதியை பாங்கான இடத்தில் ஒப்படைத்த மகிழ்வு அவர்களின் மனதிலும் விழியிலும் நிறைந்திருந்தது.

அன்பின் வலிமையுடன், வலிய ஈட்டிமரத்தின் கம்பினை ஏந்திய ஹாலனின் வலிமையும் வழிநடத்த அவர்கள் திரும்பினர். காட்சியினின்று அகலும்வரை நொடிக்கொரு முறை மாதியைத் திரும்ப திரும்பப் பார்த்துக் கொண்டே சென்றனர் மிச்சியும், குனிக்கியும். மாதி குப்பியின் கரங்களை இறுகப் பற்றியிருந்தாள். மாதியின் முதுகைத்தடவி அவளை மீண்டும் ஆசுவாசப்படுத்தினாள் குப்பி. மாதியை அழைத்துக் கொண்டு மனைக்குள் நுழைய எத்தனிக்கையில்,

“ஏய்... கெப்பி அக்கா...

அந்தச் சோம்பேறி... காலையில் எந்தப் பாலினை ஊற்றினானாம்...

அ0டோலியாக வந்த எருமையின் பாலினை ஊற்றினானா என்ன?

நாங்கள் ஒன்றும் மனங்கெட்டவர்கள் அல்ல...

அந்தப் பாலினைத் தொடாமல் அங்கேயே வைத்துள்ளேன் பார்...

ஏய் மொட்டெ... அந்தப் பாலினைத் தொட்டுவிடாதே...

சுத்த கூறுகெட்டவன்...”

என்று 0கிரிஜியின் வசைச்சொல் மிகுந்திருந்தது.

குப்பியின் மேலதிக கோபத்திற்கு ஆளாகிவிட நேரும் என்பதற்காக இதுவரை காத்திருந்தாள் 0கிரிஜி. எங்கே, பெண்வீட்டார் குப்பிக்குத் துணையாக வந்துவிடுவார்களோ என்ற பயம்வேறு அவளுக்கு. இதுவரை சரியாகக் கிடைத்து கொண்டிருப்பது எங்கே கிடைக்காமல் போய்விடுமோ என்ற நெருடலும் அவளுக்குள் இருக்கவே செய்தது. இருந்தும் வஞ்சம் கனன்றது.

0கிரிஜியின் வார்த்தைகளைப் பொருட்படுத்தாமல் விட்டுவிடுவது குப்பிக்கு வாடிக்கையான ஒன்று. அவளின் வார்த்தைக்கு மறுமொழி பேசுவது கழிவுநீரில் கல்லெறிவதுபோல என்று நான்கறிவாளவள்.

0கிரிஜியின் வார்த்தைகளைச் சிறிதும் பொருட்படுத்தாமல் மாதியை அழைத்துக்கொண்டு மனைக்குள் சென்றாள் குப்பி. மாதியைச் சீண்ட வேண்டுமென்ற 0கிரிஜியின் எண்ணம் தோல்வியடைய, அவளின் கோபம் பலமடங்கு பெருகியது. சகிக்க முடியாத வார்த்தைகள் அவளிடமிருந்து இடைவிடாமல் சிதறின. ஆனால், என்றும்போல குப்பியின் சினம்காத்தல் தொடர்ந்திருந்தது தன் கணவன் போசனுக்காக.

6

அடர்ந்த கா சோலையின் வழியே அவர்களை முன்னின்று அழைத்துச் சென்றான் ஹாலன். கீய்ஹள்ளா வந்ததும் அவர்கள் இறங்குவதற்கு வழிவிட்டு ஒதுங்கி நின்றான். ஐவரும் மெதுவாக இறங்கி அக்கரையை அடைந்தனர். தலையில் கூடையுடன் இறுதியாக இறங்கிய குனிக்கி அக்கரைக்குச் சென்றதை உறுதிப்படுத்தினான். கரையையொட்டி இடது புறத்திலுள்ள 0பைகெ மரத்தின் இடைக்கொப்பில் கட்டப்பட்டிருந்த 0கப்0பிளி0கிடு கொடியினைப் பிடித்தான். ஒரே தாவில் அக்கரையினை அடைந்தான் அவன்.

ஹாலனின் இச்செய்கையை, அவன் காட்டிய விளையாட்டாக எண்ணி அவ்வைவரும் சிரித்தனர்.

"ஏய் ஹாலா.. இதை மாதிக்குக் காட்டிவிடாதே..

தினமும் பத்துமுறை அவளை இங்கு அழைத்துவர நேரிடும்..."

என்று நகைத்தாள் குனிக்கி.

நகைக்கீற்றின் விளிம்புத் தவழும் மணிக்கியின் முகத்தில் மட்டும் ஹாலனின் இச்செயலையெண்ணிய ஆழ்ந்த யோசனை மேலிட்டது. வந்ததுமுதலே ஹாலனின் செய்கைகளைக் கண்ணுற்று வியந்த அவளுக்கு, நிச்சயம் இந்தச் செயலிலும் ஏதேனும் இருக்கும் என்றே தோன்றியது.

"தம்மா... என்னவாயிற்று...

இந்த ஆற்றினை, ஏன் இப்படிக் கடந்தாய்...

கீழே இறங்கி நீரினைக் கலக்க விருப்பமில்லை போலும்..."

என்ற அவனது குணத்திற்கேற்ற வினாக்களைத் தொடுத்தாள் மணிக்கி.

மீண்டும் முன்னிலை வகித்திருந்தான் ஹாலன். மணிக்கியின் தொடர்வினாக்களில் வெளிப்பட்ட அன்பினையெண்ணிய அவனின் ஆழ்ந்த மௌனமே அவ்வினாக்களுக்கான முதல் விடையானது.

"எனக்கு விபரம் தெரிந்த நாள்தொட்டு இந்த ஆற்றில் நான் கால்பதித்தது கிடையாது...

இனியும் கால்பதிக்கவும் மாட்டேன்"

என்றான் அவன். நகர்ந்து கொண்டிருந்த அனைவரும் ஒருகணம் நின்றனர். ஆழ்ந்த வருத்தத்தின் நெடியுடன் எழுந்து கொண்டிருந்த இந்த வார்த்தைகள் அவர்களுக்கு வியப்பினை ஊட்டியது. அதோடு, காரணத்தை அறிந்துகொள்ளும் ஆர்வத்தையும் தூண்டியது. "ஏன் ஹாலா" என்று முதலில் முந்திக்கொண்டது குனிக்கியின் வார்த்தை.

இட்டெ0கிடுச் செடியில் அமர்ந்திருந்த வண்ணத்துப் பூச்சியொன்று கம்பினைப் பிடித்திருந்த ஹாலனின் மணிக்கட்டில் வந்து அமர்ந்தது. கருப்பும் வெள்ளையும் கலந்த புள்ளிகளால் நிறைந்த அதன் வண்ணத்தில் அலைபாய்ந்தது அவனது கண்கள். அவனின் ஆழ்மனதின் கருப்புப் பக்கத்திலிருந்து வெண்மையாய் எழுந்தது அவனது தந்தை போசனின் நினைவு.

'ஊரிலுள்ள மொத்த எருமைகளையும் ஒற்றை ஆளாக மேய்ச்சலுக்கு ஓட்டிச் செல்பவராம், சிறு ஆபத்தும் நேராது மந்தைகளைக் காத்துவந்த பெரும் தீரராம், நேர்மை, நியாயத்திலிருந்து சற்றும் வாழுவாதவராம் என் தந்தை. மிகை பனிக்காலத்தின் ஹெம்மாட்டி பயணத்தினை ஏற்கவும், நடத்தவும் அவரே முன்னத்தி ஏராம். சூழ்ந்த மலையும் காடுகளும் என்றும் அவரின் அறிவின் பக்கமாம்.

அவரின் அழைப்பிற்கு இசையும் மந்தைகள் எங்கிருப்பினும் அவரின் மறுகுரலுக்கு வாய்ப்பின்றி வந்து கூடுமாம்.

கருப்பிணியும், உடல்பிணியும் உறும் பொழுதில் என் தந்தையை அழைப்பதற்கெனவே எருமைகள் ஆக்கிவைத்திருந்த கனைப்பொலியைப்பற்றி இன்றும் எல்லோரும் வியந்து பகர்வதுண்டு. விதைப்பு மற்றும் அறுப்பின் பருவத்தில் முதல்பிடி என்றும் அவர் வசமாம். அவரின் ஆலோசனைக்குப்பிறகே விரியும் மந்0தாவின் தீர்ப்பிற்கு சிறகு சமைப்பதும் அவர்தானாம்.

வானிலை அறிவும், மருத்துவ அறிவும் கைத்தேர்ந்த அவரின் காலக்கணிப்பு என்றுமே தவறியதில்லையாம். சுற்றுவட்டாரத்திருந்து அவரை நாடிவந்து பிணிநிறைவுறுவது நாள்தோறும் வாடிக்கையாக இருந்ததாம். அதற்கெனவே எங்கிருந்தாலும் உச்சிகழிந்ததும் அவர் தவறாமல் இல்லம் வருவதுண்டாம். அதைவிட மகப்பேற்று மருத்துவத்தில் அவரின் பக்குவம் யாருக்கும் வாய்ப்பதரிதாம். ஏன், எனக்கும்கூட இல்லை என்று எப்போதும் அங்கலாய்த்துக் கொள்வாள் எங்கள் மருத்துவச்சி பன்னெ.

அகத்தில் துளியும் கலங்கமின்றி, மகப்பேறு பார்த்து, உலகினைக் கண்ட சிசுவைப் பக்குவமாய்ச் சுத்தம் செய்து, தன் இருகாரத்தில் ஏந்தி, ஆதவனுக்குக் காட்டி, மகப்பேறுற்ற பெண்ணின் பாதத்தினைத்தொட்டு "என் மகளாக நினைத்து பேறு பார்த்தேன்" என்று உறுதிகூறும் என் தந்தையை அடிக்கடி பன்னெ நினைவுகூர்வாள்.

ஏன்.. என் மகப்பேற்றைக்கூட என் தந்தைதான் பார்த்தாராம். எருமைகளை மேய்க்கவந்த இடத்தில், காலில் தைத்த கெச்சி0கெ முள்ளின் வலியால் அலறிய 0பெள்ளோடெ எருமையின் கன்றின் அவல ஓசையைக்கேட்டு, என்னவானதோ என்று இந்த இடத்திற்கு விரைந்து வந்த என் அன்னைக்கு மகப்பேறு வலிவர, இல்லத்திற்குத் திரும்ப அவகாசமின்றி பனிக்குடத்து நீரும் உடைந்துபோக, அதோ தெரிகின்றதல்லவா? அந்தப் பெரிய பாறையின் இடுக்கில்தான் என் தந்தை மகப்பேறு பார்க்க நான் பிறந்தேனாம்.

செல்லவேண்டாம் என்று எவ்வளவு சொல்லியும் கேளாமல் சென்ற என் தாயை என் தந்தையும், காரி அப்பா என்னையும் ஏந்திவர, அதைக்கண்டு அதிர்ந்து, வருந்தி, மகிழ்ந்து தான் கண்ணீர்மல்க நின்றிருந்த நிலையை அடிக்கடி நினைவுகூர்வாள் என் பெரியம்மா.

இயல்பாகவே என் தந்தையின்மீது பெரியம்மாவிற்கு அன்பு அதிகமாம். வீட்டிற்கு தலைமகனாக பெரியப்பா இருந்தபோதும் அவர், இல்லத்தின் நிர்வாகப் பொறுப்பினை என் தந்தைக்கு அளித்ததில் என் பெரியப்பாவுடன் இணங்கிய என் பெரியம்மாவிற்கும் உடன்பாடும் என் தந்தையின்மீது அசைக்கவியலாத நம்பிக்கையும் இருந்ததாம்.

அண்ணன் இருக்கையில் இல்லத்தின் பொறுப்பினை ஏற்க துளியும் விருப்பமில்லாத என் தந்தையோ அவரின் சொல்லினைத் தட்டவியலாது அதை ஏற்றதையும், என் பெரியப்பா இருக்கும்போது அவருக்குமுன்பு என்றுமே என் தந்தை அமராததையும் அடிக்கடிச் சொல்லி கண்ணீர் சிந்துவாள் என் பெரியம்மா.

இன்று காரி அப்பாவிற்கு உணவு பரிமாறப்பட்டதல்லவா அந்தப் பெரிய தை0கெத் தட்டில் உணவினை இட்டு, இல்லத்திலுள்ள அனைவரும் சுற்றி அமர, எல்லோருக்கும் அத்தட்டிலிருந்து சிறு சிறு உருண்டையாக உணவினை எடுத்துக் கொடுத்தும், குழந்தைகளுக்கு ஊட்டியும் விடும் அவரின் தன்னலமில்லாத பேரன்பிற்கு, இன்றும் ஒளிரும் அந்தத் தை0கெத் தட்டே சாட்சியாகும்.

தவறாமல் மூன்று வேளையும், குறைந்தது ஒரு வேளையுமாக அனைவருக்கும் பகிர்ந்துண்ட அந்தத் தை0கெக்கு, என் தந்தை மற்றும் பெரியப்பா தவறிய பிறகு தினமும் உண்ணும் வேளையில் நீரூற்றி வைத்துச் சற்றுநேரம் கழிந்து அதை அலசிக் கொட்டி மரபினைப் பேணும் என் அன்னையின் செயல்பாட்டிற்கு என்றும் ஏக்கக்கண்ணீரே அகரமிடும். இல்லத்திலுள்ள அனைவரும் உண்ட பிறகே இறுதியாக, நிறைவுடன் உணவினை உண்ணும் என் தந்தையின் நினைவாக, இன்றும் அத்தட்டில், உண்டதற்கு அடையாளமாக ஊற்றி வைக்கும் நீரினை, என் அன்னை உண்டப்பிறகே கொட்டுவாள். உண்ணும் வேளைகளில் காலியாகவிடப்படாத அந்தத் தட்டு காரி அப்பா வரும்போதெல்லாம் என் தந்தையின் முறையினைக் கொள்ளும். என்று ஹாலன் கூற கூற அவனின் நா தழுதழுத்தது. அவனின் வார்த்தைகளும், அதைக்கேட்டு அவன் தந்தையின் மீது உற்ற பெருமிதத்தால் மாதியின் வீட்டார் கொண்ட மௌனமும் சோர்ட்டின் நிசப்தத்தை மென்மேலும் கூட்டின.

மேலும் தொடர்ந்தான் ஹாலன். அவனுக்கான அடுத்த வார்த்தையினைக் கிளைகளைப் பரப்பி உயர்ந்து நின்றிருந்த நேரி மரம் எடுத்துக் கொடுத்தது.

“0தொ0ட்0ட மனெகளில் சவத்தெ நடக்கும்போது இரவுமுழுக்க அவ்வீட்டின் முற்றத்தில் ஏற்றப்படும் மந்0தக் கிச்சுவிற்கான கெண்ட மரத்தினை எடுத்துவரும் தகுதியை உடையவர் என் தந்தையாம். அதை மரபு வழுவாமல் பக்குவமாகச் செய்து முடிப்பதில் அவர் என்றுமே நிறைவினை அளிப்பவராம்.

பட்டு வீழ்ந்திருக்கும் நேரிமரத்தினை நடுவில் துண்டாக்கி, பகுதியளவுள்ள மரத்தினை தன் தோளில் ஏந்திவரும் அவரின் பராக்கிரமத்தினைப் பேசாதவர்கள் இவ்வூரில் எவருமில்லை.

மந்0தக் கிச்சுவிற்கான கெண்டமரத்திற்கு எவரேனும் சொல்லிவிட்டுப்போனால், அதிகாலையில் அவர்கள் தம் இல்லத்தின் கதவினைத் திறக்கும்போது ஓர் இரவிற்குத் தேவையான கெண்0ட மரம் அவர்களின் முற்றத்தில் இருக்குமாம். எடுத்து வந்ததோடு மட்டுமின்றி அதை மந்0தக் கிச்சிற்கு ஏற்ப பாங்கான கூறுகளாகவும் வெட்டிக் கொடுப்பாராம்.

0தொ0ட்0டமனெக்கு இந்தக் கெண்0ட மரத்தினைக் கொண்டுவரும்வரை ஒருதுளி தண்ணீர்கூட அருந்தாமல் விரதத்தினைக் கடைபிடிக்கும் என் தந்தை அவரின் வாழ்நாளில் 0பு0குரி செய்வதற்காக, சடங்கார்ந்து வனத்திற்குச் சென்று வெட்டிவரும் மூங்கிலைத்தவிர வேறு எந்த மரத்தினையும் வெட்டியது கிடையாதாம். மருத்துவத்திற்கான மூலிகையாக இருந்தாலும் அதன் முன்பு மண்டியிட்டு வணங்கி, அதனிடம் மன்னிப்பு கோரிய பின்னரே அச்செடியினைப் பறிப்பாராம். அதிலும், தேவைக்கு அதிகமாக ஒரு இலையினையும்கூட பறித்துவிடாமல் பெருங்கவனம் கொள்வராம்.

மந்0தக் கிச்சுவிற்காக முதிர்ந்து வீழ்ந்த மரத்தினைப் பார்வையிட்டு வந்தபின்னர், ஒருவேளை அது அடர்வனத்துள் இருந்தால், அதை இடையில் கூறு போடும்போது, பறவைகளுக்கு அவ்வொலி அச்சமூட்டுவதைத் தவிர்க்க, காரி அப்பாவின் துணையோடு அந்நெடும் மரத்தையே தோளில் சுமந்து

ஊரிற்குக் கொண்டுவந்து, பின்னர் கூறுபோட்ட கதையினையும் காரியப்பா பலமுறை எனக்கு கூறியிருக்கிறார்.

எல்லாவற்றிலும் வல்லவரான என் தந்தைக்கு எங்கள் ஊரில் யாருக்குமில்லாத தனித்திறனொன்று இருந்ததாம். அவர் குடிக்கின்ற பாலின் சுவையினைக்கொண்டே அது எந்த எருமை யினது என்றும் கணிக்கும் வல்லமை கொண்டவராம் என்று, தன் விழிகளில் வியப்பு பொங்க குனிக்கியை நோக்கி ஹாலன் கூறியதைக்கேட்க, குனிக்கியும் அப்படியா? என்று வியப்பின் உச்சிக்கே சென்றாள்.

ஆம்... உண்மைதான்... இதை கேளுங்கள்... ‘ஒருநாள் எங்கள் வீட்டில் அனைவரும் மதிய உணவு உண்ணும் நேரம். அன்று திங்கட்கிழமை. விளைநிலத்திற்குச் செல்லக் கூடாதாகையால் அனைவரும் வீட்டில் இருந்தனராம். என் தந்தை வழக்கம்போல தை0கெயில் அமர்ந்திருந்தார். அவருக்கு அருகில் என் பெரியப்பாவும், அவரைத் தொடர்ந்து என் சித்தப்பா மாதனும் அமர்ந்திருந்தனர். அப்போது என்று தொடர்ந்தான் ஹாலன்... அவ் ஐவரின் பார்வையும் ஹாலனின் விழிகளோடு கலந்துபோனது. தீடிரென்று வீசிய சற்று பலத்தக் காற்று அவர்களை சற்று பின்னோக்கித் தள்ளியது... காற்றை எதிர்த்து சற்று வலுகொண்டு தம்மைச் சரிபடுத்திக் கொண்டவர்கள் குனிந்து பாறையின் இடுக்கில் வளர்ந்திருந்த நஞ்சுப் புற்களைப் பிடித்து நின்றனர். அந்த மலைக்காற்று அவர்களைக் கடந்து சென்றது. அதனோடு ஹாலனின் அடுத்த வார்த்தைகளும் கடந்த காலத்தினை நிகழ்காலமாக்கித் தொடர்ந்தன. ஹாலன் உதிர்த்த வார்த்தைகள் சிவப்பேறிய அவனின் விழிகளுக்குள் காட்சியாய் மிளிர்ந்தன. அந்தக் காட்சியில்,

“ஏய்! மாதா... இதோ இந்த உணவின் ஆணையாக உண்மையை உரை...

இறுதியாக நம் தோவில் ஈன்ற எருமை யாருடையது?” என்றான் போசன்...

இந்தக் கேள்வியைச் சற்றும் எதிர்பார்த்திராத மாதன், ஏய்.. இது என்ன கேள்வி.. நம் தோவில் உள்ள எருமை நம்முடையதாக இல்லாமல் யாருடையாதாக இருக்கும்... ஆ.. நீ என்ன முட்டாளா? ஆ..

இப்படியொரு அர்த்தமற்ற கேள்வியைக் கேட்கிறாய்... என்று வெகுண்டான் மாதன். தொடர்ந்து வலுத்தது உரையாடல்.

இது உங்களுக்கே நியாயமா? மாமா, நீங்களே பாருங்கள் இந்த அநியாயத்தை... ஒரு திருடனைக் கேள்வி கேட்பதைப்போல என் கணவனைக் கேள்வி கேட்கிறார் இவர்.. ஆ..

என் கணவன் என்ன திருடனா?....

இந்தக் குடும்பத்திற்காக உழைத்து உழைத்து அரெ கல்லாய் தேய்ந்து நலிந்து போனதைத்தவிர அவருக்கு வேறு என்ன தெரியும்?... சொல்லுங்கள்.

போதும்... இனி எல்லாம் போதும்... அதற்குத் தகுந்த பரிசு கிடைத்துவிட்டது.. போதும்... இனி எல்லாமே போதும்..."

என்று, இதுபோன்றவொரு சூழலிற்கிற்குக் காத்திருந்த 0கிரிஜி முரண்பாட்டினைப் பெரிதாக்கினாள்.

தொடர்ந்து மாதனின் கண்களை உற்றுநோக்கிக் கொண்டிருந்தான் போசன்.

"ஏய்! மாதா... உன்னை தான்...

உன் மனசாட்சியைத் தொட்டுச்சொல்... அது யாருடைய எருமை..."

என்று மேலும் கேட்டான் போசன்.

கையில் எடுத்து பிசைந்த உணவினைத் தட்டில் போட்டாள் 0கிரிஜி.. வேகமாக அத்தட்டினை கையால் ஒதுக்கித் தள்ளினாள்.

"இனி ஒருகணம்கூட இவ்வீட்டில் என்னால் இருக்க முடியாது..."

என்றவள். ஒரே எட்டில் போசனின் மடியில் அமர்ந்து, உண்டுகொண்டிருந்த தன் மகளை, இடையில் வைக்கப்பட்டிருந்த சோற்றுச் சட்டியினையும் பொருட்படுத்தாமல் தூக்கினாள். எச்சில் கையுடன் வீட்டினைவிட்டு அவள் வெளியேறினாள். தொடர்ந்து மாதனும் சென்றான்.

வீட்டின் முற்றத்தினை அடைந்ததும்,

“ஓ.. 0கெண்டெ அண்ணா… காரி அண்ணா… பாருங்கள்… இந்த அநியாயத்தைக் கேட்க யாருமே இல்லையா?

என் கணவன் இந்த ஊரில் யாருமே இல்லாத அனாதையாகி விட்டானா…

அய்யோ… இந்த அநியாயம் அந்தக் கடவுளுக்கே பொறுக்குமா?

என் கணவனின் உழைப்பில் வயிறு வளர்த்துவிட்டு, தட்டில் போட்ட உணவினை ஒருவாய் உண்பதற்குக்கூட விடாமல் வெளியேற்றி விட்டார்களே..

என் வயிறு எரிகின்றதே.. அய்யோ..”

என்று கண்ணீர் மல்க வெகுண்டாள் 0கிரிஜி.

தன் கணவனைப்போலவே கடமையிலும், நியாயத்திலும், சாமர்த்தியத்திலும் சிறந்து விளங்கிய குப்பிக்கு தன் வீட்டிலும், ஊரிலும் அளிக்கப்பட்ட மதிப்பினை விரும்பாமல், இத்தனைநாள் மனதில் சேர்த்து வைத்திருந்த பொறாமை தீயினை ஒருசேர உமிழ்ந்தாள் கி0ரிஜி.

வீட்டின் முற்றக்கூரையில் இருந்த போசனின் எருமை ஓட்டும் தடியினை உருவினாள். ஊர்0கவுடரின் வீட்டினை நோக்கி விரைந்தாள்.

“ஏய் 0கிரிஜி… அவசரம் வேண்டாம்… நில்… ஏய் 0கிரிஜி.. நில்…”

என்று கத்திக்கொண்டே பின்னால் விரைந்த மாதனின் வார்த்தைகள் 0கிரிஜியின் காதில் விழுந்தாலும் அவளின் நோக்கம் அதிலேயே நிலைத்திருந்தது.

ஊர் 0கவுடரின் வீட்டினை அடைந்தாள் அவள். தன் எச்சில் கையில் பிடித்திருந்த அந்த எருமைத் தடியினை அம்முற்றத்தில் ஊன்றினாள். செம்மண்ணிட்டுப் பக்குவப்படுத்தப்பட்டு, சாணமிட்டு மெழுகப்பட்ட அத்திண்ணிய முற்றத்தில் ஒரே ஊன்றலிலே நட்டு நின்றது அந்தக் கோல். 0கிரிஜியின் உக்கிரத்தையும் வக்கிரத்தையும் ஏந்தி நின்றது அக்கோல்.

இவ்வாறு கைத்தடியினை நடுவது வழக்குள்ளது என்பதற்கான குறியீடாகும். அவ்வழக்கினைத் தீர்த்து

வைக்காமல் அக்கோலினை அகற்றக்கூடாது. எச்சில் கையுடன் நின்று கொண்டிருந்த 0கிரிஜியைக்கண்டு ஊர் 0கவுடரும், ஊராரும் சற்று மிரட்சியுடன் நோக்கினர்.

"இது யாரின் வழக்கு?" என்று 0கிரிஜியை நோக்கி வினவினார் ஊர் 0கவுடர் மல்லன்.

"இது என் கணவன் மாதனின் வழக்கு..."

என்று கூறிய 0கிரிஜிக்குப் பெருமூச்செறிந்தது. அவளின் அடுத்த பெருமூச்சு முடிவதற்குள்ளாக மாதன் அங்குவந்து நின்றான்.

அவளை உற்றுநோக்கினான் மல்லன். "ஏய் மாதா.. யார் மீது உன் வழக்கு" என்று தன் முறையின் அடுத்த வினாவினை மல்லன் தொடுக்க,

"போசனின் மீதுதான்"

என்று 0கிரிஜியே பதிலுரைத்தாள்.

"ஏய் 0கிரிஜி.. இது மாதனின் வழக்குதானே... அவன்தான் பதிலுரைக்க வேண்டும். நீ பொறுமையாய் இரு.."

என்று கூறிய மல்லனின் பார்வை தொடர்ந்து மாதனைச் சுட்டது. நேர்மையை நிகர்த்த மல்லனின் பார்வையைப் பின்னுக்குத்தள்ளி நிலைத்தது, மாதனைத் தொடர்ந்து துளைத்த 0கிரிஜியின் குரோதம் கக்கும் வெறித்த பார்வை.

"ஆம், இது என் அண்ணன் போசன் மீதான வழக்குதான்"

என்றான். 0கிரிஜியின் பார்வையின் விளைவினை அறிந்த மாதன்.

"என்ன... போசனின் மீதா" என்று மல்லனே ஒரு நிமிடம் அதிர்ந்தான்.

"இல்லையே... அப்படியெல்லாம் இருக்காது... போசன் ஒருபோதும் தவறிழைப்பவன் அல்லனே.. அவன் என்றும் நேர்மை வழுவாதவன்"

என்று உரக்கப் பேசினான் மல்லனுக்கருகில் நின்றிருந்த 0கெட்டன்.

“ஆமாம்... சரிதான்... 0கெட்டன் சொல்வது சரிதான்...” என்று அங்கு அதற்குள் குழுமியிருந்த அனைவரும் அதை ஆமோதிக்க,

“நிறுத்துங்கள்...

நேர்மையாம்.. பொல்லாத நேர்மை...

இதோ, இந்தப் பிஞ்சுக் குழந்தையைப் பாருங்கள்...

பசியோடு இருந்த இந்தக் குழந்தையையே பாதியுணவில் வெளியே துரத்திவிட்டான்..

அவனா நேர்மையானவன்...

பொல்லாத நேர்மையானவன்...

என் வயிறு எரிகின்றது...

உங்களுக்கு மனச்சான்றே இல்லையா...

உங்களிடம்போய் எங்களுக்கு நியாயம் கிடைக்குமா? இல்லை... நிச்சயம் இல்லை..

நாங்கள் சீமை மந்0தாவினைக் கூட்டுவதைவிட வேறு வழியில்லை..

நியாயமில்லாத ஊர்... த்தூ... த்தூ...”

என்று காறி உமிழ்ந்தாள் 0கிரிஜி.

0கிரிஜியின் இழிச்சொல்லால் வெகுண்ட ஊரார்... “ஏய்! 0கிரிஜி... நிறுத்து” என்று ஆர்ப்பரித்தனர்.

“அனைவரும் சற்று நிறுத்துங்கள்..” என்று கோபத்தோடு கத்தினான் மல்லன்.

மேலும், கூர்மையாக மாதனை உற்றுநோக்கினான்.

“ஏய் மாதா... ‘முதலில் வீட்டில் பேசிவிட்டு, பிறகு மந்0தாவிற்குச் செல்’ என்பது நம் முன்னோர்களின் முதுமொழி...

அதன்படி, இவ்வழக்கினைப்பற்றி முதலில் நீ வீட்டில் பேசினாயா?

உன் அண்ணன் தெக்கனின் முடிவென்ன?”

என்றார்.

மாதனின் அமைதி தொடர்ந்தது. தலை தாழ்ந்தது. தரையில் நிலைகுத்தியிருந்தது அவனின் பார்வை.

"இன்னும் ஒன்றும் கெட்டுப்போகவில்லை...

நீ சென்று உன் அண்ணனிடமும், குடும்பத்தினரிடமும் பேசிவிட்டு வா.."

என்றார் மல்லன். மாதனின் அமைதி மேலும் தொடர்ந்தது.

"உங்கள் யாரின்மீதும் எங்களுக்கு நம்பிக்கையில்லை..

இந்த ஊரே, அந்தப் போசனின் அடிமை..."

என்று கழுத்தில் நரம்பு புடைக்கக் கத்தினாள் 0கிரிஜி.

"நான் எங்கள் ஊரிற்குச் சென்று முறையிடுகிறேன்...

உங்களை சீமை மந்0தாவில் பார்த்துக் கொள்கிறேன்.."

என்று முன்னினும் மேலான குரலில் கத்திப் பேசினாள் 0கிரிஜி. தன் குழந்தையை ஏந்தியபடியே எச்சில் கையோடு தன் ஊரான கடநாட்டிற்குச் செல்லும் வழியான 0பீரமுக்கு மலையை நோக்கி விரைந்தாள்.

"ஏய் மாதா.. பொறுமையுடன் செயல்படு..

நாம் பேசி தீர்த்துக் கொள்ளலாம்...

உன் மனைவியை நிறுத்து..."

என்று 0கவுடரும், ஊராரும் மாதனைத் தொடர்ந்து எச்சரித்தனர். சற்றுதூரம் சென்றபிறகு எதையோ எண்ணி நகராமல் நின்றுகொண்டிருந்த மாதனைப் பார்த்தாள் 0கிரிஜி.

"ஏய்! மானங்கெட்டவனே...

அங்கேயே ஏன் நிற்கிறாய்...

ஆ... இரு.. அங்கேயே இரு.. அவர்களுக்கு அடிமைத்தனம் செய்தே மண்ணாகும்வரை அங்கேயே இரு..."

என்று தன் வலுவினையெல்லாம் திரட்டி உரக்கக் கத்தினாள். அவளின் குரலையும்தாண்டி வெகுண்டெழுந்து கொண்டிருந்த 0கிரிஜியின் பார்வை மாதனை அவளை நோக்கி மீண்டும் நகர்த்தியது.

"அம்மா பசிக்கிறது...

விடு அம்மா.. போச அப்பாவிடம் செல்கிறேன்.."

என்று அடத்துடன் துள்ளி இறங்க முயன்ற தன் குழந்தையின்மீது அவளின் முழு கோபமும் இறங்கியது. நொடிநேரத்தில் கணக்கில்லாத அறைகள் அக்குழந்தையின்மேல் விழுந்தன. அழுதுக்கொண்டே போசனிடம் செல்ல திமிறி நகர்ந்த குழந்தையைத் தரதரவென இழுத்துச் சென்றாள் 0கிரிஜி.

"வழக்கினைப்பற்றி பேசுவதற்குள் இப்படி அடக்கமின்றி செல்கிறாளே.. இவள் என்ன பெண்ணிவள்... போயும் போயும் இத்தகு குடும்பத்திற்கு இப்படியொரு பெண்ணா?" என்றவாறு, நடப்பட்ட வழக்கிற்கான தடியினைப் பார்த்து, "இந்தக் குடும்பத்திற்கு இப்படியொரு சோதனையா?" என்று இரங்கியவறே அனைவரும் போசனின் இல்லம் நோக்கி சென்றனர்.

தை0கெயில் உள்ள உணவினைக் குழந்தைகளுக்கு ஊட்டினான் போசன். பசியோடு வெளியேறிய தன் தம்பி குடும்பத்தை எண்ணி, அவன் ஒருவாய் உணவினைக்கூட கொள்ளமால் தன் கைகளைக் கழுவினான்.

போசன் தவறிழைப்பவன் அல்லன் என்பதில் உறுதிகொண்ட தெக்கன் மற்றும் குடும்பத்தார் பாதியுணவுடன் எழுந்திருக்கும் பாவத்தினைச் செய்யாமல், இடப்பட்ட உணவினை அரைமனதுடன் உண்டெழுந்தனர். இதுநாள்வரை அவ்வீட்டில் என்றுமே மீந்துபோகாத உணவு இன்று மீதமானது.

"போசா... அவர்கள் உணவு உண்டப்பிறகு இந்தக் கேள்வியைக் கேட்டிருக்கலாம் அல்லவா?

அவர்களும் உண்டிருப்பார்கள் தானே.."

என்று தெக்கன் வினவ,

"தவறுதான் அண்ணா... நம் தம்பி உண்மையைக் கூறுவான் என்று நம்பினேன்.

உண்ணும்போது இந்தக் கேள்வியைக் கேட்டதில் ஒரு காரணம் உண்டு அண்ணா..

அந்தப் பிஞ்சுக் குழந்தை உண்ணாமல் வெளியேறியதைக் காட்டிலும், உங்களுடைய வளர்ப்பிலும் நம் தம்பி நேர்மையற்றவனாக இருப்பதை எண்ணியே மிகவும் வருந்துகிறேன்...

அண்ணா இதோ இந்தக் குடுவையில் உள்ள பால் புதிதாக ஈன்ற எருமையினுடையது..

இதை நான் இன்றுதான் குடித்தேன்... இதோ, நீங்களே குடித்துப் பாருங்களேன்..

இது நம் எருமைகளின் குடிவழிவந்த எருமையின் பால் அல்ல..” என்றான் போசன்.

என்றும் நேர்மை வழுவாத போசனின் இந்தக் கூற்றினைக்கேட்ட தெக்கன் வியப்புற்று போசனை நோக்கினான்.

வீட்டின் முற்றத்தில் எழுந்த அரவத்தைக் கேட்டு தெக்கனும், போசனும் வெளியே எட்டிப்பார்க்க, ஊரார் வந்துகொண்டிருப்பதைக் கண்டனர். வெளியே சென்று அவர்களை வரவேற்றனர்.

“என்ன நேர்ந்தது போசா...”

என்று மல்லன் வினவினான். வந்திருந்த அனைவரும் திண்ணையில் அமர்ந்தனர். தன்மீது வழக்கிற்கான கோல் ஊன்றப்பட்டுள்ளதை காரியின்மூலம் கேள்விப்பட்டான் போசன்.

வந்தவர்களுக்கு அளிப்பதற்காக பெரிய அவிரியில் மோர் கொண்டுவந்த குப்பியைத் தடுத்தான் போசன். வழக்கிருக்கும் மனையில் ஊராரும், குறிப்பாக 0கவுடரும் எதையும் உண்ணக்கூடாது என்பது மரபு. வாழ்நாளில் முதல்முறையாக அவ்வீட்டிற்கு வந்தவர்களுக்கு எதுவும் தரமுடியாத வருத்தமான நிலை சூழ்ந்திருந்தது.

அந்த ஊரிற்கு அந்த வீடுதான் 0தொ0ட்0டமனெ. அந்த வீட்டின் கதவு என்றுமே முடப்படக்கூடாது என்பது மரபு. மேலும், அவ்வீட்டில் ஏற்றிய நெருப்பும் அணையக்கூடாது. இதுநாள்வரையிலும் அவ்வீட்டின் கதவுகள் பகலில் அடைந்திருக்கவில்லை. தீக்கடை கோலான நெலிகோலினைக்

கடைந்து, பற்றவைத்த நெருப்பினை ஊரிற்குப் பகிர்வதும் அவ்வீடே. நெருப்புக் கடைவதன் அருமைகருதியும், புனிதம் கருதியும் 0தொ0ட்0ட மனெயில் ஏற்றிக் காக்கப்படும் நெருப்பினை ஊரிலுள்ள எல்லோரும் தம் பயன்பாட்டிற்காக எடுத்துச் செல்வது மரபு.

பசித்து வந்தவனுக்கு உணவினையும், குளிரால் விறைத்து வந்தவனுக்கு வெக்கையையும் அளிப்பதை தன் மரபுக் கடமையாகக் கொண்டிருந்த அவ்வீடு இன்று ஒருகோப்பை மோரினை அளிப்பதற்குக்கூட முடியாத நிலைக்கு ஆளானது.

ஊரில் யாரேனும் சட்டத்திற்குப் புறம்பாகவோ, இயற்கைக்குப் புறம்பாகவோ நடந்து கொள்ளும் போது அவர்களுக்கான தண்டனையே 0தொ0ட்0ட மனெயிலிருந்து நெருப்பு இல்லை என்பதுதான். அப்படிப்பட்ட 0தொ0ட்0ட மனெக்கே இன்று இத்துயரநிலை வந்ததை எண்ணி அனைவரும் வருந்தினர்.

போசன்மீது தெக்கனுக்கு இருந்த உறுதி துளியும் குறையாமல் மல்லனுக்கும் இருந்தது. கனத்த இதயத்துடனே அவர் நடந்ததை விசாரித்தார்.

முதலில், வந்திருந்த அனைவருக்கும் இருகரம்கூப்பி வணக்கத்தினைக் கூறி தொடர்ந்தான் போசன்.

"என்மீதும் என் குடும்பத்தின்மீதும் அக்கறைகொண்டு இங்கு வந்திருக்கும் அனைவருக்கும் என் மனமார்ந்த என் அன்பும் நன்றியும்...

வழக்கிற்கான கோல் ஊன்றியபிறகு அது சார்ந்த எந்த விசாரணையாக இருந்தாலும் அக்கோலின் சாட்சியாக, அக்களத்திலோ, சுத்தக்கல் திடலிலோ நடப்பதுதான் நம் மரபென்பது நம் அனைவருக்கும் தெரிந்தவொன்றே. என்மேல் குற்றம் சுமத்தியுள்ள என் தமையன் இப்போது இங்கு இல்லை. எனவே, இவ்விசாரணைக்குச் சுத்தக்கல் திடல் தேவை யில்லை. வழக்குக்கம்பு நடப்பட்டுள்ள 0கவுடரின் இல்ல முற்றமே தற்போது இவ்விசாரணையை, என் விளக்கத்தினைக் கூறுவதற்கான உரிய இடமென்று நினைக்கிறேன்"

என்றுகூறி அனைவரையும் வணங்கினான் போசன்.

அந்திவெயில், 0கவுடரின் வீட்டு முற்றம். போசனின் நேர்மையை நிகர்த்து நிமிர்ந்து நின்றுகொண்டிருந்தது அவ்வழக்குக் கம்பு. 0கிரிஜி எச்சில் கையுடன் ஊன்றிய அக்கம்பில் படிந்திருந்த சாமைக்களியின் எச்சில் சுவடில், தன் மடியிலிருந்து இரண்டே வாய் உணவுடன் பறித்துச் செல்லப்பட்ட தன் தமையன் மகளின் நினைவாடியது போசனுக்கு. பெரும்பசியுடன் இப்பெருமலையை அவள் எப்படிக் கடந்தாளோ என்பதை எண்ணி அவனின் மனம் துடித்தது. எல்லாவற்றிற்கும் இறுதியாய் 0கிரிஜியின் பொறுமையின்மையே அவளின் எச்சிலோடு எஞ்சி நின்றது.

0பீரமுக்கு மலையின் நிழல் நிலமெங்கும் படர்ந்திருந்தது. ஊரில் நடக்கும் மந்0தாவில் எல்லாம் ஊர் 0கவுடருக்கு அருகில் போசன் அமரும் இடம் காலியாக விடப்பட்டிருந்தது. வாதியாக நின்று போசன் பதிலுரைப்பதில் அங்கிருந்த எவருக்கும் விருப்பமில்லை. அனைவரின் மனதும் கனத்திருந்தது. சாதாரண விசாரிப்பு என்பதால் இருபாலரும் கூடிய இடமாக அது திகழ்ந்தது.

சுத்தக்கல்லில் பேசப்படும் மந்0தாவில் பொதுவாக பெண்களுக்கு அனுமதியில்லை. மீ உணர்வு நிலையானது எந்நிலையிலும் சூழலையும், நியாயத்தையும் பாதித்துவிடக்கூடாது என்பதற்காக, அந்த இடத்தில் பெண்கள் அனுமதிக்கப்படுவதில்லை. மேலும், நியாயத்திடலில் தாம் பெரிதும் மதிக்கின்ற பெண்களை நிறுத்துவதையும் யாரும் விரும்புவதில்லை.

தன் தலையில் கட்டியிருந்த மண்0டரெயை அவிழ்த்து தன் மகன் ஐசனிடம் கொடுத்தான் போசன். குற்றம் சாட்டப்பட்டவன் மந்0தாவில் பேசும்போது தலையில் மண்0டரெயுடன் இருக்கக்கூடாது என்பதும் மரபு. மேலும் குற்றம் இழைத்தவனுக்கு மண்0டரெ கட்டுகின்ற தகுதியும் கிடையாது. அவன் நிரபராதி என்று நிரூபிக்கும்வரை மண்0டரெ அணியக்கூடாது. தொடர்ந்து மேலே முடிந்துகட்டிய தன் முடியினையும் அவிழ்த்து சபையோருக்கு உரிய மரியாதையை அளித்தான் போசன். நிழலாய் விழுந்த 0பீரமுக்கு மலை யினைத் தன் தோளில் சுமந்திருந்தான் அவன். மண்0டரெ

யின்றி, விரிமயிருடன் திகழும் போசனின் காட்சி அவ்வூரில் பலருக்கும் இன்றுதான் முதல்காட்சி. எல்லோரின் கண்களும் கலங்கியிருந்தன.

தன் கணவன்மீது அசைக்கவியலாத நம்பிக்கையைக் கொண்டிருந்த குப்பி சற்றும் பதற்றமின்றி, விசாரிப்பு களத்திற்கு வராமல் வீட்டில் தயிர் கடைந்து கொண்டிருந்தாள்.

“இந்தச் சபையினை வணங்குகிறேன்...

0கவுடரை வணங்குகிறேன்...

வழக்கின் சான்றாக நின்றுகொண்டிருக்கும் இந்த வழக்குக்கோலினை வணங்குகின்றேன்...

என்மீது வழுக்குத் தொடுத்த என் தமையன் மாதன் இங்கில்லை.. எனினும், ஊரார் சேர்ந்திருக்கும் இச் சபையினையும், விசாரணையையும் முழுமனதுடன் ஏற்கிறேன்...

உண்மையினையும் உரிய நியாயத்தையும் இச்சபை என் தமையனுக்குக் கொண்டுச் சேர்க்கும் என்று நம்புகிறேன்..

இந்தச் சபையின் அனுமதியோடு அதோ அங்கு அமர்ந்திருக்கும் சகோதரர் காரியை முன்னுக்கு அழைக்கிறேன்...” என்றான் போசன்.

காரி இதனை சற்றும் எதிர்பார்க்கவில்லை. தன்னை அழைத்ததன் காரணம் புரியாமல் போசனிடம் வந்து நின்றான். சபையை வணங்கினான்.

“இந்தச் சபையை சாட்சியாகக் கொண்டு சகோதரர் காரி யிடம் என் தமையனின் சார்பாக நான் மன்னிப்பு கோருகிறேன்”

என்ற போசன், தன் இரு கரங்களால் காரியை வணங்கினான். திகைத்துப்போன காரியோ, எதுவென்று தெரியாமல் வணங்கிநின்ற போசனின் கரங்களைப்பற்றி கீழிறக்க,

“காரி உனக்கு நினைவிருக்கின்றதா?

உங்கள் 0தொ0ட்0டமனெயின் சவத்தெக்கு மேல்சோர்ட்டில் விழுந்த நேரி மரத்தை எடுக்க சென்றிருந்தோமே... அப்போதுகூட கோக்கு உடைந்து ஈனும் தருவாயில் உள்ள உன் எருமையை எங்கள் தோவில் மாதனின் பொறுப்பில் விட்டு விட்டுச் சென்றோமே... நியாபகம் இருக்கின்றதா?

எங்கள் வீட்டு எருமையொன்றுகூட கோக்கு உடைந்து ஈன தயாராக இருந்ததே காரி... நினைவிருக்கின்றதா? என்றான் போசன்.

"ஆம்... போசா... சொல்... அன்றுகூட நாம் சென்ற இடத்தில் அடைமழையில் சிக்கிக்கொண்டோமே. இருட்டியப்பிறகே வீட்டினை அடைந்தோமே?....

திரும்பியபோது அந்த இரண்டு எருமைகளும் ஈன்றிருந்தன அல்லவ..."

என்றான் காரி.

"ஆம்.. சரிதான்... அப்போது உன் எருமை ஈன்றது ஓர் நாகு.

எங்கள் எருமை ஈன்றதுதான் கோணா.

என் தமையன் மாதன், பேராசையால் பிறந்த கன்றுகளை மாற்றி உனக்கு கோணாவினை அளித்துவிட்டான்..

எங்களைப் பொறுத்தருள வேண்டும் என்றான்" போசன்..

அங்கிருந்தவர்களின் மனதில் நிறைந்திருந்த வியப்பு அனைவரின் விழிகளிலும் வழிந்தது. எல்லோரின் பார்வையும் பேராச்சர்யத்தோடு போசனையே நோக்கி நின்றன.

"என் உறவுகளே!

இதுநாள் வரையிலும் அவ்வெருமையின் பால் அதன் மறிக்கு உரியதாக இருந்தது.

தற்போது இளங்கன்றாக வளர்ந்த அம்மறி தன் தாயிடமிருந்து விலக, இன்று காலைதான் முதல்முறையாக அவ்வெருமையின் பாலினை இறுதியாக ஒரு புது ஓணையில் கறந்தேன்.

வீட்டில் பால்தட்டையும் நிறைந்துபோக அதனை ஒரு மடக்கெயில் உற்றி வைத்திருந்தேன். அதனைக் குடிக்கும்போதுதான் தெரிந்தது, அது எங்கள் மந்தையிலுள்ள எருமைகளின் வழிவந்த எருமையல்லவென்று...

எனவே, அன்றைய சூழலின் அடிப்படையில் இந்த எருமைக் கடுசு காரிக்கு உரியதாகதான் இருக்க வேண்டும் என்று துணிந்தேன்...

இதைத்தான் என் தமையனிடம் கேட்டேன். அறம் பிறழ்ந்தவன். எவ்விதமான பதிலும் கூறாமல் சென்றுவிட்டான்.

என் தமையன் மாதன் செய்த இந்தப் பெரும் தவறினை காரியும் இந்த ஊரும் பொறுத்துக்கொள்ள வேண்டும்.

இந்தத் தவறிற்கு மாறாக காரியின் எருமை ஈன்ற நாகு எருமைக் காரியிடம் ஒப்படைக்கப்படும். அதோடு, என் தம்பியால் ஏமாற்றி அளிக்கப்பட்ட கோணாவும் காரிக்கே சொந்தம்...”

என்று தன் விளக்கத்தினைக் கூறினான் போசன். அங்குக் குழுமியிருந்தவர்களின் விழிகள் வியப்பில் மேலும் விரிந்திருந்தன. நியாயத்தில் 0பீரமுக்கு, மலையென நிமிர்ந்து, நிகரின்றி நின்றுகொண்டிருந்த போசனின்மீது கொண்ட பெருமிதத்தால் கலங்கியிருந்த அவ்விழிகள் அனைத்தும் போசனிடமே நிலைகுத்தியிருந்தன.

போசனின் விளக்கத்தினைக்கேட்டு பெருமிதம் தாளாது எழுந்து நின்றான் மல்லன். தெக்கனின் கண்களைக் கடந்து பெருமிதமேறிய கண்ணீர் தாரை தாரையாக வழிந்து கொண்டிருந்தது.

ஆதவனின் விளிம்பு 0பீரமுக்கு மலையுள் இறங்கிக் கொண்ருந்தது. இரவின் நிசப்தம் அந்தியின் விளிம்பினைச் சூழ்ந்திருந்தது. 0தேனாட்டின் முகட்டிலிருந்து சீமெ மந்0தாவினை அறிவிக்கும் ஹிரிய தம்புட்டெயின் ஓசை கேட்டது.

ஹெ0ப்0பநாட்டின் அக்க 0பக்காவின் தலைமை மந்0தாவிற்குரிய இடம் 0தேனாடாகும். ஊரில் தீர்க்கவியலாத வழக்குகள் அடுத்த கட்டமாக தலைமை மந்0தாவிற்கு எடுத்துச் செல்லப்படும்.

இந்த அறிவிப்பின் ஒலியைக் கொண்டு, 0கிரிஜி தன் தந்தையின்வழி அந்த மந்0தாவிற்கு முறையிட்டிருப்பாளோ? என்று அனைவரும் ஊகித்தனர். பொதுவாக இந்த முரசு அறையப்பட்ட நாளுக்கு மறுநாள், இம்முரசு வைக்கப்பட்டிருக்கும் மரத்தின்கீழ் தலைமை மந்0தா கூடும். இது சுற்றியுள்ள அந்த அக்க 0பக்க முழுவதிற்குமான அறிவிப்பு மற்றும் அழைப்பொலியாகும்.

மல்லன் பெருங்கோபத்துடன் 0தேனாட்டின் மலைமுகட்டினை வெறித்துப் பார்த்தான். ஒருவேளை இந்த அறிவிப்பு மாதன் தொடுத்த மந்0தாவிற்குரியதாக இருந்தால் அது பெரும் தவறாகும். வீட்டில் பேசாமல், ஊர் மந்0தாவில் பேசாமல் நேரடியாக சீமை மந்0தாவிற்குச் செல்வது மரபன்று. ஒருவகையில் அது அந்த ஊரிற்கான கட்டுப்பாட்டினை மீறுவது. அவ்வூரிற்கு இழுக்கும் சேர்ப்பதாகும். அந்தப் பெருங்கோபத்தைத் தாண்டி குழப்பமும், வருத்தமுமே மல்லனுக்கு மிகுந்திருந்தன.

போசனின் நேர்மையை அறிந்த இந்த ஊர், போசனின் இந்த விளக்கத்தினை ஏற்றுக் கொள்ளும். ஆனால், தலைமை மந்0தாவில் பெரும்பாலும் நம்பிக்கையின் பாற்பட்ட போசனின் இவ்விளக்கத்தினை ஏற்றுக் கொள்வார்களா? என்று குழம்பி வருந்தினான் மல்லன். முழுதும் படர்ந்திருந்த இருளின் சுவடுகள் மல்லனின் கண்களிலும் வலுவாகப் படர்ந்திருந்தன.

"சரி.. நாளை காண்போம்... மந்0தா கலையலாம்..." என்று முறைப்படி விசாரணையை முடித்தான் மல்லன். அடுத்த கணமே போசனை ஆரத்தழுவினான் காரி.

"யாருடைய எருமையானால் என்ன போசா... நமக்குள் என்ன பேதம்..

ஹா.. ஹா... என் நீதிமானே!"

என்று அன்பால் நா தழுதழுக்கத் தழுவி நின்றான் காரி.

"இல்லை காரி... நியாயம் என்ற ஒன்று என்றும் வழுவக்கூடாதல்லவா...

இதுதானே நம் முன்னோர்களின் நெறி...

அதைக் காக்கவேண்டிய கடமை நமக்குண்டல்லவா..."

என்று காரியை அன்பால் இறுகத் தழுவினான் போசன்.

பெருமிதமேறிய விழிகள் அனைத்தும் போசனையே நோக்கியிருந்தன. வழக்கு நிலுவையில் உள்ளதால் இடுப்புவரை அலைந்துநின்ற தன் முடியினை முடிந்து கட்டியவன் இல்லம் திரும்பினான். மனையின் முற்றத்தில் காத்திருந்த தெக்கன் தன் தமையனைக் கண்ணீர் மல்க, அணைத்து உச்சி முகர்ந்தான்.

போசன் குடித்ததுப்போக எஞ்சியிருந்த அந்தக் கடுசு எருமையின் பால் மடக்கெயினை அ0கலெயின்மேல்

மூடிவைத்திருந்தாள் குப்பி. சிறிதும் நிதானமிழக்காத, நேர்மை தவறாத தன் துணைவனைக் காண காண அறத்தின் சாட்சியாய் வீற்றிருக்கும் அந்தப் பால்கலத்தையொப்ப அவளும் சற்று கர்வத்துடனேயே நிமிர்ந்தாள்.

மறுநாள் காலையிலும் பால் கறந்தபின்னர், இறுதியாக தனி ஒணெயொன்றில் காரியின் கடுசின் பாலினைக் கறந்தெடுத்துக்கொண்டு இல்லம் நோக்கி சென்றுகொண்டிருந்தான் போசன். அப்போது, மல்லன், எங்கோ புறப்பாட்டிற்குத் தாயரான கோலத்தோடு, 0தேனாடு ஊரினைச் சார்ந்த அஜ் ஜனுடன் தன் இல்லத்தினை நோக்கி வந்து கொண்டிருப்பதைக் கண்டான்.

எப்போதும் தலைமை மந்0தாவிற்குரிய அழைப்பையும், அறிவிப்பைத் தர வருபவன் அஜ்ஜன். அவர்கள் போசனை நெருங்கினர்.

"போசா, இன்று 0தேனாட்டில் உனக்கான மந்0தாதான்...

இதை அறிவிக்கவே அஜ்ஜன் வந்திருக்கிறான்...

நான் முதலில் செல்கிறேன்.. நீ வந்துவிடு.."

என்று கூறிய மல்லன் போசனின் இல்லத்திற்குச் சென்று, அவனது மந்தைகளின் பால் நிரம்பிய ஒணெயினையும், போசன் இறுதியாக கறந்து அவனது கரத்தில் வைத்திருந்த ஒணெயினையும் பெற்றுக்கொண்டு, அதை இறுக 0பெ0க்கால் அடைத்து தன் கையில் எடுத்துக் கொண்டு புறப்பட்டார்.

"அண்ணா.. இந்தப்பால் வேண்டாம்... இது காரிக்கானது. உள்ளிருந்து மற்றொரு ஒணெயினை எடுத்துத்தருகிறேன்.."

என்று போசன் சொல்வதைக் கேட்கும் நிலையின்றி, "சரி.. சரி.. போசா.. பரவாயில்லை... நீ வந்துவிடு..." என்று சொல்லிவிட்டு விரைந்தார். செல்லும் வழியில் காரியின் இல்லத்திற்குச் சென்று அவன் மந்தையின் பாலினையும் பெற்றுக்கொண்டு, அதனோடு அவ்விரு ஒணெகளையும் 0க0ப்0பிளிக்குடி கொடியில்கட்டி தன் தோளில் மாலைபோல போட்டுக் கொண்டு 0பீரமுக்கு வழியில் விரைந்தார்.

இதுநாள் வரையிலும் ஹெ0ப்0ப நாட்டிற்கு வந்துவிட்டு போசனின் இல்லத்தில் உணவு உண்ணாமல் அஜ்ஜன் செல்வது

இதுதான் முதல்முறை. வழக்குடை வீட்டில் உண்ணக்கூடாது என்பதால் கவலை தோய்ந்த பார்வையால் போசனை நோக்கினான் அவன்.

“போசண்ணா... எல்லாம் நல்லதாய் முடியும்”

என்றவாறே மல்லனோடு விரைந்தான். 0பீரமுக்கு மலையின் அடிவாரத்தினைச் சென்றடையும்வரை போசனை பலமுறை திரும்பிப் பார்த்துக் கொண்டே நடந்தான் அஜ்ஜன்.

மந்0தக் கிச்சுவிற்கான கெண்0ட மரத்தினைக் கொண்டுவரச் செல்லும்போது, எடுத்துவரும் நேரி மரத்திற்கு அளிக்கும் மதிப்பின் பொருட்டு போசன் மண்0டரெயின்றி செல்வதுண்டு. ஆனால், அவனின் வாழ்வில் முதல்முறையாக மண்0டரெயின்றி முடிந்தத் தலையோடு ஊரின் எல்லையைக் கடந்துச் செல்லப்போகிறான் அவன். போசனின் மண்0டரெத் துணியினைக் குப்பி படிமானமாய் மடக்கி அளிக்க, அதை தன் சீலெயின் 0கோட்டெக்குள் வைத்துக்கொண்டான் போசன்.

காரி உட்பட முப்பதிற்கும் மேற்பட்டவர்கள் போசனோடு மந்0தாவிற்குச் செல்வதற்காக அவனது இல்லத்தின் முற்றத்தில் குழுமினர். அவர்களோடு தெக்கனும், போசனும் கிளம்ப, 0தேனாட்டினை நோக்கி நடையைத் தொடங்கினர். வழக்கம்போல நிமிர்ந்த நடையுடன் போசனே அவர்களை வழிநடத்திக் கொண்டிருந்தான்.

நேர்மையும், நியாயமும் என்றும் போசனின் சார்பே என்ற எல்லோரின் குறையா நம்பிக்கை வழக்கிற்கான இப்பயணத்தின் எண்ணத்தையே மாற்றியிருந்தது. இவ்வழியே மேற்கொண்ட ஹெம்மாட்டிப் பயணத்தின் நினைவுகளை அசைபோட்டுக்கொண்டே அவர்களின் பயணம் தொடர்ந்தது. கடந்த ஹெம்மாட்டியில் போசன் உணவிற்காக நூரே கிழங்கினை அகழ்ந்தெடுத்த சுவடின் தடம் மாறாமல் அப்படியே இருந்தது. கடந்த ஆண்டைவிடவும் நன்கு செழிந்திருந்த ஹொந்நெ மரத்தின் பசுமையை வழக்கம்போல சற்றுநேரம் நின்று இரசித்துவிட்டே கடந்துபோனான் போசன்.

அவர்கள் 0தேனாட்டின் மந்0தக் களத்தினை அடைந்தபோது அங்கு பெருங்கூட்டம் திரண்டிருந்தது. ஹிரியதம்புட்டே

வைக்கப்பட்டிருந்த மரமுடைய சுத்தக்கல்லின் பக்கவாட்டில் ஒரே அளவிலான பத்து குடுவைகள் வைக்கப்பட்டிருந்தன. 0கிரிஜியின் தந்தையிடம் அக்குடுவைகளை வைக்கின்ற பொறுப்பு வழங்கப்பட்டிருந்தது.

போசன் மந்0தத் திடலை அருகினான். மல்லன் ஏற்கனவே இவ்வழக்கின் விசாரணையைப்பற்றி தலைமை மந்0தாவில் உள்ள அனைவருக்கும் விளக்கியிருந்தான். அதனடிப்படையினாலான ஏற்பாடுகள்தான் இவையெல்லாம்.

இந்தத் தலைமை மந்0தாவிலும் போசன் அமர்வதற்கென்று என்றும் தனி இடமுண்டு. சமூகம் சார்ந்த முக்கியமான ஆலோசனைகளில் ஹெ0ப்0பநாடு ஊர் சார்பில், ஊர் 0கவுடரோடு போசனுக்கும் அழைப்புண்டு. அவனின் நேர்மைக்கு இத்தகுதி. போசனுக்கான இடம் இந்த தலைமை மந்0தாவிலும் காலியாகவே விடப்பட்டிருந்தது. அந்த இடத்தை நேரிமரத்தின் பழுப்பு இலையொன்று அலங்கரித்திருந்தது.

மண்0டரெ அணியாத போசனை முதல்முறையாகக் காண்பதற்கு தலைமை மந்0தாவின் 0கவுடர், சீமை 0கவுடர் கல்லனுக்கும் பெரும் வருத்தமே. மாதனும், மாதனின் மாமனும் அருகருகே அமர்ந்திருந்தனர். அங்கும் மாதனின் முகம் தன் ஊராரை ஏறெடுத்தும் பாராமல் கவிழ்ந்தே கிடந்தது. அவன் செய்த தவறு அவனைச் சுட்டுக்கொண்டிருந்தது. "அன்றே இதை நான் ஒத்துக்கொண்டிருக்க வேண்டும். எல்லாம் அந்த 0கிரிஜியால்தான்" என்று அவன் நொந்து கொண்டிருந்தான்.

போசன் சபையோரின்முன் நின்றுகொண்டிருந்தான். "போசா உன்மேல் இருக்கும் வழக்கின்படி, ஊரில் நிகழ்த்தப்பட்ட விசாரணையையும், நீ அளித்த விளக்கத்தினையும் பற்றி மல்லன் ஏற்கனவே எங்களிடம் விரிவாகக் கூறிவிட்டார். ஆனால், இந்த மந்0தாவின் முறைமைக்கருதி, இம்மந்0தாவின் சத்தியத்திற்குக் கட்டுப்பட்டு நீ அதைச் சுருக்கமாகக் கூறு என்றார் கல்லன்.

"தலைமை 0கவுடர்களே! ஊர் 0கவுடர்களே! என் மாமன் முறையினரே!, தந்தை முறையினரே! சகோதர முறையினரே! ஊராரே! அனைவரையும் வணங்குகின்றேன்.

பல்லாயிரம் ஆண்டுகளாக சத்தியம் காக்கப்பட்ட இந்த இடத்தில் நான் சத்தியத்தை மட்டும்தான் பேச விரும்புகிறேன்.

எட்டு ஊர் கௌவுடர்களும் கூடியிருக்கும் இந்த மந்தோவின் விசாரணையை உள்ளவாறே நான் மனமுவந்து ஏற்றுக்கொள்கிறேன்...”

என்று முறைமையின் தன் உரையினைத் தொடங்கினான் போசன். தன் ஊர் விசாரணையில் தான் கூறிய கருத்துக்களை சுருக்கமாக அம் மந்தோவிற்கு எடுத்து வைத்தான். நேர்மையும், தெளிவும் போசனின் சுருக்கமான விளக்கத்தில் பெருகிநிற்க மாதனின் முகத்தின் சுருக்கம் மென்மேலும் பெருகிக்கொண்டே சென்றது.

“சரி மாதா... போசன் அவனின் விளக்கத்தை அளித்துவிட்டான்... அதை நீ ஏற்றுக் கொள்கிறாயா? இதற்கு உன் கருத்து என்ன?” என்றான் கல்லன்.

நிலம்நோக்கியிருந்த மாதனின் பார்வையில் சற்றும் விலகலில்லை. அவனின் மௌனம் நீண்டது. குற்றவுணர்வால் அவனது கீழுதடை பற்களால் கடித்தான். எல்லோரின் பார்வையும் அவன்மேல் நிலைகுத்தியிருந்தன. நிலையைப் புரிந்துகொண்ட மாதனின் மாமனார் மலக்கன்,

“இது என்ன புதுக்கதை...

பாலின் சுவையினை வைத்து எருமையை இனம் காண்பதா?

இது என்ன வேடிக்கை...

என் மருமகன் மாதன் எந்த தவறும் இழைக்காதவன்...

அவன்மீது இந்தப் போசன் சுமத்திய வீண் பழியினை ஏற்றுக்கொள்ள இயலாது...

போசன் சொன்ன விளக்கமும் இயல்பிற்கு அப்பாற்பட்டது என்பது இந்தச் சபைக்கு நான் அறிவிக்கத் தேவையில்லை என்று எண்ணுகின்றேன்.

போசனின் இந்த அதீத கற்பனையான விளக்கத்தினை ஏற்றுக்கொள்ளவியலாது. அவன் இழைத்த தவறினை மறைக்க இவ்வாறு பேசுகிறான்...”

என்று தன் மறுப்பினை உரைத்தான் மலக்கன். அவருக்குத் துணையாக நின்ற அவரது ஊராரும் அவரின் கருத்தினை ஆமோதித்தனர்.

"ஏய் மலக்கா... இந்த வழக்கு உன் மருமகனுடையது...

அவன்தான் பதிலுரைக்க வேண்டும்...

உன்னுடைய விளக்கத்தினை இந்த மந்0தா ஏற்றுக் கொள்ளாது

மாதா, உன் கருத்தைச் சொல்...

உன் அண்ணனின் விளக்கத்தினை ஏற்று கொள்கின்றாயா?"

என்றார் கல்லன். மந்0தத் திடலில் உள்ள நியாயவாதிகளும் இதையே வலியுறுத்தினர்.

தன் மாமனை அரைகுறையாக ஏறெடுத்துப் பார்த்தான் மாதன். நெருப்பின் முன் நின்ற அ0துவெ மரத்தின் சில்லுபோல் நின்றிருந்த மாதனோ மீண்டும் தன் தலையைக் கவிழ்த்துக் கொண்டான். தெளிவின்றி குழைந்த வார்த்தைகளில்,

"ஆம்... என் மாமன் கூறியது சரிதான்..

என் அண்ணன் கூறுவதுபோல் இல்லை...

அது எங்கள் வீட்டு எருமைதான்...

ஏனோ தெரியவில்லை, என் அண்ணன் என்மீது வீண்பழி சுமத்துகின்றார்..."

என்று தன் தலையினைக் குனிந்தவாறே கூறினான். நேர்மைசுடும் போசனின் பார்வையை துளிகூட எதிர்கொள்ளவியலாது கூனிக்குறுகி நின்றான் அவன். சற்று நேரம் மௌனம் நீடித்தது. கல்லன் பேச ஆரம்பித்தார்.

"சரி... என் அனுபவத்தில் இதுபோன்ற ஒரு வழக்கினை இன்றுதான் சந்திக்கிறேன்...

போசனைப் பற்றியும் அவனது நேர்மையைப் பற்றியும் நாம் அனைவரும் நன்கு அறிவோம்... ஆனால், அவன் சொல்கின்ற இவ்வழக்கிற்கான விளக்கம் எதார்த்தத்திலிருந்து சற்று விலகி நிற்பதையும் மறுக்கவியலாது.

எனவே, நான் ஒரு முடிவிற்கு வந்திருக்கிறேன்...

போசனின் இந்தத் திறமையைச் சோதித்துப் பார்ப்பதொன்றே இந்த வழக்கிற்கான ஒரே தீர்வு என்று எண்ணுகிறேன்.... இது இந்த மந்தாவின் கருத்தும்கூட..

இதோ இந்தத் தளத்தில் வைக்கப்பட்டிருக்கும் பத்து குடுவைகளிலும் வெவ்வேறு எருமை மந்தைகளின் பால்கள் உள்ளன. அதில் ஒன்று போசனின் மந்தையின் பால். மற்றொன்று காரியின் மந்தையினது. மேலும் அதில் இந்த வழக்கிற்குரிய அந்தக் கடுசின் பாலும் உள்ளது.

அக்குடுவைகளிலுள்ள பாலினை போசன் சுவைக்கட்டும். அவன் தன் மந்தையின் பாலினையும், காரியின் மந்தையின் பாலினையும் சரியாகக் கண்டுகொண்டால் அவனிடம் இந்த அதீத திறனுண்டு என்றும், அவன்பால் நியாயம் உண்டும் என்று பொருள். ஒருவேளை போசனால் கண்டுகொள்ள இயலவில்லையென்றால் அவன் தன் தமையன்மேல் பொய்க்குற்றம் சுமத்தியதற்காக தன் தமையனிடம் மன்னிப்பு கோரவேண்டும். ஒருவேளை போசன் வென்றுவிட்டால் போசன் சொன்னதைபோலவே எருமைகளைக் காரிக்கு அளிக்க மாதன் ஒப்புவதோடு, பொய்யான வழக்கினைச் சுமத்தியதற்காக போசனிடமும், ஊர் மற்றும் இந்தச் சீமெ மந்0தாவிடமும் மன்னிப்பு கோரவேண்டும். இதுவே இந்த மந்0தாவின் முடிவு" என்றான் கல்லன்.

இதைக்கேட்ட மறுகணமே போசனின் முகப்பொலிவு கூடியது. நான் தயார் என்பதைப்போல நின்ற இடத்திலிருந்து சற்று முன்னுக்கு வந்தான். அவனின் பார்வையிலிருந்த உறுதி துளியும் சிதையவில்லை.

"ஏய் மலக்கா.. நீங்கள் சென்று பால் வைக்கப்பட்டிருக்கும் குடுவைகளை மீண்டுமொருமுறை இடம் மாற்றி வைக்கலாம்." என்று கல்லன் கூறியதும் மலக்கனும், அவனின் ஊராரும் சென்று ஏற்கனவே அவர்கள் இடம்மாற்றி வைத்திருந்த குடுவைகளை மீண்டுமொருமுறை இடம்மாற்றி கலந்து வைத்தனர்.

"போசா, நீ ஆரம்பிக்கலாம்" என்றார் கல்லன்.

அங்கு கூடியிருந்த அனைவரும் ஆர்வம் மேலிட, கண்ணிமைப்பதைக்கூட மறந்த நிலையில் போசனின் செயலினைக் கண்ணுற்றனர்.

நிமிர்ந்த நடையுடன் குடுவைகளை நெருங்கினான் போசன். முதலாவதாக வைக்கப்பட்டிருந்த குடுவையிலிருந்த பாலினை அருந்தினான். இரண்டாவது மிடறுக்குப்பிறகு "இது மந்தையின் கலவைப்பால் அல்ல. ஒற்றை எருமையின் பால். அதுவும், இரண்டு நாட்களுக்கு முன்பு இந்த எருமை நாராஞ்சித் தழையை உண்டிருக்கின்றது. அதுவும், வெயிலில் வாடிய நாரஞ்சித் தழை. தொடர்ந்து பல நாட்களாக ஒரே இடத்தில் இவ்வெருமை மேய்கிறது என்று நினைக்கிறேன். இன்னும் ஒரு பொழுது அதே மேய்ச்சல்பகுதி தொடர்ந்தால் அது உற்றிருக்கும் உ0ப்0பச நோயின் தீவிரம் மிகுந்துவிடும். எனவே, இவ்வெருமையின் மேய்ச்சல் பகுதியை மாற்றுவது நலம்." என்றான் போசன்.

அடுத்ததாக நான்காவது குடுவையிலுள்ள பாலினைப் பருகினான் போசன். "மூன்று மிடறு விழுங்கிய பிறகு "இது காரியின் மந்தையினது" என்றான். உடனே அருகில் சென்ற கல்லன் அக்குடுவையை வாங்கினான். வேறொரு காலி மடக்கெயில் அக்குடுவையில் மீதமிருந்த பாலினை ஊற்றினான். உள்ளே இடப்பட்டிருந்த குறியினைக் கண்டார். அவருக்கு வியப்பு தாளவில்லை.

"ஆம்.. இது காரியின் வீட்டு எருமை மந்தையின் பால்தான்" என்று உரக்கச் சொன்னார். அங்கிருந்தவர்கள் அனைவரும் வியப்பில் உறைந்திருந்தனர்.

அடுத்துள்ள குடுவையில் வைக்கபட்டிருந்த பாலினை அருந்தினான் போசன். முதல் மிடறிலேயே "இது மந்தையின் கலவைப்பால். இந்த எருமைகள் மும்முறை உழவோட்டிய இராகியின் தவிட்டினை உண்டிருக்கின்றன" என்றான்.

அடுத்து ஆறாவது குடுவையை எடுத்துப் பருகினான். இரண்டாவது மிடறில் போசன் தன் விழிகளை உயர்த்தினான். தன் தலையினை அசைத்தவாறே "இது என் தம்பியின் மாமனார் வீட்டு மந்தையின்பால் என்றான். நேற்று இவை சொனெ அவரையின் தோலினை உண்டிருக்கின்றன" என்று போசன்சொல்ல மலக்கன் வாயடைத்துப் போனான்.

அடுத்து எட்டாவது குடுவையின் பாலினை எடுத்துக் குடித்த போசன் முதல் மிடறிலேயே இது என் தம்பி காரிக்குத்

தரத்தவறிய அந்த இளங்கன்றின் பால் என்று போசன்கூறி அக்குடுவையை கல்லனிடம் நீட்ட, அதையும் முன்புபோலவே சோதித்துப்பார்த்து அவர் அதை உறுதிப்படுத்தினார்.

பெருமகிழ்வுடன் "சரியே சரி.. போசன் சொன்னது சத்தியமே!" என்று அருகில் நின்ற போசனை அள்ளி அணைத்தார் கல்லன். தொடர்ந்து காரியும், ஹெ0ப்0பநாடு ஊர்மக்களோடு அங்கு கூடியிருந்த சீமெ மக்களும் போசனை அணைந்து அவனைக் கட்டித் தழுவினர்; கொண்டாடினர். காரி போசனை தன் தோள்மேல் தூக்கிக் கொண்டு மந்0தாவின் திடலினைச் சுற்றிவர எத்தனித்தான். விரைந்து அங்கிருந்து மீண்டான் போசன். இது மந்0தாவின் மரபிற்கு மாறானது என்று அனைவரின் சார்பாகவும் மந்0தாவிற்கு மன்னிப்பும் கோரினான். போசனின் இந்த மன்னிப்பு அனைவரையும் தலைநிமிர்த்தியது. அந்த இருவரைத் தவிர.

மலக்கன் மற்றும் மாதனின் முகங்கள் கீழே கவிழ்ந்திருந்தன. நேர்மையானவன் மீது கொண்ட சந்தேகத்தினை எண்ணி, மலக்கனுக்குத் துணைநின்ற கடநாட்டின் மக்கள் வருந்தி, நாணி நின்றனர். சுத்தக்கல்லு திடலிலிருந்து எழுந்துவந்த மல்லன் தன் 0கோட்டெக்குள் எடுத்து வந்திருந்த புது மண்0டரெ துணியினை எடுத்து போசனுக்கு மகிழ்வின் பெருக்கில் கட்டிவிட்டான். அதைக்கண்டு ஹெ0ப்0பநாடு ஊரே மகிழ்ந்தது. இதுவரை சிறு பதற்றத்திலிருந்த தெக்கனோ கலங்கிய கண்களுடன், பெருமிதம் மிளிர நிமிர்ந்து அமர்ந்தான். தீர்ப்பை வழங்க ஆயத்தமானார் கல்லன்.

"வீட்டிலும், ஊரிலும் பேசாமல், ஊர் 0கவுடர் மல்லனின் ஒப்புதலின்றி தலைமை மந்0தாவினை மாதன் கூட்டியது பெரும் தவறு. அதற்காக அவன் இந்த மந்தாவிலும், ஊர் மந்0தாவிலும் தப்புக் கட்டி வணங்க வேண்டும்.

அதேபோல போசன் மீது அவதூறு விளைவித்ததற்கும், களங்கம் கற்பித்ததற்கும், இழிவாகப் பேசியதற்கும் மாதனும் அவனது மனைவி 0கிரிஜியும் போசனிடமும், தெக்கனிடமும் மன்னிப்பு கோரவேண்டும்.

எருமைக் கன்றினை காரிக்கு மாதன் மாற்றிக் கொடுத்தது பெரும் தவறு. அதற்கு தீர்வாக போசன் சொன்னதைப்போல அந்த எருமையை அளித்து, காரியிடம் மன்னிப்பு கோர வேண்டும்.

மேலும், ஊர் கட்டுப்பாடுகளை மீறி, ஊரினை அவமதித்தமைக்கு ஊர் மந்0தா அளிக்கும் தண்டனைக்கும் கட்டுப்பட வேண்டும்.

போசனின் நேர்மைக்கும், திறனுக்கும் இந்த மந்0தா தலை வணங்குகின்றது."

என்று தன் தீர்ப்பினைக் கூறினார் கல்லன்.

மலக்கனும், மாதனும் அனைவரின் முன்பும் தப்புக் கட்டினர். முழங்காலிட்டு தரையில் விழுந்து வணங்கி தவறு கேட்டனர். போசனை தவறாக எண்ணிய கடநாடு மக்கள் அவனை நெருங்கி கைகூப்பி வணங்கி தவறுகேட்டனர். உடனே, தன்னைச் சூழ்ந்து நின்றவர்களின் வணங்கிய கரங்களை விலக்கி, அவர்களை அணைத்து தழுவினான் போசன்.

"மம்மா... நாரஞ்சி செடியினை உண்ட எருமை என்னுடையதுதான். அதற்கு நான் என்ன செய்ய வேண்டும்"

என்றான் அக்கூட்டத்தில் நின்றிருந்த கடநாட்டினைச் சார்ந்த ஒருவன். அவனை நோக்கி புன்னகையுடன்,

"0குடி 0கறிக்கெ புல்லினை அரைத்து சாமையைக் கழுவிய நீரில் கலந்து இரண்டுவேளை கொடு. எருமையின் வயிறு உப்பசம் சீர்மையுறும்" என்றான் போசன்.

மாதனும் அவனது மாமனும் மெதுவாக அங்கிருந்து நகர்ந்தனர். கல்லன் போசனை வலிந்து அழைத்துச் சென்றான். மந்0தத் திடலில் போசனுக்குரிய வாடிக்கையான இடத்தில் அமரவைத்து நிறைவு கண்டார். சுற்றியிருந்த அனைவரும் போசனை வாழ்த்தினர்.

மந்0தாவின் முடிவினை அறிவிக்கும் ஹிரியத் தம்புட்டெயின் ஒலி எழுந்தது. அவ்வொலிக்காக செவிகளைக் கூர்மையாக்கிக் காத்திருந்தனர் ஹெ0ப்0பநாடு ஊர்மக்கள். அந்த ஊர் முழுவதும் அந்தத் தீர்ப்பிற்காகக் காத்திருந்தது. சற்று நேரத்திலேயே

செவிகளில் ஒலித்துக் கொண்டிருந்த ஹிரியத் தம்புட்டெ ஒலியுடன் இடியின் முழக்கமும் கைகோர்த்தது. 0பீரமுக்கு மலையிலிருந்து கீழ்நோக்கி சடசடவென எடுப்பிலேயே சற்று வேகங்கொண்டு இறங்கியது மழை.

போசனை எதிர்பார்த்து அவன் மனையின் திண்ணையில் அமர்ந்திருந்தவர்கள் அம்மழைக்கு சற்றும் ஒதுங்கவில்லை. மத்து கடைந்து கொண்டிருந்த குப்பி அடுப்பின் முகத்தில் சில்லுகளாய்ப் படர்ந்தெரிந்த உலைத்தீயின் தன்மையினைக் கண்டு தான் காலையிலேயே கணித்தது போன்றே, பெய்த மழையின் தன்மையினைக்காண முற்றத்திற்கு வந்து 0பீரமுக்கு மலையைக் கண்டாள்.

திண்ணையில் அமர்ந்திருந்தவர்கள் குப்பியைப் பார்த்து புன்னகைக்க, அவளோ, மறு புன்னகையோடு மீண்டும் தன் பணியினை மேற்கொள்ள உள்ளே சென்றாள். 0பீரமுக்கு மலையிலிருந்து கீழ் நோக்கி இறங்கும் அடைமழை விரைவில் நின்றுபோகும் என்பது அனைவரும் அறிந்தவொன்று. அவர்களின் காலக்கணிப்பு சற்றும் பொய்க்கவில்லை.

ஆதவன் 0பீரமுக்கின் உச்சியேறி அந்திக்கு வழிசமைத்தான். கல்லன் தன் மூங்கில் கைக்கோலினை ஊன்றி முன்னிலை வகிக்க அவர்கள் வந்து கொண்டிருந்தனர். அதில் புது மண்0டரெ மிளிர, போசன் தன் நிமிர்நடையின்று சற்றும் வழுவாது நடந்து வந்து கொண்டிருந்தான். அதைக் கண்ணுற்றகணம்,

"ஏய்.. குப்பி.. குப்பி... விரைந்துவா... அவர்கள் வந்துவிட்டார்கள்...

எங்கள் நேர்மையின் கொழுந்தினைக் காணவா..."

என்று உவகை மிகுதியில் உரக்க அழைத்தாள் காங்கி. அவர்கள் வரும்வரை காத்திருக்கும் பொறுமையின்றி திண்ணையில் அமர்ந்திருந்த பலரும் அவர்களை நோக்கி விரைந்தனர். நாடி சென்ற அனைவரின் முகங்களிலும் அந்திக்கு அகரமிட்டுத்திரண்ட விண்மீன்களையொத்த அவர்களது பற்கள் ஒளிர்ந்தன. அன்பில் இயங்கிய அவ்விரு கூட்டமும் கல்லனின் இல்லத்தில் சந்தித்தன.

ஒன்பது கட்டெக் பூவினைக் கண்ட ஹெ0ப்0பநாட்டின் கடிகி, போசனின் முகத்தினைத் தொட்டு முத்தமிட்டாள். எல்லோரின் முகமும் எல்லையின்றி ஒளிர, அன்பும் நேர்மையும் கலந்த பிழம்பினை தன் முற்றத்திலிருந்து எவ்வித ஆர்ப்பாட்டமுமின்றி கண்டு கொண்டிருந்தாள் குப்பி.

குப்பியின் பார்வை போசனின் மண்0டரெயின் மேலிருந்தது. அவளின் கண்களில் கலங்கி நின்ற அன்பின் செந்நீரில் சற்றும் குறையவில்லை போசனின்மீது அவள் வைத்திருந்த நம்பிக்கை. குப்பியை நோக்கிய போசனின் நேரிய பார்வையில் மென்மேலும் குப்பியின் நம்பிக்கை ஒளிர்ந்து கொண்டிருந்தது.

ஒருபோதும் நேர்மை ஆர்ப்பாட்டம் கொள்வதில்லை. பெய்த சிறு மழையில் ஊன்றப்பட்ட வழக்குக்கோலில் களங்கமாய் நின்றிருந்த 0கிரிஜியின் எச்சில் கழுவப்பட்டிருந்தது. இயற்கையால் தூய்மைப்பட்ட அக்கோலினை கல்லன் எடுத்துத்தர, தன்னினும் நிமிர்ந்து நிற்கும் நேர்மையனான போசனின் கைகளில் அது தஞ்சம் கொண்டது...”

தன் கையில் கொண்டிருந்த தன் தந்தையின் மேய்ச்சல் கோலினை இறுகப்பற்றி கொண்டே, சோர்ட்டின் உச்சியைநோக்கி மேலேறியவாறு இந்நிகழ்ச்சியை ஹாலன் சொல்லி முடிக்க, அனைவரும் வியப்பில் உறைந்தனர். குனிக்கி அந்தத் தலைமை மந்0தாவின் கற்பனையிலிருந்து இன்னும் விடுபடவில்லை. மலையின் உச்சியை அடைந்துவிட்ட நினைவு சற்றுமின்றி, போசனின் நினைவில் கட்டுண்டிருந்தவர்களைக் குனிக்கியின் அலறல் மீட்டது.

சோர்ட்டின் உச்சியில் படர்ந்திருந்த நஞ்சு புல்லின் இடுக்கின் வழி ஓடிவந்த ஏதேவொன்று குனிக்கியின் காலிடுக்கில் நுழைந்தது. கால்களை முன்னும் பின்னும் உதறிக் கொண்டே “ஏய்.. ஏய்..” என்று மிரண்டு கத்தினாள் குனிக்கி. மீண்டும் மீண்டும் அது அவர்களை சுற்றி சுற்றி வர, பதறிப்போன மிச்சியும் “ஏய்... ஓடு... ஏய்..” என்று ஒதுங்கி நிற்க, அது ஹாலனின் மீதேறி அவனது தோளில் அமர்ந்து கொண்டது.

“யாரும் மிரள வேண்டாம்” இது பழக்கமான மந்திதான். என்று ஹாலன் சொன்னவுடன்தான் அனைவரின் பதற்றமும்

தணிந்தது. ஹாலனின் தோளில் அமர்ந்துகொண்ட அம்மந்தியைத் தட்டித் துரத்தச்சென்ற குனிக்கியும் பின்வாங்கினாள்.

“இது தன் தாயிடமிருந்து பிரிந்து துயருற்று இங்குதான் கிடந்தது. அதை நான் நம் மனைக்குக் கொண்டுசென்று மருத்துவம் பார்த்தேன். தேறும்வரை நம் வீட்டில் இருந்த இதற்கு என் அன்னையென்றால் கொள்ளைப் பிரியம்” என்று ஹாலன் அம்மந்தியின் கதையினைச் சொல்ல அது தன் மருண்ட பார்வையினால் எல்லோரையும் சுற்றி சுற்றிப் பார்த்தது.

சுழற்றியடிக்கும் மலைக்காற்றில் அலை அலையாய் நஞ்சு புற்கள் அலைய, அந்த எழில்மிகு சூழல் அவர்களைக் கொள்ளைகொண்டது. அங்கு சற்றுநேரம் இளைப்பாறிச்செல்லும் எண்ணம் அனிச்சையாய் அனைவருக்கும் எழுந்தது. நஞ்சு புற்களினுள்ளே, இயற்கையின் முட்டைகள்போல நிறைந்திருந்த பாறைகளின்மீது அனைவரும் அமர்ந்துகொண்டனர்.

சோர்ட்டின் கிழக்குப்புறமாக தலெயசீமெவரை நீண்டுத் தொடர்ந்த கண்கொள்ளா மடிப்பு மலைகளில் நீண்டிருந்தது எல்லோரின் சிந்தையும். ரீங்காரத்தோடு கடந்துபோன தேனிப்பூச்சிகள் குனிக்கியின் சிந்தையைக் கலைத்தன.

அக்கருமந்தி, குனிக்கி இறக்கி வைத்திருந்த கூடையையே வெறித்திருந்தது. அதன் நோக்கத்தினைப் புரிந்து கொண்டாள் அவள். அக்கூடையிலிருந்து ஒரு கடிமிட்டினை எடுத்து நீட்டினாள். அது விரைந்து வாங்கிக் கொண்டது. மீண்டும் அதன் பார்வை குனிக்கியிடமே நிலைத்திருந்தது.

அடுத்து எடுத்த கடிமிட்டினை ஹாலனிடம் நீட்டினாள் குனிக்கி. ஹாலன் பெறுவதற்கு முன்பாக, அக்கருமந்தி அதையும் பறித்துக்கொண்டு அவ்விரண்டு கடிமிட்டுகளையும் தன் மார்போடு சேர்த்து அணைத்துக் கொண்டது. “ஏய் கள்ள..” என்று குனிக்கி அதட்ட, குனிக்கியை நோக்கி லேசாக சீறியது. அனைவருக்கும் கடிமிட்டுகளை பகிர்ந்தாள் குனிக்கி.

உச்சிவெயிலில் நடந்துவந்த களைப்பில், சுவைமிகுந்த கடிமிட்டு அவர்களுக்கான ஆற்றலைப் புதுப்பித்தது. ஹாலன் தான்பெற்ற கடிமிட்டுகளை உண்டவாறே சற்று கீழ்நோக்கிச் சென்று இரண்டு திரி0பாம்0பெகளைக் கொண்டுவந்தான்.

அதை பாறையில் லேசாகத் தட்டி அதன் அடி மண்ணினை நீக்கினான். இன்னும் ஒரு பொழுது நேரத்திற்குள்ளாக ஒரசோலையை அடைந்துவிடலாம் என்று கணித்தவாறே, வீசிய காற்றினைக் கொண்டு மழைக்குறியினை உணர்ந்தான். அவனின் முகம் மலர்ந்தது.

மழைபெய்வதாக இருந்தாலும், அதற்கு இன்னும் இரண்டு மூன்று பொழுதுகள் ஆகலாம் என்று துணிந்தான். உலர் நஞ்சுபுற்கள் சிலவற்றை எடுத்து தன் கோட்டைக்குள் வைத்துக் கொண்டான். ஏற்கனவே தன் கோட்டெக்குள் வைத்திருந்த பிங்கசக் கல்லினை ஒருமுறை சரிபார்த்துக் கொண்டான்.

மாலைநேரப் பனிக்காற்று லோசக வீசத் தொடங்கியிருந்தது. இது அவர்களின் புறப்பாட்டிற்கான உணர்வினைத் தூண்டியது. அவர்கள் புறப்பட ஆயத்தமாயினர். ஈட்டிமரத்தின் எரியும் அழலொப்ப அடிவானம் சிவந்திருந்தது. ஆதவனும் அடிவானத்தின் நிறமெய்தி, செக்கச் சிவந்த வானத்தில் சரண்புக ஆயத்தமானான்.

அடிவானம் சிவந்த போதெல்லாம் சிவப்பேறிய கண்களுடன் காரி அப்பா சொல்லும் அந்த நிகழ்வு ஹாலனின் நினைவிலாடியது. அவனின் சித்தத்தினை அந்தச் செவ்வானம் பீடித்துப் பிசைந்து கொண்டிருந்தது. அவன் தன் கட்டுப்பாட்டையும்மீறி அக் கதையினைச் சோர்ட்டில் எதிரொளிக்கும்படி உரக்கச் சொல்ல ஆரம்பித்தான்.

“அன்றும் இதே போன்றதொரு அந்திவானம் விளைந்திருந்தது. இவ்வான் விளைவினைக் கண்டு வியப்பவர்களுக்கும் வினவுபவர்களுக்கும் எல்லாம் அவ்வூரில் காலகாலமாக ஒரு விடையும் தாயராகவே இருந்தது.

“நம் முத்தோர்கள் விதைத்த 0கஞ்செ அது.” எனும் இக்காரணத்தினை ஊரிலுள்ள அனைவரும் கேள்விப்பட்டிருப்பார். இதுபற்றி விபரம் அறியாதவர்களுக்கு இதைச் சுட்டிக்காட்டிச் சொல்லும் முனைப்பும் பெருமிதமும் வயது முதிர்ந்த அனைவருக்கும் இயல்புணர்வாக விளங்கின.

மந்0தா முடிந்த இரண்டு நாட்கள் கழித்து மாதனும், மலக்கனும், 0கிரிஜியும் அவர்களுடன் கடநாட்டு ஊரினர்

சிலரும் தலைமை மந்0தாவின் தீர்ப்பினை நிறைவேற்ற ஹெ0ப்0பநாடு வந்திருந்தனர். ஊர் மந்0தாவில் தவறுகேட்க வந்திருக்கும் அவர்களின் முகமும், குறிப்பாக 0கிரிஜியின் முகமும் அந்த அடிவானத்தை ஒத்திருந்தது. மந்0தாவில் ஊரார்முன்பு நின்றிருந்த அந்த நேர்மையற்றவர்களை ஊரார் பார்த்த பார்வையிலும், சினமேறிய மனதிலும் அடிவானத்து சிவப்பே ஒளிர்ந்திருந்தது.

0கிரிஜியின் இழிவான செயலால் வெகுண்டெழுந்திருந்த ஊராருக்கு அவளை மீண்டு அவ்வூரில் ஏற்க விருப்பமில்லை. அவள் பேசிய வார்த்தைகள் அனைவரின் மனதிலும் அந்தச் செவ்வானமாகவே எரிந்து கொண்டிருந்தது.

மல்லன் வந்தான். ஊர் மந்0தா கூட்டப்பட்டது. போசனுக்கு தகவல் அளிக்கப்பட்டது. அவன் வரும்வரையென்று சுத்தக்கல்லில் அமராமல் போசனுக்காகக் காத்திருந்தான் மல்லன். ஊர் மந்0தா கூடியதற்கு அடையாளமாக அம்மந்0தாவின் திடலின்மேலுள்ள ஹிரிய தம்புட்டெ அறையப்பட்டது. ஊர்மக்கள் அனைவரும் மந்0தத் திடலில் ஒருங்குகூடினர்.

மந்0தாவிற்கு போசனுக்கு முன்னதாகவே தெக்கன் வந்திருந்தான். நியாயம் தவறியதற்காகவும், குடும்பத்தினை மந்0தாவிற்கு இழுத்ததற்காகவும், முதலில் வீட்டில் பேசாமல், ஆலோசிக்காமல் மந்0தாவினைக் கூட்டியதற்காகவும், தவறினை ஒப்புக் கொள்ளாததற்காகவும், அடக்கமில்லாத, தவறான வார்த்தைகளை 0கிரிஜி பேசியதற்காகவும், 0கிரிஜி எந்த அறிவிப்புமின்றி தன் தந்தையைத் தேடிச்சென்றதற்காகவும், மாதனும் 0கிரிஜியின்பின்னே சென்றதற்காகவுமென தெக்கனின் அடிமனதும் அவ் அடிவானத்தையும் மீறி சிவந்தெரிந்தது.

மந்0தாவில் கூடியவர்கள் அனைவரும் போசனை எதிர்பார்த்திருக்க, கச்சிதமாகச் சுற்றிய மல்லுமண்0டரெயுடன், தனக்கேயுரிய நிமிர்ந்த நடையோடு போசன் வந்து சேர்ந்தான். சுத்தக்கல்லில் அமர்ந்த மல்லன் போசனை அவனுக்குரிய இடத்தில் அமரப் பணித்தார். “இதோ வந்துவிடுகிறேன்” என்ற போசனோ தன் மண்0டரெயை அகற்றினான். மந்0தாவின் முகப்புரையை ஆரம்பித்தான்.

"எங்கள் ஈரமாசியே! ஹிரியோடையனே! எங்களைத் தாங்கிநிற்கும் எங்கள் ஊர் மண்ணே! நியாயத்தினை நிலைநாட்டும் இந்த ஊர் மந்0தாவே! ஊர் 0கவுடரே! என் அப்பன் முறைக்காரரே! மாமன் முறைக்காரரே! சகோதரர் முறைக்காரரே! உங்கள் அனைவரையும் வணங்குகிறேன். இன்று கூடியுள்ள ஊர் மந்0தாவில் 0கவுடருக்கு முன்பே முகப்புரையை வலிந்து எடுத்துக் கொண்டு, ஆற்றியதற்காக மன்னிப்பு கோருகிறேன்....

நம் ஊரின், எங்கள் குடும்பத்தின் மாண்பினைக் காக்க இந்த உரையினை ஆற்றவேண்டிய கடமை எனக்குண்டு.....

சபையோரே! முதலில் நம் ஊரிற்கு, இந்த மந்0தாவிற்கு, வருகைதந்திருக்கும் எங்கள் வீட்டிற்கு பெண் கொடுத்துள்ள கடநாடு மாமனார் மலக்கனை வணங்குகிறேன். 'பெண்ணைக் கொடுத்த மாமனும், கண்ணைக் கொடுத்த கடவுளும் ஒன்று' என்பது நம் முன்னோர்களின் முதுமொழி. எனவே, அவரை இந்த மந்0தாவின் வாதியாகக் கருதாமல், இந்த மந்0தத் திடலில் அமரவைக்க வேண்டுமென்று இம்மந்0தாவிடம் பணிவுடன் வேண்டுகிறேன்....

தலைமை மந்0தாவில் வழங்கப்பட்ட தீர்ப்பு முறையே என் தமையனுக்கானது. எந்தத் தந்தையும் தன் மகளுக்கு ஒன்று நேரும்போது அவளின் சார்பாக நிற்பது முறையே. எனவே, அவரைப் புண்படுத்தும் செயலினை நானோ, என் குடும்பத்தினரோ அறிந்தும் அறியாமலும் செய்திருப்பின் அவரிடம் என் மன்னிப்பினைக் கோருகிறேன். அதே நிலையில் இந்த மந்0தாவிற்கு மற்றொரு தகவலையும்கூற கடன்பட்டுள்ளேன். நேற்று என் தம்பியின் சார்பில் சில கோரிக்கைகளை வைப்பதற்காக கடநாட்டினைச் சார்ந்த ஒருவர் எங்கள் வீட்டிற்கு வந்திருந்தார். இது எங்கள் குடும்பம் சார்ந்ததாக இருந்தாலும், அதை இந்த மந்0தாவில் சொல்ல வேண்டும் என்று நான் விரும்புகிறேன்....

எனக்கு முதலில் ஊர். அதற்குப் பிறகுதான் குடும்பம். இதுநாள்வரையிலும் நான் ஊரையும் என் குடும்பத்தையும் தனிதனியாகப் பிரித்துப் பார்த்ததில்லை. தொன்றுதொட்டு கூட்டாக, குடும்பமாக வாழ்ந்துவரும் நம் ஊரின் அத்தனைக் குடும்பங்களுக்காகவும், என் தம்பியின் கோரிக்கையைப் பற்றியும்,

அதற்குரிய என் கருத்தினைப்பற்றியும் இந்த மந்0தாவில் சொல்ல கடமைப்பட்டுள்ளேன்....

சபையோரே, "இனிமேல் என்னோடு எங்கள் வீட்டில் ஒன்றாக வசிக்க இயலாது. எனவே, எனக்குரியதைத் தந்துவிட வேண்டும்" என்பது என் தமையனின் கோரிக்கையாகும்....

என் உடன் பிறப்புகளே! இந்த இயற்கையை யாரும் உரிமைகோரவியலாது. அது போலதான் இயற்கையோடு பிணைந்த நம் வாழ்வும். இந்தப் பரந்த நிலமும், குருதியை பாலாய் உருக்கித்தரும் எருமைகளும் நம் வாழ்க்கைக்காக, நம் வாழ்க்கையின் உணவுத் தேவையினை நிறைவேற்றிக்கொள்ள இயற்கைதந்த கொடைகளாகும். நம் முன்னோர்கள் காலம் காலமாக இயற்கை வழியின்று பிறழாது கட்டிக்காத்து வந்ததாகும். எனவே, இதை யாரும் உரிமை கொண்டாட முடியாது. உரிமை கொண்டாடவும் கூடாது.

ஆனால், சபையோரே! ஒருவரோடு சேர்ந்து வசிப்பது என்பது அவர்களின் விருப்பத்திற்குட்பட்டது. குடும்ப உறுப்பினர்கள் பெருகியபோது உறைவிடத்திற்காக மட்டும் தனி வீடுகளை அமைத்து நம் முன்னோர்கள் வாழ்ந்துள்ளனர். மூங்கில் தறியில் நஞ்சு புல்லினால் கூரையினை வேய்ந்த காலம்தொட்டு இது நம் வாழ்வியல் நடைமுறையாகும். ஆனால், அவர்களுக்குள் இருந்த ஒற்றுமை எந்த நிலையிலும் கடுகளவும் குறைந்ததில்லை. ஆனால், மனக்கசப்புடன், மனவொற்றுமை யின்றி கூட்டுக்குடும்பமாக வாழ்வதென்பதும் என்றும் நல்ல ஆரோக்கியத்திற்கு ஒவ்வாதது. அது 'கோண பால்கறக்கும்' என்று நம்புவதைப்போல. எனவே, என் அண்ணன் மற்றும் குடும்பத்தினரிடம் கலந்தாலோசித்த வகையில், என் தம்பியின் கோரிக்கைக்கான எனது முடிவானது,

மாதன் விரும்பினால் முன்புப்போலவே எங்களோடு இருக்கலாம். ஆனால், அது 0கிரிஜியின் முழு சம்மதத்துடனானதாக அமைய வேண்டும். எனக்கோ, என் குடும்பத்திற்கோ, மாதனின் மீதோ, 0கிரிஜியின் மீதோ வருத்தமும், கோபமும் சிறிதும் இல்லை. பசியால் நம் விளைநிலத்தை மேய்ந்ததென்று எருமையினை நாம் தண்டிப்பது கிடையாதல்லவா? அதுபோலதான். இந்தக் கசப்பினை மறந்து ஆரோக்கியமான

வாழ்வினை நீட்ட நாங்கள் தயாராகவே இருக்கிறோம். ஒருவேளை எங்களோடு உறைய மாதனுக்கு விருப்பமில்லையெனில், அவன் வசிப்பதற்காக தனியாக மனையமைத்துக் கொள்ளலாம். ஆனால், எருமை மந்தையிலும், வேளாண்மையிலும் ஏற்கனவே நிலவிவரும் நடைமுறையே தொடரும். எல்லோரின் உழைப்பிலும் உற்பத்தியாகும் பொருட்கள் அனைவருக்கும் உரிமையுடையன.

இயற்கைத்தந்த நிலத்தில் மாதனுக்கு உழைக்க முழு உரிமையுண்டு. உற்பத்தியில் அவனுக்குரிய பங்கினையும் எடுத்துக் கொள்ளவும் அவனுக்கு உரிமையுண்டு. ஒருவேளை, எங்களோடு இணைந்து பாடுபட விருப்பமில்லையென்றால் மறிக்கன்றினை தாய் எருமைப் பாதுகாப்பதைப்போல மந்தையின் கறவையிலும், நிலத்தின் விளைச்சலிலும் அவனுக்குரிய பங்கினை தவறாமல் அளித்துவிட உறுதிகூறுகிறேன். இந்தப் பொறுப்பினை என் அண்ணனின் ஒப்புதலுடன், இந்த மந்0தாவின் முன்னிலையில் நான் ஏற்கிறேன். அவர்களுக்கு அளிப்பதில் சாமையளவும் குறையாது என்பதை இந்தச் சபையோர் முன்னிலையில் சத்தியம் செய்கிறேன்.

என் குருதியின் இறுதித்துளி எத்தலைமுறைவரை எஞ்சி நிற்கின்றதோ அதுவரையில் இயற்கையளித்து, நம் முன்னோர்கள் காத்த இந்த வளங்கள் பிரிக்கப்படக்கூடாது. இதுவே என் முடிவு. என் முடிவில் ஏதேனும் தவறு இருப்பின் இந்த மந்0தாவின் அறிவுரைக்கும் ஆலோசனைக்கும் காத்திருக்கிறேன்"

என்று தன் உரையினை முடித்தான் போசன்.

அடர் அமைதி அச்சபையைச் சூழ்ந்திருந்தது. வீசிய அடர்காற்றில் சுத்தக்கல்லின் மேலிருந்த நேரிமரம் சலசலத்தது. மந்0தாவில் நிலவிய ஆழ்ந்த அமைதியே போசனின் கருத்தினை ஆமோதித்தற்கான சான்று பகர்ந்தது. அவர்களின் கருத்தையுமறிய, மலக்கன் மற்றும் மாதன் மீது போசனின் பார்வை நிலைகுத்தியிருந்தது. அவர்களிடமும் அமைதியே மிஞ்சியது.

அனைவரையும் மீண்டுமொரு வணங்கினான் போசன். தன் மண்0டரெயை எடுத்துச் சுற்றினான். மீண்டுமொருமுறை

வீசிய அடர்காற்றில் கடந்த முறையைவிட சற்று கூடுதலாகவே அந்த நேரிமரம் சலசலத்தது.

மல்லன் எழுந்து தன் தீர்ப்பினை வழங்க ஆயத்தமானார். அமர்ந்திருந்ததால் விலகியிருந்த தன் சீலெயை கைகளை விரித்துச் சரிசெய்ய முனைந்தார். தீடிரென்று இரண்டு மூன்று தோலக்கிலுப் பறவைகள் மல்லனையொட்டி கடந்துபோயின. அடிவானம் மேலும் சிவந்திருந்தது. ஊரின் மேற்புறத்திலிருந்து தீடீரென்று காற்றின்வரத்து பெருகியிருந்தது. எங்கோ இடிக்கின்ற பேரிடி போசனின் காதுகளை எட்டியது.

இந்தச் செவ்வானத்தின்கூறு மறுநாள் அதிகாலைப் பனிப்பொழிவிற்கான குறியீடு என்று அதுவரை எண்ணி யிருந்தான் போசன். ஆனால், அவனுக்கு நிலைமை புரிந்தது. இது அதற்கான குறியல்ல. எங்கோ, நீண்டநேரமாக அடைமழை பெய்து வருவதையும், இன்னும் சற்று நேரத்தில் இங்கும் அடைமழை வரப்போவதையும் போசன் உணர்ந்தான். தொடர்ந்த அதுகுறித்த அறிகுறிகளால் அதை உறுதிசெய்தான். அவன்தன் பதின்மப் பருவத்தில் இதுபோன்றதொரு வானியல் குறியினைக் கண்டதுண்டு. அதைத்தொடர்ந்து பெய்தமழையில் கீழ் ஹள்ளா ஆற்றில் தோன்றிய பெரும்வெள்ளமும் அதில் பெருமளவில் அடித்துச் செல்லப்பட்ட எருமைகளும் போசனின் சிந்தையில் நின்றலைந்தன.

அரெ0பெட்டு மற்றும் சோர்ட்டு 0பெட்டிலிருந்து இறங்கிவரும் ஒட்டுமொத்த மழைநீரும் இந்தக் கீழ்ஹள்ளாவின் வழியாகதான் செல்லும். சோர்ட்டின் அடிவாரத்திற்கு மேய்ச்சலுக்குச் சென்றிருந்த எருமை மந்தைகளின் எண்ணமோடியது போசனுக்கு. இனி நொடிப்பொழுதுகூட காலம்தாழ்த்துவது சரியல்லவென்று தெளிந்தான். வரும் பேராபத்தினை உணர்ந்தான். சபையை மீண்டும் வணங்கிவிட்டு காரியை அழைத்துக்கொண்டு அங்கிருந்து வேகமாகக் கிளம்பினான்.

காரியிடம் இந்தக் கவலையைப் பகிர்ந்து கொண்டவாறே இருவரும் சோர்ட்டின் திசை நோக்கி விரைந்தனர். மந்0தாவில் கூடியிருந்த அனைவரும், அவர்களின் செய்கை புரியாமல்

அவர்களையே நோக்கியிருந்தனர். பின், இந்தக் காலக்குறியின் அனுபவம் கொண்டவர்கள் இந்நிலையைப் புரிந்துகொண்டு, அதுகுறித்து அனைவரையும் எச்சரிக்க, விரைந்து மாதனின் மன்னிப்பு ஏற்கப்பட்டு உரிய முறையின்படி மந்0தா கலைக்கப்பட்டது.

விபரம் உணர்ந்தவர்கள் அனைவரும் போசன் மற்றும் காரியைப் பின்தொடர்ந்து விரைந்தனர். போசன் எண்ணியதைப்போலவே கீழ்ஹள்ளாவில் மழைநீர் கரைபுரண்டோடியது. மேய்ச்சலுக்குச் சென்றிருந்த பகுதிக்கு மேற்பட்ட மந்தைகள் இக்கரையேறியிருந்தன.

காரியை இக்கரையில் நிறுத்திய போசன் விரைந்து கீய்ஹள்ளாவில் இறங்கினான். அக்கரையை அடைந்து வேகமான ஓடிய நீரினைக்கண்டு மருண்டுநின்ற எருமைக் கன்றுகளை தன் தோளில் சுமந்து இக்கரைக்குக் கடத்தினான். இறுதி கன்றினை இக்கரைக்கு கடத்தும்போது அங்கு அடைமழை ஆரம்பித்தது. ஆற்றில் நீரின் பெருக்கும் கணிசமாக உயர்ந்து கொண்டிருந்தது.

போசனின் மார்பினைத்தாண்டி வெள்ளம் ஓடிக் கொண்டிருந்தது. தன் செயலினைத் துரிதப்படுத்தினான் போசன். தொடர்ந்து பெரிய எருமைகளையும் தன் தோளில் சுமந்து இக்கரையிலேற்றினான். இறுதியாக இரண்டு எருமைகள் மீந்தபோது வெள்ளம் போசனின் கழுத்தினை எட்டியிருந்தது.

கரையில் நின்று இச்செயலினைக் கண்ணுற்றவர்கள், “போசா.. போதும்... போதும்... வந்துவிடு..” என்று கூவி அழைத்தனர். அவ் இடத்திற்குக் குப்பியும் வந்திருந்தாள். இதுவரையும் தன் கணவன் மேற்கொண்ட செயல்களிலெல்லாம் தவறியும் நம்பிக்கையற்ற தடைச்சொற்களைக் கூறிப்பழகாதவள் குப்பி. தன் துணைவன்மீது அவள் கொண்டிருந்த நம்பிக்கையைத் துளியளவும் என்றும் விட்டிருக்கவில்லை. அங்கு திரண்டிருந்த ஹெ0ப்0பநாடு ஊரே போசனின் ஆற்றலைக்கண்டு வியந்தது.

அக்கரையில் இறுதியாக ஒரு தாய் எருமையும் அதன் கடுசும் எஞ்சியிருந்தன. முதலில் அக்கடுசினைத் தாவிப்பிடித்து தன் கரங்களால் தூக்கிப் பிடித்துக்கொண்டு அக்கரைக்குச்

சேர்த்தபோது வெள்ளம் அவனின் தலைக்குமேல் ஓடியது. அரெ0பெட்டிலிருந்தும், சோர்ட்டிலிருந்தும் எண்ணிலடங்காத வலுவான அ0துவெ மரங்களை அடித்து வந்த மழைநீர் வேகமாக கீழ்ஹள்ளாவில் இறங்கி பெருக்கெடுத்து ஓடியது. அந்த இறுதி எருமையினையும் கரைசேர்க்க திரும்பியிருந்த போசனை "ஏய் போச.. போசா... போதும்.. போதும்.." என்று விளிக்கும் ஊராரின் குரலொலி பெருகிய வெள்ளத்தின் அரவத்தையும் விஞ்சி நின்றது.

அனைவரின் பார்வையும் பெருகியோடி கொண்டிருந்த அவ்வெள்ளத்திலேயே நிலைகுத்தியிருந்தன. உள் நெருங்கவியலாதபடி பாய்ந்தோடி கொண்டிருந்த அவ்வெள்ளத்தின் பக்கவாட்டிலிருந்து, வெள்ளத்தினைத் துளைத்துக் கொண்டு அந்தக் கடைசி எருமை இக்கரையில் வந்து விழுந்தது. அந்த 0பெள்ளோடெ எருமையின் உடலில் போசனின் மண்0டரெத்துணி கட்டப்படிருந்தது. இவ் எருமை யினைக்கட்டி இழுத்துக்கொண்டு அக்கரையினை அடைய எண்ணுகையில் வெள்ளம் பெருக, அவ்வெருமையினை இக்கரைக்கு வீசியெறிந்திருந்தான் போசன். ஊரே, "போசா... போசா... போசா... போசா..." என்று ஓலமிட, அந்த ஓலத்தினை மிஞ்சி வெள்ளம் பெருக்கெடுத்து ஓடியதேதவிர குப்பியும், ஊராரும் நம்பியது நடக்கவில்லை.

இடியும், அடைமழையும், மின்னலும், வெள்ளமும் கலந்த அக்களம்முழுக்க போசன் வெள்ளத்தினும் பெருக்கெடுத்து ஓடினான். இக்கரையேறிய எருமைகளும் போசனுக்காக ஓயாமல் கனைத்தன. பேரிறைச்சலுடன் பெருகியோடிக் கொண்டிருந்த அவ்வெள்ளத்தினை வெறித்திருந்த குப்பியின் கண்கள்நிறைய போசனே நிறைந்திருந்தான்.

எதுவுமே செய்யவியலாது நிற்கதியாய் நின்றிருந்தவர்களின் அரற்றியழுத கண்ணீர் அவ்வெள்ளத்தையே மிஞ்சியிருந்தது. அந்தப் பேய் வெள்ளத்தினை போசன் தன் தோளில் சுமந்து கொண்டிருந்தான். எல்லா எருமைகளையும் தன் தோளிலேற்றி கரைகடத்திய போசனின் காட்சி எல்லோரின் கண்களிலும் ஏறி நிறைந்திருந்தது.

இத்தகு தீரனை, வீரனை, நேரியனை அவ்வூர் இதுவரை கண்டிருந்ததில்லை. "போசா... போசா..." என்று ஒரு நூறுமுறைக்கு மேலாக, ஓடும் வேகத்தில் முகத்தில் நீரை இறைக்கும் வெள்ளத்தினை கண்ணீர்மல்க நெருங்கியும் திரும்பியும் கொண்டிருந்தான் காரி. அந்த இடத்தின் காட்சியை காரிருள் சூழ்ந்து மறைத்தாலும், அனைவரின் கண்களிலும் போசன் எருமைகளைச் சுமந்து கொண்டு இக்கரைக்கு ஏறி கொண்டிருந்தான்.

விடாதுபெய்த கடைமழை ஒருமாதம் தொடர்ந்தது. ஓயாமல் கீழ் ஹள்ளாவில் வெள்ளம் பெருக்கெடுத்து ஓடியது. ஊணும் உறக்கமுமின்றி நாள்தோறும் ஊரே, அக்கரையில் போசனின் வரவினை எதிர்பார்த்துக் காத்திருந்தது. கோட்டெத்தொரெவரை பலமுறை ஓயாமல் தேடியும் போசனைப்பற்றிய எந்தத் தகவலுமில்லை.

அந்தப் பேய் வெள்ளத்தினை வென்றவன்தான் இன்று கார்மேகத்திலேறிய ஒவ்வொரு மழைத்துளியிலும் நிறைந்து, அவ்வூரின் உயிர்ப்பிற்கு உறுபொருளாய்த் தொடர்வதாக அவ்வூரார் நம்பினர். நாள்தோறும் மேய்ச்சலிற்காக சோர்ட்டு0பெட்டிற்குச் செல்லும் எருமைகள் போசனின் தோளில் ஏறிதான் கீழ்ஹள்ளாவினைக் கடக்கின்றன.

அன்றுதொட்டு என் அன்னை கீழ்ஹள்ளா ஆற்றினைக் கடந்ததில்லையாம். இந்தச் சோர்ட்டின் வழியைமட்டும் கொண்டுள்ள என் அன்னையின் ஊரான 0பட்டெகொரெக்கு அன்றுமுதல் இன்றுவரை என் அன்னை சென்றதில்லை. இவ்வாற்றினைக் கடப்பது எவராயினும் என் தந்தையை நினைக்காமல் இருப்பதில்லை.

என் தந்தையின் இழப்பினைத் தாளாமல், ஊண் உறக்கமின்றி, உடல்நலிந்து சில நாட்களிலேயே என் பெரியதந்தையின் உயிரும் பிரிந்துபோனது. அதன்பிறகு எங்களின் குடும்பப் பொறுப்பு முழுவதையும் என் அன்னை சுமந்துகொண்டாள். என் தந்தையின் வழியினின்று சிறுதும் பிசகாமல், என் தந்தையின் நிழலாக என் அன்னை வாழ்ந்து வருகிறார். எங்கள் நால்வரையும்,

என் தந்தை ஊர் மந்0தாவில் கொடுத்த வாக்கினையும் காக்க தனி ஆளாக நின்று எருமை மந்தைகளையும், வேளாண்மை யினையும் ஒருங்கே காத்து வாழ்ந்துவருகிறார்.

எங்கள் மனைக்கு வலப்புறத்திலுள்ள நிலத்தில், தனி மனையமைத்து வாழ்ந்து வருகின்ற என் சிற்றப்பா இன்றும் சித்தியின் பிடியிலேயே கட்டுண்டிருக்கிறார். என் சித்தியின் சூழ்ச்சி முதலில் எங்கள் பெரியம்மாவிற்கு எங்கள் மீது மனவருத்தத்தினை உண்டாக்கி, அவரை எங்களிடமிருந்து பிரித்தது. இன்று தனிவீடமைத்து அவர் வாழ்ந்துவந்தாலும் என் பெற்றோர்களின் மீது அவருக்கிருந்த அன்பு குறைந்தப்பாடில்லை. எங்கள் குடும்பம்சார்ந்த எல்லா சடங்குகளிலும் அவர் தவறாது முன்னிலை வகிக்கிறார்.

நாங்கள் நால்வரும் ஆளாகி, என் அன்னையின் கடமையில் பங்கெடுத்தப்பிறகு அவரின் சிரமம் சற்று குறைந்தது. மீண்டும் பசுமையுற்ற எங்கள் குடும்பத்தினைக் காணச்சகியாத என் சித்தியின் தொடர் சூழ்ச்சிக்கு முதலில் என் அண்ணிமார்களும், தொடர்ந்து என் அண்ணன்மார்களும் ஆளாகினர். சொத்தின்மீது என் அண்ணிமார்களுக்கு ஆசையைத் தூண்டிவிட்டதன் விளைவால் என் அண்ணன்மார்களையும் பிரிந்து வாழ்கிறோம்.

என் தந்தையின் மறைவிற்குப்பிறகு என் அன்னை குப்பியாக வாழவில்லை. போசனாக வாழ்ந்து வருகிறாள். என் தந்தையின் வாக்குப்படி கறக்கின்ற பாலிலும், நிலத்தின் விளைச்சலிலும் என் சிற்றப்பாவிற்கும், பெரியம்மாவிற்குமான பங்கினை அளித்து வந்தோம். இன்று என் அண்ணன்மார்களுக்கும் கொடுத்து வருகிறோம். என்று ஹாலன் தன் மனதில் படிந்திருக்கும் சிவப்பினை கதையாய்ப் படர்த்தியபோது அந்த ஐவரின் கண்களிலும் கிய்ஹள்ளாவின் வெள்ளம் பெருக்கெடுத்து ஓடியது.

அவர்கள் ஒரசோலையின் எல்லையை அடைந்திருந்தனர். அந்தி தொடர்ந்து இருள் பரவ ஆரம்பித்திருந்தது. ஹாலனுக்கு மறுமொழியாக கண்ணீரைத்தவிர வேறு எதையும் தரமுடியாதாகையால் அந்த மறுமொழி சற்று நீண்டது. குனிக்கியின் விசும்பலோடுகூடிய அழுகையும், 0தா0ட்0டெ

மொக்கெ ஆற்றின் சலசலக்கும் நீரின் ஓசையும் மட்டுமே அந்த இடத்தினை ஆட்கொண்டிருந்தன.

0தா0ட்0டெ மொக்கெ ஆற்றினைக் கடந்தால் ஒரசோலை ஊரின் ஆரம்பம். அவ்வாற்றின் மேற்புற கரையோரம், வலதுபுறத்தில் மண்மூடப்பட்ட தடத்தையும், அதன் நடுவில் நடப்பட்டிருந்த நேரிமரத்தின் நாற்றையும் கண்டதும், காரி சொன்ன 0பிட்டன் எருமையைப் புதைத்த இடம் இதுதான் என்று அறிந்து கொண்டான் ஹாலன். அவ்வாற்றங்கரையின் ஓரத்தில் மலிந்திருந்த 0கிலி0கிஜ்ஜெ மலரின் விதைபட்டு வளர்ந்திருந்த 0கிலிகி0ஜ்ஜெ நாற்றினை முழங்காலிட்டு வணங்கி, அதை மண்ணுடன் பெயர்த்தெடுத்து 0பிட்டனின் புதையிடத்தின்மேலே, நடப்பட்டிருந்த நேரி நாற்றிற்கு அருகில் நட்டு வணங்கினான் அவன். இருள் நன்றாகச் சூழ்ந்திருந்தது. சில்வண்டுகளின் ஓசை அவ்விருளெங்கும் பரவி மழைக்குறிப்பினை உணர்த்தி நின்றது.

“இனிமேல் நீங்கள் சென்றுவிடுவீர்கள் தானே... நான் விடைபெறவா?” என்றான் ஹாலன்.

“ஹாலா.... இல்லை வீட்டிற்கு வந்துவிட்டுச் செல்லலாம்... இவ்வளவு தூரம் வந்துவிட்டு வீட்டிற்கு வராமல் செல்வது முறையா?” என்றனர் குனிக்கியும், மிச்சியும்.

“இல்லை.. இல்லை... அத்தை.. நேரம் ஆகிவிட்டது. அன்னையும், மாதியும் காத்திருப்பார்கள் அல்லவா...” என்றவாறு அவர்களை நோக்கினான். அவர்கள் இறங்கிவந்த சோர்ட்டின் புதர்நிறைந்த அந்த ஒற்றையடிப்பாதையில் யாரோ நடந்துவரும் சப்தம் கேட்டது. ஜாலமரத்தில் இருந்த பறவைகள் மிரண்டு ஒலியெழுப்பின. ஹாலன் உட்பட அனைவரின் நோக்கமும் அப்பாதையில் நிலைத்து நின்றது.

0க0ப்0பிளிகொடிப் படர்ந்திருந்த புதரின் இடுக்கின்வழியே நெலிகோலினைக் கடையும்போது சில்லாக சிதறி எழும் தீயினைப்போல பந்தத்தின் வெளிச்சம் தெரித்தது. தீயின் வெளிச்சம் அருகி வந்துகொண்டிருந்தது. தங்களைப்

பின்தொடர்ந்து வந்திருப்பது யாரென்று அறியும் ஆவல் அனைவரின் விழிகளிலும் மிளிர்ந்தது. கையில் திரி0பாம்0பெ பந்தத்துடன் வந்து நின்றான் காரி.

“அப்பா... நீங்களா! வாருங்கள்... நீங்கள் ஏன் அப்பா... இவ்வளவு தூரம் வந்தீர்கள்..

நான் ஒரு எட்டில் வந்திருப்பேன் அல்லவா?”

என்று கூறினான் ஹாலன். காரியைக் கண்டு மகிழ்ந்த அவர்கள் காரியையும் மனைக்கு அழைத்தனர்.

“இருவரும் வந்தால் இரவுணவினை முடித்துவிட்டு செல்லலாம் அல்லவா?” என்று மிச்சி வற்புறுத்தினாள்.

“உங்கள் மருமகன் நாளை மறுவீடு சடங்கிற்காக வருவான்... அதுவும், உங்கள் மாதியுடன் வருவான்.. அப்போது அவனை நன்கு கவனியுங்கள்..”

என்று காரி எள்ளளோடுகூற அனைவரின் முகத்திலும் ஒளிர்ந்த புன்னகை காரியேந்தியிருந்த தீப்பந்தத்தின் பிழம்பில் சென்று கலந்தது.

“சரி நாங்கள் புறப்படுகிறோம். இதோ மழையின் அறிகுறிவேறு தெரிகின்றது. மழைகண்டுவிட்டால் நாங்கள் ஊரிற்கு இறங்குவது பெரும் சிரமம்.” என்று காரி கூற நிலைமையைப் புரிந்துகொண்ட அவர்கள் பிரியா விடைகொடுத்தனர்.

அந்த ஐவரும் ஹாலனின் தலையைத் தொட்டு ஆசி வழங்கினர். மிச்சி அங்கு பூத்திருந்த ஒரு தும்பை மலரினைப் பறித்து ஹாலனிடம் தந்தாள். அந்தக் களங்கமற்ற ஒற்றை மலரினைப் பார்த்ததும் ஹாலனுக்கு மிச்சியின் எண்ணவோட்டம் சொல்லாமலேயே புரிந்தது. வார்த்தைகளைத் தாண்டி அந்தத் தும்பைமலர் பேசியது.

தும்பையோடு நிறைவுற்ற அப்பயணம் அத்தும்பையாகவே தொடரும் என்ற நம்பிக்கையில் அவர்கள் 0தா0ட்0ட மொக்கெ ஆற்றினைத்தாண்டி ஊரிற்குள் சென்றனர். காரியும் ஹாலனும் 0பிட்டனை ஊன்றிய இடத்தினை ஒருங்குசேர நோக்கி,

தங்களின் அனுதாபத்தை மேலும் மேலும் அந்த இடத்தில் ஊன்றினர்.

அவ் ஐவரும் ஓரசோலையின் திடலை அடைந்திருந்தனர். அவர்கள் திரும்பி சோர்ட்டினைப் பார்த்தனர். பந்த வெளிச்சம் சோர்ட்டின் உச்சியை நோக்கி நகர்ந்துகொண்டிருந்தது. அவர்களை போசன் தன் தோளில் சுமந்துகொண்டுச் சென்றிருந்தான்.

☆ ☆ ☆

7

வானில் முழுமதியெழுந்தது. தும்பையின் நிறமொத்து அது ஒளிர்ந்தது. பொழியும் நிலவொளியில் ஒளிரும் 0பீரமுக்கு மலையின் பசுமை, இருளுடுத்திய காட்சியைக்காண அது வெண்ணெய்ச் சோற்றின் சுவையினைப்போல ஈர்த்தது.

போதும் போதுமென்று நினைக்க நினைக்க வாயும், மனதும் வெண்ணெய்ச் சோற்றின் அடுத்தடுத்த கவளங்களைக் களவாடுவதைப்போல, ஒவ்வொரு பார்வை விலக்கலும் மற்றொரு பார்வைக்கு வித்திட்டது.

ஊரு0பெட்டின் அழகோடு இதன் அழகினை ஒப்பிட்டாள் மாதி. இது அவளுக்கும் ஹாலனுக்குமான ஒப்பீடாக நின்றது.

“என்னவாக இருந்தாலும் இதைவிட அடர்ந்தது ஊரு0பெட்டுதான். முழுமதிநாளில் நிலவையே அது விஞ்சி நிற்குமல்லவா.....

ஆங்காங்கே பாறைகள்தெரிய காட்சியளிக்கும் இந்த மலை எப்படி என் ஊரு0பெட்டிற்கு ஈடாகும்...

மனையினைவிட்டு வெளியேறும்போதே இருகரங்களால் அள்ளி அணைத்துக் கொள்வதைப்போல, தன் குளிர்காற்றால் அணைத்துக்கொள்ளும் ஊரு0பெட்டின் ஸ்பரிசம் இம்மலைக்கு இல்லையே......

ஆனால் ஒன்று, இந்தமலை அந்த ஊரு0பெட்டினைப்போல நம்மை மிரட்டுவதில்லை..

"பலத்த காற்று, இடியுமென்று அடிமனதையே உலுக்குமளவிற்கு அடிக்கடி மிரட்டும் அது.. அடிக்கொரு அச்சத்தினை ஊட்டும்.. ஆனால், இந்தப் 0பீரமுக்கினைக் காணும்போது துளியும் அச்சவுணர்வு எழுவதில்லை..."

போன்ற பல்வேறு எண்ணங்கள் வீட்டின் திண்ணையில் அமர்ந்திருந்த மாதிக்கு எழுந்துகொண்டிருந்தன. தன் ஊரில் அன்றாடம் ஊரு0பெட்டிடம் உரையாடுவதைப்போல இங்கு இந்தப் 0பீரமுக்கு மலையிடம் தன் வாடிக்கையைத் தொடங்கினாள்.

அச்சங்கொள்ள செய்யும் உரிமையிருந்தும், துளியும் அச்சத்தைக் காட்டாத ஹாலனின் பொலிமுகத்தினை இந்தப் 0பீரமுக்கோடு ஒப்புநோக்கி நாணி, மானசீகமாகச் சிரித்துக் கொண்டாள்.

திருமணத்திற்குப் பிந்தையதான வேலைகளை விசாரிப்பதற்காக ஊராரும் உறவினர்களும் இல்லத்திற்கு வந்துபோயிருந்தனர். மாதி ஹாலனை எதிர்பார்த்திருந்தாள். ஊரார் வரும்போது எழுந்து அவர்களை வரவேற்று, ஆசிபெற்று அமர்வதாகவும், மீண்டும் விடைபெற்று செல்லும்போது எழுந்து வழியனுப்புவதாகவும் இருந்தாள் மாதி.

இடைவிடாமல் தொடர்ந்து வந்தவர்களிடம் குப்பி உரையாடிக் கொண்டிருந்தாள். இடையிடையே உள்ளே சென்று, வந்தவர்களுக்கு மோர் அளித்துக் கொண்டிருந்தாள் மாதி. அவளின் உடல் விருந்தினை வரவேற்கும், உபசரிக்கும் உற்சாகத்தில் இருந்ததேயன்றி அவளின் மனமோ ஹாலனையே எண்ணிக் கொண்டிருந்தது.

சற்று நேரத்திற்கு முன்பு சோர்ட்டின் உச்சியில் தெரிந்த தீப்பந்தத்தின் நெருங்கலிற்காக அவள் காத்திருந்தாள். எவ்விதமான இடையீடுமின்றி ஹாலன் வந்துவிட வேண்டுமென்ற எண்ணமே அவளின் எதிர்பார்ப்பாக மேலோங்கியிருந்தது.

வான்மதி 0பீரமுக்கின் உச்சியை நோக்கி நகர்ந்து கொண்டிருந்தது. சற்று தூரத்தில் ஒரு சிறு கூட்டத்தின் அரவம் எழுந்தது. அருகி வந்த தொதமர் குடும்பமொன்று குப்பியின் முற்றத்துள் நுழைந்தது. அவர்களை வரவேற்க மாதி எழுந்து நின்றாள்.

“சரிதான்.. சரிதான்... நீதான் ஹாலனின் மனைவியா... உன் பெயர் மாதி தானே...” என்று மாதியின் கன்னத்தினைத்தொட்டு முத்தமிட்டாள் அக்கூட்டத்திலுள்ள மதிக்கத்தக்க வயதுடைய பெண்ணொருவள்.

சிவப்பும், கருப்பும், வெள்ளையும் கலந்த அவர்களின் மேற்போர்வையான பூத்குளியையும், அவர்களின் வெண்ணெய்ப் பூசி சுருட்டிய தலைமுடியையும் மாதிக்கு மிகவும் பிடிக்கும். 0தெய்வ சடங்கின்போது ஆண்பிள்ளையைப் பெற்றெடுத்து மண்0டெ 0தண்ட சடங்கு மேற்கொள்ளும் தம்குலப் பெண்கள், தன் தலையினை ஐம்பகுதியாகப் பிரித்து, சுருட்டி அமைக்கும் தம் ஆதி சிகையலங்காரத்தினைக் காணும்போதெல்லாம் மாதி கொள்ளும் ஆனந்தத்தினை தொதவப் பெண்களைக் காணும்போதெல்லாம் அவள் உறுவாள்.

0கொடநாட்டிலிருந்து கட்டெ0பெட்டிற்கும், ஒத்த0கெக்கும் பயணிக்கும் தொதவர்கள் பயணக் களைப்பினையும், இரவினையும் போக்க மாதியின் இல்லத்தில் தங்கிச்செல்வதுண்டு. அக்குழுவில் மாதிக்கு மான் என்ற உயிர்த்தோழியுமுண்டு. அதுமட்டுமின்றி ஆ0கோட்டிற்கும், வீட்டிற்குமான 0பிரிமத்தினையும், கை மத்தினையும் பண்டமாற்றிற்காகத் தந்துபோக வரும் பாகல்கோட்டு மந்தின் முதியவர் கொட்டாடன் மாதிக்கு சிறுவயதில் செய்தளித்த சிறிய கொக்கெ தடியை இன்றுவரை பத்திரமாக வைத்திருந்தாள் அவள்.

கோடன் வீட்டிற்கு தன் மூங்கில் கைத்தடியை ஊன்றி நடந்து வரும்போதெல்லாம் அவருக்கு இணையாக தன் சிறுதடியினை ஊன்றி, விளையாட்டாக அவரைப்போலவே செய்துக்காட்டி நடக்கும் நினைவினை அக்கூட்டத்தில் நடந்துவந்த தொதமனின் முங்கில்தடியின் ஒலி மாதிக்கு ஊட்டியது.

முற்றத்தில் நின்றிருந்த அக்குடும்பத்தினைக் கண்ணுற்ற கணத்தில் மிகுந்த மிகிழ்வோடு வெளியே விரைந்து வந்தாள் குப்பி.

“வா மல்லி... வா.. வா..” “அண்ணா வாருங்கள்

எல்லாம் சிங்0கரவா..”

என்று அவர்களை குப்பி வரவேற்க மல்லி குப்பியை ஆரத்தழுவினாள்.

“அனைவரும் உள்ளே வாருங்கள்...” என்று அகமும், முகமும் மலர்ந்து குப்பி வரவேற்க எல்லோரும் மனைக்குள் சென்றனர். அவர்கள் அனைவரும் அ0கலெயில் அமர்ந்தனர்.

“குப்பி அக்கா 0கொடநாட்டில் ஒரு இழவு... எனவே நாங்கள் அனைவரும் அங்குச் செல்ல வேண்டியதாயிற்று..

ஹாலன் வீட்டிற்குவந்து திருமணத்திற்கு அழைத்திருந்தான்...

எங்களால்தான் வரவியலவில்லை.. ஆனால், உங்கள் அழகான மருமகளைப்பற்றி என் அக்காள் மகள் மான் சொல்லி யிருந்தாள். அவளும் இவளும் நெருங்கிய நண்பர்களாம்.. அவள் சொன்னதைப்போலவே உங்கள் மருமகள் மிகவும் அழகானவள் தான்.. நம் ஹாலனுக்கு ஏற்றபெண்...”

என்று மாதியின் கன்னத்தினை இலேசாகக் கிள்ளிக்கொண்டே சொல்ல, சுற்றியிருந்த அனைவரும் உதிர்த்த சிரிப்பு மல்லியின் வார்த்தையோடு கைக்கோர்த்தது. மல்லியின் வார்த்தைகள் கடைய, மாதியின் முகம் நாணக் கங்குகளைக் கக்கிக்கொண்டிருந்தது. அங்கிருந்து உடனே சமையலறைக்குள் விரைந்தாள் மாதி. வந்தவர்களுக்குக் குடிக்க மோர்கொண்டு வந்தாள்.

“குப்பி, எங்கே ஹாலனைக் காணவில்லை..” என்றான் மல்லியின் கணவன் தேக்கிஷ் குட்டன்.

“அவன் தன் அத்தைமார்களை விட்டுவர ஓரசோலைவரை சென்றிருக்கின்றான்.. வந்து கொண்டிருப்பான்.. விரைவில் வந்துவிடுவான்..” என்றாள் குப்பி.

“ஓ.. நாங்கள் வரும்வழியில் அவனைக் காண நேரவில்லையே... ஒருவேளை சோர்ட்டின் வழியில் வருகிறான் போல... நாங்கள் அறெ0பெட்டின் வழியில் வந்தோம்..” என்றான் குட்டன்.

“அக்கா உங்கள் கஷ்ட்டம் வீண்போகவில்லை... உங்கள் எல்லா காயங்களுக்கும் இந்த மருமகள் மருந்தாவாள்...”

என்று குப்பியின் கரங்களைப் பற்றிக்கொண்டு மல்லி பரிவுடன் கூறினாள். மல்லியின் கண்கள் கலங்கியிருந்தன. அது குப்பியின் கண்களில் பிரதிபலித்தது. அவர்களின் பலகாலத்தைய புரிதலுக்கு இது சான்றுரைத்தது.

போசனைக் குறித்த நினைவுகள் குட்டனின் நினைவிலேறியது. போசனும் குட்டனும் சிறந்த நண்பர்கள். மதிலில் எரிந்து கொண்டிருந்த விளக்கின் ஒளி போசனை அதிகமாக குட்டனின் நினைவில் கோர்த்தது. அவனை அறியாமலேயே போசனைப் பற்றிய நினைவுகள் வார்த்தைகளாகப் பிரசவித்தது.

இந்த இரண்டு குடும்பங்கள் சந்தித்து பலநாட்கள் ஆனதால் பேசுவதற்கும், பகிர்வதற்கும், நினைவுகூர்வதற்கும் நிறையவே இருந்தன. மதிலின் அருகிலிருந்த சிறு திண்ணையில் அமர்ந்திருந்தாள் குப்பி. மல்லி மாதியைப்பற்றி பேசியபோது கலங்கிய குப்பியின் கண்கள், நெடுமென ஒளிர்ந்த மதில் விளக்கின் முனையில் கரி கட்டி, நெய்யின் குறைவினை வெளிப்படுத்திய பொழுதுவரை அப்படியே தொடர்ந்திருந்தது. அவளின் கண்கள் முழுக்க போசனே சுழன்றுக் கொண்டிருந்தான்.

உணர்வுகள் வார்த்தைகளை வார்த்ததால், அதன் விடுபடா வார்ப்பிலிருந்து மல்லியை சற்று விடுவித்தது தீடிரென்று எழுந்த மாதியின் நினைவு.

"ஏய் மாதி! எங்கிருக்கிறாய். நீண்ட நேரமாக நாங்களே பேசிக்கொண்டிருக்கிறோம்.

இப்படித்தான் நாங்கள் பேச ஆரம்பித்தால் எங்களையே மறந்துவிடுவோம்... இன்று உன்னை மறந்துவிட்டோம்... நீயும் எங்களோடு சேர்ந்து கொண்டாயானால் நீ உன்னையே மறந்துவிடுவாய்... என்ன குப்பியக்கா நான் சொல்வது சரிதானே?"

என்று மல்லி கூற, அனைவரும் ஆமாம் என்று தலையசைப்பில் ஆமோதித்து நகைத்தனர். ஆனால், போசனின் நினைவில் கட்டுண்டிருந்த குப்பியின் முகத்தில்மட்டும் நாகரிகம் கருதிய புன்னகையொன்று சட்டென தோன்றி மறைந்தது...

"அடடே... மாதிக்கு எங்களை அறிமுகப்படுத்தக்கூட மறந்துவிட்டேனே..

மாதி... நாங்கள் அனைவரும் கட்டெ 0பெட்டு மந்தில் விசிப்பவர்கள். இந்தக் குடும்பத்திற்கும் எங்களுக்குமான உறவு நெடுங்காலத்தையது..

எங்கள் திருமணத்தினைக்கூட உன் மாமனார்தான் முன்னின்று நடத்தினார்...

ஹெ0ப்0பநாட்டிற்கு எப்போது வந்தாலும் உங்கள் வீட்டில் தங்காமல் நாங்கள் செல்வதில்லை.."

என்று நெடிய உறவின் பூரிப்பினை வார்த்தைகளால் வார்த்துக் கொண்டிருந்தாள் மல்லி. அந்த உறவின் பூரிப்பு மாதியின் கண்களிலும் ஒளிர்ந்து கொண்டிருந்தது. தன் கரங்களை ஒன்றோடொன்று பிணைத்துக்கொண்டு, விரல்களைப் பிசைந்தவாறே, "கொல்லையில் வெந்நீர் தயாராக இருக்கின்றது. நீங்கள் கைகால் கழுவி வந்தால் உணவு உண்ணலாம்" என்றாள் மாதி.

உணவினைப்பற்றி மாதி கூறியவுடன்தான் குப்பிக்கு உணவின் நினைவு எழுந்தது. உடனே, அவள் அடுப்படியைப் பார்த்தாள். இராகி, சாமை, நெய், வெண்ணெய் எல்லாமும் கலந்த நறுமணம் கமழ்ந்து கொண்டிருந்தது.

"ஹோ.. ஹோ... எல்லாம் தயாரா... நல்லது.. நல்லது..

வழக்கமாக நாங்கள் சந்திக்கும்போது நேரக்கணக்கின்றி பேசுவோம்.. பசி உணர்வு ஏற்பட்டபிறகே உணவின் நியாபகம் வரும்... அதற்குப்பிறகுதான் அனைவரும் சேர்ந்து பசியுடனேயே உணவினைச் சமைப்போம்... ஆனால், குப்பியக்கா இன்று நமக்கு ஒரு சிறந்த, பொறுப்பான துணை வந்துவிட்டது... உங்கள் துணைக்கு நல்ல ஒரு ஆள் வந்துவிட்டது... நல்லது"

என்று மல்லியுரைக்க அனைவரும் உணவிற்குத் தயாராகினர். இ0தமனெயின் கச்சுப் 0பள்ளிகளில் கூடுதலாக இரண்டு விளக்குகளையும், அ0கலெயின்மேல் இரண்டு கம்பு 0தீவிகெ விளக்குகளையும் ஏற்றிவைத்தாள் மாதி. அ0கலெயின்மீது அவர்களுக்கு உணவு பரிமாறினாள்.

சாமையின் அரிசியோடு இராகி மாவினையிட்டு மாதி களிகிண்டியிருந்தாள். நன்கு பதமாக வேகவைக்கப்பட்ட

அக்களியுருண்டைகளின் சுவையினை அதன் நறுமணமே அறிவுறுத்தி நின்றது. ஈரவெங்காயத்தையும், பூண்டையும், குறுமிளகினையும், உல்லா மஜிகெ செடியினையும் எண்ணெயிலிட்டு வதக்கி, மாசரெயில் அரைத்து, கடுகுபோட்டுத் தாளித்து, நனெ அவரையுடன் ஊற்றி மாதி வைத்திருந்த குழம்பு இதுவரை அவர்கள் உண்டிராத சுவையுடையதாக விளங்கியது. தொட்டுக்கொள்ள 0காக்0கெ சொப்புடன், நெய்யும், வெண்ணெயும் மணக்கும் சுவைமிகுந்த உணவினைப் பரிமாறினாள் மாதி.

தொதம மக்களுக்கு வெண்ணெய்ப் பிடித்த பதார்த்தம் என்பதை நன்கறிந்த மாதி அவர்கள் உண்டு முடிக்கும்வரை அவர்களுக்கு வைத்த வெண்ணெயைக் குறையாமல் பார்த்துக்கொண்டாள். அவர்கள் உண்பதைக் கவனித்து, குறிப்பறிந்து, தேவைக்கேற்ப பரிமாறினாள்.

குளிரிற்கு இதமாக, சற்று காரமாக, குறுமிளகினைக் கொண்டு ஆக்கப்பட்ட அந்தக் குழம்பால், அவர்களுக்கு ஒருவாயுணவு கூடுதலாகவே இறங்கியது. விருந்தினை உபசரிக்கும் தம் மரபாக அவர்களுக்கு தண்ணீரை அளித்து, அவர்களின் உண்கலன்களை எடுத்துவைத்தாள் மாதி.

“சிறப்பு... இதுவரை நான் இப்படியொரு சுவையான உணவினை உண்டதில்லை.. போசனின் தாயிடம் உண்ட உணவின் நினைவெழுகின்றது... அன்பு நிலையிலும் அதே அந்தத் தாயினது போலவே... மிகச்சிறந்த உணவு... குப்பி, நீங்கள் கொடுத்து வைத்தவர். இந்தக் குடும்பத்திற்கு ஏற்ற பெண்.”

என்று நெகிழ்ந்துரைத்தான் தேக்கிஷ்குட்டன். நிறைவின் வார்த்தைகள் குப்பியை மேலும் நிறைத்துநிற்க வெளியிலிருந்து ஹாலன் குப்பியை அழைத்தான்.

“ஔவெ.. கைகால்களைக் கழுவ நீர் வேண்டும்” என்று ஹாலன் குப்பியை விளிக்க, அதை அவனின் வார்த்தைக்கு முன்னமே புரிந்துகொண்ட மாதி அவிரியில் வெந்நீருடன் வெளியே வந்தாள்.

“வா.. ஹாலா... ஓ.. ஓ.. காரியா... நீயும் சென்றிருந்தாயா...” என்ற குட்டனோடு மல்லியும் நலன் விசாரித்துக் கொண்டே முற்றத்தினை நோக்கி சென்றனர். “ஏய் குட்டா நலமா.. வா மல்லி.. அனைவரும் நலமா...” என்று காரியும் நலன் விசாரித்தான். ஹாலனும் அவர்களை வணங்கினான்.

“வாருங்கள் மல்லி அக்கா... தேக்கிஷ் அண்ணா.. வாருங்கள்..

உங்களைக் காண்பதில் மிக்க மகிழ்ச்சி..

ஓ.. அனைவரும் வந்திருக்கின்றீர்களா... வாருங்கள்.. வாருங்கள்... மிகுந்த மகிழ்ச்சி...

நான் தங்களின் வரவினை சற்றும் எதிர்பார்க்கவில்லை...

அனைவரும் உண்டீர்களா?...”

என்று ஹாலன் கேட்க,

“ஓ... எல்லாம் சிறப்பு... வெகு சிறப்பு...

மாதியின் மிகவும் சுவையான சமையல். அதைவிட சுவையான அவளின் விருந்தோம்பல்...

எல்லாம் வெகுசிறப்பு ஹாலா... உன்னைவிட இவள் இனியவள்...”

என்று மல்லி கூறி சிரித்தாள்.

அவர்களும் கால்கழுவிவர, அவர்களுக்கும் உணவினைப் பரிமாறினாள் மாதி. இதுவரை மனையில் அனைவரும் உண்டபிறகு இறுதியாக உண்ணும் வழக்கத்தினைக் கொண்டிருந்த குப்பியை வலிந்து அமரவைத்து, அவளுக்கும் பரிமாறினாள் மாதி.

அந்த அற்புதமான குழம்பினை காரியும், ஹாலனும் தொடக்கம் முதல் இறுதிவரை இரசித்து உண்ண, சுவையோடு பெருமிதத்தினையும் கலந்து உண்டாள் குப்பி. அவளின் உண்கலனையும் மாதி வலிந்துபெற தன்னையோம்ப ஒரு உறவு இங்கு வந்திருப்பதையெண்ணி சற்று கூடுதலாகவே குப்பியின் வயிறும் மனமும் நிறைந்திருந்தன.

"சரி நீங்கள் அனைவரும் வாருங்கள். நம்முடைய வீட்டிற்குச் செல்லலாம். இன்றிரவு அங்குத் தங்கலாம். ஏன்றார் காரி.

"இல்லை காரி, நாங்கள் கிளம்புகிறோம். மேய்ச்சலுக்குச் சென்ற எருமைகள் என்னவாகினவென்று தெரியவில்லை... விரைந்து கிளம்பும் திட்டத்துடன்தான் வந்தோம்... என்ன செய்ய இந்த மனைக்கு வந்தால் நேரம்போவது தெரியாதே?" என்று குட்டன் சொல்ல, அனைவரும் சிரித்தனர்.

"இல்லை அண்ணா.. நேரம் கடந்துவிட்டது... இதற்குமேல் செல்வது முறையல்ல..

இதற்குமேல் அனுப்புவதும் இந்த வீட்டின் மரபல்ல..

இன்று நம் வீட்டில் தங்கிவிட்டு நாளை செல்லுங்கள்... மாதி உங்களுக்கென்று அச்சிக்கெயை ஊறவைத்திருக்கிறாள்... அதை நீங்கள் சுவைத்துவிட்டுதான் செல்லவேண்டுமாம்.. இது மாதியின் விருப்பம்" என்று ஹாலன் சொல்ல,

"சரிதான் ஹாலா... நான் அவர்களை நம் வீட்டிற்கு அழைத்துச் செல்கிறேன்... அதுதான் சரி" என்றார் காரி.

புதுமணச் சூழலைப் புரிந்துகொண்ட இந்த அன்பின் தர்க்கத்தினைக் குட்டன் முடித்துவைக்க எண்ணி,

"சரி ஹாலா... காரியும் அன்புடன் அழைக்கிறார்... அதுவும் முதல்முறையாக எங்களை அழைக்கிறார் வேறு.. இன்று இரவு நாங்கள் அவரின் அழைப்பினை ஏற்று அங்குச் செல்கிறோம்.. சரியா.. இது முறைதானே"

என்று குட்டன் சொல்ல,

"சரிதான்... குப்பி, நீயும் எங்களோடு வந்துவிடு. உங்கள் அனைவரும் நான் கோலியின் கதையைக் கூறுகிறேன்..." என்று ஆர்வம்மிளிர கூறினார் காரி.

"இல்லை.. இல்லை... இன்று காரி அப்பா உட்பட அனைவரும் இங்குதான் தங்க வேண்டும். அதுதான் முறையும் கூட..

நானும் மாதியும் 0குள்ளிற்குச் செல்கிறோம்.

கோ.சுனில்ஜோகி ● 191

நிலத்தில் அறவத்து அவரைக் காய்த்துள்ளது. அதன் வாசத்திற்கு நிச்சயம் காட்டுப்பன்றிகள் வரும்.

மாதிக்கு காட்டுப்பன்றிகளையும் காட்டியதாயிற்று. நிலத்தையும் காவல் காத்ததாயிற்று..”

என்றான் ஹாலன்.

“அதுவும் சரிதான்... ஹாலன் சொல்வதும் சரிதான்..” என்று ஹாலனின் உணர்வினை உணர்ந்த காரி அதை ஆமோதித்தான்.

இதுநாள்வரை குப்பி இந்த வீட்டினை விட்டு வெளியில் எங்கும் தங்கியது கிடையாது. அதை ஹாலன் அனுமதிக்க மாட்டான். எப்போதும் ஹாலன் போசனாகவே சிந்திப்பவன். நிச்சயம் தன் தாயை மற்றொரு மனைக்குச் சென்று தங்க ஒருபோதும் ஒப்புகொள்ள மாட்டான் என்பது காரிக்கு நன்கு தெரியும். ஹாலனின் இந்த எண்ணம் அங்கிருந்த அனைவருக்கும் விரைவில் புரிந்தது.

குப்பி கூடுதலாகக் கொடுத்த போர்வைகளுடன், குப்பியின் ஆசியையும், அன்பு முத்தத்தையும் ஒருங்கே பெற்றுக்கொண்டாள் மாதி. குட்டனும், மல்லியும் வாழ்த்த நெடுமென நின்றெரிந்த மதில் விளக்கொளியை வணங்கினாள். முழு ஆசியுடனும், நிறைவுடனும் ஹாலன் திரி0பாம்0பெ பந்தத்தினைப் பிடித்து நகர, மாதி உடன் சென்றாள்.

நிலத்திற்குச் செல்லும் அந்த ஒற்றையடிப் பாதையை அடைய தோவினைக் கடந்தனர். அப்போது, மாதியின் வாசம் அறிந்து 0கெட்டி கனைத்தது. ஹாலன் வியந்தான். அவனும் பலமுறை இந்த இடத்தினைக் கடந்து சென்றதுண்டு. ஆனால், அவனுக்கு இப்படியொரு அனுபவம் கிடைத்ததில்லை. இந்த மாயம் செய்பவளின் அன்புதான் எவ்வளவு வியப்பிற்குரியது. அழைத்தகணமே வந்துவிடும் அன்பின் வலிமை என்றுமே அளவிட முடியாதது அல்லவா.

ஊரினைவிட்டு சற்று விலகி ஒரு புல்மேட்டினைத்தாண்டி அமைந்திருந்தது அவர்களின் விளைநிலம். நஞ்சுப் புல்லினால் வேயப்பட்டு, நிலத்தில் முளைத்த மதியென விளங்கிய அந்தக் 0குள்ளின் அழகில் லயத்தாள் மாதி. அவர்கள் நிலத்திற்குள்

நுழைந்தனர். 0பீரமுக்கு மலையின் குளிர்காற்றே அவர்களை முதலில் வரவேற்றது.

0பீரமுக்கு மலையின் குளிர்காற்றில் மழையின் குறி தென்பட்டது. அந்நிலத்தின் ஒரு பகுதியில் சிவப்பு மலர்கள் காய்த்திருந்த அவரைத்தோட்டம் கொட்டக்கிலுப் பறவையின் கொண்டை அசைவதொப்ப தொடர்ந்து வீசிய குளிர்காற்றில் நிலவொளியின் மகுடம்சூடி அசைந்தாடியது. கற்றின் விசை நின்றவிடத்தும் விடாமல் கொட்டக்கிலின் சிவப்புக் கொண்டைகள் அசைந்தன. ஆம்... அந்தக் கெப்பு அவரை கொடியில் கூடுகட்டியிருந்த கொட்டக்கிலுப் பறவைகள் அவ் அன்பின் இணையரைக்கண்ட மகிழ்ச்சியில் தன் தலைக்கொண்டைகளை அசைத்தாடின.

குஞ்சுப்பொரித்த கூடுகளிலிருந்து எழும் கொட்டக்கிலின் கீச்சொலியும், அதற்கு மறுமொழியாய் எழும் குஞ்சுகளின் கீச்சொலியும் அவ்விணையருக்கு தங்கள் துணையிருப்பினை நொடிக்குநொடி அறிவித்தன. வாடிக்கையாக ஹாலன் வரும்போதுகூட அப்பறவைகளுக்கு பகுதியளவு அச்சவுணர்வு கலந்திருக்கும். ஆனால், ஹாலனோடு மாதியெனும் புதுநபர் இன்று வந்திருந்தும் துளியும் அச்சமில்லாத கீச்சொலி எழுந்துகொண்டிருப்பது ஹாலனை மேலும் வியப்பில் ஆழ்த்தியது. மீண்டும் மீண்டும் மாதியெனும் மாயம் செய்பவளை எண்ணியெண்ணி வியந்தான் அவன்.

தாய்மையும், சேய்மையும், ஆண்மையும் கலந்த பறவைகளின் கீச்சொலியெனும் மெல்லிசையில் அலைகின்ற முழுமதி, தன்னந்தனியான சூழல், முற்றி பூத்த அவரைகள், முற்றி முற்றி பூத்துக் கொண்டிருக்கும் அன்பு... இது மாதிக்கு புது அனுபவம். மேலும், பொழியும் மதியொளியில் வெகு அருகில் 0பீரமுக்கு மலையின் காட்சி மாதியின் மனதில் ஆர்வத்தைக் கிளறியது. நிலவுபொழியும் நேரங்களிலெல்லாம் மானசீகமாக மணிக்கணக்கில் ஊரு0பெட்டு மலையுடன் பலமுறை பேசியிருக்கிறாள் மாதி. இக்கணமே மாதியோடு உரையாட 0பீரமுக்கு மலையும் தயாராகவே காத்திருந்தது.

0குள்ளிற்கு அழைத்துச் செல்கிறேன் என்று ஹாலன் சொன்னதும், தன் அத்தை குப்பி சொன்னதைப்போலவே

அங்கு அது நடந்தது. 0குள்ளின் வலதுபுறத்தின் மேல்முனை யிலிருந்து பெரும் அலறலுடன் ஏதோ இரண்டுமூன்று பறவைகள் மாதியின் தலைக்குமேலே பறந்து 0பீரமுக்கு மலையைநோக்கி சென்றன.

“மாதி அஞ்ச வேண்டாம். அவை 0கூம்மா” என்று 0குள்ளின் முன்னே தீ மூட்டிக்கொண்டிருந்த ஹாலன் கூறியவன், அவள் அஞ்சிவிடுவாளோ என்று, அவளருகில் விரைந்து வந்தான்.

“எனக்கு தெரியும். ஏற்கனவே அத்தை எச்சரித்திருந்தார்கள்...

0குள்ளின் வலதுமூலையில் அடுப்புச் சாம்பல் தூவப் பட்டுள்ளது. அங்கு நிச்சயம் அவை வரும். அஞ்சிவிடாதே என்று அவர் சொல்லியிருந்தார்.”

என்று மாதி சொல்லி முடிக்கும்போது,

“மாதி எனக்கு இன்றும் நியாபகம் இருக்கின்றது. என் பிள்ளை பிராயத்தில் நான் மிகவும் குறும்புக்காரன். இரவில் விளையாட வீட்டினைவிட்டு வெளியேற அடம்பிடித்தபோது என் அன்னை வெளியில் சாம்பலைக் கொட்டியுள்ளேன், இதோ, 0கூம்மா வந்து உன் கண்களைக் கொத்தி எடுத்துசென்றுவிடும் என்று என்னை மிரட்டுவார்கள் தெரியுமா...” என்றான் ஹாலன். உடனே மாதியும்,

“என்னையும் என்பாட்டி இதைச்சொல்லி அச்சமூட்டுவதுண்டு. நான் அதையும்மீறி அடம்பிடித்து வெளியில் சென்றுவிடுவேன். இரவில் 0கூம்மா அலறும்போது ‘பார்த்தாயா, நான் அவ்வளவு சொன்னேன் அல்லவா.. நீ கேட்டாயா?.. நீ வெளியில் சென்றாய்... அவை உனைத்தேடி வந்துவிட்டது பார்.. அது நம் வீட்டின் மேல்தான் உள்ளது. நீ காலையில் வெளியில் சென்றதும் உன் கண்களைக் கொத்தப் போகின்றது.’ என்பாள். அதன் அலறல் கேட்கும்போதெல்லாம் அச்சத்தில் என் முகத்தினை முக்காடிட்டுக்கொண்டு உறங்குவேன். ஏன்.. வீட்டினைவிட்டு வெளியே செல்லாமல் அச்சத்தில் உறைந்திருந்த நாட்களும் உண்டு”

என்று கொள்ளென்று சிரித்தாள் மாதி.

அடக்கம் மீறிய அவளின் விளையாட்டுச் சிரிப்பினை, வெடி நகையினை முதல்முறையாகக் கேட்டான் ஹாலன்.

தனிமையில் காதலின் சிரிப்பொலி இப்படித்தான் இருக்குமோ? என்று எண்ணினான். அவனோடு சேர்ந்து நிலவும், 0பீரமுக்கு மலையும், கொட்டக்கிலுப் பறவைகளும் மாதியின் அடுத்த சிரிப்பிற்காகக் காத்திருந்தன.

நிலத்தின் வலதுபுறத்தில் சள்ளி0கெ விதைகளையிடுவதற்கு உரமாக சாம்பலைத் தூவியிருந்த, அப்பகுதியிலிருந்த 0கூம்மாவினைத் துன்புறுத்திவிட்டோமோ என்ற சிறு வருத்தம் மாதிக்கு மேலிட்டது. அச்சாம்பலில் பதிந்திருந்த அதன் பாதச்சுவடுகளைப்போல இந்த முதல் அனுபவம் மாதியின் மனதில் ஆழப்பதிந்தது.

0பீரமுக்கு மலையிலிருந்து இறங்கிய குளிர்காற்று ஊடுருவ உடல்சற்று நடுக்கத்தை உணர்ந்தது. 0குள்ளின் முன்னர் பற்றவைத்த நெருப்பு நன்கு வளர்ந்தெரிந்தது. எரியும் நெருப்பின் தகிப்பு ஹாலனின் முகத்தில் எதிரொளித்தது. 0குள்ளினை அருகிச் சென்று வைக்கப்பட்டிருந்த உழவுக்கருவிகளை நோட்டமிட்டாள் மாதி. குளிரில் விறைத்த தன் கைகளைச் சேர்த்து அணைத்திருந்தவள் ஹாலனுக்கு அருகில் நெருப்பு காய்வதற்கென்று அமைக்கப்பட்டிருந்த கல்திடலில் அமர்ந்துகொண்டாள்.

நெருப்பின் கதகதப்பு லேசாக உடலை அணைத்தது. நெருப்புக் கங்குகள் வளியில் வரைந்த ஓவியம் மின்மினிப் பூச்சிகளாய் மின்னி மின்னி 0பீரமுக்கின் திசைநோக்கி சென்று மறைந்தன. சிதறிய கங்குகள் சில ஹாலனின் தலைப்பாகையில் பட்டுநிற்க, அதை உடனே தன் கரங்களால் தட்டினாள் மாதி. தீடிரென்று அது நினைவில்வர, நாணமும் அச்சமும் கொண்டு ஹாலனை நோக்கினாள். தலைகுனிந்தவாறே உணர்ச்சி வசப்பட்டு தன் துணைவனின் தலையைத் தொட்டதற்காக, அவனின் காலினைத்தொட்டு வணங்கினாள். காதல் மரியாதை அறியாதென்பதைக் கூடுதலாகக் கீச்சிட்டுக்கொண்டே அந்தக் கொட்டக்கிலுகள் தலையசைத்து ஆமோதித்தன.

தாள்பணிந்த மாதியின் தோள்களைப் பற்றி எழுப்பினான் ஹாலன். அந்த நான்கு கண்களும் அருகருகே சந்திந்துகொண்டன. அவளின் இரு கண்களிலும் நிலவு பொழிந்துக் கொண்டிருந்தது.

மீண்டும் மீண்டும் எழுந்து சுழன்ற குளிர்காற்றில் நெருப்பின் கங்குகளின் களிநடனம் தொடர்ந்தது. 0குள்ளின் கூரையிடுக்கில் திணித்துவைத்த திரி0பாம்0பெ பந்தத்தின் நெருப்பு காற்றின் வேகத்தில் படபடத்தது. முற்றிய அவரையின் சிவந்த மலர்கள் ஒன்றோடு ஒன்று உரசுவதைப்போல 0குள்ளின் முன் ஏற்றிய நெருப்பும் தீப்பந்தத்தின் நெருப்பும் உரச முயன்றன. முடியாத அந்த இடைவெளியில் அமர்ந்துகொண்ட காற்று ஊஞ்சலாடிக் கொண்டிருந்தது.

காற்றின் வேகங்கூட, வானின் நீலமொத்த விளிம்பைத் தறித்து எரிந்தது பந்தத்தின் நெருப்பு. வெண்ணிலவு 0பீரமுக்கு மலையை அணைய, நிலத்தில் வீற்றிருந்த மாதியெனும் வெண்ணிலவு முதல்முறையாக அடமின்றி ஊரு0பெட்டு மலையை அடைந்திருந்தது. 0கெட்டி எருமையைக் கட்டிய மாதியின் கூந்தல் ஹாலனைக் கட்டியிருந்தது. 0பீரமுக்கிலிருந்து எழுந்த 0கூம்மாவின் ஒவ்வொரு அலறலிலும் ஹாலனின் சிகையில் முக்காடு இட்டுக்கொண்டிருந்தாள் மாதி. நெருப்பின் பிழம்பு வளியில் இடும் களிநடனத்தையொப்ப, ஹாலனின் மார்பில் உறவின் பிழம்பால் மாதியின் கார்குழல் களிநடனம் புரிந்து கொண்டிருந்தது. ஊரு0பெட்டினையொத்த ஹாலனின் மார்பின்மீது கிடந்தாள் மாதி. அவள் ஹாலனிடம்,

“காரி மாமா கோலியின் கதையைச் சொல்வதாகச் சொன்னாரே.. அதோ வானத்தில் முழுமதிக்கு அருகில் ஒளிர்கின்றதே அந்த விண்மீன்தானே கோலி.. அது ஒளிரும்போதெல்லாம் ‘இந்தக் கோலியின் கதை யாருக்கும் வரக்கூடாது’ என்று என்பாட்டி சொல்வாள். ஆனால், கோலியைப்பற்றிய முழுக்கதையை என்பாட்டி கூறி நான் கேட்டதில்லை. உங்கள் அன்பைப்போலவே அவ்வளவு அழகாக ஒளிர்கின்றாளே அவளுக்கு என்ன துயர்வந்தது? எனக்குக் கிடைத்ததைப்போல ஒரு ஹாலன் அவளுக்குக் கிடைக்கவில்லையோ?” என்றாள்.

“ஆம் மாதி நீ சொல்வது சரிதான். இப்படியொரு ஹாலன் அவளுக்குக் கிடைக்கவில்லை. அதுதான் உண்மை” என்றான் அவன்.

ஹோ.. ஆனால்.. வானத்தில் ஒளிர்கின்றாளே!

ஒளிர்வதற்கு வானமானால் என்ன? பூமியானால் என்ன? இங்கிருந்து நீ ஒளிரும் அவளைக் காண்கிறாய். அவள் அங்கிருந்து ஒளிரும் உன்னைக் காண்கிறாள்.. அவ்வளவுதான்..

ஓ... ஓ...

ஆனால் மாதி, அவளைவிட நீதான் கூடுதலாக ஒளிர்கிறாய் தெரியுமா?

ஒஹோ.. போதும்... போதும்.. அந்தக் கோலியைவிட உங்கள் வார்த்தையே அதிகமாக ஒளிர்கின்றது.

ஆமாம்.. அதில் மறுப்பேதுமில்லை.. என்றுமே அன்பும் உண்மையும் ஏறிய வார்த்தைகள் ஒளிரும்தானே...

சரி... சரி... உங்களுடன் பேசி யாரும் வெல்லமுடியாது...

ஆனால், உன்னைப்போல் யாராலும் பேசாமல் வெல்லவும் முடியாது..

போதும்.. போதும்.."

என்று தன் சிவந்த கரங்களால் ஹாலனின் வாயை மூடினாள் மாதி.

"சரி... சரி... எனக்கு அந்தக் கோலியின் கதையைச் சொல்லுங்களேன்..." என்றாள் மாதி. இருவரின் பார்வையும் ஒளிரும் அந்தக் கோலியைக் கண்டது.

"அன்று அவ்வூரில் அந்த மனையிலிருந்து ஓயாத கதறல் ஒலி. "ஔவெ.. ஔவெ.. கெப்பி... கெப்பி.. என்று ஓயாமல் அழைத்துக் கொண்டிருந்தாள் மகப்பேறு வலியுற்ற கோலி. கருவுற்றதும் தன் கணவனால் கைவிடப்பட்ட அவளுக்கு ஏழு அண்ணன்மார்கள். அவர்கள் அனைவரும் இவ்வுலகினைவிட்டு மறைந்திருந்தனர். ஊரில் யாருடைய ஆதரவும் அற்றவளாய், அவளின் கேரியில் கடைவீட்டில் வசிக்கும் கெப்பியின் சிறு இரக்கத்தால் அவள் வாழ்ந்துவந்தாள். தன் கணவனால் அலட்சியம் செய்யப்பட்ட தனக்கு அந்த ஊரில் இருந்த ஒரே ஆதரவான அந்தக் கெப்பியை ஓயாமல் அழைத்துக் கொண்டிருந்தாள். மகப்பேற்றின்வலி மேலிட, தாங்கவியலாது

தன் இரு கரங்களால் திகிரியை இறுக்கமாகப் பற்றியிருந்தாள் கோலி. தன் பற்களைக் கடித்துக் கொள்ள மூக்கின்வழியே எழுந்து கொண்டிருந்த அவளின் முனங்கலொலி விளைநிலத் திலிருந்து மனைக்குத் திரும்பியிருந்த கெப்பிக்கு எட்டியது. அவள் பதற்றத்தோடு ஓடிவருவதற்குள்ளே கோலி ஒரு குழந்தையைப் பெற்றெடுத்து மயங்கிக் கிடந்தாள். அவளைக் கண்டு பதறினாள் கெப்பி. உடனே, அச்சிசுவைத் தன் கையில் ஏந்தி, தொப்புள் கொடியை வெட்டினாள். கோலிக்கான முதலுதவியைச் செய்தாள். அவளைத் தெளிவித்தாள். பின்னர் விளைநிலத்திற்குச் செல்ல நேரமாகவே கோலியின் ஒப்புதலுடன் சென்றுவிட்டாள்.

அடுத்தநாள் மகப்பேற்றின் வலியும், உடலில் தெம்பற்ற நிலையும், அதையும்தாண்டி நிராதரவு எனும் பெரும் துயரமும் முன்னினும் கூடுதலாகத் தாக்க அவள் தெளிவிருந்தும் கவலையெனும் மயக்கத்திலிருந்தாள். திடீரென்று வீறிட்டெழுந்த சிசுவின் அழுகுரல் கோலியை எழ நிர்பந்தித்தது. தள்ளாடி எழுந்தாள் அவள். உயிர்போகும் வலி. அ0கலெயிலிருந்து தத்தி தத்தி ஓரத்திற்கு நகர்ந்து வந்தாள். மெதுவாகக் கீழே இறங்கினாள். சுவற்றினைக் கைகளால் பொத்திக்கொண்டே சமையலறையை அடைந்தாள். வயிற்று வலியா? இல்லை கடும்பசியா? என்று பிரித்தறியமுடியாத உணர்வு அவளுக்கு. எச்சில் விழுங்கக்கூட அவளுக்குத் தெம்பில்லை. அவளின் வாய் நுரைகட்டியிருந்தது. கடும் தாகம். தண்ணீர் அவி ரியைத் திறந்தாள், குடுவையை விட்டு துழுவினாள். உள்ளே சொட்டுக்கூட தண்ணீரில்லை. குழந்தை அழுதால் அதற்கு அடுத்தவேளை பாலிற்குக்கூட உடலில் தெம்பில்லை. நீரைக் குடித்தாவது பசியாற்றுவோம் என்றால் தண்ணீருமில்லை. தண்ணீர் கொண்டுவந்து தரவும் அவளுக்கு ஆதரவுமில்லை. உடல் வலியைவிட அவளுக்கு மனவலியே மிகுந்திருந்தது.

அ0கலெயின் மேல் தூங்கும் குழந்தை கீழே விழுந்துவிடுமோ என்ற அச்சத்தில், அதை எடுத்து அ0கலெக்குக் கீழே மேல்0கோட்டில் படுக்கவைத்தாள். முச்சிறைக்க, தளர்ந்த நடையுடன் வீட்டின் கதவினை இறுக்கமாக மூடினாள். நரியோ, பூனையோ உள்ளே சென்றுவிடுமோ என்ற அச்சத்தில் தூக்கவியலாமல் 0கெணெயினைத் தூக்கி கதவினை அடைத்தாள்.

கையில் அவிரியுடன் தள்ளாடிக்கொண்டே ஆற்றிற்குச் சென்றாள். ஆற்றின் கீழே இறங்கி தண்ணிரை நிரப்பினாள். வலியால் அதைத் தூக்கவியலாமல் அழுதாள். மகப்பேற்றினைச் சந்தித்து ஒருநாளே ஆன கோலி மாளாவலியால் தன் அண்ணன்மார்களை எண்ணி ஆற்றங்கரையில் அமர்ந்தழுதாள். அப்போது அருகிலிருந்த ஹூலி0பிக்கெ மரத்தில் அமர்ந்திருந்த காக்கையொன்று கோலியைக் கவனித்தது. அது கோலி யிடம் ‘என்னவாயிற்று’ என்று விசாரித்தது. அதனிடம் தன் துயரத்தையெல்லாம் சொல்லி அழுதாளவள்.

என் சகோதரர்கள் இருந்திருந்தால் எனக்கு இந்தநிலை வந்திருக்குமா? என்னை இந்த நிலைக்கு விட்டிருப்பார்களா? என்று கூறி, ஓயாமல் தேம்பி தேம்பி அழுதாள் அவள். அதைக்கேட்டு வருந்திய அக்காக்கை

“உண்மைதான்.. உன் நிலை யாருக்கும் வரக்கூடாத துயரமான ஒன்றுதான்.. உனக்கு உதவியாக என்னால் ஒன்றை மட்டும் செய்யவியலும். ஆநாட்டில் உன் சகோதரர்களை நான் அடிக்கடி காண்கிறேன். தங்கத்தாலான அ0குரில் வெள்ளிப்பந்தினை அடித்து அவர்கள் விளையாடிக் களிப்பதை நான் பலமுறை கண்டிருக்கின்றேன். நான் உன்னை அந்த இடத்திற்கு அழைத்துச் செல்கிறேன். நான் முன்னால் பறந்துச்செல்கிறேன். நீ என் நிழலைத்தொடர்ந்து வந்துவிடு சரியா”

என்றது அக்காக்கை. காக்கையின் வார்த்தையைக்கேட்டு தன் துயரம் ஓரளவிற்கு விடிவதை உணர்ந்தாள் கோலி. காக்கையின் நிழலைப் பின்தொடர்ந்தாள்.

அது ஒரு நீண்டபயணம். கடும் வலியையும், சோர்வையும் பொருட்படுத்தாமல் தன் அண்ணன்மார்களைக் காணும் ஆர்வத்தில், அவள் வேகமாகப் பறந்துசென்ற காகத்தைப் பெரும் சிரமத்துடன் பின்தொடர்ந்தாள். தம் முன்னோர்கள் வாழ்கின்ற ஆநாட்டை அடைந்தாள். அங்கு அந்தக் காக்கை சொன்னதைப்போலவே அவர்கள் பந்தாடிக் கொண்டிருந்தனர். ஒரு மறைவிடத்தில் நின்று அவர்களை கண்கொட்டாமல் பார்த்து மகிழ்ந்தாள். அப்போது அவனின் மூத்த அண்ணன் அடித்த பந்து அவள் மறைந்திருந்த இடம் நோக்கி வந்து

வீழ்ந்தது. அதை எடுக்க வந்த இளைய அண்ணன் அங்கு மறைந்து நின்றிருந்த கோலியைக் கண்டுகொண்டான்.

அவன் கோலியைக்கண்ட அதிர்ச்சியில் "ஏய் கோலி... நீ எப்படி இங்கு வந்தாய்... உன் ஆயுள் இன்னும் தீரவில்லையே... ஆயுள் நிறைவடையாது நீ இங்கு வரலாகாது.' என்றான். தன் சகோதரன் யாரோ ஒரு பெண்ணுடன் பேசிக்கொண்டிருப்பதைக் கண்ணுற்ற மற்ற சகோதரர்கள், என்ன நேர்ந்ததோ என்று அங்கு விரைந்தனர். அவர்கள் யாரும் எதிர்பாராத வண்ணம் அங்கு நின்றிருந்த தங்களின் தங்கையைக்கண்டு வியந்து மகிழ்ந்தனர். அன்பின் கண்ணீர் பெருக்கெடுத்து ஓடியது. விம்மி விம்மி அழுதாள் கோலி.

"அண்ணா, நீங்கள் அனைவரும் என்னை விட்டு விட்டு வந்துவிட்டீர்கள். என் வாழ்க்கை மிகவும் மோசமாகிவிட்டது தெரியுமா? எந்தவொரு ஆதரவுமின்றி நிர்க்கதியாய் நிற்கிறேன். என் கணவனும் என்னை கைவிட்டுவிட்டான். அவனின் பொய்யுரையினைக் கேட்டு ஊராரும் என்னை வெறுத்துவிட்டனர். என் மகப்பேற்றினைக்கூட நானே பார்க்கின்ற அவலம் நேர்ந்தது அண்ணா. நேற்று ஈன்றெடுத்த குழந்தையை வீட்டில் போட்டுவிட்டு தண்ணீர் எடுக்க ஆற்றிற்கு வந்தேன். உங்களை எண்ணி அழுதேன். என் நிலையை எண்ணி அரற்றினேன். என் ஓலக்குரலைக் கேட்ட இந்தக் காக்கைதான் என்னை இங்கு அழைத்துவந்தது."

என்று தன் நிலையினை விம்மியழுதப்படியே கூறினாள் அவள். தன் தங்கையுறும் துயரினையெண்ணி கண்ணீரை வார்த்தபடி தலைகவிழ்ந்து நின்றனர் அவளின் சகோதரர்கள். மேலும் தொடர்ந்தாள் அவள்.

"சகோதரர்களே! உங்களுக்குத் தெரியாதது ஒன்றுமில்லை. ஒரு பெண்ணின் பெரும் கவுரவம் அவள் இறந்தபின்பு அவளுக்குப் போர்த்தப்படும் பிறந்தவீட்டின் ஏ0பன்னா ஆகும். அதற்குக்கூட நாதியில்லாதவளாக, மனித வாழ்க்கைக்கு அர்த்தமற்றவளாக நான் ஆகிவிட்டேனே. நான் என்ன பாவம் செய்தேன்.. ஏழு அண்ணன்மார்களுடன் பிறந்தும் இந்த நிலையை அடைந்தேனே. நான் என்ன செய்வேன்." என்று மேலும் தேம்பி அழுதாள் கோலி.

“ஏய் கோலி.. அழாதே... நாங்கள் இருக்கும்போது நீ அழலாமா சொல்... இரு நாங்கள் ஆலோசித்து உனக்கொரு வழிசெய்கிறோம்.. நீ அழாதே” என்று மூத்த அண்ணன் சொல்ல, மற்றவர்களும் அவளுக்கு ஆறுதலுரைத்தனர். அவர்கள் அனைவரும் கூடி கலந்தாலோசித்தனர். பிறகு மூத்த சகோதரன்,

“கோலி உன்நிலையை எண்ணி நாங்கள் மிகவும் வருந்துகிறோம். இம்மை உலகிற்கு வந்து உன்னை கண்காணிக்கலாமே தவிர உனக்கு நேரடியாக உதவ எங்களால் இயலாது. நீயும் உன் இம்மையுலகத்தின் ஆயுள் நிறைவுறாமல் இவ்வுலகத்திற்கும் வரவியலாது. முறையாக அவ்வாழ்க்கையை நிறைவுசெய்யாமல் இவ்வாழ்க்கையை ஏய்தவும் முடியாது. எனவே, நீ இம்மை வாழ்வினைச் சகித்து, உன் குழந்தைக்காக நல்லபடியே வாழ்ந்துவிடுவாய் என்று நாங்கள் நம்புகிறோம். இதோ இந்த நெற்றிப்பொட்டினை நான், எங்கள் அனைவரின் சார்பாகவும் உன் நெற்றியில் ஒட்டுகின்றேன். இது சாதாரண பொட்டல்ல. இது அவ்வுலகில் உன் ஆயுள் முடியும்போது பிறந்தவீட்டின் ஏ0பன்னவாக மாறி உனைப் போர்த்திக்கொள்ளும். உன் கவுரவம் துளியும் குறையாது. இது சத்தியம்”

என்று அவளின் துயரினை அவர்கள் போக்கி அனுப்பினர். அதன்பிறகு கோலி முன்பு வாழ்ந்ததைப்போலவே, அவ்வூரில் தன் நெறியிலிருந்தும், மரபிலிருந்தும் துளியும் வழுவாமல் வாழ்ந்தாள். தன் குழந்தையை ஆளாக்கினாள். அவளின் ஆயுள் நிறைவுற்று மடிந்ததும் அவ்வூரே வியக்கும்படி அந்த நெற்றிப்பொட்டு ஏ0பன்னாவாக மாறி அவளைப் போர்த்தியது. தானுற்ற அவ்வளவு துயரிலும் நெறிதவறாமல் வாழ்ந்தவள் இன்று அதோ விண்மீனாய் ஒளிர்கிறாள். அவளைக்காணும் ஒவ்வொரு சகோதரர்களுக்கும் அவர்களின் தங்கைக்குச் செய்யவேண்டிய இறுதிக்கடமையை நினைவூட்டிக்கொண்டே அவள் ஒளிர்கிறாள் தெரியுமா? ஆனால், பாவம் கோலிக்கு உதவிசெய்த அந்தக் காக்கைக்கு மட்டும் தண்டனைக் கிடைத்ததாம். இம்மை உலகத்திலிருக்கும் ஒருவரை ஆயுட் காலம் முடியாது மறுமை உலகிற்கு அழைத்து வந்ததற்காக அதுவரை அதற்கு இருந்த பேசும்திறன் பறிக்கப்பட்டதாம். அன்றுமுதல் அனைத்துக்

காக்கைகளும் தான் பெற்றிருந்த பேசும் திறனை இழந்ததாம்." என்று ஹாலன் கோலியின் கதையினைக் கூறிமுடிக்க, அவனின் மார்பில் மாதியின் கண்ணீர் வழிந்தோடியது. கண்ணீர் திரண்டு நிற்கும் தன் விழிகளைத் தன் மணிக்கட்டில் துடைத்தவாறே,

"கோலி அனுபவித்ததுதான் எவ்வளவு பெரிய துயரமில்லையா? என்றாள் மாதி.

"ஆம்.. அவளுக்கு ஒரு ஹாலன் கிடைக்காமல் போய்விட்டான்.. என்ன செய்ய.." என்றான் ஹாலன்.

"அது என்னமோ உண்மைதான்"

என்றாள் மாதி. அவ்விருவரும் ஒளிர்ந்துகொண்டிருந்த கோலியைக் கண்டவாறே கண் அயர்ந்தனர்.

கரி அக்கிலின் கீச்சொலி மாதியின் உறக்கத்தைக் கலைத்தது. விழித்தவுடன் அவளின் கண்கள் கோலியைத் தேடின. முற்றத்திலிட்ட நெருப்பின் கதகதப்பு அறைமுழுவதும் பரவியிருந்தது. அதிகாலைப் பனியின் தாக்கமும் மிகுந்திருந்தது. கதகதப்பும், பனிக்குளிரும் கலந்த அச்சூழலை அவள் ஒருங்குசேர இரசித்து அனுபவத்திருந்தாள். வீட்டுக் கடமையின் நினைவெழ ஹாலனின் மார்பில் இருந்தவாறே தன் சிரசை உயர்த்தி ஹாலனை நோக்கினாள். அவனின் கண்களுக்குள்ளும் அந்தக் கோலியே ஒளிர்ந்து கொண்டிருந்தாள். நேற்று மிச்சி தன் கையில் அளித்த தும்பை மலராய் ஹாலனின் மார்பின்மீது வீற்றிருந்த மாதி, கரி அக்கிலின் கீச்சொலி வலுக்க, வீட்டின் நினைவுற்றவளாய், புதரிலிருந்து கிளம்பும் கானங்கோழியைப்போல் எழுந்து மனைக்குச் செல்ல தயாரானாள்.

0குள்ளின் முற்றத்தில் கனன்றுக் கொண்டிருந்த நெருப்பினைத் தவட்டெத் தழைகளினால் அடித்து முற்றிலுமாக அணைத்தான் ஹாலன். எங்கு நெருப்பினை இட்டாலும், ஒரு துளியும் மீதமின்றி அணைத்துச் செல்வது அவனது முன்னோர்களின் மரபு. சூழல் பாதுகாப்பு சார்ந்த இந்தக்கூறில் நினைவு தெரிந்த நாள்தொட்டு மிகவும் கவனத்துடன் விளங்கினான் அவன்.

பந்தமேந்தி ஹாலன் முன்செல்ல பின்தொடர்ந்தாள் மாதி. அவள் செல்வதைக் கண்ணுற்ற கொட்டக்கிலுப் பறவைகள்

கீச்சொலி எழுப்பி அவளை அழைத்தன. பொதுவாக வானம் வெளுக்காமல் கண்விழிக்காத இயல்புடைய கொட்டக்கிலுகள் இன்று கீச்சொலி எழுப்புவது இயல்பிற்கு மாறாகவே ஹாலனுக்குப் பட்டது. மீண்டும் அவனது நினைவில் மாதி எனும் மாயக்காரி நிறைந்திருந்தாள்.

தரையில், புல்லில் படர்ந்திருக்கும் பனிமுத்துக்களில் பாதங்களைப் பதிக்க, அதன் காரம் காலில் ஏற, பாதங்கள் விறைக்க, ஹாலனின் தோள்களைப் பற்றியே பின் நடந்து சென்றாள் மாதி. உடலின் உஷ்ணம் வாய்வழி ஆவியாய்க் கழிந்தது. விரலிடுக்குகளில் ஏறும் குளிரின் காரம் ஊசிபோல் ஏறியது. அவளின் பற்கள் நடுங்கி ஒன்றோடு ஒன்று முட்டி ஒலியெழுப்பின. இந்த அதிகாலைப் பனிப்பாதையின் முதல் அனுபவத்தினை மாதி பெற்றாள்.

பனியின் தாக்கம் தாளாமல் குதிகாலிலும், மேற்காலிலும் நடந்து மண்தரையை அடைந்தாள் அவள். எந்தவிதமான சலனமுமின்றி நடந்து செல்லும் ஹாலனின் பாதங்களை மாதி வியப்புடன் நோக்கினாள். பனியிலும், வெயிலிலும் நடந்துபழகிய அவனின் முரட்டுக் கால்களில் லயத்தவாறே விட்டு விட்டுத் தொடர்ந்த புல்தரையைத் தாண்டி மண் தரையினை அடைந்தாள்.

விண்ணில் கோலி மேலும் ஒளிர்ந்து கொண்டிருந்தாள். இயற்கையின் அனுபவங்களுக்கு இயைந்து, இசைந்து கடக்கும்போது அதன் கற்பிப்பும், தகவமைப்பும் எத்தனை அற்புதமானது. அதிகாலைப் பனிக்கு ஆட்படும் கால்களுக்கு இயற்கையின் சுகம்தான் எத்தனை எத்தனை.. ஆதியின் உணர்வினை மீட்டும் இயற்கையை அள்ளி அள்ளி அணைக்க விரும்பினாள் மாதி. திடீரென்று நின்றவள் மீண்டும் அப்புல்தரையைநோக்கி ஓடினாள். மீண்டுமொருமுறை அப்பனிமுத்தங்களை தன் பாதங்களில் ஏந்தி சிலிர்த்தாள். சற்றுநேரம் தொடர்ந்த இந்த இயற்கை விளையாட்டினை கண்டு இரசித்தான் ஹாலன். கரி அக்கிலின் கீச்சொலி மீண்டும் மாதியை மீட்க, ஹாலனோடு வீட்டினை நோக்கி விரைந்தாள்.

ஹாலன் எதிர்பார்த்ததைப் போலவே தோவினைக் கடக்கும்போது மாதியை அறிந்து 0கெட்டி கனைத்தது. இவள்

மாயம் செய்பவளென்று மீண்டும் மீண்டும் உறுதிப்படுத்திக் கொண்டான் ஹாலன். திடீரென்று ஹாலனின் தோளினைப் பற்றினாள் மாதி. ஒரே எம்பலில் தோவின் விளிம்பிலிருந்த பாறையைக் கடந்தாள். வீட்டின் முற்றத்தினை நோக்கி ஓடிச் சென்றாள். மான்போல் துள்ளியோடும் மாதியும் ஒளிர்ந்தாள் கோலியாய்.

இன்றைய நாளினைக் 0குள்ளின் நிலத்தினைத் தொட்டு வணங்கி தொடங்கியிருந்தாள் மாதி. நேற்று தன்னைத்தொட்டு வணங்கிய வீட்டின் முற்றம் மாதியை ஏக்கத்தோடு பார்த்தது. பனியாலும், மண்ணாலும் பாதத்தில் படிந்திருந்த செம்புலச்சுவடு அவ்வீட்டின் முற்றத்தில் அன்பின், உறவின், நிறைவின் புது கோலத்தினை வரைந்திருந்தது. இந்த உறவிற்கான இயற்கைச் சாசனமாக அது ஒளிர்ந்துகொண்டிருந்தது.

வாசல் கதவினைத்தட்டி உள்ளே உறங்குபவர்களின் தூக்கத்தைக் கலைக்க மாதிக்கு விருப்பமில்லை. என்றும்போல கதவினைத்தட்டச்சென்ற ஹாலனைத் தடுத்தாள் அவள். கொல்லையிலிருந்து அடுப்புப்புகை கிளம்புவதைக் கண்ணுற்றாள். அ0கலெயில் உறங்கிக் கொண்டிருக்கும் விருந்தாளிகளைப் பனிக்காற்று எழுப்பிவிடக் கூடாதென்று முன்னமே எழுந்து கொண்ட தன் அத்தை வாயில் கதவினைத் திறக்காமல் இருப்பதை உணர்ந்தாள். இருவரும் வீட்டினைச்சுற்றி கொல்லையை அடைந்தனர்.

மாதி எண்ணியதைப்போலவே குப்பி விழித்திருந்தாள். அடுப்பிற்கு விறகு கட்டைகளைப் பொருத்திக் கொண்டிருந்தாள். குப்பி அவர்களைக்காண, விரைந்து சென்ற மாதி குப்பியிடம் ஆசிபெற்றாள். மாதியின் நாணம் கலந்த புன்னகையே குப்பிக்கு எல்லாவற்றை அறிவிக்கும் குறியாய் நின்றது. அதிகாலைப் பனிக்காற்றில் உடல்கக்கும் ஆவியாய், குப்பி வைத்திருந்த வெந்நீரில் குளித்து முடித்தவள் வீட்டுக்கடன்களைத் தொடர்ந்தாள்.

தன் அத்தையின் பணிச்சுமையைக் குறைக்க எண்ணிய மாதி நேற்றைக் காட்டிலும் விரைவாக இயங்கினாள். சில வேலைகளைக் குப்பி தொடங்கியிருக்க அவளிடம் வலிந்துபெற்று அவற்றை முடித்தாள். நேற்றைப் போலவே ஹாலன் கறந்த பால்

ஓணெகளை தன் மார்போடு அணைத்துக்கொண்டு மனைக்குத் திரும்பியிருந்தபோது மல்லி விழித்திருந்தாள். அவள் மாதியின் சுறுசுறுப்பினைக்கண்டு வியந்து பாராட்டினாள்.

திருமணமான மூன்றாம் நாள் மணப்பெண் மறுவீடாக தன் பிறந்தகத்திற்குச் சென்றுவர வேண்டும் என்பது முறையாகும். ஹெ0ப்0பநாட்டிற்கும் ஓரசோலைக்கும் கிட்டத்தட்ட நான்குப் பொழுது பயணம். பொழுது சாய்வதற்குள் அவர்கள் சென்று திரும்ப வேண்டுமென்பதால் அவர்களை விரைந்து வழியனுப்ப பணிகளைத் துரிதப்படுத்தினாள் குப்பி.

மல்லியின் குடும்பத்தாரும் விரைந்து கிளம்ப எண்ணியிருந்தனர். அச்சிக்கெ, குச்சகூ, சள்ளிகெக் குழம்பு என மாதியின் கைப்பக்குவத்தில் விளைந்த சுவையான உணவினை அவர்கள் வயிறார உண்டனர்.

ஹாலனும் மாதியும் மறுவீடு பயணத்திற்குத் தயாராகினர். அவர்கள், அனைவரிடமும் விடைபெற்றுக் கொண்டனர். வழிப்பயணத்திற்கென குப்பி வறுத்துவைத்த 0கஞ்செ மற்றும் உலர் கள்ளெயைக் கட்டிவைத்த துணிமூட்டையினை மாதி ஏந்திக்கொண்டாள். ஓரசோலை நோக்கிய அவர்களின் பயணம் தொடங்கியது.

ஹாலனுடனான இந்த நெடும் பயணத்தினை எண்ணி மாதிக்கு ஆர்வம் மேலிட்டது. ஊரார் அனைவரும் நலன்விசாரிக்க அவர்கள் முன்னேறிச் சென்றனர். தன் மனையின் திண்ணையில் அமர்ந்திருந்த காரியை அழைத்து தங்களின் புறப்பாட்டினைக் கூறினான் ஹாலன். மனமகிழ்ந்த காரி தனது வலக்கரத்தினை உயர்த்தி அவர்களுக்கு ஆசி வழங்கினான்.

“தவட்டெப்பழங்கள் கனிந்துத் தொங்கி கொண்டிருக்கும் தவட்டெப்பழச் சோலை. கைளில் கூடையுடன் பழம்பறிக்கும் இளம் பெண்களின் கூட்டம். அவசர, அவசரமாக அவர்கள் பழங்களைப் பறித்துக் கொண்டிருந்தனர். எல்லோரின் கூடையும் நிறைகின்ற தருவாயில் அந்த அழகான பெண் கூடையுடன் பழம்பறிக்க அங்கு வந்தாள். அங்கிருந்த அனைவரும் புறப்பட ஆயத்தமாகினர். “ஏய்.. ஏன் தாமதம்.. இவ்வளவு நேரம் என்ன செய்தாய்? அந்திசாயும் நேரமானது. இனியும் இங்கிருப்பது

ஆபத்து. எப்போது வேண்டுமென்றாலும் அந்தப் பெருங்கரடி இங்கு வந்துவிடலாம். அது தன் குகைக்குத் திரும்பு நேரம்வேறு.. நாங்கள் அனைவரும் எங்கள் கூடையிலிருந்து ஒரு கைப்பிடி பழத்தினை உன் கூடையில் போட்டுவிடுகிறோம். உன்கூடையும் நிரம்பிவிடும். நாம் இங்கிருந்து கிளம்பிவிடலாம் வா" என்றனர் தோழிகள்.

உ0ப்0பெ அக்கிலுப் பறவைகளின் மயக்கும் அன்பொலி. அடர்ந்த அந்தத் தவட்டெக்காட்டின் இடுக்கின்வழியே பொழியும் மங்கிய ஆதவனின் மஞ்சலொளி. இவை எல்லாம் அவளின் மனதினை ஆட்கொண்டது. தவட்டெ மரத்தில்ஏறி தவட்டெப் பழங்களுடன் கைவிரல்களால் உறவாடி, காய்விலக்கி, கனிகளைப் பறிக்கும் பரவசம் அவளைத் தொற்றிக் கொண்டது. உ0ப்0பெ அக்கிலுப் பறவையின் ஒலி மேலும் மேலும் அவளின் பரவசத்தினைத் தூண்டவே அவள் தோழியரின் வேண்டுகோளினை மறுத்தாள்.

"இல்லை... இல்லை... நீங்கள் சென்றுவிடுங்கள். நான் விரைவாக பழங்களைப் பறித்துவிட்டு வந்துவிடுகிறேன்" என்றவள், தோழிமார்களின் வற்புறுத்தல்களை நிராகரித்தாள். பரவசத்தோடு ஏகாந்தத்தில் தவட்டெப் பழங்களை அவள் பறித்தாள். உ0ப்0பெ அக்கிலு பறவையின் தொடர்க் கீச்சொலியில் அவள் தன்னிலை மறந்திருந்தாள். அவளின் கூடை நிரம்பும்முன் அக்காட்டில் இருள் நிரம்பியது. அவளை அறியாமலேயே நேரம் கடந்திருந்தது. இருளின் அச்சம் அவளின் மனதில் பரவ ஆரம்பித்தது. அவள் மெதுவாக மரத்தினைவிட்டு இறங்கினாள். அப்பெருங்கரடி அங்கு வந்திருந்தது. பெரும் அச்சம் அவளைச்சூழ, தன் கையில் இடுக்கியிருந்த பழக்கூடை நழுவி கீழே விழுந்தது. தப்பிக்க வழியின்றி அவள் நடுங்கி நின்றாள். பருந்தின் கைகளில் அகப்பட்ட 0கு0ப்0பிசி பறவையைப்போல் அஞ்சி, வியர்த்தொழுக நின்றாள் அவள். அவளின் கரங்களைப் பற்றி தரதரவென தன் குகைக்குள் இழுத்துச் சென்றது அக்கரடி...

அந்த அபலைப் பெண்ணின் கதறல் அந்தக் காடு முழுவதும் பரவியது. அந்தத் தவட்டெக் காட்டின் விளிம்பில் இருந்த கோலத்தேனின் நியாபகம்வர தன் குகையை வழக்கம்போல் பெரும் பாறையைக்கொண்டு அடைத்துவிட்டு

கிளம்பியது அக்கரடி. சிறைப்பட்டவளின் ஓலம் அக்குகைக்குள் முடங்கிப்போனது. தேனுண்ட மயக்கத்தில் அக்கரடி திரும்பி வர, அதன் கோரப்பிடியில் சிக்கிய அவளின் அழுகுரல் விடிய விடிய ஓயவில்லை. அவளின் சிகையைத் தன் கூர்நகத்தால் அக்கரடி அடிக்கடி பிய்த்தெறிய அலங்கோலமாய் அவள். அய்யோ.. அய்யோ.. என்ற அவளின் ஓயாத கதறல்...

"ஆஹா.. ஆஹா.. மாதி உனக்குத் தேவைதான்.. உனக்கு இது தேவைதான்.. அழு.. அழு.. நன்றாக அழு" என்று உறக்கத்தில் பிதற்றிய 0கிரிஜியை "ஏய் 0கிரிஜி என்னவாயிற்று" என்று பதறி எழுப்பினான் மாதன். கண்விழித்த அவள் "அய்யோ... இது கனவா.. நனவாகியிருந்தால் என்ன?" என்று எண்ணி வருந்தினாள். எழுந்து வீட்டின் முற்றத்திற்கு வந்தாள். அவளின் முதல் பார்வையிலேயே ஹெ0ப்0ப நாட்டின் எல்லையான அந்த காசோலைக்குள் அந்த இணையர் நுழைந்து கொண்டிருப்பதைக் கண்டாள்.

அக்கரடியின் குகையை மூடியிருந்த பெரும் பறையினைத் தகர்த்து அவளைமீட்ட இராஜகுமாரனின் கைகளைப்பற்றி அவள் சென்றுக் கொண்டிருந்தாள்.

8

ஒரு காதல் பயணம் தொடங்கியது. நேரிமரங்கள் சூழ்ந்த காசோலையுள் புகுந்த கணம்தொட்டு அக்காதலில் நேரியின் வாசம் ஏறியிருந்தது. மாதி ஏந்தியிருந்த வறுத்த 0கஞ்செயின் துணி முடிப்பினை ஹாலன் வாங்கிக் கொண்டான். மாதி மறுத்தும் ஹாலன் வலிந்து அதனைப் பறித்தான். சட்டென மாதியின் கரங்களைப் பற்றினான். தொடர்ந்து அழைத்துச் சென்றான்.

காசோலையின் மேல்முடுக்கில் நேரிமரத்தின் அடர்த்தி மிக அதிகம். அந்த இடத்தினைக் கடக்கும் போதெல்லாம் தன்னைக் கட்டிநிற்கும் நேரியின் வாசத்தினை ஹாலன் சில நொடிகள் நின்று அனுபவிக்காமல் செல்வதில்லை. அந்த முடுக்கில் இன்று நேரி கனியினும் இனியாளான மாதியின் கரம்பற்றி நின்றிருந்தான். வாடிக்கையாகத் திளைக்கும் வாசத்தினைவிட இன்று நேரியின்வாசம் மிகுந்திருந்தது.

இயற்கையின் முடிச்சாய், மரத்தின் விண்மீனாய் திரண்டுநின்ற நேரியின் கனிகளை அவ் இணையரின் கண்கள் ஓயாமல் சுவைத்தன. காசோலையை வட்டமிடும் மென்காற்றின் தழுவலில் அசையும் நேரிமரங்களின் இலைகளின் மொழி அவ்விணையரை வாழ்த்திக்கொண்டே நீண்டது. திரண்டிருந்த நேரி கனிகளை அவள் தன் கண்களால் மட்டும் உண்டபோதிலும் அதன் துவர்ப்புச் சுவையினை ஹாலனின் அன்பின்பிடி சுரந்து கொண்டிருந்தது.

அன்பின் கரங்கள் பற்றிய கணம்தொட்டு அவர்களின் கால்களின் இயல்பு நடத்தலிலிருந்து பறத்தலாக மாறியிருந்தது. அன்று, குழைந்து கையில் படிந்த செம்புலப் படிவத்தில் ஹாலனைத் தக்கவைத்தவளின் அதே கரங்களில், அதே இடத்தில் அவனைக் கொண்டுச்சேர்த்தது இயற்கையின் பேரன்பு. அவளின் கரங்களிலிருந்து என்றும் நீங்காத அந்தச் செம்புலப்படிவம் இருவரின் மனதிலும் நேரியின் வாசமாய் ஏறிப் பொலிந்தது.

அவர்கள் கீய்ஹள்ளாவினை அடைந்தனர். அதன் கரையெங்கும் வளர்ந்து நின்ற மஞ்சள் குழைத்த 0கிலி0கிஜ்ஜெ மலர்கள் அவ்விணையரை வரவேற்றன. சேர்ட்டிலிருந்தும், அறெர0பெட்டிலிருந்தும் கீழிறங்கிய காற்றில் இசைந்து, தலையசைத்து வந்தனம் வார்த்து நிறைந்திருந்த அந்தக் 0கிலி0கிஜ்ஜெ மலர்களைக் காண காண அது தங்களுக்கான தன் தந்தையின் வாழ்த்தாகவே ஹாலனுக்குப் பட்டது. தன் குடியில் சேர்ந்திருந்த புது உறவினை வரவேற்கும் போசனின் செயல்தானென ஹாலன் துணிந்தான்.

மாதியோடு கீழ்ஹள்ளாவின் கரையில் நின்றிருந்த ஹாலனுக்குச் சொல்லவியலாத ஆன்மவுணர்வு மேலிட்டது. அக்கரையில் மாதியோடு முழங்காலிட்டான். மாதியைப் பற்றியிருந்த தன் கரத்தினை மேலும் இறுக்கினான். கண்ணீர்மல்க தன் தந்தையை நினைத்து வணங்கினான். அவனது செய்கையைப் புரிவதறியாத மாதியும் அவனோடு வணங்கி நின்றாள். சோர்ட்டிலிருந்து இறங்கிய ஒரு பெருங்காற்றில் விடாமல் அசைந்திருந்த 0கிலி0கிஜ்ஜெ மலர்களில் தன் தந்தையின் பூரிப்பையும், ஆசியையும் ஹாலன் நன்குணர்ந்தான்.

அந்த இணையரின் உள்ளமெங்கும் புத்துணர்வொன்று பரவியிருந்தது. போசனைப்பற்றி இதுவரை அறிந்திராத மாதியும்கூட ஏதோ ஒன்றின் ஆசியை உணர்ந்திருந்தாள். இந்தச் செயலிற்குப்பிறகு ஹாலனின் முகத்தில் ஏறியிருந்த பொலிவினைக் காண காண அவளின் மகிழ்ச்சி பன்மடங்கு பெருகியிருந்தது.

மணநாளன்று அதிகாலையில் தன் கால்நனைத்த இந்தக் கீய்ஹள்ள நீரின் வருடலை மீண்டும் அனுபவிக்க எண்ணினாள் மாதி. விரைவாக ஆற்றிலிறங்க எத்தனித்தாள். பற்றியிருந்த

கையை மேலும் இறுக்கி அவளைத் தடுத்தான் ஹாலன். இடதுபுறமிருந்த 0பைகெ மரத்திற்கருகில் அழைத்துச் சென்றான். அம்மரத்தில் கட்டியிருந்த 0க0ப்0பிளிக்கொடி ஹாலனை எதிர்பார்த்துக் காத்திருந்தது. அக்கொடியைப் பற்றினான் அவன். மாதியை தன் மார்போடு அணைத்தான். அக்கரையைநோக்கி தாவினான். வாழ்வின் புது அனுபவத்தினை உற்ற மாதி மீண்டும் தன் குழந்தைப் பருவத்திற்கே சென்றிருந்தாள்.

0பிக்கெதாடவில் உள்ள ஹூலி0பிக்கெ மரத்தின் திரண்ட கொப்புகளில் கட்டிய 0க0ப்0பிளிக் கொடியில் தனக்கு ஊஞ்சல் பழக்கிய தன் தந்தையின் நினைவாடியது மாதிக்கு. தன்னை அணைத்துக் கொண்டு ஹாலன் ஆட்டுவித்த இந்த அன்பின் ஊஞ்சல் ஹாலனின் பேரன்பை மாதிக்கு மேலும் ஊட்டி நின்றது.

இந்த அன்பின் செயலினை அவள் அன்பின் விளையாட்டாக எண்ணி மகிழ்ந்தாள். அக்கரையில் குதித்ததும் அங்கிருந்த புதரில் இரைதேடியிருந்த கானங்கோழியொன்று அஞ்சியோடியது. அதன் விரைதலை தன் வீரத்தின் போட்டியாக்கி, மாதிக்குமுன் வாகைசூட, அதைப்பிடிக்க துரத்தியோடினான் ஹாலன். தன் வண்ணச் சிறகுகளை விரித்தோடியது அக்கானங்கோழி. அது பறக்க எத்தனிக்கையில் அதைத் தாவிப்பிடித்துவிட ஹாலன் பாய, நொடிப்பொழுதில் அது பறந்தோடியது. புலியைப்பிடிப்பது எளிது. ஆனால் கானங்கோழியைப் பிடிப்பது எளிதல்ல என்று ஹாலனுக்கு நன்கு தெரியும். காதல் முனைவிற்கு வெற்றியேது.. தோல்வியேது...

நெடுஞ்சான்கிடையாக தரையில் விழுந்தான் அவன். அதைக்கண்டுக் கைகொட்டிச் சிரித்தாள் மாதி. விரைந்துவந்து எழுந்துநின்ற ஹாலனின் உடையில் படிந்திருந்த புழுதியைத் தட்டிவிட்டாள்.

“நீங்கள் எட்டிப்பிடிக்க அதுவென்ன உங்கள் மந்தையின் எருமையென்று நினைத்தீர்களா?” என்று எள்ளி நகைத்தாள். அவனின் நகையும் அவளின் நகைக்கு நகைசேர்த்தது. காதலுக்கான முயல்வுகளில்தான் தோல்வியென்பதே இல்லையே. அதில் தோல்வி காண்பதுதானே அன்பின் வெற்றி. கண்முன்னே எண்ணிலடங்காத காதல் முனைவுகளைப் பரப்பியிருந்தது அந்தச் சோர்ட்டின் சூழல்.

தன் முழங்காலில் படிந்திருந்த மண்ணினைத் துடைக்கச் சென்றான் ஹாலன். பாதித் துடைக்கும்போதே அவனின் கவனம் அருகிலிருந்த புதரிற்குச் சென்றது. அரைகுறையாக மண்ணைத் தட்டிவிட்டு அப்புதரினை நோக்கி விரைந்தான். பச்சையும் பழுப்பும் கலந்த விண்மீன் திரளாய் நிறைந்திருந்த பிட்டலெ பழத்தினைக் கண்டு லயத்து நின்றான். அவனைப் பின்தொடர்ந்துவந்த மாதிக்கு அப்பழங்களைப் பக்குவமாய்ப் பறித்தளித்தான்.

பச்சையும் பழுப்புமாக மூடிய அக்கனியின் மேற்தோலினை நீக்க, அதனுள்ளே வெளிர்மஞ்சள் நிறத்தில் திரண்டிருந்த பிட்டலெ பழம் மாதியின் நாவிலேறியது. அதன் புளிப்புச் சுவையில் சுருங்கி விரிந்த அவளின் முகத்தினைக் காண ஹாலனுக்குப் பரவசம் மூண்டது. அவள் உண்ண உண்ண நல்ல பழங்களைத் தேடி தேடிப் பறித்தளித்துக் கொண்டிருந்தான்.

பரவசம் நீள, தீடீரென மீண்டும் மாதியின் கரங்களைப் பற்றினான். அதே திசையில் சற்றுதூரம் அழைத்துச் சென்றான். எதையோ அவளுக்குக் காட்டும் அவனது ஆர்வத்தினை அவன் செல்லும் வேகமே அவளுக்கு உரைத்தது. அவள் எதிர்பார்த்ததைப்போலவே அருகில் தெரிந்த 0பெள்ளெ முள்ளி புதரிற்கருகில் நின்றான். அங்கும் பச்சைக்கலந்த அடர் மஞ்சள் விண்மீன்கள் திரண்டிருந்தன. தொடர்ந்து புளிப்பின் சுவையை அவளின் நாவில் வரைந்து கொண்டிருந்தது அவனின் பேரன்பு.

தன் அக்காள் மகனின் பெயர்சூட்டிற்கென்று ஊரு0பெட்டிலிருந்து தன் தந்தை இப்பழத்தைப் பறித்து வந்தபோது அவள் இப்பழத்தினை இறுதியாக உண்டிருந்தாள். எனினும் இன்றுதான் பேரன்புக்குழைய, அதை ஆசைதீர உண்டாள் மாதி. தன் தாத்தா ஜோகியின் தை0கெத் தட்டில் புகுந்தவீட்டிலிருந்து கொண்டுவந்த எருமைப்பாலினையூற்றி, அதில் பழுத்த முள்ளிப் பழத்தினையிட்டு, தன் அக்காள் குழந்தைக்கு பெயர்சூட்டிய நினைவின் காட்சி மாதியின் கண்களில் நிறைந்திருந்தது. முள்ளியின் சுவைக்கு ஏங்கி அந்நிகழ்வு முடியும்வரை தன் பார்வை முழுக்க அத்தட்டிலிட்ட முள்ளிப் பழத்தின்மீதே நிலைத்திருந்ததையெண்ணி தனக்குள் நகைத்துக் கொண்டாள் அவள். ஆனால், அருகில் கைநிறைய

முள்ளிப்பழங்களை அவளை நோக்கி நீட்டிக் கொண்டிருந்தான் ஹாலன். அந்தத் தை0கெயைவிட பிரகாசமாக ஒளிர்ந்தது ஹாலனின் கரங்கள்.

கரங்களில் முள்ளிப்பழங்கள் ததும்ப, அவளின் கரத்தினை மேலும்பற்றி தான் பிறந்த பாறையருகே அழைத்துச்சென்றான் அவன். அவளுக்குத் தன் பிறப்பின் கதையைக் கூறினான். மாதியின் கண்களில் வியப்பேறியிருந்தது. அந்தப் பாறையோடு சேர்ந்து அமர்ந்திருந்த அவனின் மடியில் தலைசாய்த்தாள். தன் மடியில் நிறைந்திருந்த முள்ளி பழங்களைத் தன் அன்புக்குழந்தைக்கு ஊட்டிக் கொண்டிருந்தான் அவன். முள்ளிப்பழத்தினை நிகர்த்த பேரன்பு அங்கு மிளிர்ந்து கொண்டிருந்தது.

“சரி மாதி... நாம் கிளம்பலாம். இன்னும் நாம் நெடுந்தூரம் பயணிக்க வேண்டும்.” என்று பரவசவுணர்வில் திளைத்திருந்த மாதியைக் கிளப்பினான் அவன். மேல்நோக்கி சுழன்று சுழன்று நீண்ட அந்த ஒற்றையடிப் பாதையின்வழியே அவர்கள் மேலேறினர்.

ஆதவனின் சுடரொளி எங்கும் படர்ந்திருந்தது. பேரெழில் கொண்ட சோர்ட்டின்வழி மாதிக்கு பெரும் மயக்கத்தினை ஊட்டியது. நேற்று மாதியின் வீட்டார்க்கு அறிவுறுத்தியதைப் போலவே அவளுக்கும் அறிவுறுத்தினான் அவன்.

“மாதி, தவறிக்கூட இம்மலையை மேல்நோக்கிப் பார்த்துவிடாதே. அதன் உயரம் உனக்கு மலைப்பை விளைவிக்கக்கூடும்...

அதனால் உன் ஊக்கம் குறையலாம்.. அதன்பின் இம்மலைமேல் ஏற உனக்கு பெரும் சிரமமான உணர்வு மேலிடும்..

எனவே, மாதி மேல்நோக்கி பார்க்காமல் நடந்து வா...”

என்றான் ஹாலன். அங்கே பூவும் காயுமாய்க் கலந்திருந்த தவட்டெச் செடியின் அழகில் லயத்தவாறே தலையைமட்டும் அசைத்தாள் அவள்.

இயல்பாகவே ஹாலன் விரைவாக நடப்பவன். அவனின் நெடும் உயரமும், கால்களும் நெடிய எட்டுகளுடனேயே

முன்னேறும். முதலில் மாதிக்காக தன் நடையின் வேகத்தினை அவன் குறைத்திருந்தான். ஆனால், அவன் நினைத்தற்கு மாறாக, தனக்கு இணையாக நடக்கும் மாதியைக்கண்டு வியப்புற்றான். ஹாலனின் இயல்புநடைக்குச் சற்றும் சளைக்காமல் மாதியும் நடந்தாள்.

ஆதவனின் வெளிச்சத்தில் முதல்முறையாக சோர்ட்டினைக் கண்டாளவள். அதன் பேரெழிலை இரசிக்கத் துடித்தாள். அந்தப் பேரார்வம் அவளை உந்த, சிறகை விரித்து வட்டமிடும் கரிஅக்கிலுப் பறைவையைப்போல அவளும் பறந்து சென்றாள். ஹாலனைப் பின்னுக்குத் தள்ளிவிட்டு முன்னேறினாள். சேர்ட்டு எனும் பேரெழில் வானத்தில், தன் சிறகினை விரித்து வட்டமிட்டாள் அவள். அவளின் வேகத்திற்கு ஈடுகொடுக்க முடியாமல் திணறினான் ஹாலன்.

“ஏய் மாதி அந்தப் பாறைவளைவில் சற்று கவனமாகச் செல்.. அதற்குக்கீழே பெரும்பள்ளம்” என்று ஹாலன் எச்சரித்தான். ஆனால், அதற்கு முன்னமே கொட்டக்கிலின் கொண்டையின் வளைவினைப்போல அப்பாறை வளைவினைக் கடந்திருந்தாள். அவளின் பாத விசையைக் கேட்டு அப்பெரும்பறையின் இடுக்கில் இருந்த செம்முயலொன்று அஞ்சியோடியது. சேம்மேகம் படர்ந்தோடுவதைப்போல துள்ளியோடிய அம்முயலைப் பிடிக்க துரத்தியோடினாள் மாதி.

“மாதி, அது குத்துப் பாறைகள் நிறைந்த பகுதி. மெதுவாக மெதுவாக” என்று அந்த இடத்தின் ஆபத்தை உணர்த்த கத்திக்கொண்டே மாதியை நெருங்க விரைந்தான் அவன். காட்டுக் கோழியைப் பிடிப்பதைவிட செம்முயலைப்பிடிப்பது கடினம் என்பதை அவன் நன்குணர்ந்தவன். காதலின் எள்ளலுக்குத் தனக்கொரு வாய்ப்பு வரவிருப்பதை எண்ணி, ஆர்வங்கொண்டு காத்திருந்தான் அவன். இந்த வாய்ப்பு தனக்கு நிச்சயம் கிட்டும் என்றும் அவன் உறுதியுடன் நம்பியிருந்தான். அவனேகூட, செம்முயலைப்பற்ற முயன்று பலமுறை தோற்றதுண்டு. முயல்வின் விளிம்பில் தப்புவதுதான் அம்முயலின் தனித்தன்மை. ஆனால், அவனின் எண்ணத்திற்கு மாறானவொன்று நடந்திருந்தது. அவளின் தாவலில் அம்முயல் அகப்பட்டிருந்தது.

அந்த மாயம்செய்பவளின் மாயம் மீண்டுமொருமுறை நிரூபணமானது. அவளின் கரங்களில் நெகிழ்ந்து கொண்டிருந்த அந்தச் செம்முயலைக் காண அவனுக்கு பெரும் ஆச்சர்யம் மேலிட்டது. தன் கைகளிலிருந்து தப்பிக்க நெழியும் அம்முயலினை தன் மார்போடு இறுகப் பற்றியணைத்துக் கொண்டாள். சிவப்பும் வெண்மையும் கலந்த அதன் நெற்றியை தன் விரல்களால் மிருதுவாகத் தடவிக் கொடுத்தாள். தன் முகத்தோடு அணைத்து முத்தமிட்டாள். அதன் மெல்லிய காதுகளை வருடி அதன் மென்மையை அனுபவித்தாள். அதைத்தூக்கி ஹாலனின் முகத்தருகே கொண்டுசென்றாள். அவனின் முகத்தோடு சேர்த்து அழுத்தி மகிழ்ந்தாள்.

இந்த மாயம் செய்பவளின் அன்புடை கரங்களின் மென்மையில் திளைத்தது அச்செம்முயல். சற்று அருகே தன் இணை அகப்பட்டதையெண்ணி கலங்கி நின்றது அதன் இணைமுயல். அதைக் கண்ணுற்ற கணமே அழுத்திய முத்தத்துடன் அந்த முயல்களுக்கு விடையளித்தாள். இயல்பிலேயே கீழே விட்டதும் துள்ளியோடும் அம்மென் முயல்கள் நகராமல் அங்கேயே நின்றிருந்தன. ஹாலனின் வியப்பு மேலும் கூடியிருந்தது. அவளின் அன்பின் ஸ்பரிசத்திற்கு மீண்டும் ஏங்கி, இப்போது முயலிணைகள் நின்றிருந்தன. அன்புடன் பற்றுபவளின் கரங்கள் அவ்விணைகளை வருடிக்களித்தன. அருகிலுள்ள பாறையிடுக்கில் வளர்ந்திருந்த மொலOகறிக்கெ புற்களைப் பறித்து அவ்விணைகளுக்கு ஊட்டி மகிழ்ந்தாள்.

ஓயாத மாயங்களிலிருந்து ஒருவாறு மீண்ட ஹாலனின் கரங்கள் அவளின் தோளினைப் பற்றியது. அப்பற்றின் பற்றினை அவள் சரியாகப் பற்றிக்கொண்டாள். மேலுமொரு அன்பு முத்தங்களால் அம்முயலிணைக்குப் பிரியாவிடையளித்து நகர்ந்தாள். அவளோடு அவ்விணைகளும் நகர்ந்தன. அவளும் அவளின்பின்னர் அம்முயலிணைகளும் தாவியோடும் அழகின்முன் சோர்ட்டின் மொத்த அழகும் நாணி நின்றது.

வெய்யோன் உச்சியை அடைந்தான். அவனோடு அவர்களும் சோர்ட்டின் உச்சியை அடைந்திருந்தனர். முழங்கால் உயரத்திற்கு வளர்ந்து நின்றிருந்த நஞ்சுப் புற்கள் காற்றோடு புரியும் அலைநடனமும், எட்டித்தொடும் ஆசையைக் கூட்டும் நீலவானமும், வழிந்தோடும் மடிப்பு மலைகளுமென

சோர்ட்டின் கொள்ளையழகில் அவள் கொள்ளைப் போயிருந்தாள். தன் கரங்களை அகலவிரித்து சுற்றியாடினாள். மடிப்பு மலைகளைநோக்கி ஓவெனக் கூவினாள். தன் கரங்களை நீலமாக்க விண்ணைநோக்கி எம்பிக் குதித்தாள். ஆசையை அடக்கத் தெரியாத சிறு குழந்தையென ஆர்ப்பரித்தொளிர்ந்த அவளை விழிவிலக்காது இரசித்திருந்தான் அவன்.

காற்றில் அலையலையாய் அசைந்தாடும் அந்நஞ்சுப் புல்லணைய அவளும் அசைந்தாடினாள். தன் கரம்மீறி அசையும் அதன் தலைக்கோதி நெகிழ்ந்தாள். முதிர்ந்த அசிணிக்கெக் கோலினைப் பறித்தாள். தன் அன்பெனும் வில்லில் அதை கணையாய்க் கோர்த்து ஹாலனின்மீது எறிந்தாள். அந்த அன்பின் கணைகளுக்குத் தப்பிக்காமல் நின்றிருந்தான் அவன்.

முகத்தில் பரவசம்நீள, முதிர்ந்த அந்த அசிணிக்கெக் கோலினை ஏந்திய, அன்பின் பழரசக் கரத்துடன் ஹாலனை அணைந்தாள் அவள். முதிர்ந்த அக்கோலினால் அவனின் அடர்ந்த தாடியினைத் தீண்டி விளையாடினாள். திடீரென அக்கோலினை இரண்டாக உடைத்தவள் ஹாலனின் திண்தோள்களில் வைத்து ஏதையோ வாய்க்குள் முணுமுணுத்தாள். கீழிருந்து மேல்நோக்கி அக்கோல்களை அழுத்தி நகர்த்திச் சென்றவள் விடாமல் எதையோ ஓதிக்கொண்டிருந்தாள்.

ஊரின் மேல்வீட்டு மல்லப்பனுக்கு வாயுபிடித்தபோது தன் பாட்டி இந்த அசிணிக்கெக் கோலினைக்கொண்டு மேற்கொண்ட மந்திர மருத்துவத்தின் நினைவு அவளை பீடிக்க, அதைப்போலவே செய்தாள். அக்கோல்கள் அவனின் தோள்கடந்து இடக்கரத்திற்குத் தொடர்ந்தபோது அக்கருமந்தி ஓடிவந்து ஹாலனின் முதுகின் மேலேறியது. முதலில் சற்று அஞ்சியவள், பின்னர் தன் கையிலுள்ள கோலினால் அம்மந்தியைத் தீண்டினாள். அம்முதல் தீண்டலுக்கு அதன் சீறலே பதிலானது. ஆனாலும், அக்குறும்புக்காரி அதனை விடுவதாய் இல்லை. மீண்டும் மீண்டும் அவளின் தீண்டல் தொடர்ந்தது. சற்றுநேரத்திலேயே அவளின் உரிமையை அறிந்துகொண்டு அம்மந்தியுள்ளும் ஊடாடியது அவளின் பேரன்பு.

இச்சையூட்டும் அப்பச்சை சமவெளியில் கால்களை நீட்டி அமர்ந்திருந்தவள் தன் இரு கைகளையும் கீழே ஊன்றி அந்த

நீலவானத்தைத் தரிசித்திருந்தாள். கொண்டுவந்திருந்த வறுத்த கெஞ்செயினையும், பட்டாணியையும் பெயருக்கு இருவரும் உண்டனர். அம்மந்தியோ அதை பெரும் பேறென உண்டது. அருகில் மாசிகெ மரத்தின்மேல் அமர்ந்திருந்த கானங்கோழிகள் அவர்களைப் பார்த்துக் கொக்கரித்தன.

ஒரு கையளவு 0கஞ்செயை அள்ளினாள் அவள். அக்கோழிகளுக்குமென அத்திசைநோக்கி தூவினாள். சுழன்றடித்த நீள்காற்றால் நீண்டது அவர்களின் இரசிப்புணர்வு. சோர்ட்டின் கொள்ளையழகில் இளகிய அவர்களின் மனதை அம்மென்காற்று மேலும் இலகுவாக்கியது. தூவிய 0கஞ்செகளைத் தேடியுண்ட கானங்கோழிகளின் கொக்கரிப்பு எஞ்சிய மனதையும் இழைத்துக் கொண்டிருந்தது.

அதிகாலையில் பால்கறந்ததுமே கானங்கோழிகளின் கொக்கரிப்பொலி மிகுந்துகொண்டிருந்த ஊரு0பெட்டின் வலது திசையினைநோக்கி விரைந்தான் 0பெள்ளி. அன்று மாதியின் வருகையை எதிர்பார்த்து அதிகாலைமுதலே அம்மனையில் பேராவல் மிகுந்திருந்தது.

நேற்று இரவு முழுவதும் மாசிக்கு உறக்கம் கொள்ளவில்லை. மாதியை நினைத்து அவள் புரண்டுகொண்டே இருந்தாள். விடியலுக்கு முன்னமே எழுந்து கொண்டாள். தன் பெயர்த்தியை எதிர்பார்த்துக் கொண்டிருக்கும் அவளின் ஆவல் தோவின் எருமைகளுக்கும் எட்டியிருந்தன.

ஹாலனின் மீதும், குப்பியின் மீதும் கொண்ட நம்பிக்கையில், அவள் அதைக் கண்ணுற்ற வகையில் மிச்சி மாதியைப்பற்றி பெரிதும் கவலைக் கொள்ளாது இயல்பாகவே இருந்தாள். போசனின் வீரக்கதையைக் கேள்வியுற்றது முதல் அக்குடும்பத்தின்மீது அவளுக்கிருந்த மரியாதை மேலும் கூடியிருந்தது.

விருந்தோம்பலிற்கான ஏற்பாடுகள் நிகழ்ந்து கொண்டிருந்தன. இந்த விருந்திற்காக கானங்கோழிகளுக்கு கண்ணிகள் வைத்திருந்த இடம்நோக்கி 0பெள்ளி விரைந்து கொண்டிருந்தான். விடாது எழுந்துகொண்டிருந்த கோழிகளின் கொக்கரிப்புச் சப்தம் அக்கண்ணிகளில் அவை அகப்பட்டதற்கான குறியீடாகும். சற்று

காலம் தாழ்த்தினாலும் அகப்பட்ட கோழி வேறு ஏதேனுமொரு காட்டுவிலங்கிற்கு இரையாகக்கூடும். நெடுமரத்தில் வீற்றிருக்கும் கழுகுகள் ஒரு நொடிப்பொழுதில் வந்து அக்கோழிகளைக் கவர்ந்து சென்றுவிடும். எனவே, சற்று வேகத்தைக் கூட்டி விரைந்தான் அவன்.

மூன்று இடங்களில் கண்ணிகளை வைத்திருந்தான் 0பெள்ளி. ஒரு கண்ணியில் அகப்பட்டுக்கொண்ட கோழியின் ஒலி மற்ற கண்ணிகளை நெருங்கும் கோழிகளை எச்சரித்துவிடும். எனவே அகப்பட்ட கோழியின் எச்சரிக்கையொலி மட்டுப்பட்டுக் கேட்குமளவிலான இடங்களிலும், அடர் புதரினுள்ளும் கண்ணிகளை வைத்திருந்தான்.

புழுக்கள் நிரம்பிய எருமைச் சாணியினையும் அக்கண்ணிகளின் அருகில் பரப்பியிருந்தான் 0பெள்ளி. வீட்டுத் தானியங்களைத் தூவியோ, இல்லை, வேறு ஏதேனும் செயற்கைத் தன்மையினையோ சிறிது காட்சிப்படுத்தினால்கூட நுண்ணறிவுத்திறன் மிகுந்த அக்கானங் கோழிகள் எளிதில் அகப்படாது. எனவே, அதற்கு நன்கு பழகிப்போன எருமைச் சாணத்திலிருக்கும் புழுக்களே அதை அகப்படச் செய்வதற்கான சரியான தேர்வாகும். காட்டெருமைகளின் சாணம் மற்றும் அது திரியும் இடத்தில் மிகுந்திருக்கும் அட்டைப் பூச்சிகளே அக்கானங் கோழிகளின் வாடிக்கையுணவாகும்.

நேரிமரத்திற்கு அருகில் வைத்திருந்த முதல் கண்ணியை அருகிச் சென்றானவன். அங்கு அகப்பட்டிருந்த கானங்கோழியின் சேவலினை, அது அகப்பட்டிருந்த மூங்கில் கண்ணியுடன் சேர்த்துக் 0க0ப்0பிளிக் கொடியால் கட்டி எடுத்துக்கொண்டான். தொடர்ந்து 0பிக்கெ மரத்திற்கருகிலும் 0கூவெல்லிற்கு அருகிலும் வைக்கப்பட்ட கண்ணிகளில் கட்டுண்ட இரண்டு பெட்டைகளையும் அதே 0க0ப்0பிளிக்கொடியில் இணைத்துக்கட்டி தோளில் ஏந்திக்கொண்டு மகிழ்வோடு அவன் கீழே இறங்கினான்.

அதிகாலை ஆதவனின் அரும்நிறச் சிதறல்களைத் தன்தோளில் தரித்ததைப்போல தகிக்கும் பல்வண்ண நிறங்கொண்ட கானங்கோழிகளை எந்திக்கொண்டு 0பெள்ளி வருவதைக் கண்டதும்தான் மாசி பெரும் நிறைவுற்றாள்.

உலர்ந்த மாசி0கெ மரத்தின் குச்சிகளை தன் இருகைகளால் அள்ளிக் கொண்டுவந்து மனையின் முற்றத்து அடுப்பருகே இட்டாள் மாசி. உள்ளிருந்து 0பலிக்கத்தி, செப்புக்கத்தி, இரண்டு மடக்கெ ஆகியவற்றையும் கொண்டுவந்து அவ்வடுப்பிற்கு அருகிலேயே வைத்தாள்.

கோழிகளுடன் முற்றத்துள் நுழைந்தான் 0பெள்ளி. அக்கோழிகளை அவ்வடுப்பிற்கு அருகில் வைத்தான். இறுக்கிக் கட்டப்பட்ட 0க0ப்0பிளிக் கொடியின்மேல், அடுப்பின்முன் அமர்வதற்காக வைக்கப்பட்டிருந்த கல்லினை வைத்தான். சற்று கவனம் சிதறினாலும் அக்கோழிகள் இறுகக் கட்டப்பட்ட கட்டுடனேயே நெடுதூரம் பறந்துவிடக்கூடிய ஆற்றல் கொண்டவை. அவன் கல்லை வைத்ததும் பறக்கத் துடித்து, அக்கல்லின் பாரத்தால் முடியாமல் சிறிது நேரத்திலேயே அவை துவண்டுப்போயின. ஒருவகையில் பயிலிடும் கோழியைத் துவளச்செய்வதும் அடுத்தக்கட்ட செயல்பாடுகளுக்கு உகந்தவொன்றாகும்.

0பை0கெ மரத்தாலான கைப்பிடியினைக் கொண்ட 0பலிக்கத்தியினைத் திண்ணையின் ஓரத்தில் வைக்கப்பட்டிருந்த பிங்0கசக்கல்லில் நன்கு கூர்தீட்டினான் 0பெள்ளி. முதலில் அந்தப் பெரும் சேவலினைக் கட்டவிழ்த்தான். மற்றவிரு கோழிகளுக்குத் தெரியாதவாறு திரும்பி அமர்ந்தான். கூர்தீட்டிய 0பலிக்கத்தியைக் கால் கட்டைவிரல்களின் இடுக்கில் இடுக்கிக் கொண்டான். அச்சேவலின் கழுத்தினை தன் இருகரங்களில் இடைவெளிவிட்டு இறுக்கிப் பிடித்தவன் அதை அக்கத்தியால் அரிந்தான்.

கூடியவரையில் அதற்கு சிறுவலியும் தராது சில நொடிகளில் அதன் கழுத்தினை அரிய எண்ணிய அவனின் நோக்கம் சரியாக நிறைவேறியது. ஒருவகையில் இது அறமும் கூட. அதன் கழுத்தறுப்பட்ட மறுகணமே சிறிதும் காலம்தாழ்த்தாது அறுபட்ட கோழியின் வலதுகாலினை செப்புக் கத்தியால் அறுத்தான். அதை, அறுபட்ட தலையின் அலகினை விரித்து அதற்குள் திணித்தான். வலியால் அக்கோழி சபித்துவிடக்கூடாது என்பதற்காக அதன்வாயில் இவ்வாறு திணிப்பது கோடனிடமிருந்து 0பெள்ளிக் கற்றுக்கொண்ட

மரபாகும். அதேபோன்று மற்றவிரு கோழிகளையும் அறுத்தான் அவன். அதன் உரோமங்களையெல்லாம் உறுவியெடுத்தான். எரிந்துகொண்டிருந்த முற்றத்து உலையில் மாசி0கெ மரத்தின் குச்சிகளையிட்டு, அக்கோழிகளையெல்லாம் அந்நெருப்பினில் வாட்டினான். அவைகளின் மேற்தோல்கள் லேசாகக் கருகும்வரை நன்கு வாட்டியெடுத்தான்.

அவ்வடுப்பின் அடுத்த முகத்தில் வைக்கப்பட்டிருந்த அவிரியில் கொதித்துக்கொண்டிருந்த நீரினை ஊற்றி அக்கோழிகளை நன்கு கழுவியெடுத்தான். அதில் இரண்டு கோழிகளை அருகிலிருந்த திண்ணையின்மேல் விரித்திருந்த நாசுரெக்கொடி இலையின்மேல் வைத்து வெயிலில் உணக்கினான்.

அதற்குள்ளாக ஈரவெங்காயம், பூண்டு, குறுமிளகு, உல்லாமஜிகெச்செடி ஆகியவற்றைச் சேர்த்து மாசரெயில் அரைத்த காரக் களிம்பினை மாசி கொண்டுவர, அதை வெயிலில் உலர்த்தியிருந்த கோழிகளின் உள்ளும் புறமும் நன்கு தடவினான். அதை மீண்டும் வெயிலில் உலர்த்தினான்.

கீழே மடக்கெயில் கிடந்த அப்பெரிய சேவலினை சொப்புக்கத்தியால் சிறு துண்டங்களாக்கினான். அதற்குள்ளாக மற்றொரு மடக்கெயில் எண்ணெயில் வதக்கிய ஈரவெங்காயம், பூண்டு, குறுமிளகு ஆகியவற்றைக் கொண்டுவந்திருந்தாள் மாசி. அதை வெயிலில் பூசிய களிம்பின் ஈரம் நன்கு காயுமளவிற்கு உலர்ந்திருந்த கோழிகளை விரித்து அதன் உட்புறத்தில் நிரப்பினான். அடுப்பிற்குமேலே 0பெத்து குச்சியினால் ஒரு உறியினை அமைத்தான். அதன்மேல்முனையில், உலர்ந்திருந்த அவ்விரண்டு கோழிகளையும் மூங்கில் நாரினாலும், 0க0ப்0பிளிக் குடியினாலும் நன்கு சுற்றிக்கட்டினான்.

உலையின் நெருப்பு படுமளவிற்கு தாழ்வாக அமைக்கப்பட்ட அவ்வுறியில் நன்கு நெருப்பு படும்படி ஈட்டி மரத்தின் கட்டைகளை நிரப்பினான். மூலிகைத்தன்மை கொண்ட மாசி0கெ மரத்தின் நெருப்பு கோழியை வாட்ட உகந்தது. ஈட்டி மரத்தின் விறகு சுட்டு வேகவைப்பதற்கு உகந்தது. ஈட்டி மரத்தின் நெருப்பு இறைச்சியின்மேல் அதிகப்படியான கரியைப் படரவிடாது.

கோழியை வெட்டியப்பின் மிஞ்சிய கழிவுகளையெல்லாம் திண்ணையின் உச்சகல்லில் அவன் வைத்த அடுத்த கணமே அவ்வாடிக்கைக் காக்கைகள் கொத்திச் சென்றன. அம்மனையில் கோழி சமைக்கும் போதெல்லாம் அக்காக்கைகள் தவறாமல் வந்துவிடும். அதிலும், ஒருபக்க இறகில் சற்று வெண்மைப்படிந்த காக்கையொன்று 0பெள்ளி கண்ணியிலிருந்து கோழியை அவிழ்த்ததுமுதல் அவனைவிட்டு நீங்காது. 'காக்கை எச்சமிட்டாலும் சூலம்... தொடர்ந்து கரைந்தாலும் சூலம்' என்று மேல்வீட்டு கடிகி பலமுறை மேல்கேரியிலிருந்து அவ்வாடிக்கைக் காக்கைகளைச் சத்தமிட்டுத் துரத்தினாலும் மாசி அதை சட்டை செய்வதில்லை. ஒவ்வொருமுறையும் காக்கைகள் கரையும்போதும் "அலைகின்றது நெருப்பு... கரைகின்றது காகம்... வருவது யாரோ? வராதவன் வருகின்றானோ வேறு யாரோ... அவன் 0பெள்ளி தானோ..." என்று ஜோகி அடிக்கடிப் பாடும் பாடலை நினைவுகூர்வாள். காகம் கரைந்துவிட்டது, யாரேனும் உறவினர்கள் வரமாட்டார்களா என்று எதிர்பார்த்து ஏங்கும் ஜோகியின் உணர்வின் முகம் மாசியிடமும் நீண்டிருந்தது. அந்த உரிமையில் என்றும் அக்காக்கைகள் தன் பங்கினை எதிர்பார்த்து நிற்கும்.

சட்டியில் நன்கு கழுவி எடுத்துவைத்திருந்த கோழியின் ஈரலை, நுனிகூராக்கப்பட்ட தவட்டெக்கோலில் குத்தி, எரியும் நெருப்பின் விளிம்பில் பக்குவமாய்ச் சுட்டு மடக்கெயில் சேகரித்தான் 0பெள்ளி. வீட்டினுள்ளிருந்து எழுந்த சாமைச்சோறு, சாமைக்களி, இராகிக்களி ஆகியவற்றின் நறுமணம் அதன் தயார்நிலையை அறிவுறுத்தின. வெட்டப்பட்ட கோழித் துண்டங்களின் ஒருபகுதி பூண்டு, ஈர வெங்காயம், மிளகு, உல்லாமஜிகெ ஆகியவற்றையிட்டு அரைத்த களிம்புச் சேர்க்கப்பட்டு ஒரு மடக்கெயில் குழம்பாகக் கொதித்துக் கொண்டிருந்தது.

மிருதுவான துண்டங்களை மிளகும் உலர்த்தப்பட்ட உல்லாமஜிகெயும் சேர்த்து, இட்டெக்கல்லினால் இடிக்கப்பட்டெடுத்த பொடியினைக் கலந்து, சிறிதுநேரம் வெயிலில் உணக்கி, நெய்யூற்றி பொன்னிறமாக வறுத்து எடுத்திருந்தாள் மாசி.

வெளியில் அமைக்கப்பட்ட உறியின் மூங்கில் முறுக்கேறி உடையும் சப்தம் அவ்விறைச்சி நன்கு வெந்ததை அறிவித்தது. கோழிகளின் உள்ளே இடப்பட்ட ஈரவெங்காயத்தின் வெந்தவாசமும் நாசியேறியது. லேசாக கரிப்படர்ந்த மிளகின் நெடியோடு வெந்திருந்த அக்கோழிகளை விடுத்து எடுத்துக்கொண்டு வீட்டிற்குள் சென்றான் 0பெள்ளி.

அதில் ஒரு கோழியைக் குறுக்கும் நெடுக்குமாக நான்கு துண்டுகளாக்கினான். அதில் இரண்டு துண்டுகளைச் சில்லு சில்லுகளாக நறுக்கினான். அதை சட்டியில் குழையாமல் வேகவைத்திருந்த சாமைச்சோற்றுடன் கலந்தான். அத்துடன் குடுவையில் வைத்திருந்த நெய்யினைச் சிறிதளவு ஊற்றி மீண்டுமொருமுறை நன்கு கிளறினான். அச்சாமைப்புலவின் வாசத்தால் மிச்சியின் நாவு ஊறியது.

ஓரளவு எல்லாமுமே தயாராகியிருந்தது. ஒரு பக்கத்தில் திகிரியிலிட்டு ஆட்டிய 0கஞ்செயின் மாவில் ஜோனி ஆற்றின் நீர்சேத்துக் களிம்பாக்கி, நெய்யிலிட்டு வறுத்தெடுத்த துப்பதிட்டு பலகாரத்தினைச் சுட்டுமுடித்திருந்தாள் மிச்சி. அருகாமை யிலேயே 0பிக்கெதாடா ஆற்றுநீர் இருந்தாலும் துப்பதிட்டு பலகாரத்திற்கு ஜோனி ஆற்றின் நீரே கூடுதல் சுவையளிக்கும்.

ஏற்கனவே, சாமையரிசியில் செய்த கடிமிட்டுத் தயாரா கி யிருந்தது. 0கஞ்செயின் மாவினை நன்குகரைத்துச் சுட்டக் கலிக்கிட்டில் ஊற்றி, ஊறவைக்க, பால் மிதமான நெருப்பில் காய்ந்து கொண்டிருந்தது. அது பொங்க பொங்க நன்கு கலக்கி அதைச் சுண்டக்காய்ச்சிக் கொண்டிருந்தாள் மாசி. பாலினைச் சுண்டக்காய்ச்சி ஊற்றுவதே கலிக்கிட்டுவிற்கான சுவையினைக் கூட்டும். மேலும், பாலினைச் சுண்டக்காய்ச்சுவதற்கான மிதமான தீயிற்காக ஹூலி0பிக்கெ மரத்தின் கட்டைகளை உலையில் இட்டிருந்தாள் மாசி. மிதமாக நின்று எரியும் இந்தக் கட்டையினை இதற்காகவே நேற்று பழங்கள் நிறைந்த அடர்காட்டுப் பகுதியான அன்னோடைக்குச் சென்று மாசியே கொண்டுவந்திருந்தாள். தெய்வங்கள் உறையும் அந்தக் காட்டிற்கு அவள் செல்வதே உகந்ததென்றெண்ணி சென்றுவந்திருந்தாள்.

வெளியிலிருந்து கோடனின் அழைக்கும் சப்தம். அடுப்படியில் கிடந்த 0பெள்ளி சென்றுப் பார்த்தான். ஒணெயில் கொம்புத்தேனுடன் கோடன் நின்று கொண்டிருந்தார். பல

நாட்களாக நோட்டமிட்டுவைத்து, தன் தள்ளாடும் வயதையும் பொருட்படுத்தாது மாதியின் மறுவீட்டு வருகைக்காக அவரே சென்று இந்தத் தேனினைக் கொண்டு வந்திருந்தார். அந்த ஊரில் தேன் எடுப்பதில் ஜோகியையும், கோடனையும் விஞ்ச எவருமில்லை. ஒற்றைத்தேனி கண்ணில் அகப்பட்டால்போதும் அதன் கூட்டினைக் கணித்துவிடுவார்கள். அதிலும் பாறைகளில் தேனிக்கள் கட்டும் 0பரஜேனுத் தேனையும், கோலஜேனுத் தேனையும் எடுப்பதில் இவர்களுக்கு நிகர் இவர்களே. மருத்துவத்திற்குக் கொம்புத்தேன் உகந்தது. அதுவும், மலையுச்சி யிலுள்ள கொம்புத்தேன் மிகவும் சிறந்ததாகையால் அதுபொருட்டு அத்தேன்களைச் சேகரித்து வருவதை ஜோகியும், கோடனும் தம் வாழ்வியல் கடமையாகவே கொண்டிருந்தனர்.

உலர்ந்த நஞ்சுப் புற்களில் பிங்கசக் கல்லினை உரசி நெருப்புமூட்டி, உலர்ந்த தவட்டெ மரத்தின் சருகுகளையிட்டு நன்கு புகையினை உண்டாக்கி எத்தகைய தேன்கூடாயினும் அவர்கள் காய்ந்தெடுத்து விடுவார்கள். அதிலும், எடுப்பதற்கு அரிய பொந்துத்தேனினை அவர்கள் எடுக்கும் விதமோ மேலும் சுவாரஸ்மானது. அதைக்காணவே அவர்களோடு ஒரு கூட்டம் வாடிக்கையாகச் செல்வதுண்டு. கொம்புத்தேன் கிடைக்கும்போதெல்லாம் அதை வீணடிக்காமல் சேகரித்து, மருத்துவச்சி ஜெவனக்குப்பியின் வீட்டிற்கே சென்று இவர்கள் கொடுத்து மகிழ்வதுண்டு.

“அப்பா, உங்களுக்கு ஏன் இவ்வளவு சிரமம்...

என்னை அழைத்திருந்தால் நான் வந்திருப்பேன் அல்லவா?”

என்று 0பெள்ளி கேட்க, எந்தப் பதிலும் உரைக்காமல் அந்த மூங்கில் ஒணெயினைக் கோடன் நீட்ட, அதை அவன் பெற்றுக்கொண்டான்.

“சோர்ட்டின் கீழ்மலைச் சரிவோரம் சாவு0கெ பறவைகள் மேலே பறக்கின்றன...

அவர்கள் அச்சரிவில் இறங்கிக் கொண்டிருக்கின்றார்கள் என்று நினைக்கிறேன்.

இன்னும் அரை ஜாமத்திற்குக் குறைவன நேரத்திற்குள் அவர்கள் வந்துவிடுவார்கள்...”

என்று முழுதும் நரைத்த தன் புருவங்கள் அசைவுறும்படி அவர் சொல்வதைக்கேட்டு அனைவரும் மகிழ்ந்தனர். மாசியின் முகமோ உச்சியேறிய ஆதவனைப்போல பிரகாசித்தது. உடனே நெருப்பில் சுட்டு எடுத்துவைத்த ஈரலைக் கச்சுத்தட்டில் இட்டு கொண்டுவந்து கோடனுக்குக் கொடுத்தாள் மாசி.

“அவர்கள் வந்துவிடட்டுமே”

என கோடன் சொல்ல நினைப்பதற்குள்ளாக அவர் கைகழுவ நீருடன் வந்தாள் மிச்சி. மறுக்கவியலாது தன் நரைத்த மீசையினை ஒருக்களித்துவிட்டு அவர் உண்ண ஆரம்பித்தார். நெருப்பில் சுட்ட கோழித்துண்டுகளையும், குழம்பில் வெந்த கோழித்துண்டுகளையும், நெய்யில் வறுத்த துண்டங்களையும் அடுத்தடுத்து கொண்டுவந்து மாசி அவருக்கு இட்டுக்கொண்டிருந்தாள். “அண்ணா... உண்ணுங்கள்...” என்று விருந்தோம்பலின் சூழலிற்குள் அவள் முழுதும் நிறைந்திருந்தாள்.

“போதும்... போதுமென்று... சொல்ல சொல்ல...” மாசி விடுவதாக இல்லை. மாசியை நன்கு உணர்ந்தவராகச் சிரித்துக்கொண்டே அவர் உண்டார். அவர் துண்டங்களை உண்ணும்வரை காத்திருந்தாள் மாசி. நிறைவாக மிளகிட்டுக் கொதிக்கவைத்த கோழிக்குழம்பின் சாற்றினைக் கொண்டுவந்து தட்டில் ஊற்றினாள். வாய்நோக்கித் தட்டினை உயர்த்தி, உதடுமீறும் தன் நரைத்த மீசை நனையுமாறு உறிஞ்சிக் குடித்தான் கோடன். அக்காட்சி ஜோகியை நினைவூட்டியது. கோடனுக்குப் பரிமாறுவதை ஜோகிக்கே பரிமாறுவதாக எண்ணி திருப்திக்கொண்டனர் 0பெள்ளியின் குடும்பத்தார்.

ஹாலனின் தோள்மீதமர்ந்து தவட்டெபழங்களைப் பறித்துக் கொண்டிருந்தாள் மாதி. தன் வாழ்நாளிலேயே இவ்வளவு உயரமான தவட்டெ மரத்தினை மாதி இன்றுதான் காண்கிறாள். ஊரு0பெட்டின் உச்சியில் இத்தகு தவட்டெ மரங்கள் நிறைந்திருக்கும் என்று தன் தந்தை சொல்ல அவள் கேட்டிருக்கிறாள். பலமுறை தன் தோழிகளுடன் அங்குச் செல்ல திட்டமும் தீட்டியிருக்கிறாள். அவளின் நீள்நாள்

கனவிற்கு சோர்ட்டும், ஹாலனின் தோளும் துணைநின்று ஆறுதலளித்தன. தன் மண்0டெப் பட்டினைக் கழற்றி அதில் தவட்டெப் பழங்களை நிறைத்தாளவள்.

அந்தச் சரிவான பள்ளத்தில் தன் தோளிலிருந்து மாதியை கவனமாக இறக்கினானவன். அவளின் பாதங்கள் தரைதொடும் முன்னமே அவளின் கரங்கள் தவட்டெப்பழத்துடன் ஹாலனின் வாய்நோக்கி நீண்டது. தொடர்ந்த தவட்டெப்பழங்களின் அன்பின் பரிமாற்றமே அப்பள்ளத்தில் அவர்களுக்குப் பற்றுக்கோடானது.

நாவை வாங்கியிருந்த தவட்டெயின் சுவைக்குத் திடீரென்று தடைபோட்டது பாறையிடுக்கில் வளர்ந்திருந்த சிவப்பு மணியாய்ப் பொலியும் ஜக்கலப்பழம். கொடும் முட்கள் நிறைந்த ஜக்கலச் செடியில் உள்ள ஜக்கலப் பழங்களை மிகவும் கவனத்துடன் அவன் அவளுக்குப் பறித்துக் கொடுத்துக் கொண்டிருந்தான். செறிந்திருந்த ஜக்கல முட்கள் விடம் நிறைந்தவை. அது கையில் ஏறினால் அவ்விடத்தில் விரைவில் சீழ்க்கட்டிவிடும். பெரும் இடருக்குள்தான் பெருஞ்சுவையிருக்கும். இல்லை... இல்லை... பெரும் இடரினைக் கடந்தால்தான் பெரும்சுவையினை அடையலாம். இல்லை.. இல்லை... பெரும் இடரினைக் கடப்பதே பெரும்சுவைக்கான வழி.. என்று பலவிதங்களில் ஜக்கலப்பழம் வாழ்க்கைக்கு விளக்கமாய்ப் பொலிந்து கொண்டிருந்தது. ஒருவகையில் ஹாலனுக்குத் தன் அன்பினைக் காட்டவும் இம்முட்கள் துணைநின்றன. அப்பழத்தின் புளிப்புச் சுவையால் தன் நேரிப்பழக் கண்களை இறுகமூடி சுவைத்து இரசித்துண்ணும் மாதியைக் காண காண ஜக்கலச்செடியின் கொடும்முள் ஹாலனுக்குப் பொருட்டற்றுப் போனது. இந்த முட்கள் அவனுக்கு ஒரு பொருட்டல்ல எனும் அன்பின் நம்பிக்கையில் மாதியின் சுவைப்பும் தொடர்ந்தது.

நெற்றிவரையேறும் ஜக்கலப்பழத்தின் சுவையை மாதியின் நாவுகள் நெடிப்பொழுதும் விடுவதாயில்லை. அடுத்து கொடுக்கவிருந்த ஒரு ஜக்கலப்பழத்தினை மாதியின் கரத்தில் கொடுக்காமல் நிறுத்தினான் அவன். உடனே ஏமாந்த குழந்தையைப்போல அவளின் பார்வை ஹாலனைப் படர்ந்தது. தன் கட்டைவிரலினால் தன் கையில் இருந்த அப்பழத்தினைப்

பிசைந்தான் அவன். உடலின் மேல் உள்ள உண்ணிகளுக்காக காகம்' பலமாகக் கொத்தி சிதைந்த எருமையின் சிவந்த உட்சதை நிறத்தையொத்த ஐக்கலப்பழத்தின் உட்சதை அவனின் விரலில் படிந்தது. அதை அவள் எதிர்பாராமலே அவளின் உதட்டில் தடவினான். அவள் சிணுங்கி நிற்க, அடுத்தடுத்து இரண்டு மூன்று கனிகளின் சதைகள் மாதியின் உதட்டோடு உறைந்தன. திடீரென்று உதித்த எண்ணத்தை நிறைவேற்றிய மகிழ்வில் அவளின் கையைப்பற்றி நகர்ந்தான் அவன். அத்திமரத்தையொட்டிய நீரோடைக்கருகில் நிறுத்தினான். தெளிந்த அந்நீரோடைக்கு ஐக்கலப்பழத்தின் சிவப்பினைப் பூசிக்கொண்டிருந்தது அடர்சிவப்பேறிய மாதியின் உதடுகளும், அதையும் தாண்டி அன்பால் சிவந்திருந்த மாதியின் முகமும். அவ்வூற்று நீரிற்கும் அதில் தெரிந்த இணையரின் பிம்பத்திற்கும் களங்கமின்னையே நிலவின் இருபக்கமாகி நின்றது.

உதட்டிற்குச் சாயம்பூசும் இயற்கை ஒப்பனையை முதல்முறையாகச் சந்தித்த அவள் அந்நீரில் அலையும் ஹாலனின் பிம்பத்தின்மீது அன்பின் சிவப்பினைப் பூசிக்கொண்டிருந்தாள். மண்0டெப் பட்டில்லாமல் அவளின் கார்கூந்தலை முன்னும் பின்னும் பரப்பி, தன்னை மென்மேலும் மெருகூட்டும் ஹாலனின் தோளில் சாய்ந்தவாறே அந்நீரில் தன் அழகினைக் கண்டு இரசித்தாள். அவளின் சுருள் கூந்தலும், மதிமுகமும், ஹாலனின் திரண்ட அன்பும் அவளுக்குச் சற்று கர்வத்தையும் கூட்டி நின்றன. தொடர்ந்து மண்0டெப் பட்டினைக் கட்டியும் ஹாலனோடு நின்று தம் பிம்பத்தினைக் கண்டாள். காணாத அவளின் மணக்காட்சியை அத்தெளிநீர் ஒளிக்காட்சியாய்த் தந்துகொண்டிருந்தது. இயற்கையெனும் கண்ணாடி ஒருபோதும் நம் பிம்பத்தினை மாறுபடுத்தி காட்சிப்படுத்துவதில்லை. அதுபோலதான் ஹாலனின் தூய அன்பும். அவ்வன்பில் திளைத்துக் கொண்டிருந்தாள் அவள்.

மரத்தில் கனிந்த அத்திப்பழம்போல் மாதியின் சிவப்புடுத்திய இதழ்கள் விளங்கின. அப்போது மரத்திலிருந்து கீழே விழுந்த பழுத்த அத்திப்பழமொன்று அவர்களைத் தன்னிலைக்கு மீட்டது. அது அந்நீரில் அலைந்திருந்த அன்பின் பிம்பத்தைப் பிரிக்கவியலாத கலவையாக்கியது. மந்தையின் பல்வேறு எருமைகளின் பால் ஒன்றாகக் கலந்திருக்கும் அவிரியைப்போல,

உருக்காட்சியையும், மனக்காட்சியையும் அன்பால் கலந்த அத்தெளிநீரினை அள்ளிப்பருகி, முகத்தினைக் கழுவி அவர்கள் தெளிச்சிக் கொண்டனர். அந்நீரில் விழுந்த அச்சிவந்த அத்திப்பழம் இவ்விணையரின் கண்களில் மிதந்துகொண்டிருந்தது.

அவள் உடுத்தியிருந்த மேல் முண்டினால் அவனின் முகத்தினைத் துடைத்தாள். பிறகு தன் முகத்தினைத் துடைப்பதற்குள் அருகிலிருந்த அத்திமரத்தின்மேலேறி கனிந்திருந்த அத்திப்பழங்களையும், காய்களையும் அவன் பறித்திறங்கினான். அதை தன் சீலெயின் 0கோட்டெயில் இட்டுக் கொண்டான்.

அடைந்த தெளிச்சி அவர்களின் வேகத்தினைக் கூட்டியது. நீரோடையின் ஈரம்கண்ட அடர்சரிவில் கைகளைப் பற்றிக்கொண்டே அவர்களின் பயணம் தொடர்ந்தது. சற்று தூரத்தில் கனிந்திருந்த கொலங்கப் பழங்கள் அவர்களை கைநீட்டி அழைத்தன. வயிறு நிரம்பியிருந்தாலும் புளிப்பும் இனிப்பும் கலந்த அதன்சுவை அவர்களின் நினைவிலெழுந்து தூண்ட அதையும் உண்டு நகர்ந்தனர்.

கொலங்கப்பழத்தின் சுவை வாயில் விடாது ஊடாடியது. அச்சுவையைப்பற்றியே அ0ட்0டகொரெ வட்டப்பாறையை வந்தடைந்தனர். அப்பாறையையொட்டிய வழியில் கவனமாகக் கீழே இறங்க, ஒரசோலை ஊர் தெரிந்தது. ஊரினைக் கண்ட மகிழ்ச்சியில் அவள் முன்னேறி, அவ்வட்டப்பாறையின் செங்குத்து இறக்கத்தில் நொடியில் இறங்கினாள். அவன் இறங்குவதற்கு பிடிமானமாக தம் கரத்தினை நீட்டினாள். சிரித்துக்கொண்டே அவளின் கைகளைப்பற்றி இறங்கினான் ஹாலன்.

பட்டுவிழுந்த நேரிமரக்குட்டைகள் நிறைந்த அச்சமவெளிக் காட்டில் இடியால் எழுந்த கூன்கள் நிறைந்திருந்தன. சோலெகூனு, அரெகூனு, கெளெகூனு, கொமெகூனு, ஜண்டுக்கூனு, அத்திக்கூனு, பூசெக்கூனு, பூதிக்கூனு எனும் எல்லாவகையான கூன்களும் அந்த இடத்தில் படர்ந்திருந்தன. சோர்ட்டினைக் கடக்கும் அனைவருக்கும் இந்த இடமே கூன்களைச் சேகரிப்பதற்கான பிரதான இடமாகும். கோடை

மழைக்காலத்தில் இப்பகுதியிலுள்ள கூன்களை எடுப்பதற்காகவே எருமைகளைச் சோர்ட்டில் மேய்ச்சலுக்கு ஓட்டிவருவதுண்டு. அத்திமரக் குட்டையில் எழுந்திருக்கும் அத்திக்கூனின் சுவை அலாதியானது. மேலும், இந்தக்கூன் கிடைப்பதும் அரிது. ஹாலனின் முதல்பார்வைக்கே அந்த இடத்தில் அத்திக்கூனு அகப்பட்டது. பக்குவமானதையெல்லாம் பக்குவமாகப்பறித்து தன் 0கோட்டெயில் நிரப்பினான் அவன்.

"அடடே... கூனா...

என் தந்தை இதைப் பறிப்பதற்காக இந்த இடத்திற்கு என்னை அழைத்து வந்திருக்கின்றார்...

இதில் நன்கு நிறமுடைய கூன்கள் விசத்தன்மை மிகுந்தவையாம் தெரியுமா?"

என்று, அவள் சொல்ல, அவன் தலையை அசைத்தவாறே பாங்கான கூன்களைப் பறித்து நிரப்பிக் கொண்டிருந்தான்.

மழை ஓய்ந்து ஒருவாரம் வரையிலும் மலையிலிருந்து தண்ணிர் வடியும் அந்த அடர்மழைக் காட்டில் விடாது வடியும் நீரின் சலசலப்பு அவ்வடர்காட்டின் இரம்மியத்தை மென்மேலும் கூட்டியது. அந்த ஈரப்பாதைகளில் பதிந்திருக்கும் பாதச்சுவடுகளில் பயணத்தின் தடமும், வரவேற்பும், வழிகாட்டலும் குழைந்திருந்தன. பலரின் காலடிகளைக் குழைத்ததாயிருந்த அந்த ஈரமண்ணின் ஓவியம் யாருக்கும் அகப்படாத காலத்தைத் தன்னில் தக்கவைத்திருந்தது. வாழ்வின் சுவடுகளைத் தக்கவைத்திருக்கும் ஈரங்களும், ஈரத்தில் தக்கவைத்திருக்கும் சுவடுகளும் இயற்கைக்கும் வாழ்க்கைக்கும் பெறும்பேறானது.

சுற்றிலும் மிகுந்திருந்த எருமைகளின் குழம்படிகளுள் காரியின் 0பிட்டன் எருமையின் குழம்படிக்கூட இருக்கலாம். ஈரத்திலேயே உயிர்த்திருக்கும் அந்த அடர்காட்டில் ஈரத்தோடு ஈரமாக அவ்விணையரின் அன்பின் பயணம் படிந்தது. வழுக்குமந்த ஈரமண்ணில் ஹாலனின் பாதச்சுவடுகள் மாதிக்குப் பாதை வகுத்தது. அப்பாதையில் பதியும் மாதியின் பாதச்சுவடோ அவ் அன்பிற்கு ஆழம் வகுத்தது.

கோ.சுனில்ஜோகி

அடியிலிருந்து முடியோ, இல்லை முடியிலிருந்து அடியோவென ஆதிஅந்தத்திற்கு அடங்காத ஈரம் அவ்வடர்காட்டில் தாயின் அன்பைப்போல படர்ந்திருந்தது. பேரன்புடைய ஈரத்தின் உலகில், கைகளை இறுகக் கட்டி அணைத்துக்கொண்டு, சில்லென்ற காற்று நாசித்தீண்டும் அலாதி அன்பினை யாரால் தந்துவிட முடியும்? இந்த ஈரமுற்ற அடர்காட்டினைத்தவிர. பாதம் தீண்டும் சில்லிட்ட ஈரத்தீண்டல் உயிர்த்தலின் ஆதி உணர்வினைப் பிரசவிக்கும். அதன் பிரசவ வலியினையும் அம்மண்ணே ஏற்றுக்கொள்ளும்.

ஆதிவாழ்வின் அனுபவத்தை அர்ப்பணிக்கும் பேரின்பம் ஏய்திய அவ்வடர்காடோடும், சிலிர்ப்போடும், நடுக்கத்தோடும் உரையாடும் மாதியைக்கண்டு ஹாலன் எல்லையில்லா மகிழ்வில் திளைத்தான். அவளின் அழகோ பன்மடங்கு பொலிந்துகொண்டே சென்றது. முகம்முழுவதும் செக்கச் சிவந்திருந்தது. இத்தகு செந்நிலவினை இன்றுதான் முதல்முறையாகக் காண்கிறான் அவன். அவளை அள்ளி அணைக்க அவனின் கரங்கள் துடித்தன. ஆனால், அவளுற்ற இயற்கை பந்தத்தினைக் கெடுக்காமல் நின்று இரசித்துக் கொண்டிருந்தான். சட்டென அருகிலிருந்த பெரிய நேரிமரத்தின் கொப்பின் மேலேறி மரத்தின் கிளையினை அசைத்தான். இன்று அதிகாலைக் கண்ட சிறுமழையில் உலராது நின்றிருந்த மழைத்துளிகள் கீழே நின்றிருந்த மாதியை அள்ளி அணைத்தன. அதை சற்றும் எதிர்பாராத அவள் தன் நடுக்கத்தின் குரலைப் பெரிதாக்கிக் கண்களை இறுகமூடி நின்றாள். மெய்யன்பிற்கு நீளாமல் இருக்குமோ! இயற்கையின் கரங்கள்.

“ஏய்.. ஏய்..” என்று சிணுங்கியவாறு சிலிர்த்து நின்றாளவள். விண்ணிலிருந்து பெற்ற மழைத்துளியின் தண்ணென்ற இயல்பினை அடைகாத்து வைத்திருந்த மரங்களின் உயிர்த்துளிச் சிதறல் மாதியின் உணர்வின், உடலின் ஆதியையும், அந்தத்தையும் இறுக அணைத்துக் கொண்டன. அன்பெனும் குரங்கு தொடர்ந்து பலமுறை அக்கொப்புகளை அசைக்க, இயற்கையின் பேரன்புக் கரங்கள் மாதியை நோக்கி இடைவிடாது நீண்டுகொண்டிருந்தன.

கீழிறங்கிவந்து, ஹாலனைத் தன் உடலுற்ற இயற்கையின் ஈரமுத்தங்களுடன் இறுக அணைத்துக் கொண்டாள் அவள்.

இம்முறை இயற்கையின் கரங்கள் மாதியிடம். இயற்கையின் பேரன்பு அவ்விணையரின் உயிரில் ஊடாடியது. இயற்கை மேலும் இறுக்கிக் கொண்டிருந்தது அவர்களின் பேரன்பை.

சலனமற்ற பேரன்பின்நிலை நீண்டது. விட்டு விட்டு மேலிருந்து கீழேவிழும் ஓசையொன்று அப்பேரன்பின் காதுகளை எட்டியது. அவ்வொலி மாதியை மேலும் சிலிர்ப்பூட்டியது. ஹாலனைக் கைப்பற்றி அழைத்துக்கொண்டு வலதுபுறமாக விரைந்தாள். பச்சையும் சிவப்பும் உடுத்திய பேரன்பாய் கெம்0பிக்கெ மரம் நின்றிருந்தது. விண்ணில் முகிழ்த்த நூற்றுக்கணக்கான மீன்நிகர்த்த பச்சை விண்மீன்களை அது ஏந்தியிருந்தது. பழுக்கும்வரை அடைகாத்து பிறர்க்கீனும் இயற்கையின் அப்பெருந்தாய் மாதிக்குப் பலமுறை அரும்கனித்தரும் தந்தையாகவும் விளங்கியிருக்கிறாள்.

அவள்தன் தோழிகளுடன் பால்யத்தில் பழம் பொறுக்கவும், விளையாடவும் வந்த இந்த இடத்தில் இன்று ஹாலனோடு இருப்பது பழுத்த 0பிக்கெப் பழத்தினைச் சுவைப்பதைப்போல் இனித்துக் கொண்டிருந்தது. கீழே கனிந்து விழுந்துள்ள கனிகளை எடுத்து, அதை தன் முண்டில் துடைத்து ஹாலனுக்குக் கொடுத்தாள். அவன் ஒன்றினை உண்பதற்குமுன் அவள் இரண்டினை உண்டிருந்தாள்.

வாயிலிட்டப் 0பிக்கெப் பழத்தின் கொட்டைகளை தன் கைகளில் துப்பினாள் அவள். அவன் உண்ட பழத்தின் கொட்டைகளையும் பெற்றுக் கொண்டாள். இறுதியாக வாயிலிட்ட பழத்தின் கொட்டையினை தன் பல்லிடுக்கில் இடுக்கிச் சுவைத்தவாறே அந்தப் 0பிக்கெ மரத்தின் கீழே வைக்கப்பட்டிருந்த பெரிய கருங்கல்லில் அக்கொட்டைகளை யிட்டாள். அருகில் இருந்த இடிகல்லினை எடுத்து அக்கொட்டைகளை இடித்தாள். அதிலிருந்து கிடைத்த உமி யினை எடுத்து உண்டாள். சற்று துவர்ப்பு மிகுந்து, தேங்காயின் சுவைகொண்ட அந்த உமியினை அவனுக்கும் ஊட்டி மகிழ்ந்தாள். ஒவ்வொரு கொட்டையையும் இடித்து அதிலிருந்து உமியை எடுக்கும்போதும் அவளின் முகத்தில் பெருமிதம் மேலாடியது. தான் இடிப்படுவதையும் பொருட்படுத்தாமல்

இடிக்கக்கற்றுத்தந்த இயற்கையை இடித்தப்பிறகும் இடிப்ப திலிருந்தும் எஞ்சி ஒளிர்ந்தது அவ் இயற்கையின் பேரன்பு.

அவளின் கைக்கு அடக்கமாயிருந்த அந்த இடிகல்லிற்குள், அது அவளின் கைக்கு அடங்காமலிருந்த காலத்து நினைவொன்று பொதிந்திருந்தது. தன் சிறுவயதில் மாசிக்குத் தெரியாமல் தன் மனையிலிருந்து அதை அவள் கொண்டு வந்திருந்தாள். பாத்திரம் துலக்க கரியினை இடிப்பதற்கு வைத்திருந்த இந்த இடிகல்லினைக் காணாமல் மாசி மாதியை விசாரித்த நினைவு கள்ளச்சிரிப்பாய் அவளின் உதடேறியிருந்தது. பொதுநோக்கிற்கான கள்ளங்கள் நமக்கான நகையை என்றும் மிச்சம் வைத்திருக்குமல்லவா. அவளுக்கென்று மிச்சம் வைத்திருந்ததை அப்0பிக்கெமரம் அளித்துக் கொண்டிருந்தது. கீழே விழுந்திருந்த பழங்களில் அணில்களுக்கும், பறவைகளுக்கும் விட்டுவிட்டு தனக்கான பங்கினை எடுத்து ஹாலனின் கோட்டைக்குள் நிரப்பினாள் அவள். மீண்டும் அவ் இடிகல்லினைத் தனக்கானதாக அங்கு மிச்சம் வைத்துவிட்டு அங்கிருந்து நகர்ந்தாள்.

0தா0ட்0டெமொக்கெ ஆற்றின் கரையை அவர்கள் நெருங்கினர். 0பிட்டன் எருமையை அடக்கம்செய்த அச்சிறு சரிவுப்பகுதியை அவர்கள் கடந்தனர். ஹாலனைக் கண்டதும் நெருங்கிவந்து, தன் தலையைச் சாய்த்து, அவனது முழங்கால்களில் தனது கழுத்தினை உரசும் 0பிட்டனின் நினைவு மிகுந்தது அவனுக்கு. அங்கு நட்டிருந்த நேரி மற்றும் 0கிலி0கிஜ்ஜெயின் நாற்றுகள் ஓரளவிற்கு வேர்ப்பிடித்திருந்தன. திடீரென்று வீசிய காற்றில் அந்த நேரியின் நாற்று அவனின் முழங்காலில் சாய்ந்தகன்றது.

0தா0ட்0டெமொக்கெ ஆற்றினைக் கடப்பதற்காக இரு கரைகளையும் இணைத்துப் போடப்பட்டிருந்த 0பைகெ மரத்தின் மரக்கட்டையின்வழி ஹாலன் அவ்வாற்றினைக் கடந்து கொண்டிருந்தான். மாதிக்கோ, அவ்வாற்றிற்குத் துணிச்சலவைக்கு வரும்போதெல்லாம் அவளைத் தொற்றியிருந்த பழக்கம் இப்போதும் தொடர்ந்தது. அதன் கரையிலிருந்து, முழங்கால்வரை நீருள்ள அதன் ஓரப்பகுதியில் குதித்தாள். அதே இடத்தில் மீண்டும் மீண்டும் பலமுறை எம்பி எம்பிக் குதித்து மகிழ்ந்தாள். அதைக்காண 0குப்பிசிப் பறவையொன்று

ஆற்றிலிடும் ஆனந்தக்குளியலின் நினைவு அவனுக்கு எழுந்தது. அந்தக் 0குப்பிசிப் பறவைக்குப் பதிலாக ஹாலன் சிலிர்த்துக் கொண்டிருந்தான்.

குறும்பைவிடாத அச்சுட்டிப்பெண்ணை அக்கரையில் நின்று இரசித்துக் கொண்டிருந்தான். அவள் அக்கரையிலேற எத்தனிக்கையில் அவன் தன் கரம்தந்தான். அவள் கரையேறிய மறுகணமே அவளைநோக்கி ஊரு0பெட்டின் கரங்கள் நீண்டன. அவ் அன்பின் இணையரை ஊரு0பெட்டு இருகரம் அகட்டி வரவேற்றது. எட்டிய ஹாலனின் கரத்தினைப் பற்றிக்கொண்டு எட்டாத ஊரு0பெட்டினைப் பார்த்துக்கொண்டே ஊரிற்குள் சென்றாள் அவள்.

அண்ணி ஹாடாவினைக் கடந்து ஊரிற்கான ஒற்றையடிப் பாதையில் ஏறினர். அதன் வலது மூலையில் வீற்றிருந்த அகன்ற, பெரிய நேரிமரத்தின்கீழே மாதி நின்றாள். மரத்தின் உச்சியைநோக்கித் தொழுதாள். முழங்காலிட்டு தன் இருகைகளை மார்பில் சேர்த்துவைத்து வணங்கினாள். மேல்விளிம்பில் கட்டப்பட்ட மண்0டரெயுடனும், அருகில் நடப்பட்ட கம்புடனும் கம்பீரமாக நிற்கும் அந்நடுகல்லை கையெடுத்துத் தொழுதாள். சோர்ட்டிலிருந்து இறங்கும் காற்றில் படபடக்கும் அந்நேரிமரம் மாதிக்கு என்றையும்போல சிறு அச்சத்தையும் பெருமளவு பாதுகாப்புணர்வினையும் விளைவித்துக் கொண்டிருந்தது. தன்னூரினை அடைந்த மகிழ்ச்சியில் மாதியின் நடையில் மிடுக்கேறியிருந்தது. ஹாலனின் இணையாகி ஊருக்குள்வரும் உணர்வு அவளின் நடையில் மிடுக்கொடு மிளிர்வையும் தரித்திருந்தது.

0பெள்ளியும் கோடனும் வீட்டின் திண்ணையில் அமர்ந்துகொண்டு அவர்களின் வருகையை நோக்கியிருந்தனர். ‘கோடன் கணித்ததன்படி இன்னேரத்திற்கு முன்னதாகவே அவர்கள் வந்திருக்க வேண்டுமே? ஏன், இன்றும் காணவில்லை’ என்ற யோசனையும் அங்குப் பரவியிருந்தது.

தீடிரென்று ஊர்திடலிலிருந்து மிகுந்த ஆராவாரம் அவர்களின் யோசனையை மேலும் கூட்டியது. ஓ... வென்று கத்தும் ஒலியும், கைகளைத் தட்டும் ஓசையும் முன்னைக்காட்டிலும் பன்மடங்கு மிகுந்தன. புதரிலிருந்து முயல் ஓடியதைப்போல

திடீரென்று உண்டான இந்த ஆராவாரத்தின் காரணம் கோடனுக்கும், 0பெள்ளிக்கும் சற்றும் புரியவில்லை.

'பொதுவாக ஆடவர்கள் தன் வீரத்தினைப் பறைசாற்ற ஊர்திடலிலுள்ள பெரிய 0கூடுகற்களைத் தூக்கும்போதுதான் இத்தகைய ஆராவாரம் எழும். ஆனாலும் கோடன் இல்லாமல் இது நிகழாதே. அவர்தானே முன்னோர்களை நினைத்து அக்0கூடுகற்களைத் தொட்டு வணங்கி இந்நிகழ்வினை ஆரம்பித்துக் கொடுப்பார்' என்ற ஆழ்ந்த யோசனைக்குள் மூழ்கினான் 0பெள்ளி. தொடர்ந்து அங்கு எழுந்த ஆராவாரம் இது 0கூடுகற்களைத் தூக்கும் நிகழ்விற்கானதுதான் என்பதை உறுதிப்படுத்தியது. நிலைபுரியாமல் யோசித்துக் கொண்டிருந்த கோடனின் வேண்டுகோளுக்கு இணங்கினான் 0பெள்ளி.

"சரி... நான் ஊர்திடலிற்குச்சென்று என்னவென்று பார்த்து வருகிறேன்.

சோர்ட்டின் இடப்புறமாக அவர்கள் வந்திருந்தால், அவர்களும் திடலின் வழியாகதான் வருவார்கள். அவர்களையும் கையோடு அழைத்து வந்துவிடுறேன், ஒருவேளை வலதுபுறமாக வந்திருந்தால் அவர்கள் நம் தோவின் வழியாகதான் வருவார்கள். அப்படி வந்தால் என்னை அழைத்துவிடுங்கள். நான் வந்துவிடுகிறேன்."

என்று கூறிய 0பெள்ளி திடலினை நோக்கி விரைந்தான். ஊரிலுள்ள பெரும்பாலானோர் அங்கே கூடியிருந்தனர். யாரோ 0கூடுகல்லினைத் தூக்கிக்கொண்டிருக்கும் சூழல் திடலினை அடைந்ததுமே அவனுக்குத் தென்பட்டது. 'கோடன் இல்லாமல் இது எப்படி... இது மரபிற்கு முறையல்லவே..' எனும் எண்ணங்கள் மேலிட, அக்களத்தினைநோக்கி விரைந்தான். ஆராவாரவொலி மென்மேலும் மிகுந்து கொண்டிருந்தது. அவன் அக்களத்தினை அருகும்போது அக்0கூடுகல் கீழே வீசப்பட்டு நிலம் அதிர்ந்தது.

"ஆகா... வாழ்க.. இரண்டாவது கல்லையும் பல்லால் கடித்தே, தூக்கி தன் புறம்நோக்கி எறிந்து விட்டானே"...

என வியப்பு கலந்த பார்வையோடு கத்தியுரைத்துப் பலரும் ஆராவரித்தனர்.

அப்பெரும் ஆராவாரம் நிறைவதற்கு முன்பாகவே முன்னதைக் காட்டிலும் மேலுமொரு பெரும் ஆராவாரம் எழுந்தது. அது அந்த இடத்தினை அருகிய 0பெள்ளியின் செவிப்பறையைத் துளைத்தது. திடலின் நடுவே, அந்தக் களத்தில் மூன்றாவது பெரிய 0கூடுகல்லினைத் தன் மண்0டரெப் பட்டினால் சுற்றிக் கட்டிக்கொண்டிருந்தான் ஹாலன். மாதி அவனின் வலப்புறத்து மூலையில் குனிக்கியோடு நின்றிருந்தாள்.

எல்லோரின் கண்களிலும் பிரமிப்பு தொற்றியிருந்தது. ஒருசில நெடிகளிலேயே அது 0பெள்ளியையும் தொற்றியது. அவ்வூரில் அந்த இரண்டாவது 0கூடுகல்லினைப் பல்லால் கட்டித் தூக்கியவர்களை விரல்விட்டு எண்ணிவிடலாம். அதில் 0பெள்ளியும் ஒருவன். ஆனால், பலமுறை முயன்றும் மூன்றாவது கல்லினை ஓரளவிற்குமேல் அவனால் நகர்த்த முடிந்திருக்கவில்லை. இதுநாள்வரையில் ஜோகியைத்தவிர அக்கல்லினைப் பல்லால் பெயர்த்தெறிந்தவர்கள் எருவரும் கிடையாது. ஹாலனாலும்கூட அக்கல்லினைத் தூக்கவியலாது என்று அனைவரும் உறுதியாக நம்பினர். அவன் இரண்டாவது கல்லினைத் தூக்கிய வியப்பிலாழ்ந்திருந்த 0பெள்ளியும்கூட அவ்வாறே நம்பினான். ஆனால் மாதியின் நம்பிக்கை மட்டும் சற்றும் குறைந்திருக்கவில்லை.

சுற்றி இறுகக்கட்டிய அத்துணியின் கட்டினை தன் கரங்களால் தூக்கிச் சரிபார்த்தான் ஹாலன். சற்றுபெரிய பாறையளவிற்குத் திரண்டிருந்த அக்கல்லின் அருகில் தன் வலதுகாலால் முழங்காலிட்டு, இடதுகாலை ஊன்றி நின்றானவன். இதுவரை எழுந்துகொண்டிருந்த ஆராவாரத்திற்கு முரணாக அந்த இடமெங்கும் அதிகாலைப்பொழுதின் அமைதி நிலவியது. சாவு0கெ பறவைகளின் மெல்லொலியும்கூட தெளிவாகக் கேட்கும் வண்ணம் அந்த அமைதி நீடித்தது.

அக்0கூடுகல்லில் கட்டிய துணிக்கட்டின், கட்டிய திண்டுப்பகுதியை தன் கோணைப்பல்லில் கடித்தான் ஹாலன். அவனின் தாடைபுடைத்தது, கழுத்தில் நரம்பேறியது. அவனது அந்தத் தோரணையில் உறுதி மிளிர்ந்தது. திடலிலிருந்த சுத்தக்கல்லின் 0பிக்கெமரம் காற்றில் படபடத்தது. அம்மரத்தின் படபடப்பு அடங்கிய மறுகணமே அத்திடலில் மீண்டும் பேராராவாரம் விண்ணை முட்டியது.

“இவன்தான் இவனேதான் சரியான ஆண்மகன்... சுத்த வீரன்...” என்ற ஆரவார ஒலியில் அந்த இடமே அதிர்ந்தது. கூடிநின்ற அனைவரும் ஓடிச்சென்று ஹாலனைத் தூக்கி தம் தோளில் அமர்த்தி அவனைக் கொண்டாடினர்.

“அவன் நிச்சயம் தூக்கிவிடுவான் என்று எனக்குத் தெரியும்..

மாதியைப் பெண்பார்க்க வந்தபோதே நேரடியாக மூன்றாவது கல்லினை சாதாரணமாகத் தூக்கியவனாயிற்றே அவன்...”

என்று ஊரின் பெரியவர்கள் வியப்பின் வார்த்தைகளை ஒருவருக்கொருவர் பகிர்ந்து கொண்டனர். பெண்களோ மாதியின் கன்னத்தைக் கிள்ளியும், தோளினை உலுக்கியும் ஹாலனின் வீரத்தால் உற்ற பெருமிதத்தினைப் பகிர்ந்தனர்.

இரண்டாவது கல்லினைத் தூக்கி, மூன்றாவது கல்லினை முயன்றும் தூக்கமுடியாத அவ்வூர் ஆண்களிடம் வியப்பும், பொறாமையும் விளைந்திருந்தன. மூன்றாவது கல்லினை நிச்சயமாக அவனால் தூக்கவியலாது என்ற அவர்களின் உறுதியான நம்பிக்கையை ஹாலன் பெயர்த்தெறிந்ததை பலரால் ஏற்றுக்கொள்ள இயலவில்லை. தூய்மையான வீரத்தினை மதிக்கும் 0பெள்ளிஅதை ஏற்றுக்கொண்டலும் அவனது மனதில் ஹாலன்மீது சிறு பொறாமை விளைந்திருந்தது. ஆனால், தன் மருமகன் என்றவகையில் அவன் உற்ற பெருமிதமே அவனது மனநிலையைத்தாண்டி மிக்கிருந்தது.

அத்திடலில் 0பெள்ளியைக் கண்டவர்கள் அனைவரும்

“ஏய் 0பெள்ளி... அய்யோ! உன் மருமகன் உன்னையே விஞ்சிவிட்டான் போ...

உன் தந்தை ஜோகிக்குப்பின் இப்படியொரு வீரனை இவ்வூர் இன்றுதான் காண்கிறதப்பா...

உண்மையில் நம் மாதி பெரிதும் கொடுத்து வைத்தவள்..”

என்று கூற, அவனது பெருமையும் மகிழ்வும் எல்லை கடந்திருந்தது.

தன் தந்தையைக் கண்டகணம் மாதி ஓடிவந்து அணைத்துக் கொண்டாள். அவளை ஆரத்தழுவினான் 0பெள்ளி. அவளது

தலையில் தன் கரத்தினை வைத்தழுத்தி தன் மார்போடு சேர்த்தணைத்தான்.

"ஏய் 0பெள்ளி! நீ அவளின் தலையைத் தொட்டதற்காக அவளின் தாடையை உயர்த்தி, வளர்ந்துவா என்று வாழ்த்து.. நீ தலையில் கைவைத்து அழுத்தியதைப்போல அவளின் வளர்ச்சி கீழ்நோக்கி சென்றுவிடக்கூடாது... எனவே உடனடியாக தாடையை உயர்த்தி, அதுபோல் உயரு என்று வாழ்த்து..."

என்ற தம் நம்பிக்கையினை 0பெள்ளிக்கு நினைவூட்டினாள் குனிக்கி.

"ஓ... ஓ... குனிக்கி நீ சொல்வது சரிதான்..." என்றவாறே மாதியின் தாடையை லேசாக உயர்த்தியவாறு "மேலும் மேலும் உயர்ந்து வா!" என்று வாழ்த்தினான் அவன். சிறுவயதில் தன் சகோதரியைத் தலையில் அடித்தபோதெல்லாம் மாசி இவ்வாறு செய்யச்சொல்லி வற்புறுத்திய நினைவு மாதிக்கு எழுந்தது. பலவேளைகளில் மாசியைக் கோபமூட்டுவதற்காக, வேண்டுமென்று இவ்வாறு செய்த தன் செய்கையை எண்ணி மாதிக்குள் நகைப்பெழுந்தது.

0பெள்ளியை அருகி அவரிடம் ஆசிபெற்றான் ஹாலன். மாதியை தன் இடக்கரத்தால் அணைத்துக்கொண்டே, தன் வலக்கரத்தால் ஹாலனின் தலையைத்தொட்டு வாழ்த்தி, அக்கரத்தாலே அவனை இறுக அணைத்துக்கொண்டான் 0பெள்ளி.

ஒப்பற்றவொரு வீரனையும், தன் அன்பு மகளின் கணவனையும், தன் அன்பு மகளுடன் அணைத்து உச்சிமுகர்ந்த அச்சூழல் 0பெள்ளிக்கு பெரும் நெகிழ்வினைத் தந்தது. அவனின் கண்களில் பெருமிதத்தோடு கண்ணீர் நிறைந்திருந்தது. எந்தவிதமான அடமும் இன்றி முதல்முறையாக தன் தந்தையுடன் ஊரு0பெட்டினை அடைந்த உணர்வினை அடைந்திருந்தாள் மாதி.

திடலில் நடந்ததையெல்லாம் முன்னமே அறிந்து, பெருமிதம் மிளிர்ந்த பார்வையோடு புதுமணத் தம்பதியினரைக் காத்திருந்து வரவேற்றான் கோடன். அவரைக் கண்டதும் அவ் இணையர்கள் வாழ்த்துப்பெற நின்றனர்.

ஒன்றற்கு ஒன்பது ஆகட்டும்...
ஒன்றற்கு ஆயிரம் ஆகட்டும்...
பால் பெருகட்டும்.. உணவு பெருகட்டும்..
வேளாண்மை பெருகட்டும்... குடி பெருகட்டும்...
இணை பெருகட்டும்... தானியங்கள் பெருகட்டும்...
ஊர் பெருகட்டும்...
வீடு நிறைய மக்கட் செல்வம் பெருகட்டும்...
வீடுநிறைய மருமகள்கள் பெருகட்டும்...
வெண்ணெயின் வரத்து மலைபோல் பெருகட்டும்...
நெய்யின்வரத்து ஆற்றினைப்போல பெருகட்டும்...
புல்லைத் தொட்டாலும் அது பூவாக மாறட்டும்...
கல்லைத் தொட்டாலும் அது காற்றாக மாறட்டும்...
வறண்டதைத் தொட்டாலும் அது பசுமையாகட்டும்...
வெள்ளியைத் தொட்டால் அது பொன்னாகட்டும்..
மலைபெயர்ந்து வந்தாலும் அது விரலிடுக்கிற்குக் கீழாகட்டும்...
பெரும் பள்ளம் சரிந்து வந்தாலும் அது உள்ளங்கையிற்கு அடக்கமாகட்டும்..
ஆநிரைகள் நிறையட்டும்...
ஆநிரைகள் நிறைந்துள்ள வீட்டில் பால்வளம் பெருகட்டும்..
விதைநிலம் விளையட்டும்...
யானையின் பலம் கிட்டட்டும்...
நல்ல அறிவும், பக்குவமும் கிட்டட்டும்...
முதன்மையும் சீர்மையும் கிட்டட்டும்...
கோபமும், பகையும் சென்று, சீர்மையும் வளமையும் பெருகட்டும்...

பெண் ஆண்குழந்தையைப் பெற்றெடுக்கட்டும்...
அடிபாதத்தில் முள் முறியாமல்...
தலையில் சூடிய பூ வாடாமல்..
ஆநிரைகள் 'கோ' என்று அழைக்க..
ஊரார் 'கோ' என்று உன்னை அழைக்க..
பால் போல '0போ..' என்று பொங்க...
நிறைவாழ்வு வாழ்ந்து வாருங்கள்..

என்று மனமகிழ்வோடு நீண்ட வாழ்த்தினை தன் பழுத்த தாடியும், நிறைந்த வாயும், நரைத்த புருவங்களைக் கொண்ட கண்களும் அசையும் வண்ணம் வழங்கினார் கோடன். இந்நீண்ட வாழ்த்தினைக் கோடன் அளித்து முடிக்கும்வரை காலில் வீழ்ந்திருந்த அவ்விணையரைக் குனிந்து அவர்களின் தோள்களைத் தட்டி எழுப்பி, அள்ளி அணைத்துக் கொண்டார். பொதுவாகவே அனைவருக்கும் நிறைசொல்லோடு நீள்வாழ்த்துரைப்பதே கோடனின் வழக்கம். ஆனால், பெருமிதம்மிக, பேரன்புடன் புதுமணத் தம்பதிகளை இயல்பிற்கும் நிறைவிற்கும் மேலே அவர் வாழ்த்தும் காட்சி அனைவருக்கும் அன்றுதான் வாய்த்திருந்தது.

சுற்றியிருந்த அனைவரின் விழிகளிலும் நிறைவு மிளிர்ந்தது. கோடனின் கண்களில் ஜோகி ஒளிர்ந்து கொண்டிருந்தான். அன்று கதைவழி கேள்வியுற்ற அந்தப் 0பிக்கெ மரத்தினை ஹாலன் கண்ணுற்றான். எழுந்த பெருங்காற்றில் அது ஊரு0பெட்டின் பக்கம் சிலிர்த்துப் படபடத்தது. ஹாலன் உட்பட அங்கிருந்த அனைவராலும் அங்கு ஜோகியை உணர முடிந்தது. மாசியின் கண்களில் கண்ணீர் பெருகி வழிந்தது. ஊரு0பெட்டின் அடியில் நீண்டிருந்த சமதளக் காட்டுப்பகுதியான கரடிக்கொரெயிலிருந்து 0பெள்ளியின் எருமைமந்தையின் தலைமை எருமையின் கனைப்பொலி தொடர்ந்து எழுந்தது. எங்கும் மங்கலம் நிரம்பி வழிந்தது.

ஹாலனின் பார்வை முழுக்க ஊரு0பெட்டே நிறைந்திருந்தது. மாதியைப் பெண்பார்க்க வந்தபோது பார்த்த ஊரு0பெட்டாக அது இல்லை. மாதியின் கார்கூந்தலின் பசுமையானது நேற்று

அவனது மார்பில் வரைந்த உரிமையின் ஓவியமாய் அது நெடுமென நின்றது.

அந்த ஊரு0பெட்டே குனிந்து செல்வதைப்போல கோடனும், 0பெள்ளியும் முன்னிலைவகிக்க ஹாலன் மனைக்குள் நுழைந்தான். மாசியின் அணைப்பிலிருந்த மாதிக்கு அவள் காட்டு நேரிமரத்தின் மழைத்திவலையொத்த எண்ணிலடங்காத முத்தங்களை அளித்தாள். மிச்சியும் அவளின் பங்கிற்குசில முத்தங்களை அளிக்க மருமகனுக்கு விருந்தோம்ப அனைவரும் மனைக்குள் சென்றனர்.

கோடன் ஆ0கோட்டு விளக்கினை ஏற்றினார். 0பெள்ளி அருகில் நிற்க, நீக்கமற நிறைந்த சோதியாய்ப் பொலிந்து கொண்டிருந்த மதில் விளக்கின்முன்பு அவ்விணையர்கள் விழுந்து வணங்கி தம்முன்னோர்களின் ஆசியைப் பெற்றனர். முறையான பாங்கில், முனையில் கட்டிய ஒற்றைக்கரியுடன் தீர்க்கமாய் எரிந்து கொண்டிருந்த விளக்கொளியின் இரம்மியம் அவர்களை பேரன்புடனே அணைத்திருந்தது.

கோடனும் ஹாலனும் நடுவறையில் இருந்த அ0கலெயின் மேலமர்ந்தனர். முதலில் அவர்களுக்கு ஆ0கோட்டிலிருந்து கிடைத்த மோரினைச் சிறிய ஒணெகளில் கொண்டுவந்து அளித்தான் 0பெள்ளி. விருந்தோம்பலின் அடையாளமாக, மறுவீடுவரும் மருமகனுக்கு அளிக்கும் மரபார்ந்த, முதன்மையான மரியாதையாக அளிக்கப்பட்ட தம் ஆதி பானத்தினை தன் பயணக்களைப்பு நீங்க நான்குமுறை வாங்கிப் பருகினான் ஹாலன்.

தொடர்ந்து கோடனும் 0பெள்ளியும் ஹாலனிடம் நலன் விசாரித்துக் கொண்டிருந்த தருவாயில் அங்கு குனிக்கி வந்தாள். குனிக்கியைக் கண்டதும் கீழே இறங்கி மேலுமொருமுறை அவளிடம் ஆசிபெற்றான் ஹாலன். அவள் ஹாலனிடம் குப்பியைப்பற்றி விசாரித்தாள். அவளிடமிருந்து நெய்வாசம் மிகுந்தெழுந்தது. அவள் புதுமண தம்பதிகளுக்காக மடக்கெயில் எதையோ கொண்டுவந்திருந்தாள்.

அடுமனையின் மறைவான ஓரத்தில் மாதியிடம் இரகசிய விசாரிப்பு ஆரம்பமானது. மணமான மூன்றாவது நாளில் மறுவீட்டிற்கு வருகின்ற இச் சடங்கானது முழுதும் தம்

இல்லப் பெண்ணின் நலன் சார்ந்ததாகும். தாம்பத்யம் சார்ந்தும், ஆண்வீட்டாரின் அணுகுமுறை சார்ந்தும் அறிந்து கொள்வதற்கான நிகழ்விதுவாகும். ஒருவேளை இக்கூறுகளில் மணப்பெண்ணிற்கு நிறைவில்லையெனில் அவள் அன்றே இம்மணவுறவினை முறித்துக்கொள்ளும் உரிமையும் இச்சடங்கிலுண்டு. அவ்வாறு நிகழின் உரிய உண்மையினைக்கூறி மணமகனை அனுப்பி வைப்பதுமுண்டு. பிறகு, அப்பெண் மறுமணம் புரிந்து கொள்ளலாம். எனவே மறுவீட்டிற்கு வந்திருக்கும் தம் மகளிடம் மிகவும் கவனமாகவே இதனை விசாரிப்பார்கள். ஒருவகையில் அதில் சற்று பெரும் பதற்றநிலையும் தொற்றியிருக்கும். இந்த மரபார்ந்த, இயற்கைசார்ந்த வாழ்விற்கான இச்சடங்குமுறைப் பற்றிய அனைத்தையும் ஹாலன் நன்கு அறிவான். குப்பியும் அறிவுறுத்தி அனுப்பியிருந்தாள்.

மாதியிடமும் அதே பதற்றத்துடனேயே இவ்விசாரிப்பு தொடங்கியிருந்தது. அவளோ, அதை பெரிதெனக் கொள்ளாமல் இயல்பான சுட்டித்தனத்தோடு துப்பதிட்டுப் பலகாரம் ஒன்றினை எடுத்துக் கடித்துக்கொண்டே ஹாலனின் தேவையை அறிய அவனை உற்றுநோக்கினாள். இச்செயல்பாடே மாதியின் விடையாக இருக்க, “ஏய் மாதி, இது விளையாட்டல்ல சொல்..” என்று மிண்டுமொருமுறை மிச்சி அவளைத் தூண்டிக்கேட்டாள். அவள் மார்பிலும் இடையிலும் கட்டிய இரட்டிற்கு இடையிலிருந்த பகுதியில் வைத்திருந்த ஒரு தும்பை மலரினை எடுத்து மிச்சியின் கையில் திணித்தாள். மாதியைவிடவும் அந்தத் தும்பைப் பேசியது.

மாதியின் இச்செயலினைக்கண்டு குனிக்கியும், மிச்சியும் சிலிர்த்துப்போயினர். அதற்குள்ளாக ஹாலனுக்கும் மாதிக்கும் உண்டான புரிதல் நிலையினை எண்ணி வியப்புற்றனர். இது ஏதோ இன்று நேற்று உருவான பந்தமாக அவர்களுக்குப் படவில்லை. ஹாலனையெண்ணி மிச்சிக்கும், குனிக்கிக்கும் மகிழ்ச்சி பெருகியது. ஹாலனின் சார்பாக அத்தும்பை பொலிந்து கொண்டிருந்தது.

அவர்கள் சொல்லாமலேயே எல்லாவற்றையும் புரிந்துகொண்டாள் மாசி. அவள், மூன்று தை0கெகளுடன்

அ0கலெயை அருகினாள். அதைக் கண்டதுமே கோடனும், 0பெள்ளியும் எல்லாவற்றையும் புரிந்துகொண்டனர். வாழ்வைத் தொடர்வதற்காகத் தம்மனை பெண்ணளித்த ஒப்புதலின் குறியீடாக தை0கெத்தட்டில் மணமகனுக்கு உணவு வழங்கப்படும். அவ்வகையில் மாதியின் ஒப்புதல் ஹாலனுக்கு முன்பாகப் புன்னகைத்துக் கொண்டிருந்தது. ஒருவேளை அப்பெண்ணிற்கு ஒப்புதல் இல்லையென்றால் அந்த மணமகனுக்கு சாதாரண வெண்கலத்தட்டில் உணவு அளிக்கப்படும். இந்தக் குறிப்பினைக் கண்டதுமே தம் அடுத்த நடவடிக்கையை, உரிமை நிலையை மணமகன்கள் கணிப்பதுண்டு. மணமகனின் ஆண்மை யினையும், அவன் குடும்பத்தின் பக்குவத்தினையும், அன்புநிலை யினையும் பற்றிய மணப்பெண்ணின் மனநிலையின் குறியீடு இக்குறியீட்டின் அடைப்புக் குறிக்குள்ளிருந்தது.

அ0கலெயின்மேல் அம் மூவருக்கும் இடப்பட்ட தை0கெத் தட்டுகள் மதிலில் எரிந்துகொண்டிருந்த விளக்கொளிப்பட்டு மேலும் ஒளிர்ந்தன. இவ்வாறு, எந்த இடரும், சங்கடமுமின்றி இத்தட்டுகள் ஒளிரவேண்டுமென்று தன் குலதெய்வத்தை வணங்கிக்கொண்டேதான் இன்று காலை அத்தட்டுக்களை உல்லாமஜிகெ செடியினால் அழுத்தித்தேய்த்து துலக்கினாள் மாசி. மாசியின் நோக்கம் இப்போது பொய்க்காமல் ஒளிர்ந்து கொண்டிருந்தது.

கோடன் கொண்டுவந்திருந்த கொம்புத் தேனுடனே அவ் உரிமை விருந்து தொடங்கியது. ஹாலன் தேன் உண்டு முடிக்கும்வரை காத்திருந்த குனிக்கி, தான் கொண்டுவந்திருந்த நெய்யினை உருக்கும்போது இட்ட, சாமையரிசியினாலான துப்பக் கூவினைப் பரிமாறினாள். ஈடில்லாத அதன் சுவையில் அவர்கள் திளைத்தனர். மாசி ஊற்றிய கோழிச்சாறுடன் விருந்து இனிதே நிறைவடைந்தது.

ஹாலன் வயிறுமுட்ட உண்டிருந்தான். கோழிக்கறியின் பதமும், சுவையும் அவனுடைய நாவிலே நிலைத்திருந்தது. உண்ட உணவின் நிறைவு அவனின் கண்களில் தெரிந்தது. அளவிற்குமீறிய உணவு அவனுக்கு சற்றுதூரம் உலவும் எண்ணத்தை ஊட்டியது.

பெருமி மீண்டும் வாயிற்கு வந்த உணவினை ஹாலன் மீண்டும் மென்று விழுங்கினான். இப்பழக்கம் தன் தந்தைக்கு இருப்பதை அவன் கேள்விப்பட்டிருக்கிறான். ஆனால், அவன் முதல்முறையாக இன்றுதான் அனுபவிக்கின்றான். உணவில் தன் உடலிற்கேற்ற சமநிலையைப் பேணுமவன் இன்று அன்பினாலும், நிறைவினாலும் தன் அளவினை மிஞ்சியிருந்தான்.

ஹாலனின் நிலையினைப் பெருமி எழும் அவனது பெருமூச்சின்மூலம் புரிந்துகொண்டிருந்தான் கோடன். அவனை சிறு உலாவலுக்கு அழைத்துச் சென்றான். அவர்கள் தோவினைக் கடந்து செல்லும்போது பின்தொடர்ந்துவந்த மாசியோ, முறத்தில் கொண்டுவந்திருந்த வெள்ளைப்பூண்டின் மேற்தோலினை தோவினைச் சுற்றியுள்ள பரப்பில் தூவினாள். அச்செயலினை முதல்முறையாகக் கண்ணுற்றான் ஹாலன்.

"இது பாம்புகள் தேவிற்குள் செல்லாமல் இருப்பதற்கான காப்பு...

இவ்வாறு தூவும் வெள்ளைப்பூண்டுத் தோலின்நெடி பாம்பினை வெறுத்து ஓடச்செய்யும்"

என்று ஹாலன் வினவாமலேயே முன்னோக்கிச் சென்றவாறே பதிலுரைத்தான் கோடன். வீசிய காற்றில் அவர்களைக் கடந்து சில வெள்ளைப்பூண்டின் தோல்கள் பறந்துசென்றன. அதன் திசையிலேயே அதை உற்றுநோக்கினான் ஹாலன். அது முன்னோக்கி வீசிய காற்றில் நெடுதூரம் பறந்துசென்று மறைந்தது. காற்றினைவிட காப்பேது. காற்றிற்குக் காப்பேது. தனக்கு மாதியெனும் பெருங்காப்பிட்ட இயற்கையையெண்ணி மகிழ்ந்தான் அவன். மனதில் தோன்றி மனதில் முடியும் மாதியின் அற்புதச்சிரிப்பே அவனது நினைவில் நிழலாடியது.

ஊரு0பெட்டினை தொடர்ந்துள்ள கரடிக்கொரெ சோலைக்குள் அவர்கள் நுழைந்தனர். அவர்களைக்கண்டு சில எஃகுவப் பறவைகள் சிதறியோடின. கிளைபரப்பி நின்றுக் கொண்டிருந்த பெரிய 0பை0கெமரத்திலிருந்து அன்றும் தவறாமல் அந்த உ0ப்0பெ அக்கிலு ஒலியெழுப்பியது. அதன் ஒலியைக் கேட்டகணம் கோடனுக்கு அந்தக் காட்டின் சூழல் தெரிந்தது. இக்காட்டினுள் கோடன் நுழையும்போதெல்லாம் அந்தப்பறவை தவறாமல் காட்டின் சூழலை ஒலித்து

உணர்த்திவிடும். இந்தப்புரிதல் நீண்ட நாட்களாக நீடித்திருந்தது. தன் தலையினை அசைத்தவாறே தொடர்ந்து அக்காட்டினுள்ளே நுழைந்தான் கோடன்.

ஹாலனிடம் அவனது தந்தையைப்பற்றிய தன் நினைவுகளைப் பகிர்ந்து கொண்டே நடந்தார் அவர். தன் தந்தையைப்பற்றிய புதிய தகவல்களைக் கவனமாகக் கேட்டுக்கொண்டே ஹாலனும் உடன் நடந்து சென்றான். ஆதவனின் ஒளிக்கே கேடயமாகத் திகழும் அவ்வடர் காட்டின் பயணம் ஹாலனுக்கு புது உணர்வினை அளித்தது. சிறு அதிர்வுகளையும் துல்லியமாக அளந்து கடத்தும் அக்காட்டின் அடர் அமைதியில் கோடனின் பேச்சொலி மட்டும் சற்று அதிகமாகவே ஒலித்துக் கொண்டிருந்தது. ஆனால், அது ஒருபோதும் அக்காட்டின் அமைதியான சூழலை சற்றும் குலைக்கவில்லை. காட்டிற்கு அவரும், அவருக்கு காடும் காப்பாய் நீண்டனர்.

அவர்கள் நுழைந்ததுமுதலே அங்கு நெடுமென வீற்றிருக்கும் அத்தனை மரங்களும் காற்றோடு அமைதியை உமிழ்ந்து கொண்டிருந்தன. அவர்கள் பகுதி காட்டினைக் கடந்திருந்தனர். அப்போது, திடீரென வீசும் பெருங்காற்றில் தரையில் திரண்டிருந்த சருகுகள் தூசுடன் பறக்கும் ஒலியொன்று எழுந்தது. ஆனால், அடர்காட்டிற்கு அரிய அச்சப்தம் மரத்தின் மேலே எழுந்து கொண்டிருந்தது. கருமந்திக் கூட்டமொன்று அடர்ந்திருக்கின்ற மரத்தொடர்களைத் தாண்டிவந்து அவர்களுக்குப் பக்கவாட்டில் இருந்த அணிலக்0கெ மரத்தில் நின்றது. அதுவரை ஹாலனே கேட்டிராத விசித்திரமான ஒலியினை எழுப்பியவாறு அம்மரத்தின் கிளைகளை அவை விடாமல் அசைத்தன. தன் பழுத்த கண்களால் அம்மரத்தினைக் கண்டவாறே அதைப்போன்றே மறு ஒலியினை எழுப்பினான் கோடன். அவை மரத்தினை அசைப்பதை நிறுத்திவிட்டு தம் பழைய இடத்திற்கே திரும்பின. அதைக்கண்டிருந்த ஹாலனோ பெரும்வியப்பின் பிடியில் கட்டுண்டிருந்தான்.

அம்மந்திகள் உதிர்த்த சிவந்த அணிலக்காய்களைச் சேகரித்து தன் சீலெ கோட்டெயில் நிரப்பிக்கொண்டிருந்தான் கோடன். தன்னிலைக்குத் திரும்பிய ஹாலனும் உடனடியாக கோடனுடன்

சேர்ந்துகொண்டான். அவன் தன் இருகரங்களாலும் அள்ளி திரட்டி எடுக்கும் அக்காயினைத் தன் வீட்டின் அடிகோட்டுப் பள்ளியில் அவன் கண்டிருக்கின்றான். கால்களை ஊன்றி தரையில் அமர்ந்திருந்த கோடனுக்குத் தான் சேகரித்த, சிதறி எஞ்சிய அக்காய்களை எடுத்து நீட்டினான். அவன் கேட்பதற்கு முன்னமே இது குழந்தைகளின் வயிற்று உபாதைகளைப் போக்கும், எதிர்ப்புசக்தியினைக் கூட்டும், பிறந்த குழந்தையின் உடலில் தோன்றுகின்ற, குறிப்பாக வாயிற்கு அருகில் தோன்றும் சிவப்புப் புண்களை அகற்றும் என்று அக்காயின் மருத்துவ நலன்களைக் கோடன் விவரித்தார்.

"ஹாலா, உனது தந்தையும் இக்காயினைப் பறிக்க அடிக்கடி இங்கு வருவதுண்டு...

நான் இக்காய்க்காக உள்ளே வருவதை அக்கருமந்திகள் நன்கு அறியும்...

நான் எப்போது இக்காட்டில் நுழைந்தாலும் அவை வந்து எனக்கு இக்காய்களை உதிர்த்துச்செல்லும்."

என்று கோடன் சொல்ல, அவன் பெரும் வியப்புடன் கேட்டுக் கொண்டிருந்தான். கருமந்தியுடன் ஏற்கனவே சிறுபழக்கமுடைய ஹாலன் இதைக்கேட்டு சற்று கூடுதலாகவே வியந்துபோனான். இத்தனை மந்திகளையும் இவ்வாறு பழக்குவது சாத்தியமானதா? என்று பல்வேறு எண்ணங்களுடன் பயணித்தான் அவன்.

"இந்த அடர்ந்தக் காட்டில் நாங்கள் கால காலமாக எந்த மரத்தினையும் வெட்டுவது கிடையாது...

அம்மந்திகளின் வாழ்க்களத்தினை தொல்லை செய்ததும் கிடையாது...

அதோ தெரிகின்றதல்லவா அந்தப் பாறைச்சரிவு அது முழுக்க இந்த மந்திகள் வாழும் பகுதி.

அப்பகுதிக்கு நாங்கள் யாரும் அவசியமின்றி செல்வதுமில்லை. அந்தப் பகுதியில் விளையும் பழங்களைப் பறிப்பதுமில்லை...

எனவே, இதுநாள் வரையிலும் அவை ஊருக்குள்வந்து எங்களுக்குத் தொல்லை தருவதில்லை...

இது இவ்வூரினரின் நெடுங்காலத்தைய புரிதல்...

அதில் மற்றொரு வேடிக்கை என்னவென்றால், ‘கோட’ எனும் என் பெயர்கூட மந்தியைக் குறிப்பதுதான் தெரியுமா..”

என்று தன் பழுத்த முகத்தின் வெண்தாடியைத் தடவிக்கொண்டே சிரித்தான் கோடன்.

ஊரு0பெட்டு மலையின் தொடக்கம் வந்திருந்தது. அங்கே மண்டியிருந்த வாயினைச் சிவக்கவைக்கும் கட்டெச் செப்பு செடியின் இலைகளை அவனுக்குக் காட்டினார் கோடன். “உன் தந்தை எப்போதும் சரீரச் சீர்மையைத்தூண்டும் இச்செடியின் இலைகளை வாயிலிட்டு மென்றுகொண்டு சிவந்த வாயுடனேயே திகழ்வார்” என்றார். மாதியின் உதட்டில் பூசிய ஜக்கலப்பழத்தின் சிவப்பு அவன் கண்முன் நிறைந்தது. அதற்குசற்றே மேற்புற சரிவில் அமைந்துள்ள கூவெ கல்லிற்கு ஹாலனை அழைத்துச்செல்ல எண்ணியிருந்தார் கோடன். ஆனால் அந்த உ0ப்0பெ அக்கிலு பறவையின் குறிப்பினை உணர்ந்துகொண்டு அங்கேயே நின்றார். அமர்வதற்கு பாங்காக, தட்டையாக வீற்றிருந்த அச்சிறு பாறையை அவனுக்கு காட்டினார்.

“இதுதான் கூவெகல்...

உன் தந்தை மூலிகைகளுக்காகவும், வழிதவறிய எருமைகளைத் தேடியும் வரும்போது இங்குதான் பலமுறை அவரைச் சந்திப்பேன்.

இன்று அவரின் பயனாய் உன்னைச் சந்திக்கிறேன்.

இந்த மலையைச் சுற்றியிருக்கின்ற புடியங்கி, மர்லகம்பெ, 0பட்டகொரெ, அரெகம்பெ, 0குண்டாட போன்ற ஊர்களுக்கு இழவுச் செய்தியை இந்தக் கல்லின்மீது ஏறி கூவி அறிவிப்போம்...

இக்கல்லின் மேலேறி கூவும்போது ஊரு0பெட்டு மற்றும் அரெ0பெட்டிற்கு இடையிலுள்ள பள்ளத்தாக்கின்வழி சுற்றியுள்ள அத்தனை ஊர்களுக்கும் எதிரொலிக்கும்.

உன் மாமாவின் தந்தை ஜோகி இக்கல்லின் மீதேறி கூவும்போது இக்காடே அதிரும் தெரியுமா...

ஏன்.. உன் தந்தைக்கும்கூட ஜோகியைப்போலவே குரல்வளம் உண்டு..”

என்று கோடன் சொல்லிமுடிக்க, அக்கல்லிற்கு அருகில் செல்ல விரும்பிய ஹாலனை,

“சரி ஹாலா.. இன்னும் நாம் முன்னேறிச் செல்ல வேண்டாம்...

அந்தக் கூவெகல்லிற்கு சற்றுமேலே இருக்கும் பாறைக்குகையில் புலி இருக்கின்றது என்பதே அந்த உ0ப்0பெ அக்கிலுப் பறவையின் குறிப்பு...

இன்றுகாலை அந்த இடத்தில் காட்டுக்கோழிக்கான கண்ணிகளை வைத்திருந்த உன் மாமாவும் அப்பகுதியில் காட்டெருமைகளின் தடத்தைக் காணாமல், ஏற்கனவே இருந்த உலர்ந்த தடத்தை வைத்து இதைக் கணித்துச் சொன்னான்... அது சரியானது பார்...

நல்லவேளை அவனின் கணிப்பின்படி இன்று நம் மந்தைகள் சோர்ட்டின் வழியாக மேய்ச்சலுக்குச் சென்றிருக்கின்றன.”

என்று கோடன் சொல்லவும்தான் ஹாலனுக்கு மந்தை எருமைகளின் நினைவு எழுந்தது. இல்லம் திரும்ப எண்ணினான். அவர்கள் வீட்டினை நோக்கி நடந்தனர். ஹாலனின் விரைவெய்திய நடையைக்கண்ட கோடனோ அவனின் வீடுதிரும்பும் எண்ணத்தினைப் புரிந்து கொண்டார்.

அவர்கள் வீட்டின் முற்றத்தில் நுழைந்தனர். அன்று மாதியுடன் தன் வீட்டில் தங்கியவர்களும், மாதியின் சகோதரி, சகோதரர்கள் உள்ளிட்ட சில உறவினர்களும் வீட்டில் நிறைந்திருந்தனர். மாதியின் மாமா 0பெட்டன் கொண்டுவந்தளித்த நேரிப்பழத்தினால் அவர்களின் வாயும், கையும் நீலமேறியிருந்தன.

ஹாலனைக் கண்டதும் அனைவரும் எழுந்துநின்று நலன் விசாரித்தனர். பெரியவர்களிடம் அவன் ஆசிபெற்றான். அவர்கள் அனைவரும் ஹாலனை தம் இல்லத்திற்கு அழைத்தனர்.

“என்னைப் பொறுத்துக் கொள்ள வேண்டும்.

நிச்சயம் அடுத்தமுறை வரும்போது வருகிறேன்..

மனையில் அன்னை காத்திருப்பார். மேலும், நாளை அதிகாலையில் எருமைகளைப் பால்கறக்க வேண்டும்.

எனவே நான் கண்டிப்பாகச் சென்றாகவேண்டிய சூழல்..”

என்றான் அவன். ‘சுற்றத்தாருடன் களித்திருக்கும் மாதியை எவ்வாறு புறப்பட விரைவுபடுத்துவது. அவள் இன்று இங்கு தங்கும் எண்ணத்தோடு இருந்தால் அவளை வலிந்து அழைத்துச்செல்வது முறையல்லவே. மேலும், அது பெரும் சங்கடத்தையல்லவா விளைவிக்கும்..’ என்ற பல்வேறு எண்ணங்கள் அவனது மனதை அலைகழித்தன. மிச்சி கொண்டுவந்திருந்த மோரினை வாங்கிக் குடித்தான். மனையினுள்ளிருந்து வெளியில் வந்தாள் மாதி.

“மம்மா.. வெந்நீர் தயாராக உள்ளது...

நீங்கள் முகங்கழுவி வந்தால் நாம் புறப்படலாம்.. நான் தயார்”

என்றாள். ஆயிரமாயிரம் அணிலக்காய்களை ஹாலனுக்கு உதிர்த்திருந்தாள் மாதி. எல்லையே இன்றி மாதி பொலிந்து கொண்டிருந்தாள்.

“ஏய் மாதி, நேரமாகிவிட்டது. இனியும் அக்காட்டு வழியில் செல்வது முறையல்ல. இன்று தங்கிவிட்டு நாளை செல்லலாம்” என்றுகூறிய உறவினர்களுக்கெல்லாம் ஹாலனின் எண்ணவோட்டத்தோடு பொருந்திநின்று விடையளித்தாள் அவள்.

“அதுவும் சரிதான்” என்று அதை அனைவரும் ஆமோதித்தனர். கோடன் அணிலக்காய்களை தன் 0கோட்டெயிலிருந்து எடுத்து திண்ணையில் பரப்பிக் கொண்டிருந்தான். உ0ப்0பெ அக்கிலின் குறியொலியும், மந்திகளின் ஒலியும் ஒருசேர ஹாலனின் செவிகளில் ஒலித்துக் கொண்டிருந்தன. எல்லையில்லா புரிதல் இவ்வூரின் மரபுச் சொத்தாக இருக்குமோ என்று வியந்தவன் முகம்கழுவிவர அவனின் ஈரக்கால்களை மாதி குனிந்து துடைத்தாள். அதைக்கண்ட மாசியின் முகம் ஒருகணம் மேலும் பொலிந்தது.

மணம்முடிந்த ஒன்பதாம் நாளும் மணப்பெண்ணை அவளின் பிறந்தகத்திற்கு அழைத்துவர வேண்டுமென்பது மரபு.

ஆனால், தூரமான ஊரில் இருப்பவர்களுக்கு அது பெண்ணின் விருப்பத்தைச் சார்ந்ததாகும். ஒருவேளை அப்பெண் சூல் கொண்டிருந்தால் அதன் பதுகாப்புகருதி ஒன்பதாவதுநாள் வந்து அது உறுதிப்படும்வரை சிலகாலம் பிறந்தகத்தில் தங்கியிருப்பார்கள். மணமான மூன்றாவது நாளிலேயே ஹாலனின் பாதத்தினைத் துடைத்துவிடும் மாதியின் இந்தப் பேரன்புமிகுந்த செயலினைக் கண்ணுற்றதும் மாதிக்கு அது தேவைப்படாது என்று மாசிக்குப் புரிந்துபோனது. மீண்டும் மதிலின் விளக்கொளியிடம் அவ்விணையர்கள் ஆசிபெற்றனர்.

“சரி… மிக்க மகிழ்ச்சி… ஒன்பதாவது நாள் வந்துவிடுங்கள் சரியா..”

என்று கோடனும், 0பெள்ளியும் முறையாக அழைப்பு விடுத்தனர். அவர்களுக்கு மரியாதை பொருட்டு “சரி இயன்றதைப் பார்க்கிறேன்” என்று மறுமொழியுரைத்தான் அவன். தயாராக இருந்த திரி0பாம்0பெ பந்தத்தினை ஏந்திக் கொண்டு ஹாலன் முன்னகர அவர்கள் விடைபெற்றனர்.

அந்தியின் ஆரம்பம் லேசாகப் பரவிக் கொண்டிருந்தது. கொண்டுவிட்டுவர தயாரான 0பெள்ளியினை வலிந்து தவிர்த்துவிட்டு அவர்கள் கிளம்பினர். வீசிய காற்றில் வீட்டின் முற்றத்து 0பிக்கெமரம் சிலிர்த்து அவர்களுக்கு விடைகொடுத்தது. ஊரின் மூன்றாவது 0கூடுகல்லினை ஹாலன் தன் முதுகில் சுமந்துகொண்டிருந்தான். சோட்டு 0பெட்டின் உச்சியில் தீப்பந்தமொன்று அலைந்தது. சோர்ட்டின் உச்சியில் அவர்களை அழைத்துச்செல்ல காரி தீப்பந்தத்துடன் காத்திருந்தான்.

☆ ☆ ☆

9

கீய்ஹள்ளாவின் நீர் சலசலத்தோடியது. அதில் முந்நாள் தேய்ந்த நிலவின் பிம்பம் அலைந்தது. மாதி தன் ஊருக்குச் செல்லும்போது எதுவும் தெரியாமல் ஹாலனுக்காக அவ்வாற்றினை வணங்கியவள், தன் தாய் மற்றும் பாட்டியின் வழி போசனின் கதையினைக் கேட்டு உணர்ந்தவளாக, மனநிறைவோடு அக்கரையில் விழுந்து தன் மாமனாரிடம் ஆசியை வேண்டினாள்.

அவளும் அவ்வாற்றில் இறங்கி நடவாமல் ஹாலனைப் பின்தொடர்ந்தாள். ஹாலனோடே அவ்வாற்றைக் கடந்தாள். ஹாலனின் கரத்தினை இறுகப்பற்றிய மாதியின் கரத்தில் சுரந்த பேரன்பினை ஹாலன் மகிழ்ந்து உணர்ந்தான். கரைத்தாண்டும் அக்0க0ப்0பிளிக் கொடியே தன் வாழ்வின் கரைத்தாண்ட பற்றானதைத், தன்னைப் பற்றிய மாதியின் பற்று அவனுக்குப் பற்றுவைத்தது. பற்றிய கரத்தின் பற்றை விடாமலேயே தீப்பந்தத்தைப் பற்றிய காரியின் வழிப்பற்றி அவர்கள் ஊரினை அடைந்தனர்.

தன் மாமனின் வீரத்தையும், தன் அத்தையின் அற வாழ்வினையும் கேள்வியுற்ற கணந்தொட்டு மாதியின் மனதில் குப்பி 0பீரமுக்கு மலையினைத்தாண்டி உயர்ந்து நின்றாள். எப்போது தன் அத்தையைக் காண்போமோ? அவரை அள்ளி அணைப்போமோ? என்று நொடிக்குநொடி காத்திருந்து துடித்தாள் மாதி.

என்றுமில்லாமல் இன்று கீழ்ஹள்ளாவிலிருந்து ஊர்வரைத் தொடரும் இந்தச் சிறு சோலையினைக் கடக்கும்போது ஹாலனுக்கு ஊரு0பெட்டின் கரடிக்கொரெ சோலையே நினைவிலாடியது. ஆனால், ஹாலனைப் பற்றியிருந்த மாதியோ, ஊரு0பெட்டினையே மறந்து போயிருந்தாள். பேரன்பை மிஞ்ச பேரன்பைவிட்டால் வேறேது?

சீ0குரிப் பூச்சிகளின் காதைப்பிளக்கும் இறைப்பொலி அச்சோலையில் நிறைந்திருந்தது. கூடடைந்த பறவைகளின் கீச்சொலியும் ஆங்காங்கே கேட்க, திடீரென்று எழுந்தது எருமையின் பெரும் கனைப்பொலியொன்று. அதன் முதல் கனைப்பொலியே மாதியின் அடிமனதினை உலுக்கியது.

அது நிச்சயம் 0கெட்டி எருமையின் ஒலிதான். சில ஆண்டுகளுக்கு முன்பு ஹெம்மாட்டி மாதத்தில் ஹெம்மட்டிக்கு ஓட்டிச் சென்று திரும்பியபோது அதன் கால்குழம்பின் இடுக்கு நிறைய இரத்தம் உறிஞ்சும் பூச்சிகள் நிறைந்து, கோக்கு நோயினால் அது பீடிக்கப்பட்டிருந்தபோது, அவ்வலியினைத் தாங்கிக் கொள்ளவியலாமல் 0கெட்டி கனைத்து கதறிய கனைப்பொலியை மாதி நினைவுகூர்ந்தாள்.

அதே போன்ற ஒலிதான்.. இது.. வலியுற்று கனைக்கும் 0கெட்டியின் ஒலிதான்.. வீட்டின் முற்றத்தில் நேரி மரத்தின் விறகினால் உண்டாக்கிய நெருப்புக் கனலின்மீது 0கெட்டியை இரண்டுவேளையும் தொடர்ந்து மூன்று நான்கு முறை நடக்கவைத்து அந்நோயின் தாக்கத்தைக் குறைத்தனர். அதுவரையிலான 0கெட்டியின் வலிநிறைந்த கனைப்பொலியை மாதியால் சகிக்கவியலாது அவள் துயருற்று கண்ணீர் சிந்தினாள். அந்த வலியை இக்கணம் அவளது மனம் பிரசவித்துக் கொண்டிருந்தது.

0கெட்டிக்கு என்னவாயிற்றோ.. என்ற அச்சத்தில் அவளை அறியாமல் அவளின் கால்கள் விரைந்தன. ஹாலனைப் பற்றியிருந்த தன் கைகளை விடுத்தவள் தோவை நோக்கி ஓடிச்சென்றாள். ஹாலனுக்கும் அவ்வலியின் உணர்வு நன்கு புரிந்திருந்தது. அவனும் வேகமெடுக்க,

“ஹாலா.. ஹாலா.. பொறுமையோடு இரு..

எல்லாம் உன் சித்தியின் செயல்தான்...

உன் அண்ணன்மாரோடு வந்தவள் இன்றும், நேற்றும் நீ அ0டோலி எருமையின் பாலினை அவர்களுக்கு அளித்துவிட்டாகக்கூறி சண்டையை ஆரம்பித்தாள். பிறகு எங்கள் தோவில் மாதியின் வீட்டு எருமைகளுக்கு இடமில்லையென்று, பாவம் அவ் எருமைகளை உன் அண்ணன்மார்கள் வெளியே துரத்த முயன்றனர். ஆனால், அந்தப் பெண் எருமையோ தோவின் வாசலில் நின்றுக்கொண்டு யாரையும் உள்ளே நெருங்கவிடவில்லை. மற்ற எருமைகளையும் தற்காத்தது.

உன் அண்ணன்கள் எவ்வளவோ முயன்றனர். அவ்வெருமை விடுவதாயில்லை. அந்தக் கோபத்தில் அவ் எருமையின்மீது கற்களை வீசியும், கம்பினைக்கொண்டு அடித்தும் துன்புறுத்தினர். பாவம் அதையெல்லாம் அவ்வெருமை அசராது தாங்கி நின்றது.

அன்று கீய்ஹள்ளாவில் நின்ற உன் தந்தையை ஒத்திருந்தது இந்த எருமையின் செயல்...

நீ இல்லை என்பதையறிந்து அவர்கள் செய்த இந்தக் கீழ்த்தரமான செயலினை எங்களால்கூட தாங்க இயலவில்லை..

ஹாலா! குருதி கொதித்தது... ஊரார் கேட்டோம்.. ஊர்0கவுடரும் கேட்டார்.. குப்பியே அமைதியாக இருக்கும்போது உங்களுக்கு என்ன வந்தது? என்ற உன் சித்தியின் கேள்வி எங்களின் கரங்களைக் கட்டிவிட்டது ஹாலா...

என்ன செய்ய.. உன் தந்தைக்களித்த வாக்கிற்காக உன் அன்னை என்றும்போலவே அமைதிகாத்தாள்.

அவள்.. பூமித்தாய் இன்னும் பொறுப்பாள்.. ஆனால் எங்களால் இயலாது...

ஹாலா.. உன் அன்னையை ஊராரிடம் ஒருவார்த்தை கூறச்சொல்.. அடுத்து நடப்பதே வேறு.. அவர்களின் சுவடே இந்த ஊரில் இருக்காது...

உன் தந்தையின் வாக்கினைமீறி நீங்கள் நடந்துகொள்ள மாட்டீர்கள் எனும் தைரியத்தில்தான் அவர்களின் திமிர் எல்லை மீறுகின்றது..."

என்று நடந்ததை விளக்கினார் காரி. அவர் இதைச் சொல்ல சொல்ல ஹாலனும் எல்லையில்லா கோபங்கொண்டான். அவன் இயல்பில் அமைதியானவன்தான். ஆனால், கோமுற்றால் சாதுமிரண்டால் காடு கொள்ளாது எனும் நிலைதான்.

ஒருமுறை தன் அன்னையைத் தகாதவார்தையால் பேசியதற்காக வீட்டின் முற்றத்திலிருந்த சிறு பாறையளவிலான கல்லினைப் பெயர்த்து, தன் மூத்த அண்ணனை எதிர்த்துச்செல்ல, அவனோ வீட்டிற்குள் நுழைந்து கதவைப்பூட்ட, அக்கதவின்மீது கடுங்கோபத்தோடு அவன் எறிந்த அந்தக் கல்லினால் அவ்வீட்டின் முற்றம் இடிந்த நிகழ்வினை இவ்வூரே அறியும். அதன்பிறகு, '0கிரிஜியும், அவளைச் சார்ந்தவர்களும் எத்துயர் தரினும் அவர்களுக்கு திரும்ப சிறு இடையூறும் தரக்கூடாது' என்று போசன் அளித்த வாக்கு ஹாலனுக்கு நினைவிலெழ, இதுநாள்வரையில் தன் அன்னை காத்துநின்ற வாக்கினை தான் மீறியதற்காக பெரிதும் வருந்தினான். அவனின் ஆத்திரத்தால் நிகழ்ந்த அந்நிகழ்வினையெண்ணி அன்றிரவு முழுதும் வீட்டின் வெளித் திண்ணையிலேயே உறங்காமல் அவன் அமர்ந்திருந்த காட்சியினைக் காரி எண்ணிப்பார்த்தான். சினங்காப்பது அவ்வளவொன்றும் எளிதல்ல. அதுவும் ஹாலனின் வயதில் அது பெரும்செயல்.

அ0டோலி எருமைக்கு நேர்ந்த இந்த அநீதியை அவன் எப்படிக் கையாளப்போகிறானோ. மாதியின் நிலையில் நின்றவனாக அவனது எதிர்விளைவு எதுவாக இருக்கப்போகிறதோ... என்று தன் கையில் அலையும் பந்தத்தின் தீயைப்போல காரியின் எண்ணங்கள் அலைந்து கொண்டிருந்தன. அன்னைக்கும் தந்தைக்கும் கட்டுப்படும் அந்த உத்தமனின் குணத்திற்கும், நல்லவர்களுக்கும் வந்த சோதனையிது என்று எண்ணி வருந்தினார் காரி.

இச்சூழலை மாதி எவ்வாறு கொள்வாளோ? அவளின் எதிர்விளைவு எப்படியிருக்குமோ? ஒருவேளை கோபம் கொண்டால் அவளின் கோபத்தினைக் கட்டுப்படுத்துவது நியாயம் இல்லையே.. எனும் பல்வேறு குழப்பங்களுடன் தோவின் முற்றத்தினை அடைந்தான் ஹாலன்.

தூரத்தில் மாதியின் வருகையினைக் கண்டகணமே 0கெட்டியின் கனைப்பொலி மிகுந்தது. அவள் அருகி வரவர அதன் கனைப்பொலி தன் தாய்க்கு தன்நிலையை அறிவிக்கத் துடிக்கும் குழந்தையின் அழுகையைப்போல தொடர்ந்தது. கொம்பிற்குச் சற்று அருகே நெற்றியிலும், கழுத்தின் அருகிலும் லோசக வழியும் குருதியோடு தோவின் முகப்பில் 0கெட்டி நின்றிருந்தது. மாதியைக் கண்டதும் நெடுநேரம் நகராது நின்றிருந்த அந்த இடத்தினைவிட்டு நகர்ந்து முன்னோக்கி வந்தது. ஓடிவந்த மாதியோ கலங்கிய கண்களோடு நின்றிருந்த 0கெட்டியை ஆரத்தழுவினாள். வழியும் குருதியை தன் முண்டினால் துடைத்தாள். அவளின் கண்களிலும் குருதி வழிந்துகொண்டிருந்தது. மற்ற எருமைகளின் கனைப்பொலியும் ஓயாமல் மிகுந்தது. 0கெட்டியின்மீது சாய்ந்துகொண்டே மற்ற எருமைகளைக் கண்ணுற்றுத் தேம்பி தேம்பி அழுத மாதியின் கண்ணீர் அச்செங்குருதியையும் தாண்டி 0கெட்டியின் உடலில் பெருகியோடியது.

மாதியின் கதறலைக்கேட்டு தாளாது வீட்டின் முற்றத்தில் 0பீரமுக்கு மலையென அமர்ந்திருந்தாள் குப்பி. அவளின் கண்கள் நிரம்ப கோபம் கனன்று எரிந்தது. தன் குலத்தைக்காக்க தன்னுயிரையே பொருட்படுத்தாத 0கெட்டிக்கு ஏற்பட்ட இந்த நிலைக்கு அடிப்படைக் காரணம் தான்தான் என்ற குற்றவுணர்வு குப்பியின் மனதில் குமுறிக்கொண்டிருந்தது. ‘தன் கணவரின் வாக்கினைக்காக்க அந்த அப்பாவி எருமையும், அன்பு மருமகளும் ஏன் இத்துயரெய்த வேண்டும்? ஊரார், “குப்பி ஒருவார்த்தை சொல்... இப்போதே இவர்களின் அநியாயத்திற்கு முடிவுகட்டுகிறோம்” என்று பலமுறை கேட்டும் கொடுத்த வாக்கிற்காக கல்நெஞ்சக்காரியாக இருந்துவிட்டேனே? 0கெட்டியின் முகத்திலும், மாதியின் முகத்திலும் எப்படி விழிப்பேன். அவளுக்கு ஆறுதல்கூற எனக்கு என்ன தகுதியுண்டு... என்று நொந்துகொண்டிருந்தாள். போசனுக்காகச் செய்த இந்தச் செயலைப் போசனே மன்னிப்பானா? என்று வருந்தி வடியும் அவளின் கண்ணீர் தரைநனைத்திருந்தது.

இந்த வீட்டால் அவர்களுக்கு சிறிய இடையூறும் நிகழக்கூடாது எனும் போசனின் வாக்கு இன்றுடன் மீறிவிடும் என்று எண்ணினாள் குப்பி. மீறவேண்டும் என்றும்

விரும்பினாள். போசனுடனான அவளின் மானசீக மன்னிப்பு தொடர்ந்தது.

இந்நேரம் போசன் இருந்திருந்தால் எருமைகளைத்தொட்ட அடுத்தகணமே அவர்களை வெட்டிப் போட்டிருப்பார். குலத்தின் தெய்வமான எருமையின்மீது கண் வைப்பதே பெரும்பாவம்.. கை வைப்பதென்பது பொறுக்கவியலாத செயல்.. அசுரத்தனம்... 'கறக்கும் எருமையினை பொறாமை கண்கொண்டு பார்ப்பதே பாவம்' என்று, இம்மை உலகின் ஆயுள் முடிந்தவரின் ஆன்மாவிற்கும், கிழக்குநோக்கி கிடத்தப்பட்ட உடலிற்கும் எருமையைக் கொண்டு அவருற்ற பாவம் போக்கும் சடங்கில் சொல்லப்படும் அந்த வார்த்தையினை குப்பியின்வாய் பலமுறை பிதற்றியது.

ஆணோ, பெண்ணோ இறந்திருந்தால் முறையே ஆண், பெண் எருமைக் கன்றுகளை சடலத்தின் முகத்தருகே நிற்கவைத்து, இறந்தவரின் வலதுகரத்தினால் எருமையின் வாலினைப் பிடிக்கச்செய்தோ அல்லது எருமையின் நாசிக்குள் இறந்தவரின் வலதுகரத்தின் ஆட்காட்டி விரலைச் செலுத்தியோ செய்யப்படும் இந்தக் கருஹரசோது சடங்கில் விடப்படும் பெண் கன்றை அதன் வாழ்நாள் முழுதும் பால்கறக்கக்கூடாது. அதேபோல ஆண் கன்றைக் கொண்டு உழக்கூடாது. இறந்தவரின் நினைவாக அவ்வெருமைகள் வாழும். ஆனால் அந்த ஊரில் உள்ள எல்லா எருமைகளும் போசனுக்காக விடப்பட்டவையாகவே அனைவரும் கருதினர். அந்த ஊரில் உள்ள ஒவ்வொரு எருமையும் போசனுடையதே. போசனின் எருமையைத் தொட்டவர்களை விடலாகாது. இதை எண்ணி எண்ணிக் கனன்றாள் குப்பி. மாதி கொதித்தெழவேண்டும் என்று அவள் விரும்பினாள்.

தோவின் முற்றத்தருகில் நின்று மாதியின் ஆற்றாமையினைக் கண்டு வருந்தினான் ஹாலன். அவளுக்கு ஆறுதலுரைக்கக்கூட தகுதியில்லாத நிர்மூல நிலை அவனுக்கு. கலங்கியே அறியாத அவன் விழிகள் கலங்கியிருந்தன. 0கெட்டியுற்ற காயத்தையும், வழியும் குருதியினையும் காண காண அவனுடைய குருதி கொதித்தது. குருதி நாளங்கள் திரண்டுப் புடைத்தன. சினம் கக்கும் அவனது பார்வை தன் அண்ணன்களின் மனைகளைநோக்கித்

திரும்பியது. அவர்களின் மனதைப்போலவே அம்மனைகளும் விளக்குகளும் கதவுகளும் அடைக்கப்பட்டு இருண்டிருந்தன.

"இருண்ட மனதினை உடையவர்கள்.. இவர்களெல்லாம் என்ன மனிதர்கள்" என்று எண்ணியவாறு தன் பற்களை நர நரவென கடித்தான். தன் உடலின் தசைநார்களால் இழுத்துக் கட்டப்பட்டு அந்தப் 0பீரமுக்குமலை அவனது பல்லிடுக்கில் இருந்தது. அக்கட்டினைக் கடித்து, இழுத்து ஓங்கி தன் அண்ணன்களின் இல்லத்தின்மேல் வீசி அடித்து தரையோடு தரையாகத் தகர்த்துவிட வேண்டுமென்ற சினவெறி அவனது உடல்முழுவதும் பரவி எரிந்துகொண்டிருந்தது. கனல் அலைக்கும் தன் கண்களால் வீட்டின் திண்ணையில் அமர்ந்திருக்கும் குப்பியைப் பார்த்தான். நிலம்பார்த்து தலைகவிழ்ந்திருந்த தன் அன்னையைக் காண அவனது தலையில் பெரும் பிரளயம் உருவானது.

அங்குச் சேர்ந்துகொண்ட ஊர் 0கவுடர் உள்ளிட்ட கூட்டத்தினர் மாதியின் அழுகையினைக் கண்டு, அவர்கள் நிகழ்த்திய அதர்மத்தினை எண்ணிக் கனன்றனர். அவர்களுக்குத் தேவை குப்பியின் தலையசைவு மட்டுமே.

ஆற்றொணா துயரத்தில் உழன்ற மாதியோ சுற்றியிருந்த சூழலைச் சற்று உணரத் தொடங்கினாள். மாதியை உணர்ந்திருந்த 0கெட்டியும் அவளிடமிருந்து விலகி தோவினுள் நகர்ந்தது. அதீத உணர்வின் விளிம்பிலிருந்த மாதியின் மனமோ 0கெட்டியின் துயரினைத்தவிர வேறெதையும் கொள்ளவில்லை. அது 0கெட்டியின் ஆன்மாவோடு உறைந்து கொண்டிருந்தது.

சற்று தன்னிலையெய்தினாள் மாதி. தனதருகில் நிலைகுலைந்திருந்த ஹாலனையும், சுற்றி வேடிக்கைப்பார்க்க அல்ல, வேதனையைப் பகிர வந்திருந்த ஊராரையும் கண்டாள். 0கெட்டியின் குருதிபடிந்த தன் கைகளால் தன் கண்ணீரைத் துடைத்தாள். தோவிலிருந்து மேலேறி ஊர் 0கவுடரிடமும், பெரியவர்களிடமும் ஆசி பெற்றாள். அவர்களை மனைக்கு அழைத்தாள்.

அனைவரும்வர, விரைந்துசென்று தன் அத்தையின் கால்களைத்தொட்டு ஆசி வாங்கியவள் மோர்தட்டெயினைக்

கொண்டுவந்து அனைவருக்கும் மோரினை அளித்தாள். குப்பி நினைத்தற்கு முற்றிலும் மாறாக நிகழ்ந்தேறியது. ஒருசில நிமிடங்களில் அந்த இடத்தின் மொத்த சூழலையும் மாதி மாற்றியிருந்தாள்.

மறு வீட்டிற்குச் சென்றுவந்ததற்கான விசாரிப்புகள் தொடங்கின. அனைவருக்கும் பணிவாகப் பதிலுரைத்தாள் மாதி. அவளையும், அவளது தன்மையினையும் உணர்ந்த குப்பிக்கு அவளைக் கட்டி அழவேண்டும் போலிருந்தது. முற்றும் மறைதலும், தெற்றென தோன்றலும் நிலவுக்கு மட்டும் உள்ள குணமல்ல மாதிக்கும் உரியதுதான். இவ்விளம் வயதில் சினத்தைக் கையாளத் தெரிந்த அவளின் பக்குவம் குப்பியைச் சிலிர்க்கவைத்தது.

வீட்டின்சூழல் வீதிக்கு வந்துவிடக்கூடாது என்ற அவளின் தீரத்தையும், எல்லைமீறிய தன் உணர்வினைக் கட்டுப்படுத்தி, சூழலினை உணர்ந்துகொண்டு பொறுப்புடன் இல்லறக் கடமையாற்றிய பாங்கினையும் அந்த ஊரே கண்டு வியந்தது.

தன் நிலையில் திரியாது நின்ற 0கெட்டி எருமையும், மாதியும் ஆதவனின் இருபக்கங்களாக ஒளிர்ந்தனர். குப்பியின் மணிமுடியாய் மிளிர்ந்தனர். ஹாலனின் ஆரமாய்ப் பொலிந்தனர்.

ஒருவாறு தன்னிலையெய்தி மனைக்குள்ளே சென்றாள் குப்பி. மற்றொரு அவிரியிலிருந்த மோரினையும் கொண்டு வந்து அனைவருக்கு மீண்டுமொருமுறை அளித்து நிறைவெய்தினாள். அம்மனையின் சூழலில் இயல்பேறியிருந்தது.

மாதி ஒருகுடுவை மோரினை குப்பியிடம் நீட்டினாள். வெகுநேரமாக எச்சில் விழுங்குவதைக்கூட மறந்து, வருத்தத்தில் ஆழ்ந்திருந்த குப்பி அதை மகிழ்வோடு வாங்கி அருந்தினாள். தன் கணவனின் வாக்கு மீறப்படவில்லை என்ற நிறைவினைத்தாண்டி தன் மருமகளின் பெருந்தன்மையை எண்ணி அவளின் மனது குளிர்ந்தது.

ஊரே, மாதியை பெருமிதத்தோடு நோக்கியது.

"இவளே இந்த வீட்டிற்குரிய மருமகள்..

குப்பி... உன் துயரம் அனைத்தையும் இவள் போக்குவாள். கவலைகொள்ளாதே...

உன் நிழல்போல் நின்று உனைக் காப்பாள் கவலைப்படாதே..

நீ கொடுத்து வைத்தவள்..."

என்று ஊர் 0கவுடர் உட்பட அனைவரும் வாழ்த்தினர். சில பெண்கள் மாதியின் கன்னங்களைக் கிள்ளி, அழுது சிவந்திருந்த அவளின் கன்னங்களை மேலும் சிவக்க வைத்தனர்.

"ஏய்.. அது ஹாலனுக்குரிய கன்னம்... தொடாதீர்கள்"

என்று மேல்வீட்டு ஆலி எள்ள, அங்கு சிறு ஆரவாரம் மேலிட்டது. கைநிறைய நாரஞ்சி தளைகளுடன் ஹாலன் வந்து நின்றான். "இதோ வந்துவிட்டான் இக்கன்னத்திற்குரியவன்..." என்று நிறைவாக மாதியின் கன்னத்தைக் கிள்ளி மகிழ்ந்தாள் கடைவீட்டு காளு. மீண்டும் சிரிப்பொலி மிகுந்தது.

மாதியின் பாதங்களை தன் மார்பில் ஏந்தி அவளுக்கு நேர்ந்ததற்கு மாறு செய்யவேண்டுமென்று ஹாலன் துடித்தான். ஹாலனைக் கண்டதும் உள்ளே ஓடிச்சென்று ஒரு குடுவையில் மோரினைக் கொண்டுவந்து புன்னகைத்துக்கொண்டே, நீட்டினாள் மாதி. தான் அறியாத வயதில் அறிவூட்டிய தந்தையின் அனுபவம் அவளால் ஹாலனுக்கு மீண்டும் வாய்த்திருந்தது.

போசனின் மருந்தரைக்கும் அரெகல்லினை அட்டுலிலிருந்து குப்பி எடுத்துத்தர ஹாலன் தேவினைநோக்கி நகர்ந்தான். குடுவையில் நீருடன் மாதியும் பின்தொடர்ந்தாள். தோவினுள் பந்தத்தினை ஏற்றி, நாரஞ்சி இலைகளை நீர்விட்டு அரைத்துக் களிம்பாக்கினான் ஹாலன். இரத்தக்காயத்திற்கு அரு மருந்தான இம்மூலிகை களிம்பினை கையால் பூசினால் 0கெட்டிக்கு வலித்துவிடுமோ என்று தன் கூந்தலின் விளிம்பில் தொட்டுப் பூசினாள் மாதி. அவளின் பேரன்பினைக்கண்டு ஹாலனின் மனதிற்குள் ஓராயிரம் தும்பைகள் பூத்தன.

சற்றுநேரத்தில் தான் ஆக்கியிருந்த சாமைக்களியினையும், ஹெம்மெ அவரைத் துவையலையும் ஹாலனுக்கும், குப்பிக்கும் பரிமாறினாள் மாதி. வருத்தத்திலிருந்து விலகாமலேயே, மாதி வருந்தாமலிருக்கவேண்டி அவர்கள் பெயருக்கு அதை

உண்டனர். சுடு சாமைக்களியும் சுவையான துவையலும் வருத்தத்தினை மீறியும் அவர்களை உண்ணத் தூண்டின. ஏனோ மாதியைப்போல் அவர்களால் அவ்வளவு விரைவில் நடந்ததிலிருந்து வெளியில்வர இயலவில்லை.

ஈட்டி மரக்கட்டையின் கனல் ஹாலனின் முகத்தின் அடர்மௌனத்தை ஒளியேற்றிக் காட்டியது. அவரைத் தோட்டத்தின் கொட்டக்கிலுப் பறவைகளும் ஏனோ மௌனமாக இருந்தன. கனன்று எரியும் நெருப்பு மட்டும் ஓயாமல் பேசிக்கொண்டிருந்தது.

இன்றும் தோவினைக்கடந்து 0குள்ளிற்கு வரும்போது மாதிக்கான 0கெட்டியின் அன்புக் கனைப்பொலி தவறவில்லை. மாறாத அன்பு கிடைப்பது எவ்வளவு அரிது. அதிலும் துன்பத்தில் மாறாத அன்பு பெரிதினும் பெரிது.

ஹாலன் நடந்ததற்கு மன்னிப்புகோர வாயெடுத்தான். வார்த்தையெழும் முன்னமே மாதியின் மென்கரம் அவனது வாயினை அணைத்தது. களங்கமில்லாத அன்பின் புதுப்பிப்பு துயரிற்கும் வருத்தத்திற்கும் அப்பாற்பட்டது என்பது நிதர்சனமே.

அதிகாலைகண்ட அடர்பனியால் குளிரின் தாக்கம் சற்று கடுமையாகவே தொடர்ந்தது. அந்த இயற்கைக் களியாட்டம் மதியின் மகிழ்ச்சியை மென்மேலும் உசுப்பியது. புல்தரை முழுதும் படிந்திருந்த பனியில் தன் பாதங்களை அழுத்தி நடந்தாள். அப்பனித்தடத்தில் பதிந்த தன் பாதச்சுவடுகளைக்கண்டு சிலாகித்தாள். ஹாலனின் பாதச்சுவடிற்கிணையாக தன் பாதச்சுவடினைப் பதித்து அளந்து பார்த்தாள். அன்று சோர்ட்டில் ஈரத்தில் பதிந்த சுவடு இன்று பனியில் பதிந்து அணிந்தது பேரன்பை. எல்லாமே இயற்கைதானே.. எல்லாமே பேரன்புதானே.. இயற்கையில் பதிந்த பேரன்பின் கோலம் மாதிக்கு பெரும் ஆனந்தத்தை அளித்தது. ஆனால், இந்த இயற்கையின் சுவடு ஹாலனுக்கு சிறு அச்சத்தையே அளித்தது. இன்று எதிர்பாராமல் பூமிகண்ட கள்ளப்பனியோ வருவதை தெளிவாகவே அவனுக்கு உணர்த்தியது. அதுகுறித்த பல்வேறு யோசனைகளில் ஆழ்ந்தபடியே மனையினை அடைந்தான் அவன்.

வளமான மண்கண்ட விதையென ஹாலனின் வாழ்வில் முளைத்திருந்தாள் மாதி. ஹாலனின் வாழ்கை நிலமோ முன்னிலும் பசிந்திருந்தது. நாட்கள் செல்ல செல்ல அவளின் பாங்கு அனைவரையும் மெச்சவைத்தது. அ0டோலி எருமைகளும் ஹாலனின் எருமை மந்தைகளோடு ஒருங்கிணைக்கப்பட்டன. அவைகளுக்கும் இந்தச் சூழல் நன்கு பழகியிருந்தது. பால் கறப்பதிலிருந்து, அகம், புறம் சார்ந்த அத்தனை பணிகளிலும் அதிகாலை வெண்பனியாய்ப் படர்ந்திருந்தாள் அவள். மனைநிலையிலோ நேரி விறகிலிருந்து எழும் வெண்புகையாய் மிளிர்ந்திருந்தாள். வெண்மைக்குள்தானே பனியும் புகையும். அதுவாகவே நீண்டாள் அவள்.

கடைபோகப் பருவம் விளைந்திருந்தது. இதுவரை விளைநிலம் சார்ந்த பரிச்சயம் மாதிக்கு துளியும் இருந்ததில்லை. இதற்கெல்லாம் அவளை பெரும்செல்லமாய் வளர்த்த மாசியே காரணம். ஒருமுறை உழவுக்கருவியான கா0குதிலியால் மாதியின் கால் வெட்டுப்பட, அவள் கண்ட சுரம் வாரக்கணக்கில் நீடித்தது. மூலிகை, மந்திரம் என எந்த மருத்துவத்திற்கும் கட்டுப்படாமல் பிணம்கண்ட நெருப்பு பட்ட பிறகே சுரம் குறைந்தது. அதுமுதல் மாதியை உழவிற்காக மண்ணைத்தொட மாசி விட்டதில்லை. ஆனாலும், புகுந்தகத்தில் அவள் என்ன செய்வாளோ என்கிற அச்சமும் மாசியைவிட்டு விலகியதில்லை. பெண்ணைவிட்டால் மண்ணுக்கும், மண்ணை விட்டால் பெண்ணுக்கும் கதியில்லையே. பெண்ணுக்கும் மண்ணுக்கும் ஆகாது என்பது பெரும் அபத்தமல்லவோ. எனவே, இதுகுறித்து ஆண்வீட்டாரிடம் பேசுவது முறையல்லவென்று அவர்களுக்குச் சொல்லாமல் தவிர்த்திருந்தனர். எல்லாவற்றையும் அன்பால் வெல்பவள் இதிலும் வெல்வாள் எனும் நம்பிக்கை மட்டும் மாசிக்கு சாமையளவும் குறைந்ததில்லை.

மாசியின் நம்பிக்கை பொய்க்கவில்லை. இதுவரை விளைநிலத்தில் பரிச்சயமில்லாத போதும் மாதியின் மாயம் அவர்களின் விளைநிலத்திலும் தொடர்ந்தது. குப்பிக்கும் ஹாலனுக்கும் சளைக்காமல் அவள் விளைநிலத்தில் வினைபுரிந்தாள். 0குள்ளிற்கு அருகில் இருக்கும் நிலம் மூன்றாகப் பகுக்கப்பட்டது. ஒவ்வொரு பகுதியையும் ஆளுக்கொருவர் எடுத்துக்கொண்டனர். குதிலியால் கொத்தி, உழுத நிலத்தில்,

சற்று பெரியளவு, இரு பல் கொத்தியான இரட்டைக் 0குதிலியின் பின்பகுதியில் நிலத்தின் மண்கட்டிகளை உடைக்கும்பணி தொடர்ந்தது. மண்ணைச் சமன்செய்யும் இப்பணியினை உச்சிப்பொழுதிற்குள் பகுதியளவை நிறைவுசெய்தாள் மாதி. மதிய உணவினை ஏற்பாடுசெய்ய மனைக்குத் திரும்பினாள்.

கொத்தினைக்கொண்டு நிலத்தினைக் கிளரும்போது காணும் புழுக்களைக் கொத்தியுண்ண சுற்றியுள்ள பறவைகள் அவ்வளவு விரைவில் அருகில் வராது. நிலத்தின் பகுதியளவு பணிமுடிந்தப்பின்பே அதற்கு அவைகள் சூழும். ஆனால் மாதி நிலத்தை உழத்தொடங்கியது முதலே அங்கு அப்பறவைகள் சூழ்ந்ததை குப்பியும் ஹாலனும் கண்டு வியந்தனர். மென்மையில்தானே பறவைகளின் இறகின்விசை. அதிலும் அன்புடன்கூடிய மென்மையெனில் எப்பறவைதான் தப்பக்கூடும். அவளின் அன்பின் பிடிக்குள்தான் நிறைந்திருந்தன அத்தனை பறவைகளும்.

உண்ணும் உணவின் முதல்பிடியை முற்றத்தில் வைக்கும் பழக்கம் மாதிக்கு தன் குடும்பத்தால் வழக்கமாகியிருந்தது. அந்தப் பிடிசோற்றிற்கு வாடிக்கையான பறவைகளும் பொழுதன்றைக்கும் அவளோடு நிலத்திலேயே கிடந்தன. களிகிண்டும் போதெல்லாம் சட்டியை வழித்தெடுத்த இறுதி உருண்டைக்கெனவும் சில வாடிக்கைப் பறவைகள் இருந்தன. விடியல்முதலே அவ்வில்லத்தினை விலகாது, விடியலை அறிவிக்கும் அந்தக் கரிஅக்கிலின் அதிகாலை உணவே அதுதான். மனைக்கு நடுநிசியில் விருந்து வரினோ, மனையிலிருப்போர்க்கு இம்மையுலகின் காலம் நிறைந்து மரணம் வரினோ, உண்ணாமல் சட்டியிலிட்டு வைத்திருக்கும் அந்தக் கடைசி உருண்டைக்கு பெரும்பங்குண்டு. அது விருந்தினரின் பசியை உடனடியாகப் போக்கும். மரணித்தவர்களுக்கு அவர்களின் பங்கோடு விளைந்த அவ்வுணவே இறுதியாகி கவுரவிக்கும். முற்றிலும் வழித்தல் வளமைக்காகாதது. மாதியோ முற்றிலுமாக அம்மரபைக் காத்தாள். அதிலும் அன்போடு காத்தாள். குப்பியின் இந்தக் கடைசி உருண்டையைவிடவும் மாதியின் உருண்டை சற்று பெரிதாகவே தொடர்ந்தது அவளின் அன்பைப் போலவே. மனிதர்களைச் சற்றும் அண்டாத சவுனக்காக்கெ பறவைகள்கூட மாதியின் பிடிசோற்றிற்கு இணங்கியிருந்தன அவளின் வளர்ப்பின் கதைச்சொல்லியாய்.

தனக்குரிய பங்கினை நிறைவுசெய்தாள் மாதி. உடனே குப்பியோடு இணைந்தாள். இதுநாள்வரை இத்தகு துணைக்காணாத குப்பியோ பேரானந்தம் அடைந்தாள்.

எப்பொழுதும் இரண்டு நாட்களில் உழப்படும் அந்நிலம் இம்முறை ஒரே நாளில் உழுதாகிவிட்டது. அந்தப் பெண்பூமியோ மாதியைப்போலவே பண்பட்டு ஒளிர்ந்தது. பல்லுயிர்களைச் சுமக்கக் காத்திருந்தது. உழுது சிவந்த நிலமோ மயக்கும் அந்திப்பொழுதின் அடிவானத்தின் நிழலானது. இரைதேடும் பறவைகளால் நிறைந்திருந்த அந்நிலமோ இயற்கையின் திரையாய் மிளிர்ந்தது. அந்நிலம் சார்ந்து, உழவியலோடு முதல்முறையாக அழகியல் பார்வையும் ஹாலனுக்குக் கலந்திருந்தது. மாதியின் மாயம் ஹாலனையும் உழுதிருந்தது.

சிறியளவிலான காய்0குதிலி கொத்தினால் குன்ன மொட்டெ அவரைக்கான சாலினை மாதி எடுத்துக் கொண்டிருந்தாள். பெரியளவிலான 0தொட்ட 0குதிலியினால் கண்ணுஅவரை மற்றும் சால் அவரைக்கான சாலினை குப்பியும், ஹாலனும் எடுத்துக் கொண்டிருந்தனர்.

0கெட்டியின் ஸ்பரிசத்தை மாதி அந்த மண்ணிலும் தொடர்ந்தாள். வலுவின்றி மண்ணை வகிடுப்பிரித்தாள். வலியின்றி மெல்லென அழுத்தியே ஒவ்வொரு சாலிற்கும் ஐந்து மொட்டை அவரைகளை இட்டு முடித்தாள். வெண்ணெய்க் கூடையில் வெண்ணெய் வார்ப்பதொப்ப அச்சால்களுக்கு மண்ணை வார்த்தாள். அதுவும் அவர்களுக்கு முன்னமே வார்த்திருந்தாள். நிலத்தின் விளிம்புகளில் போட எண்ணிய ஹெம்மெ அவரைகளையும் இட்டுமுடித்தாள். நிலம் முழுக்க அவரைகள் நிறைந்திருந்தன. குப்பி மற்றும் ஹாலனின் நினைவு முழுக்க மாதியே நிறைந்திருந்தாள். நாளை, நிலத்தின் கீழ்முனையில் சள்ளிகெ விதைகளை விதைப்பதற்கான திட்டம் இருந்தது. அதையும் மாதி இன்றே முடித்திருந்தாள்.

“ஹாலா... நம் மாதி வேலையினைத் தொடங்கினால் அது எப்படி இவ்வளவு விரைவில் முடிகின்றதோ தெரியவில்லை... கைராசிக்காரி...

எல்லா வேலைகளிலும் அப்படித்தான்..

வீட்டின் சமையல்கூட அவள் செய்து முடிக்கின்ற விரைவில் எவராலும் செய்துவிட முடியாது.

எனது காலத்திற்குப் பின்னர் உனக்கு கவலையில்லை..."

என்றாள் குப்பி. எல்லையில்லா இடர்களையும், இழப்புகளையும் சந்தித்த தன் தாயையெண்ணி அவன் பலமுறை வருந்தியதுண்டு. அவரின் இடர் நீங்காதா என்று அவன் நாளுக்குநாள் ஏங்கியதுண்டு. மாதியைக் குறித்து தன் தாய் உதிர்த்த நிறைமொழி அவனை நிறைத்திருந்தது. தன் அண்ணன்மார்கள் பிரிந்த காலம்தொட்டு நம்பிக்கையுடனும், நிறைவுடனும் தன் தாய்பேசி இன்றுதான் கேட்கிறான் அவன். காரணமும் காரியமும் மாதியின்றி வேறில்லை.

விதைப்பு நிறைந்திருந்தது. 0பீரமுக்கு மலையின் கீழ்விளிம்பிற்குச் சென்றாள் மாதி. மேலே வளர்ந்திருந்த 0பூசுண்டெ செடியினை வேருடன் பிடுங்கிவந்தாள். விளைநிலத்தின் நடுசாலின் வழியாக வந்தவள் அதை நிலத்தின் நடுவில் நட்டாள். வளமையின் குறியீடும், கண்ணேறிற்குக் காப்பும், விதைப்பின் நிறைவும் இம்முறை மாதியின் கையால் அந்நிலம் கண்டது. இதையெல்லாம் இவ்வயதில் அவள் எங்கிருந்து கற்றாளோ? என்ற வியப்பையும்கூட குப்பி மற்றும் ஹாலனின் மனதில் நட்டிருந்தது மாதியின் செய்கை.

"அந்தச் செடியினைத் தொட்டால் கைகளில் அரிப்பு எடுக்குமே, அதை ஏன் பறித்தாய்..

அதற்கு அருகில் நிறைந்திருக்கும் அந்த மொரந்தச் செடியினைப் பறித்திருக்கலாம் அல்லவா?"

என்றான் ஹாலன்.

"இல்லை மம்மா.. அந்த மொரந்தச்செடி எலும்பு முறிவிற்கான சிறந்த மூலிகையல்லவா.. அதை தேவையின்றி பறிப்பது முறையல்லவே..

ஆனால், இந்தப் 0பூசுண்டெ செடிகளில் எப்பயனும் கிடையாது. எனவேதான் அதைப்பறித்தேன்...

எனினும், ஓர் உயிரினைச் சிதைப்பது பாவம்தான். என் மனதில் வருந்திக் கொண்டேதான் அதைப் பறித்தேன்..

நிலத்திற்குத்தானே, பயனறிந்து பறித்தேன். ஒருவேளை அதன் பயன்கூட இதற்கானதாய் இருக்கலாமல்லவா?... பயன்தானே வாழ்க்கை..”

என்று மாதி பதிலுரைத்தாள். ஹாலனின் வியப்பு கூடியிருந்தது. குப்பி புன்னகைத்தாள். குப்பியும் இவ்வாறு செய்யும் போதெல்லாம் ஹாலன் இதனைக் கேட்டிருக்கின்றான். ஆனால் “அது எல்லாம் அப்படித்தான்” என்று குப்பி சொல்வாளே ஒழிய இப்படி விளக்கியது கிடையாது. அதற்கு அவளுக்கு நேரமும் இருந்தது கிடையாது.

மாதியின் இயற்கையின் மீதான புரிதலையெண்ணி அவ்விருவரும் வியந்தனர். ஆயிரமாயிரம் உயிர்களைத் தாங்கி நின்ற அந்நிலம் மென்மேலும் ஒளிர்ந்தது. நிலத்திலிருந்து விடைபெறும்போது அம்மூவரும் கீழே விழுந்து வணங்கினர். தன் நலத்திற்காக, அகழ்ந்து துன்புறுத்தியதற்காக நிலத்திடம் மன்னிப்பு கோரினர்.

இந்த நிலத்தை உழ ஆரம்பித்தபோதே தன் தாத்த ஜோகியின் குருதிக்கலந்த பிடிமண்ணினை அந்நிலத்தில் கலந்திருந்தாள் மாதி. அந்நிலத்தின் விளைச்சலிற்காக ஜோகியை நினைத்து வணங்கினாள். 0பீரமுக்கிலிருந்து பறந்துவந்த கரி அக்கிலொன்று மாதி நிலத்தின் நடுவில் காப்பாய் நட்ட அந்தப் 0பூசுண்டெ செடியின்மீது வந்தமர்ந்தது. அந்த நல்ல சகுனத்தின் நிறைவுடன் அவர்கள் இல்லமடைந்தனர்.

மேய்ச்சலுக்குச் சென்றிருந்த எருமைகள் வீடு திரும்பியிருந்தன. நிறைசூலுற்ற அந்தப் 0பெள்ளோடெ எருமை முற்றத்தில் நின்றிருந்தது. அதன் பால்மடி நன்கு இறங்கியிருந்தது. அது குப்பியைப்பார்த்து அன்போடு கனைத்து இல்லமடைந்ததை அறிவித்தது. ஓரளவிற்கு வளர்ந்து மேய்ச்சலுக்குத் தயாரான அந்த எருமைக்கன்றுகள் மாதியைக்கண்ட மகிழ்ச்சியில் இளம் கனைப்பொலியுடன் அவளைச் சூழ்ந்துகொண்டன.

தோவிற்கருகில் உள்ள பாறையில் வெட்டப்பட்ட எருமைகளின் நீரிற்கான கல்குழியின் நீர், பகுதிக்குமேல் இறங்கி யிருந்தது. வழக்கமாக அது மாதம் தவறாமல் பொழியும் மழையில் நிறைந்துவிடும். ஆனால், சில நாட்களாக வீசிக்கொண்டிருக்கும்

காற்றில் பனியின் தாக்கம் இருந்ததேதவிர மழையின்கூறு இல்லை. இந்தச்சூழலைக் கள்ளப்பனியைக் கண்டபோதே அனைவரும் உணர்ந்திருந்தனர். நீண்டநாட்களுக்குப்பிறகு அக்கல்குழியில் நீர்நிரப்பியூற்றும் காட்சியைக் கற்பனையாக, முன்னமே கண்டிருந்தாள் குப்பி. அவளின் உள்ளுணர்வு பெரும்பாலும் பொய்த்ததில்லை. 'கள்ளப்பனி தெரிந்து கடைமழைவரும்' என்ற மழைக்குறிப்பிற்கான முதுமொழி அங்கு அடிக்கடி எழத் தொடங்கியது. அனைவரும் கடைமழையின் எழுகைக்காகக் காத்திருந்தனர். அன்றாடம் உழைக்கும் உடலானதால், ஏற்பட்ட அசதியும், பிடிப்பும் ஒரு மழைபெய்தால் விட்டுவிடும் என்ற உணர்வு மிகுந்திருந்தது. எருமைகளும் ஓர் மழைக்குளியலிற்காகக் காத்திருந்தன. சுகத்தோடு சுத்தத்தை ஒருங்கேதரும் வல்லமை மழையின்றி யாதுள இவ்வுலகில்.

தற்சமயம் எருமைகளுக்கு கொஞ்சம் நீர்பிடித்துதான் ஊற்ற வேண்டும்போல என்று குப்பி எண்ணிக்கொண்டிருக்க, கையில் அவிரியுடன் மாதி ஜோனிக்குப் புறப்பட்டாள். குப்பியின் வியப்பு எல்லைமீறியது. அகம்முழுவதும் மனையைக் குறித்த எண்ணமும், அக்கறையும் நிறைந்திருந்தால் மட்டுமே சாத்தியப்படும் இல்லறத் தன்மையை மாதி தரித்திருந்தாள். இக் குணவதியின் கரத்தில் கைகொண்ட நீர்அவி ரியாய், பக்குவமாய் இக்குடும்பம் பாங்காவதையெண்ணி நிறைவுகொண்டாள் குப்பி.

அந்தியின் போர்வை சன்னமாய்ப் படர்ந்திருந்தது. குப்பியும் ஹாலனும் கால்கழுவி வருவதற்கு முன்பாகவே ஒருநடை நீரினை அவள் கொண்டு வந்திருந்தாள். இவ்வளவு விரைவாக சாத்தியமில்லையே. ஆனால், அவளின் விரைவு அவசரப்படுதலுக்கும், விளம்பரப்படுதலுக்கும் அப்பாற்பட்டிருந்தது. இந்தத் துடுக்குத்தனம் அவளிடம் இயல்பாகவே உறைந்திருப்பதற்கான தெளிவு குப்பிக்கு மிகுந்துகொண்டே சென்றது. குளிர்ந்த அந்த ஹள்ள ஜோனியின் நீரில் மீண்டும் கால்நனைக்கும் சுகத்தில் விரைந்தாள் மாதி. இயற்கையை நேசிப்பதுதானே பக்குவத்திற்கும், துடுக்குத்தனத்திற்கும் அடிப்படை. மாதிக்கு இது கைவந்தது. அதற்கு ஊருOபெட்டே காரணமெனில் மிகையல்ல.

அந்த ஒற்றையடிப் பாதையின் விளைவில் ஆவலோடு திரும்பியவள் ஒருநிமிடம் திடுக்கிட்டு நின்றாள். இரண்டு மூன்று எட்டுதொலைவிற்கு பாதையில் 0பெள்ளெ முள்ளியின் முட்கள் பரப்பப்பட்டிருந்தன. அவ்வளவு விரைவாகத் திரும்பியும் அதற்குள்ளாக இங்கு இந்தமுட்களை இட்டவர்கள் யாரென்று எண்ணினாள் அவள். இது ஏதோ சூதுதான் என்பதையும் புரிந்து கொண்டாள். அவள் சிறிதும் அச்சப்படவில்லை. பச்சையுடன் சிவப்பும் பழுப்புமேறிய 0பெள்ளெ முள்ளியின் இலைகளையும், சொனெ அவரெயினைப்போன்ற பச்சையுடுத்திய 0பெள்ளெ முள்ளியின் காய்களையும் கண்டு இரசித்தாள். இதற்குள் உயிர்த்திருக்கின்ற கண்ணைப் பறிக்கும் மஞ்சள் நுண்தேனடையையொத்த முள்ளியின் கனிகளை எண்ணி சிலாகித்தாள். சோர்ட்டில் கைநிறைய முள்ளிப்பழங்களை ஹாலன் நிறைத்த நினைவெழுந்தது. முகத்தில் தோன்றும் பருக்களின் வேர்போல எண்ணிலடங்காது பரவிநிற்கும் 0பெள்ளெ முள்ளியின் முட்களைத் தொட்டு இரசித்தாள். அந்த முட்செடிக்கும் வருத்தம் ஏற்படா வண்ணம் மென்மையாகத் தொட்டெடுத்து அப்புறப்படுத்தினாள். தொடர்ந்து சென்று இரண்டாவதுநடை நீரினையும் கொணர்ந்து வந்தாள். இம்முறை அவளூற்ற தாமதத்தினை எண்ணி சிறுஅச்சம் கொண்டாள் குப்பி. நிலையைக் கண்டுவர ஹாலனை அனுப்ப எண்ண, தூரத்தில் மாதி வந்து கொண்டிருந்தாள். நீரினை ஊற்றினாள் மாதி. நடந்ததெதையும் கூறாமல் அடுத்த நடைக்குக் கிளம்பினாள்.

அந்தப் 0பெள்ளெ முள்ளியின் ஸ்பரிசத்திலிருந்து அவள் துளியும் மீளவில்லை. மீண்டும் அம்முட்களையே எதிர்பார்த்திருந்தாள். இம்முறை அந்த இடத்தில் நடுவழியில் பெரிய கல்லொன்று வைக்கப்பட்டிருந்தது. எதைப்பற்றியும் அச்சமின்றி மாதி முன்னேறினாள். ஆற்றின் கரைக்குமேலே தூடே மரத்தில் நிறைந்திருந்த சாம்பல் பறவைகள் எதையும் காணவில்லை. அவள் சுதாரித்துக் கொண்டாள். அருகில் யாரோ மறைந்திருப்பதைத் தெளிவாக அறிந்துகொண்டாள். அஞ்சாமல் அவிரியில் நீர்பிடித்தாள். தீடிரென்று வலதுபுற பக்கவாட்டிலிருந்து வந்த பெரிய கல்லொன்று ஆற்றில் விழுந்தது. அதன் விசையில் அத்தூடே மரத்தின் அளவிற்கு தண்ணீர்

எழுந்தது. தொடர்ந்துவந்த அடுத்தடுத்த கற்கள் பட்டு எழுந்த நீர் மாதியின் முகத்தினை முழுவதும் நனைத்தது. மாலைநேரத்து பனி இறங்கிய குளிரில், குளிர்ந்திருந்த ஜோனியின் தண்ணீர் தீடிரென தன்முகத்தில்பட, வாய்வழியே ஆழமூச்செறிந்தாள் மாதி. அவளின் கண்களின் வெண்படலத்தையும் சற்று தழுவிப்போன அந்நீரின் விசை அக்கண்களில் சிவப்பின் கோடுகளை வரைந்திருந்தது. சில நொடிகளிலேயே தன்னிலைக்கு மீண்டாள் அவள். அப்போதும் கூட துளியளவு அச்சமும் அவளைத் தொற்றியிருக்கவில்லை. அவள் அடுத்த கல்லினையும் எதிர்பார்த்து காத்திருந்தாள்.

சிறுவயதில் ஆற்றில் விளையாடும்போது பாறையிலிருந்து தோழியர் திடீரென்று ஆற்றில் குதிக்க, எழும்பிய நீரில் முழுவதும் நனைந்த ஸ்பரிசத்தை மீட்கொணர்ந்த இத்தருணத்தினை இரசித்தாள். பதின்வயதின் தொடக்கத்தில் 0பிக்கெதாட ஆற்றிற்கு நீர்கொணர, தோழியர்ப் புடைசூழ செல்லும்போது, முன்னே சென்றவர் நீர்பிடிக்க பின்னே நிற்பவர்கள் இவ்வாறு ஆற்றில் கல்லினை எறிந்து விளையாடுவதுண்டு. சில நேரங்களில் தீடிரென்று கல்விழுந்த அச்சத்தில் நீர்பிடிக்க கொண்டுசென்ற அவிரியையும் விட்டுவிட அது உடைந்து போனதும் உண்டு. அந்த அனுபவம் அவளுக்கு இன்று கைகொடுத்தது.

இது நிச்சயம் ஹாலனின் சித்தி மற்றும் அண்ணன் வீட்டாரின் வேலையாகத்தான் இருக்கும் என்று மாதி எண்ணினாள். அதுகுறித்து அவள் சிறிதும் பதறாமல் நீர்கொண்டு சென்றாள்.

மாதி எண்ணியதைப்போலவே புதரிற்குள் ஒளிந்திருந்த 0கிரிஜி மேலும் வெகுண்டெழுந்தாள். சிறுபெண்தானே இவ்வளவு செய்தால்போதும் அவள் அஞ்சிவிடுவாள், திரும்ப ஆற்றின்பக்கம் வரமாட்டாள் என்று அவள் நினைத்திருந்தாள். ஆனால் அவள் நினைத்ததற்கு முற்றிலும் மாறாக நடந்தது.

சற்றுநேரத்தில் மாதி அடுத்தநடை நீரினையும் கொணர்ந்து சென்றாள். கோபத்தின் விளிம்பிற்கே சென்றிருந்தாள் 0கிரிஜி. “பீடை.. பிசாசு.. துளிகூட பயமில்லை பார்...” என்று முணுமுணுத்தாள். இம்முறை சில அடிதொலைவிற்கு பாதைமுழுக்க முட்களை விரைவாக வெட்டி போட்டாள்.

அவள் வருவதற்குள் வீட்டிற்குச் செல்ல முனைந்தாள். ஆனால், அதற்குள்ளாக அடுத்த நடையாக மாதி நெருங்கி வருவதைக் கண்டவள் மீண்டும் புதரினுள்ளே மறைந்து கொண்டாள். புதரின்கீழே கிடந்த கைக்கு அடக்கமான கல்லினை எடுத்தவள் இம்முறை அவளின் அவிரியை உடைத்துவிட வேண்டுமென்ற முடிவில் இருந்தாள். அவளின் நோக்கம் மாதியோடு ஏதேனும் ஒரு பிரச்சினையை உருவாக்கி, அவள் மீது வீண்பழி சுமத்துவதே ஆகும். வஞ்சம்கொண்ட அவளின் நெஞ்சம் இதைச் செய்ய துடித்தது.

மாதி இரண்டாவது முறையாக நீர்கொணர்ந்து வந்தபோதே அவளூற்ற தாமதம் ஹாலனுக்கு சிறு சந்தேகத்தை எழுப்பியிருந்தது. இந்தநேரத்தில் ஜோனியில் யாரும் இருக்கமாட்டார்களே. இருந்தாலும் சில நொடிகளில் அவிரி நிறைந்துவிடுமளவிற்கு வேகமாக நீர் பெருகுமே. எதுவாக இருந்தாலும் நீரெடுக்க இவ்வளவு தாமதம் ஆகாதே. இதில் ஏதோ இருக்கின்றது என்று ஹாலனின் உள்ளுணர்வு சொல்ல, இம்முறை அவிரியோடு ஹாலனும் மாதியைப் பின்தொடர்ந்து சென்றான். மாதியுடன் சென்றால் குப்பியையே நீர்கொணர அனுமதிக்காத அவள் நிச்சயம் அவன் நீர்சுமப்பதை ஒப்புக்கொள்ள மாட்டாள் என்று அவனுக்கு நன்கு தெரியும்.

மீண்டும் பாதையில் பரப்பப்பட்டிருந்த 0பெள்ளெ முள்ளி முட்களையும் அதே மென்மையுடன் அப்புறப்படுத்தினாள் மாதி. வழியின் மேற்பக்கவாட்டில் மண்டியிருந்த 0பெள்ளெ முள்ளிச்செடிப் புதரில் வசிக்கும் சவுனக்காக்கெ விடாமல் கரைந்து கொண்டிருந்தது. அப்புதரிற்குள்ளான அந்நிய சூழலினை அதன்குரல் அறிவித்து நின்றது. ஆனால் அதைப்பற்றி சிறிதும் கண்டுகொள்ளாமல் அடுத்த முள்ளினை எடுத்தாள் அவள். அப்பாதை வளைவின் ஓரத்தில் இருந்த காடுஉ0ப்0பெ செடி அசையும் ஒலி கேட்டது. யாரோ வருவதை அனுமானித்தவள் திரும்பிப் பார்த்தாள். அவளின் உள்ளுணர்வின்படியே ஹாலன் வந்து நின்றிருந்தான்.

ஹாலனைக்கண்டு அவள் புன்னகைத்தாள். “நான் நினைத்தேன் மாதி... இதுபோல் ஏதேனும் இருக்கும் என்று எனக்குத் தெரியும்”... என்றான் அவன். தீடிரென்று வந்துநின்ற

ஹாலனை எண்ணி 0கிரிஜி அச்சம் கொண்டு புதரினுள்ளே மேலும் ஒடுங்கி நின்றாள். "மாதி செல்வோம் வா.." என்றானவன். அடுத்த முள்ளினை எடுத்து அகற்றியவாறே ஹாலனைப் பார்த்தாள் மாதி. "இது நம்வீட்டின் அழுக்கு அதை நாம்தான் கழுவ வேண்டும்" என்றாள். அவ்வார்த்தையானது 0கிரிஜிக்கு தான் தரையில் பரப்பியிருந்த அத்தனை முட்களும் ஒருங்கே தனை துளைத்தது போலிருந்தது. சினம் தாளாமல் அங்கிருந்த 0பெள்ளெ முள்ளியின் கொடியொன்றினைத் தன் கையினால் அழுத்திப் பற்றிக்கொண்டாள். அவளைச் சுருக்கென்று துளைத்த அவ்வார்த்தைகள் அவளுக்குள் ஆயிரம் கற்களை எறிந்து கொண்டிருந்தன.

ஹாலன் நீரினைப் பிடித்துத்தர, மாதி கொண்டுசென்று ஊற்றினாள். அவள் ஊற்றி வருவதற்குள்ளாகவே அவளின் சிரமத்தினைக் குறைக்க பாதிவழிவரை ஹாலனே சுமந்து சென்றான். அவனின் சிரமத்தை அவள்குறைக்கவும், அவளின் சிரமத்தை அவன் குறைக்கவுமெண்ணி நிகழ்ந்தேறிய அன்பின் ஓட்டம் இதுநாள்வரை ஹள்ளஜோனி காணதவொன்று. இந்த அன்பின் ஓட்டத்தில் வழிநிலத்தின் செம்மண் மேலும் சிவந்திருந்தது.

புதரிலிருந்து வெளியேறவியலாது, எருமைச் சாணத்துள் உருவான புழுவென அப்புதரினுள்ளே 0கிரிஜி புழுங்கி நின்றாள். கோபத்தில் அவள் பற்றியமுள் அவளின் கைமுழுவதையும் தைத்திருந்தது. அதன் ஆறாத வலியைவிட மாதிசொன்ன வார்த்தையின் வலியே அவளிடம் மிகுந்திருந்தது. மாதி யாரையும் புண்படுத்தும் நோக்கில் அவ்வார்த்தையை உதிர்க்கவில்லை. அது அவளின் எதார்த்தம் மற்றும் நியாயத்தால் விளைந்திருந்தது. 0கிரிஜியின் குற்றமுள்ள நெஞ்சினைக் குறுகுறுக்க வைத்தது.

கல்குழி நிரம்பியிருந்தது. இந்நடைக்குரிய அவிரியை வாங்கும்போதே "இந்நடையுடன் போதும்... நான் ஊற்றிவிட்டு வந்துவிடுகிறேன். நீங்கள் வரவேண்டாம். அதுவரை இங்கு இருங்கள்.. நான் விரைவில் வந்துவிடுகிறேன்..." என்று கூறிவிட்டு விரைந்தாள் அவள். மாதி வரும்வரை கரையில் வளர்ந்திருந்த குதிரெக் கோக்கு மற்றும் உல்லாமஜிகெ இலைகளை ஹாலன் பறித்துக் கொண்டிருந்தான். விரைவாக மாதி திரும்பியிருந்தாள்.

"நானே எடுத்து வந்திருப்பேன் அல்லவா..." என்று ஹாலன் கேட்க, "பரவாயில்லை" என்றவள், ஆற்றிலிறங்கி, 0கிரிஜி உள்ளே வீசிய கற்களை அப்புறப்படுத்தினாள். நீர்நிலைகளில் உமிழ்வது பெரும்பாவம் என்பது அவர்களின் மரபு. வழியில் வரும்போதே கருஹரசோது சடங்கில் இடம்பெற்றிருந்த "வழிந்தோடும் நீர்நிலையில் உமிழ்ந்தது பாவம்" என்ற வார்த்தையை எண்ணி அசைபோட்டுக்கொண்டே வந்திருந்தாள். 0கிரிஜி எறிந்த கற்களால், தொடர்ந்து மாதியின் முகத்தினைநோக்கி எழுந்த நீரில் அவளின் வாய்க்குள் எட்டியதை ஒரு துளிகூட வெளியே சிந்தாதவாறு விழுங்கியிருந்தாள். அவளையும் மீறி ஏதேனும் அவளின் எச்சில்பட்ட நீர் ஆற்றில் விழுந்திருக்குமோ? என்று எண்ணி வருந்தினாள் அவள். ஹள்ளஜோனி நீரினைத்தொட்டு வணங்கி மன்னிப்பு கோரினாள்.

கற்களை அகற்றியதனால் உண்டான சிறு கலங்கலுக்குப்பிறகு மீண்டும் தெளிவு கொண்டது ஹள்ளஜோனி. பொலிந்த அதன் சலசலப்பில் அவள் ஓரளவு நிறைவுற்றாள். வீட்டினை அடைந்ததும் அந்தக் கடைசி அவிரி நீரினை வீட்டின் பயன்பாட்டிற்காக இறக்கி வைத்தாள். நீர் அவிரிகளைக் காலியாக விடுவது கூடாது என்பது அவளுக்கு மாசி அடிக்கடிக்கூறும் அறிவுரையாகும். ஆனால், வீட்டினை அடைந்ததும் குற்ற உணர்வினையும், வஞ்சத்தையும், கோபத்தையும் இறக்கி வைக்க முடியாமல் தவித்தாள் 0கிரிஜி.

"இவ்வளவு நேரம் எங்கே சென்றாய்...

உன்னைத் தேடாத இடமில்லை.."

சற்று பதற்றத்துடன் கேட்டான் மாதன். கையில் முள்தைத்திருந்த வலி அவளுக்கு மிக்கிருந்தது.

"ஏய்.. எல்லாம் உன்னைப்பிடித்த பீடைதான்... எங்களையெல்லாம் பிடித்து ஆட்டுகின்றது...

உன்சொத்தினை வாங்க உனக்கு வக்கில்லை... என்னை தேடினானாம்..

முதலில் தொலைந்துபோன உன் மரியாதையைத் தேடு..."

என்று வெகுண்டெழுந்தாள் 0கிரிஜி.

“இல்லை.. 0கிரிஜி..

ஆலிதான் அடிவயிறு வலிக்கின்றது என்றாள்... அதான் உன்னைத் தேடினேன்...”

என்று நிறைமாத கருப்பிணியான தன் மகள் ஆலியைப் பார்த்தான்.

“எனக்கு மொத்த வயிறும் எரிகின்றது...

ஏய், ஆலி வெந்நீர் குடித்தாயா...

சற்று சூடான நீரினை ஊதிக்குடி சரியாகிவிடும்...”

என்றாள் அவள். தன் தாய் கோபத்தில் இருப்பதை அறிந்தாள் ஆலி. மறுவார்த்தை பேசாமல் தலையை அசைத்தாள். அடுத்து ஏதேனும் பேசினால் அவளின் வசவுகள் நீளும் என்று அவளுக்கு நன்கு தெரியும்.

கையில் எரிந்துகொண்டிருந்த புண்ணிற்கு எண்ணை தேய்க்க வேண்டுமென்று 0கிரிஜி எண்ணினாள். ஆனால், அவ்வலியைப் பொறுத்துக் கொண்டு ஐசனின் வீட்டினை நோக்கி விரைந்தாள்.

“ஏய், ஆலி நம் கதை முடிந்தது...

கடைசியாக வந்தவளைப் பிரித்துவிட்டால் உன் அத்தை இயலாமையினால் தளர்ந்து விடுவாள்.. உன் மாமன் சொன்ன வாக்கினைக் காப்பாற்றாமல் போய்விடுவாள்.. சொத்துக்கள் அனைத்தும் நமக்கு வந்து சேர்ந்துவிடும் என்ற நம் ஆசை நிறைவேறப் போவதில்லை...

அந்த மாதி இருக்கிறாளே.. முள்ளைவிடக் கொடியவள்... கல்லைவிட அழுத்தக்காரி..

அவளை நம்மால் எதுவும் செய்ய இயலாது...

இப்படியே இருந்துகொண்டு, அவள் கொடுப்பதை உண்டுவிட்டுச் சாகவேண்டியதுதான்..

அய்யோ! அவள் உன் அத்தையைவிட பலமடங்கு காரியக்காரியாக இருக்கிறாள்... அழுத்தக்காரியாக இருக்கிறாள்...

இதோபார், என் கரத்தினை இந்நிலைக்கு ஆளாக்கிவிட்டாள்..

ஏய்! ஐசா என் நெஞ்சம் எரிகின்றது... இப்போதே சென்று அம்மூவரின் தலையினையும் வெட்டிவீசு...

ஜோனிக்குச் சென்றிருந்தேன்.. நான் திரும்பக்கூடாது என்று வழியில் கல்லினையும், முள்ளினையும் போட்டாள்... ஆற்றில் நீரெடுக்கக் கூடாதென்று ஜோனியில் காரி உமிழ்கிறாள்.. அன்று பார்த்தாயல்லவா அந்த எருமை எப்படி கல்லாக நின்றதென... அதைவிட இவள் பேரழுத்தக்காரி.

இப்படிப்பட்டவளின் வீட்டு எருமைமட்டும் வேறு எப்படியிருக்கும்...

அந்த எருமையைவிட இவள் முரட்டுக்காரி.. சதிகாரி..

அய்யோ! உன் சிற்றன்னைக்கு வந்த நிலையினைப் பார்த்தாயா?

இனி நான் உயிர்வாழ மாட்டேன்...

உங்களுக்கான சொத்துக்களையெல்லாம் பெற்றுத்தந்து, உங்களின் மகிழ்ச்சி நிறைந்த வாழ்வினைக் கண்குளிர பார்த்த பிறகே என் கண்களை மூடவேண்டும் என்று நினைத்தேனே???"

என்று கதறி அழுதாள். தன் கரங்களினால் தன் தலையை அடித்துக் கொண்டாள்.

"இருங்கள் சித்தி... இப்போதே சென்று கேட்கிறேன்...

அவளை என்ன செய்கிறேன்பார்..."

என்று வெகுண்டு கிளம்பினான் ஐசன்.

0கிரிஜியின் வஞ்சக எண்ணம் அதன் வேலையைச் செவ்வனே செய்தது. சூதில் திரித்த திரிபின் வார்த்தைகளை அந்த இடம் முழுதும் 0பெள்ளெ முள்ளிச் செடிகளை விடவும் அதிகமாகப் பரப்பியிருந்தாள் 0கிரிஜி. உண்மைநிலை எதுவென அறியாது வெகுண்டெழுந்த மொட்டெயும் அஜ்ஜனையும், 0தோணனையும் அழைத்து வந்திருந்தாள்.

இவர்கள் சென்று அவ்வீட்டில் நியாயம் கேட்டால், ஹாலனால் உண்மைகள் எல்லாம் தெரிய நேர்ந்துவிடுமோ என்றும் அஞ்சினாள் 0கிரிஜி. அன்று மல்லெயைத் தூண்டி அஜ்ஜனை அங்கிருந்து பிரிக்கையில், தான் மேற்கொண்ட

சாதுர்யத்தினை எண்ணிப்பார்த்தாள். நில வேலை முடிந்து குப்பி 0குதிலியுடன் வருகின்ற நேரத்தினை எதிர்பார்த்திருந்து, வேண்டுமென்றே குப்பி தன்னைக் 0குதிலியால் அடித்துவிட்டாள் என்று நிலத்தில் உருண்டு, பிரண்டு அழுது நிறைவேற்றிய நாடகத்தினை அசைபோட்டு பார்த்தாளவள். இம்முறையும் அப்படியொரு சரியான திட்டத்தினைத் தீட்டவேண்டுமென்பதில் கவனமுடன் இருந்தாள். சதிக்கு மதி இல்லை என்பார்கள். ஆனால், 0கிரிஜியின் செயலில் அது மாறுபட்டிருந்தது. அவளின் சதியில் மதியே மிஞ்சியிருந்தது. மதியின் சதியிடம் மேலதிக கவனம் வேண்டுமல்லவோ.

அஜ்ஜனைப் பிரிக்க 0கிரிஜி உருவாக்கியிருந்த சூதில்கூட ஹள்ளஜோனியே முன்னிலை வகித்தது. சூலுற்று ஆறுமாதம் நிறைந்திருந்த மல்லெ ஹள்ள ஜோனிக்கு நீர்கொணர வர,

"ஏய் மல்லெ! உன் அத்தைக்கு மனசாட்சியே இல்லையா!..

இந்த நிலையிலும் உன்னை நீரெடுக்க அனுப்பி யிருக்கின்றாளே. கல்நெஞ்சக்காரி" என்று சீண்டினாள் 0கிரிஜி.,

"இல்லை அத்தை... நானாகத்தான் வந்தேன்... அவர்கள் அனுப்பவில்லை.."

என்று மல்லெ சொல்ல, "என்னதான் இருந்தாலும் அவள் உன்னை அனுப்பியிருக்கக்கூடாது" என்று அவள் விதையிட்ட சூது அவ்வூரின் 0பலெ சடங்கில் நிறைவேறியது.

அவ்வூரின் மரபார்ந்த வேட்டை நிகழ்வான 0பலெ சடங்கில் ஊரிலுள்ள ஆண்கள் வேட்டைக்குச் செல்வது வழக்கம். இவர்களின் ஆதிவாழ்வின் பிரதிபலிப்பாக இத்தொல்சடங்கு நிகழும். இதில் ஊரின் 0தொ0ட்0ட மனெயில் உள்ள தம் மூதாதையரின் ஈட்டியை ஏந்திக்கொண்டு முன்னிலை வகிக்கும் பொறுப்பு போசனின் குடும்பத்திற்குரியதாக இருந்தது.

ஈட்டியை ஏந்திக்கொண்டு போசன் வேட்டைக்குச் செல்கின்ற கம்பீரம் அந்த ஊரையே கொள்ளை கொண்டிக்கும். காரி தன் தோளில் வலையைச் சுமந்துகொண்டு பின்வர, ஊர் 0கவுடருடன் போசன் ஈட்டியுடன் செல்கின்ற அந்த நாளிற்காக அவ்வூரே காத்திருக்கும். அன்றிரவு சோர்ட்டினைத் தாண்டியுள்ள நெலெகாடு அடர்வனத்திற்குச் சென்று வலை

வைத்தும், வேட்டையாடியும் கொண்டுவந்த மான், முயல், காட்டாடு போன்ற விலங்குகளைத் தமது முன்னோர்களுக்குப் பலியிட்டு, அன்று 0பலெஹாடா திடலில் ஊர்முழுமைக்கும் உண்டாட்டு நிகழும்.

போசனின் காலத்தில் அவனோடு வேட்டைக்குச்சென்ற அனைவரும் தோளில் சுமக்க முடியாதபடி இரைகளைக் கொண்டுவருவார்கள். இந்த வேட்டைக்கு நுணுக்கமும் புத்தி சாதுர்யமும் அடிப்படை. தப்பியோடும் விலங்குகளை நெடிப்பொழுதில் கணித்து ஈட்டியெறிந்து கொள்ள வேண்டும். மேலும், இந்நிகழ்விற்குரிய தலைமைக் குறியீடான அந்தப் பெரிய ஈட்டியை ஏந்திய நபரே இந்நிகழ்விற்கான முதன்மையானவராவார். அவ்வகையில் போசனே அவர்களை முன்னடத்தி அழைத்துச் செல்வான். அந்த அடர்வனத்தில் கொடும் விலங்குகளைச் சந்திக்க நேர்ந்தாலும் அவனே முதலில் எதிர்கொள்ள வேண்டும். ஏறக்குறைய அக்குழுவின் தலைவனாகவே போசனும் அந்தக் கூர் ஈட்டியைக் கைகொண்டு சிறப்புடன் திகழ்ந்து வந்தான். குலமரபார்ந்த ஒழுக்கமும், நேர்மையும், வீரமும், தலைமைத்துவமும் வேட்டைத் தலைவனுக்கான அடிப்படைகளாகும். இவையனைத்தும் போசனை ஒருங்கே அணைத்திருந்தன.

மூதாதையரின் ஆசியும், குலதெய்வத்தின் அருளுமே இவ்வேட்டைக்கு அடிப்படை. இந்த வேட்டைக்கான முதல் செயல்பாடாக தம் மூதாதையர்களிடமும், தம் குலதெய்வத்திடமும் அருள்வாக்கு கேட்கவேண்டும். இதிலும் இவ்வேட்டைக்கான தலைமகனே முன்னிலை வகித்து சுத்தக்கல்லின் திடலில் நிற்க வேண்டும்.

அதற்குரிய குடும்பத்தில் பிறந்திருந்து, ஊர் 0கவுடராலும், ஊராராலும் எற்றுக்கொண்டவனாக இருக்கும் வேட்டைத் தலைமகனிடம், அருளாடி, குலதெய்வத்தின் ஒப்புதலை அறிந்து, அந்தச் சுத்தக்கல் திடலில் வீற்றிருக்கும் கன்னேரி மரத்தின் இளஞ்சிவப்புக் கொழுந்துகளைப் பறித்துக் கொடுப்பார். உடனே, குலதெய்வம் காற்றின் மூலமாக அந்நேரி மரத்தினை அசைவித்து இச்சடங்கிற்கான தன் ஒப்புதலளிக்கும். அதன்பிறகே 0தொ0ட்0டமனெயின் ஆ0கோட்டில் வைத்திருக்கும் 0முத்திர

அணியை அணிந்து வேட்டைக்குச் செல்லவேண்டும். ஒருவேளை வேட்டைத் தலைமகன் அதற்குரிய தகுதியில்லாத, மரபார்ந்த வாழ்வியல் ஒழுக்கம் மீறியவனாக இருந்தால் குலதெய்வம் ஒப்புதல் அளிக்காது. அப்போது மற்றொருவரை தேர்வுசெய்தாக வேண்டும். குலதெய்வத்தின் ஒப்புதல் கிடைக்கும்வரை வேட்டைக்குச் செல்லவியலாது. போசனிருந்த காலம்வரை போசன் சுத்தக்கல்லு திடலில் ஏறிய மறுகணமே குலதெய்வம் ஒப்புதல் அளித்துவிடும். நீண்டநேரம் அந்நேரிமரம் காற்றில் அசைந்தாடி தம் குலதெய்வத்தின் நிறைவினை அறிவுறுத்தி நிற்கும். போசனின் முன்னோர், அதைத்தொடர்ந்து அவனின் தந்தை என்று அவர்களின் குடும்பத்தின் வரிசையில் போசனுக்கு இந்தத் தகுதியைக் குலதெய்வம் அளித்திருந்தது.

வேட்டைத் தலைமகனுக்குரிய குடும்பத்திலிருக்கும் ஆண்களுள் இதற்குரிய தகுதியான நபரினை நெருப்புக் கடைவதை அடிப்படையாகக் கொண்டு தேர்வுசெய்வதே இதற்குரிய முதல் தேர்வுமுறையாகும். தவட்டெ மரத்தின் குச்சி மற்றும் நேரிக்கட்டையினைக் கொண்டு நெருப்பைக் கடைந்தெடுக்கும் நேர்த்தியே இத்தகுதிக்குரியவனை ஒளிர்விக்கின்றது. இது போட்டியாக இன்றி, இயல்பிலேயே அவர்களிடம் குடி கொண்டிருக்கும் இத்திறனை உற்றறிந்து காண்பதையே அடிப்படையாகக் கொண்டது. அவ்வகையில் இத்திறன் மிகுந்தவனைத் தம் குலதெய்வத்தின் சாட்சியாக அவர்களின் தாய் முன்மொழிவதே நடைமுறையாகும். இதில் நடுநிலைமை தவறாமை மிகவும் அவசியம். தேர்வுநிலையில் பிறழ்வுநேரின் குலதெய்வம் அதை அனுமதியாது. மேலும், அந்தக் குடும்பத்திற்கும், ஊரிற்கும் பெரும் துன்பம் நேரும் என்பது நம்பிக்கை. போசனைத்தான் தன் தாய் முன்மொழிவார்; முன்மொழிய வேண்டுமென்பது போசனோடு பிறந்தவர்களின் விருப்பமாக இருந்தது. எல்லா செயல்களைப்போலவே நெருப்புக் கடைவதிலும் போசனுக்கிருந்த நேர்த்தி அக்குடும்பத்தில் அனைவருக்கும் பரிச்சயமான ஒன்றாகும். இதுநாள்வரையிலும் போசனின் மரபில் இத்தேர்வில் பிறழ்வே நேர்ந்ததில்லை. போசனுக்குப்பிறகு அவ்வில்லத்து ஆண்வாரிசுகள் சிறுவர்களாக இருந்ததால், அவர்களுக்கு உரிய பருவம் வரும்வரையென்று இத்தேர்வினை ஒத்தி வைத்திருந்தனர். அதுநாள்வரை

போசனின் மூத்தமகன் என்ற முறையில் அஜ்ஜனை ஊர்சேர்ந்து இச்சடங்கிற்கு அழைத்துச் சென்றது.

போசனின் மகன்கள் நால்வரும் தக்க பருவத்தை ஏய்தியதும் வேட்டைத் தலைமகனை தேர்வுசெய்யும் பெரும், பொறுப்பு குப்பிக்கு வந்திருந்தது. அவ்வாண்டு அப்படித்தான் இந்தத் தேர்விற்கான நேரம் வந்தது. இவ்வாண்டு நிச்சயம் தன் மக்களுள் தகுதியுடையவனைத் தேர்வுசெய்து குப்பி ஊரிற்கு அறிவிக்க வேண்டும்.

வேட்டைமகனை அழைத்துச்செல்ல ஊர்க்0கவுடருடன் ஊர்மக்கள் சிலரும் போசனின் இல்லத்திற்கு வந்திருந்தனர். வீட்டின் ஆ0கோட்டு மற்றும் மதில் விளக்குகள் நேர்த்தியாக எரிந்துகொண்டிருந்தன. தூபமிடுவதற்கான நெருப்புக்கட்டிகளும் கனன்று கொண்டிருந்தன. போசனின் மகன்கள் நால்வரும் 0கவுடரை வணங்கி அவரின் முன் வரிசையாக நின்றனர். அனைவரின் கண்களிலும் ஒருவிதமான எதிர்பார்ப்பு மிக்கிருந்தது. கீழ்ஹள்ளா வெள்ளத்திலிருந்து, இறுதியாக தன் மண்0டெரெப் பட்டினைக்கட்டி காப்பாற்றிய எருமைக்கன்றிலிருந்து விடுத்தெடுத்த போசனின் மண்0டெரெத் துணியை எடுத்தாள் குப்பி. போசனின் நினைவாக, அவனின் வீரத்தின் சான்றாக விளங்கிநிற்கும் அத்துணியைத் தம் மூதாதையர்களையும், குலதெய்வத்தையும், முன்னோர்களையும், போசனையும் வணங்கி, அதை ஹாலனை நோக்கி நீட்டினாள். மதிலின் விளக்கும் குப்பியும் நடுநிலையுடன் பொலிந்து கொண்டிருந்தனர்.

ஹாலன் திகைத்து நின்றான். குலத்தின் தேர்வு, அன்னையின் ஆணை, ஊர்கட்டளை மிளிர அந்த மண்0டரெயைத் தொட்டு வணங்கினான். தன் அன்னையிடமிருந்து அந்தப் பெரும் பொறுப்பினைப் பெற்றுக்கொண்டான். “சரிதான்.. சரிதான்...” என்று பெருமகிழ்வெய்திய மல்லனும் ஹாலனின் கரத்தில் இருந்த போசனின் மண்0டரெயைத் தொட்டு வணங்கினார்.

தூபத்திற்கான நெருப்பு வேட்டைத் தலைமகனை எதிர்பார்த்திருந்தது. அன்றுமுதல் அவ்வீட்டிலும், 0தொ0ட்0டமனெயிலும், சடங்குகளிலும் வேட்டைத் தலைமகனே முதன்மையாக தூபமிட தகுதியானவன். எல்லா

ஊர் நிகழ்வுகளிலும் முதலில் ஊர்0கவுடரும், தொடர்ந்து குலதெய்வப் பூசாரிகளும், அதற்குப்பிறகு வேட்டைத் தலைமகனும் தூபமிடுவார்கள். மல்லன் தூபக் கூடையில் வைக்கப்பட்டிருந்த தூபத்தினை தன் வலதுகரத்தினால் எடுத்து, அதில் சிறிதளவினைத் தம் குலதெய்வத்தையும் முன்னோர்களையும் வணங்கி ஹாலனிடம் கொடுத்தான். தம் குலதெய்வத்தின் குறியீடான அந்தத் தூபத்தினை மண்டியிட்டு வணங்கிப் பெற்றுக்கொண்டான் அவன். கனன்று எரிந்த நெருப்பில் தம் முன்னோர்களை நினைத்து மல்லன் முதலில் தூபமிட, அவரைத் தொடர்ந்து ஹாலனும் இட, தூபத்தின் நறுமணம் அவ்வறை முழுக்க நிறைந்திருந்தது. அடர்ந்து படர்ந்த தூபத்தின் வெண்புகையிலிருந்து, 0கவுடர் கட்டிவிட்ட போசனின் மண்0டரெயோடு, மல்லனைத் தொடர்ந்து ஹாலன் வெளியே வந்தான். வெளியில் வேட்டைத் தலைமகனை எதிர்பார்த்து நின்றிருந்த ஊர்பெரியவர்கள் பெரு மகிழ்ச்சியுடன் "ஹாவ்.. ஹாவ்.." எனும் மங்கல ஒலியெழுப்ப ஊரே ஆராவரித்தது.

போசனின் நடைமுறை அக்குடும்பத்திற்குத் திரும்பியிருந்தது. 0கவுடர் உட்பட பலரும் எண்ணியபடி ஹாலனே தேர்வாகியிருந்தான். நீண்டநாட்களுக்குப்பிறகு நிறைவான அருள்வாக்கோடும், குலதெய்வத்தின் ஒப்புதலோடும் ஹாலன் வேட்டைத் தலைமகனாக அந்த ஈட்டியை ஏந்திச் சென்றான். உடல்வாகிலும் குணத்திலும் பெரும்பாலும் போசனை ஒத்திருந்த ஹாலன் அந்த ஈட்டியோடு வேட்டைக்குச் செல்லும் காட்சியோ போசனை ஒத்திருந்தது. அதே நிலையில் அவனது வேட்டைச் செயல்பாடும், அவனின் குழுவினர் கொண்டுவந்த வேட்டை விலங்குகளும் போசனின் நடத்தையிலிருந்து சிறிதும் விலகவில்லை. போசனுக்குப்பிறகு அவ்வாண்டுதான் இச்சடங்கில் நிறைவான மரபுநிலை திரும்பியிருந்தது எனலாம். ஊர்முழுதும் வயிறார உண்டு எஞ்சுமளவிற்கு வேட்டையும் கைகூடியிருந்தது.

அதுவரையில் அந்தக் குடும்பத்து மருமகள்களிடம் லாவகமாக 0கிரிஜி தூவியிருந்த சூழ்ச்சியின் தூபமெல்லாம் அன்று ஒன்றுசேர்ந்து அடர்புகையாய்ச் சூழ்ந்தது. தங்களை விடுத்து தம் தமையனைத் தேர்வு செய்வதா? என்ற தலைமகன்களின் கோபமும் கனலாய்க் கனன்றது. நாள்தோறும்

நிலைக்க வேண்டுமென்று அவ்வீட்டில் வேட்டைத் தலைமகன் இட்ட தூபத்தின் நிறைவு துளியும் மிஞ்சாதளவிற்கு அவ்வீடு சூழ்ச்சியால் அற்றுப்போயிருந்தது. அன்றுமுதல் ஹாலனின் அண்ணன்மார்களுக்கு வீடமைக்க உதவிய 0கிரிஜியின் தூபம்தான் அவர்களின் இல்லங்களில் மணந்தது. தான் எண்ணியதை அடைந்த மகிழ்வில் தொடர்ந்து இவர்களை வைத்து அவர்களுக்குரிய சொத்தினைப் பிரித்துக்கேட்டு வழக்கு தொடுத்தாள். ஆனால், அம்முறையும் போசனின் வாக்கு நிலைத்திருக்கும்வரை இதே நடைமுறை தொடர்வதுதான் நியாயமென்றது ஊரின் தீர்ப்பு. இது மீண்டும் 0கிரிஜிக்கு பெரும் வருத்தத்தோடு வஞ்சத்தையும் கூட்டியது. போசனின் வாக்கு குலையாமல் தன் நோக்கத்தை அடைவது கடினம் என்பதை மீண்டும் நன்குணர்ந்தாள் 0கிரிஜி. எப்படியாவது அதைச் செய்தாகவேண்டுமென தன் சதி மதியால் விதி வகுக்கத் தொடங்கினாள்.

குப்பியின் பலத்தின் ஆணிவேர் ஹாலன். நேர்மையின் உருவமான அவனை மாற்றுவது கனவிலும் முடியாத காரியம். அவனின் அண்ணன்களைப்போல மனைவிகளின் மூலமும் அவனை அசைக்கவியலாது. ஆனால் அவன் ஒழிந்தாலன்றி தன் ஆசை நிறைவேற போவதில்லை என்றுணர்ந்தவள் அவனை ஒழிப்பதற்கான சூதினை வேறுவிதமாக அணுக முயன்றாள். ஹாலனுக்கு பொறுப்பற்ற பெண்ணொருத்தி துணைவியாக வரவேண்டும் என்பதே அவளின் சூதின் முதல் முயற்சி. ஆனால், அது நிராசையானது. அவள் உட்பட அனைவரின் கண்களும் உறுத்தும்படியாக மாதி வந்திருந்தது அவளை மென்மேலும் உறுத்தியது.

0கிரிஜியின் வீடு உட்பட, தன் மூத்த மகன்களின் மனைகள் அனைத்திற்கும் குப்பி ஹாலனுடன் சென்று, ஹாலனின் திருமணத்திற்கு அழைத்திருந்தாள். அவர்கள் மதிக்காத நிலையிலும் அதைப்பற்றி கவலைக் கொள்ளாமல் போசனின் நிலையில் நின்று தன் கடமையினைச் சரியாகச் செய்திருந்தாள் குப்பி.

கூடப்பிறந்துவிட்டானே எப்படித் தவிர்ப்பது. வீட்டிற்குவந்து அழைத்துவிட்டான்வேறு. கடமைக்காவது செல்ல வேண்டும்

என்று ஹாலனின் அண்ணன்மார்கள் முடிவுசெய்தபோதும், அவர்கள் மீண்டும் ஒன்றிணைந்து விடுவார்களோ என்று எண்ணி வெகுண்டாள் 0கிரிஜி. ஆனால், தன் திட்டம் நிறைவேறும்வரை தன்னை நல்லவளாகவே தக்கவைத்துக் கொள்வதற்காக அவளும் அதற்கு மனமின்றி சம்மதித்தாள். ஒருவகையில் ஹாலனை அவர்களின் பக்கம் இழுப்பதற்கான 0கிரிஜியின் திட்டமாகக்கூட அது இருந்தது. இன்றுவரையிலும் தன் மாமனாரின் வாக்கினை விட்டுத்தராமல் வாழ்ந்துவரும் தன் அத்தையின் மீது மூத்த மருமகள்களுக்குப் பெரும் மரியாதை இருந்தது. எனினும் முரண்பட்ட மனது அதை அவர்களின் மனதிற்குள் ஆழப்புதைத்திருந்தது.

வீட்டின் முற்றத்திற்கு வந்தாள் குப்பி. தன் உள்ளங்கையில் இடுக்கியிருந்த கடுகு, மற்றும் சாமையுடன், முற்றத்தைக் கூட்டுவதற்கான கடுகுமாரின் அடிமுனையினையும் சிறிதளவு பிச்சியெடுத்து தன் உள்ளங்கையில் அவற்றுடன் இடுக்கிக் கொண்டாள். ஹாலனையும் மாதியையும் அடுக்களையின் கீழ்ப்புறமாக அமரவைத்தாள். தன் வலது கையினால் முதலில் அவ்விருவரின் தலையினையும், அடுத்து முட்டியினையும், நிறைவாக தரையினையும் தொட்டு, வலது புறத்திலிருந்து இடதுபுறமாக,

"ஊருகண்ணு... காடு கண்ணு.. நாடு கண்ணு... முண்டே கண்ணு.. கொல்லி கண்ணு.. லொல்லெ கண்ணு... வெளியூராரின் கண்ணு... காட்டில் நாட்டில் இருப்பவர்களின் கண்ணு.. கடுகு வெடிப்பதைப்போல வெடிக்கட்டும்... தாய்தந்தையின் கண்ணு இடது பின்னங்காலில் சென்று தீரட்டும்... பாட்டி தாத்தனின் கண்ணோ... வலது பின்னங்காலில் சென்று முடியட்டும்.."

என்று ஓதியபடி மூன்றுமுறை சுற்றினாள். அதை அடுப்பில் கொழுந்துவிட்டெரியும் 0பிக்கெ மரத்தின் நெருப்பில் இட்டாள். அவள் அஞ்சியதற்கு மாறாக நெருப்பிலிட்ட கடுகு நன்கு வெடித்துச் சிதறியது. கண்ணேறு கழிந்துவிட்டது என புன்னகை ததும்ப கூறி மகிழ்ந்தவள் அடுப்பில் படிந்திருந்த கரியினையெடுத்து அவ்விருவருக்கும் திலகமிட்டாள்.

கெப்பியின் வீட்டில் ஏதே சிறு ஆராவராம் எழுந்து கொண்டிருந்தது. அது ஒரு சிறுகூட்டத்தினர் கோபம்கொண்டு

பேசும் சப்தமாக குப்பிக்குத் தோன்றியது. பொதுவாகவே குப்பி பிற மனைகளில் நடைபெறுவதைக் கூர்வதையும், ஓர்வதையும் விரும்புவதில்லை. இரவு உணவுவேளை. மாதி தான் செய்த கூன்குழம்பினையும், இராகிக்களியினையும் ஹாலனுக்கும் குப்பிக்கும் பரிமாறினாள்.

“பெரியம்மா எல்லாவற்றிருக்கும் ஒரு எல்லை உண்டு...

இன்றைக்கு என்ன நடந்தது தெரியுமா?..”

என்று கெப்பியிடம் ஹாலனின் அண்ணன்மார்களும், அண்ணிமார்களும் 0கிரிஜிக்கு மாதியால் நிகழ்ந்ததைக்கூறி முறையிட்டனர்.

“நேற்று வந்தவளுக்கு எவ்வளவு அழுத்தம்...

போனால் போகட்டுமென்று நாங்கள் பொறுத்துப்போனால்... இது எல்லை மீறுகின்றது..

இவ்வளவு நடந்தப்பிறகு இம்முறை நாங்கள் விடுவதாயில்லை...

இரண்டில் ஒன்று தெரிந்தாக வேண்டும்.

நாளை அந்தப் பெண் இந்த ஊரிலேயே இருக்கக்கூடாது...

நீங்கள் சென்று அன்னையிடம் சொல்லி இப்போதே அவளைத் துரத்துங்கள்...”

என்று 0கிரிஜி நெருப்பில் எரிந்த கடுகு கெப்பியிடம் வெடித்துச் சிதறிக் கொண்டிருந்தது. கெப்பியின் கையிலோ மாதி செய்திருந்த கூன்குழம்பு மணந்தது. சிறப்புணவுகள் செய்யும்போதெல்லாம் குப்பி மற்றும் கெப்பியின் வீட்டார் பரிமாறிக்கொள்வது வழக்கம். முடிந்தளவிற்கு அக்கம் பக்கத்தில் இருப்பவர்களுக்கெல்லாம் இருப்பிற்கேற்ப பரிமாறிக் கொண்டு மகிழ்வதே சிறப்புணவிற்கான தன்மையாக அவர்கள் கொண்டிருந்தவொன்றாகும். சற்று நேரத்திற்குமுன்பு மாதி தான் செய்திருந்த கூன்குழம்பினை அளிக்க அங்கு வந்திருந்தாள். நேற்று சோர்ட்டிற்கு விறகு எடுக்கச் சென்றிருந்தபோது கெப்பியின் பாதத்திலேறிய கொடிய ஜக்கலமுள்ளினால் பெரும்துயரத்திலிருந்த அவளின் நிலையினை அறிந்தவள் அதற்குரிய மருத்துவத்தையும் பார்த்துச் சென்றிருந்தாள்.

வலியினால் லேசான காய்ச்சல் கண்டுபோன கெப்பி யிடம் அது குறித்து விசாரித்த மாதி, இதோ வந்துவிடுகிறேன் என்று தம் இல்லம்நோக்கி விரைந்தவள் சூடான இராகிக் களியினையும், வேருடன் பறித்த சிறு செடியினையும் கொண்டு வந்திருந்தாள். முள் குத்திய இடத்தினைக் காட்டச்சொல்லியவள் அந்த இடத்தில் சூடான இரகிக்களியால் பற்றிட்டாள்.

அச்சுடுகளியின் வெம்மை தணிந்ததும் அதை அகற்றியெடுத்தாள். அந்த இடம் இராகிக் களியின் வெப்பத்தால் சற்று பழுத்திருந்தது. மீண்டும் தன் மனைநோக்கி விரைந்தவள் போசனின் அரெல்லினையும், இடிக்கல்லினையும் எடுத்துவந்து தான் பறித்துவந்த 0பசிக்கெ 0கிடு இலையினை அவ் அரெகல்லில் இட்டு சிறிதளவு நீர்விட்டுக் களிம்பாக்கினாள். அதை முள் குற்றிய இடத்தில் பற்றிட்டாள். சற்று நேரம் அக்காலினை அசைக்காமல் வைத்திருக்கச் சொல்லிவிட்டு சென்றவள் சிறிது நேரம் கழித்து மீண்டும் வந்திருந்தாள். அவள் இட்ட பற்றினை நீக்கினாள். உள்ளே முறிந்திருந்த அக்கொடிய ஜக்கலமுள் அம்மூலிகைப் பற்றுடன் வெளியேறிருந்தது. உச்சந்தலைவரை ஏறிய வலியும் கெப்பிக்குக் குறைந்திருந்தது. அவள் வரும்போது கையோடு கொண்டுவந்திருந்த சூடான சாமைக்களியினையும், ஈர வெங்காயத்தை இடித்து துணியில் முடிந்து செய்திருந்த ஜேட்டெ மருந்தினையும் கெப்பிக்கு அளித்தவள்,

“அத்தை இந்தச் சாமைக்களியை ம0த்து 0பித்து விதையையிட்டு கிண்டியுள்ளேன். அதன் சூடு ஆறுவதற்குள்ளாக உண்டுவிடுங்கள். இது காய்ச்சலுக்கும், வலிக்கும் உகந்தது. அதோடு மறக்காமல் இந்த ஜேட்டெ மருந்தினை அடிக்கடி முகர்ந்து கொள்ளுங்கள். காய்ச்சல் குறைவதோடு மீண்டும் மறுகாய்ச்சல் வராமல் காக்கும்...”

என்று ஒரு நிமிடம்கூட நிற்காமல் விரைந்துபோன மாதியை எண்ணிப்பார்த்தாள் கெப்பி. தன் பாதத்தினை அவளின் மடியில் ஏந்தி பக்குவமாய்ப் பற்றிட்ட மாதியின் அன்புப்பிடியின் பிடிமானம் கெப்பியின் காலிலும், மனதில் இன்னும் நீண்டிருந்தது.

“இல்லை.... இல்லை... நிச்சயம் இருக்காது...

அவள் மிகவும் நல்லவள்... அவளை நான் நன்கு அறிவேன்...

அவள் அவ்வாறு செய்திருக்க வாய்ப்பில்லையே...

சரி.. எனினும் உங்களின் முறையீட்டின் பெயரில் அவளிடம் சென்று விசாரிக்கிறேன்.."

என்று கெப்பி சொல்ல, சற்றுமுன்வரை கெப்பியைப் பீடித்திருந்த ஜக்கலமுள் குற்றிய கெடும்வலி இப்போது அவர்களைத் தொற்றியிருந்தது.

"ஓ... அப்படியா?...

பெரியம்மா! எங்களின் மீது உங்களுக்கிருக்கும் நம்பிக்கை இவ்வளவு தானா?

நேற்று வந்தவள் உனக்கு நல்லவளாகிவிட்டாள் இல்லையா?

உங்களைத்தேடி வந்தோம் பாருங்கள்... எங்களை எதைக்கொண்டு அடிப்பதோ தெரியவில்லை...

உங்கள் உதவியும், அக்கறையும் எங்களுக்குத் தேவையில்லை...

என்ன செய்வதென்று எங்களுக்குத் தெரியும் ...

நீங்கள் கவலைகொள்ள வேண்டாம்... நாங்கள் பார்த்துக் கொள்கிறோம்..."

என்றவர்கள், கெப்பியளித்த மோரினை முழுவதும் குடிக்காமல் மீதம் வைத்துவிட்டு உடனே அனைவரும் வெளியேறினர். "மகன்களே.. அவசரப்படாதீர்கள்... சற்று பொறுமை கொள்ளுங்கள்.." என்று கெப்பி கூறிக்கொண்டே அவர்களைப் பின்தொடர்ந்தாள். அவர்கள் மிச்சம் வைத்த மோரில் மாதி அலைந்து கொண்டிருந்தாள்.

கணப்பொழுதும் தாமதியாமல் குப்பியின் மனையை அடைந்தாள் கெப்பி. தன் மனையில் நடந்ததைக் கூறினாள். மாதியிடம் நடந்ததை விசாரித்தாள். நிகழ்ந்ததன் தொடக்கத்தினை மாதியும், தொடர்ந்ததை ஹாலனும் கூறினர்.

ஹாலன் வருவதற்கு முன்னர் அங்கு நடந்ததை எண்ணி அனைவரின் மனதும் பதைத்தது. வருத்தம்மிக மாதியை நோக்கினான் ஹாலன். அந்தப் 0பெள்ளெ முள்ளி புதரிற்குள் மறைந்திருந்தது 0கிரிஜிதான் என்பது மாதிக்கும், ஹாலனுக்கும்

தெளிவானது. 0கிரிஜியின் சலசலப்பிற்கு அஞ்சாமல் எதிர்கொண்ட மாதியை எண்ணி வியந்தாலும் அந்த நொடிகளை எண்ணி அவர்களின் மனம் உலுங்கியது. ஒருவேளை அவள் எறிந்த கற்கள் மாதியின்மீது பட்டிருந்தால்... என்ற எண்ணங்கள் அவர்களின் மனதைப் பிசைந்து கொண்டிருந்தன.

ஏதோ நிகழ்கின்றது என்பதை உள்ளுணர்ந்தும், அதுகுறித்து கவனம் செலுத்தாமலிருந்த ஹாலனை அவனது உள்ளுணர்வே கேள்வி கேட்டது. எல்லாம் தெரிந்திருந்தும் பக்குவமாய்க் கையாண்ட மாதியை எண்ணிய ஹாலனின் வியப்பு ஒருபுறமிருந்தாலும் அவள் இது குறித்து தன்னிடம் முறையிடாமையை எண்ணி சிறிது வருந்தவும் செய்தான். எத்துன்பம் வரினும் அதைப் பதறாது எதிர்கொள்ளும் மாதி ஒரு சிறந்த ஆசானாக பொலிந்து கொண்டிருந்தாள். "நமது அழுக்குதானே நாம்தானே கழுவ வேண்டும்" என்று மாதி சொன்ன வார்த்தையின் பொருளும் இப்பொழுதுதான் அவனுக்கு நன்கு புரிந்தது.

"குப்பி, இது சிறிதும் நல்லதற்கல்ல..

இதே ஒரு தைரியமில்லாத பெண்ணாக இருந்திருந்தால் என்ன நடந்திருக்கும்?

ஐயோ... நினைத்தாலே உள்ளம் பதறுகின்றது...

இதை இப்படியே விட்டுவிடலாகாது..

இதோ நான் சென்று கேட்கிறேன்..

இவளெல்லாம் என்ன பெண்மணி...

செய்வதையும் செய்துவிட்டு அவர்களிடம் இதை வேறுவிதமாகச் சொல்லியிருக்கிறளே..

கேடு கெட்டவள்..."

என்று கெப்பி கொந்தளித்தாள். குப்பி ஹாலனை வருத்தத்தோடு பார்த்தாள். மாதியைக் கருணையும், பெருமையும் மிளிர நோக்கியவள்,

"ஒருவார்த்தை சொல்லியிருக்கலாம் இல்லையா..

ஹாலனுக்காவது சொல்லியிருக்கலாமே...

கல் எறிந்ததில் உனக்கு எதாவது நேர்ந்துவிட்டதா? சொல்..

எங்கே, உன் கைகளைக் காட்டு.. கால்களைக் காட்டு..”

என்று பதறினாள் குப்பி.

“இல்லை அத்தை எனக்கு எதுவும் நேரவில்லை..

இச்செயல் நம் குடும்பத்தினருடையதுதான் என்று எனக்கு நன்கு தெரியும்... அதனால்தான்..”

என்றாள் மாதி. கெப்பி மேலும் வெகுண்டாள்.

“குப்பி, இனியும் இது சரியில்லை..

நம்மால் அவர்களுக்கு எவ்விதமான இடரும் வராது என்ற போசனின் வாக்கு இருப்பது சரிதான் ... ஆனாலும் அவள் செய்தது அதர்மம்..

நான்போய் அவளைக் கேட்கிறேன்...”

என்று கெப்பி, வெளியேறினாள். மாதியோ, “வேண்டாம் அத்தை... விட்டுவிடலாம்...” என்று கெப்பியைப் பரிந்தாள். அதைச் சற்றும் கேளாமல் கெப்பி வெளியேற கதவினைத் திறப்பதற்கும், 0கவுடர் மல்லன் கதவினைத் திறந்து உள்ளே வருவதற்கும் சரியாக இருந்தது. “வாருங்கள் அண்ணா..” என்று கெப்பியும், குப்பியும்அவரை வரவேற்றனர்.

“என்ன கெப்பி என்னவாயிற்று... உன் முகத்தில் சினம் தெரிகின்றதே..” என்று மல்லன் கேட்க, அவள், “இல்லை அண்ணா.. வெறுமெனதான்”

என்று மழுப்பி நின்றாள்.

“உங்கள் குடும்பப் பிரச்சினை வெளியில் தெரியக்கூடாது என்று நீ நினைக்கிறாய்...

என்ன செய்ய... அது இப்போது ஊர் பிரச்சினை ஆகிவிட்டது...”

என்றான் மல்லன். மேலும், கச்சுக்கோப்பையில் மோருடன் வந்து நின்ற மாதியிடம்,

“என் அருமை மகளே! உன்மீது வழக்கு வந்திருக்கின்றது...”

என்று மல்லன்கூற, மோரினை நீட்டிய கை பின்வாங்கியது.

"சரி.. ஐயா.. தாங்கள் முதலில் அமருங்கள்.." என்று அவரை முதலில் உபசரித்தாள். புன்னகைமறாது அவரை எதிர்கொண்டாள். இவ்வூரிற்கு வந்த சொற்ப நாட்களிலேயே அவள் உற்ற இந்நிலையை எவ்வாறு ஏற்றுக் கொள்வாளோ? என்று எண்ணிய மல்லனுக்கு மாதியின் உறுதி நிறைவையளித்தது. அ0கலெயில் அமர்ந்தான் மல்லன். 0கிரிஜி மற்றும் ஹாலனின் அண்ணன்மாரின் முறையீட்டைச் சொன்னார்.

"இது குடும்பப் பிரச்சினைதான் அம்மா!..

இதை முதலில் மனையில் பேசிவிட்டே மந்0தாவிற்குச் செல்வதுதான் முறைமை...

ஆனால், நீ ஹள்ள ஜோனியில் உமிழ்ந்ததாக பொது வழக்கொன்றினையும் சுமத்தியிருக்கின்றார்கள்... அம்மா!

என்ன செய்ய! பொதுவழக்கென்று வரும்போது மந்0தாவில் விசாரிப்பதே முறைமை...

என்ன நடந்ததென்று விசாரிக்கவே வந்தேன்.."

என்று மல்லன்கூற,

"அண்ணா.. பொய்... பொய்... எல்லாம் பொய்...

அவள் நாசமாய்ப் போய்விடுவாள்... சவுன.."

என்று கொதித்தெழுந்தாள் கெப்பி. கண்ணீர் மல்க நடந்ததை அவரிடம் கூறினாள்.

தன் தாடியை நீவிக்கொண்டே கேட்ட மல்லன் மாதியைப் பார்க்க அவளும் அதை ஆமோதித்தாள்.

"ஓ அப்படியா.. மாதி அவ்வாறு செய்ததற்கு அஜ்ஜன்வேறு சாட்சி... அவன் தன் கண்ணால் பார்த்ததாகக் கூறுகிறான் வேறு ...

சரி, இதை நாளை நம்வீட்டில் பேசிக்கொள்ளலாம்..

விசாரித்து முடிவெடுப்போம்...

கவலை வேண்டாம் மகளே! நேர்மையே வெல்லும்..

சரி, நாளை நம்வீட்டு முற்றத்திற்கு வந்துவிடுங்கள்... இவ்வழக்கின் முதல்கட்ட விசாரணையை அங்கே வைத்துக் கொள்ளலாம்.."

என்று மல்லன் கூற, மீண்டும் குப்பியின் கண்களில் கல்லெறிந்திருந்தாள் 0கிரிஜி. விழிநீர் பனிப்ப மல்லனையே வெறித்திருந்தாள் குப்பி.

மல்லன் தன் உரையை முடித்தவுடன் "ஐயா இதோ வந்துவிடுகிறேன்..." என்று அவரின் அனுமதியோடு திடீரென மனையைவிட்டு வெளியேறினாள் மாதி. கைநிறைய தும்பை மலர்களுடன் இல்லம் திரும்பினாள். அவளின் கையில் வீற்றிருந்த தும்பை சிரித்தது... அவள் களங்கமற்றவள் என்று சொல்லத் துடித்தது..

"ஐயா ஒரு நிமிடம் என்றவள், அடி0கோட்டுப் 0பள்ளியிலிருந்த அரெகல்லினையும், இடிக்கல்லினையும், சோர்ட்டின் வழி அன்று மறுவீட்டிற்குச் சென்றிருந்தபோது சேகரித்து வந்திருந்த ஆடிக்கெகளையும் கொண்டுவந்து தரையில் வைத்தாள். அவிரியில் இருந்த ஹள்ளஜோனி நீரினை எடுத்தாள். அதைத் தொட்டு வணங்கி அரெகல்லில் ஆடிக்கெகளோடு தும்பைமலரினை இட்டு, தண்ணீர்விட்டு மைய அரைத்துக் களிம்பாக்கினாள். அதை மொரந்தக் கோலினால் எடுத்து அமர்ந்திருந்த மல்லனின் வலது கணுக்காலிற்கு மேலே பரவியிருந்த அசிணிப் புண்ணின் மீது பூசினாள்.

எருமையின் சாணத்தாலும் புழுதியினாலும் தோன்றும் அசிணிப் புண்ணிற்கு மூலிகைத் தழைகளை உண்ணும் காட்டு விலங்குகளின் புழுக்கையும், தும்பையும் சேர்ந்த களிம்பு அருமருந்தாகும். கையில் தொட்டுப் போட்டால் அம்மருந்தின் வீரியம் குறையும். எனவே, மூலிகைத்தன்மைக்கொண்ட மொரந்தக் கோலினைக்கொண்டு இட்டாள் மாதி.

"ஐயா, இந்த அசிணியை அப்படியே விட்டுவிட்டால் அது முழங்கால்வரை பரவிவிடும்..

தொடர்ந்து மூன்றுநாட்களுக்கு இம்மருந்திட்டால் போதும்... இது முற்றிலும் ஆறிவிடும்...

அதுவரை உணவில் காரத்தைத் தவிர்ப்பது நலம்.."

என்றாள் மாதி.

"ஓ அப்படியா... சரிதான்... சரிதான்...

இது நீண்டநாட்களாக என்னை படாதபாடு படுத்திக்கொண்டிருந்தது... நல்லவேளையாக இது உன் கண்ணில் சிக்க நான் பிழைத்தேன்...

உன் மாமனை அடுத்து இந்த ஊரில் சிறந்த மருத்துவரின் இடத்தினை நீதான் நிரப்ப வேண்டும்..

அடடே... நீ இந்தக் களிம்பினை இட்டதும் அதன் எரிச்சல் நின்றுவிட்டதே...

இச்சிறுவயதில் இதையெல்லாம் நீ எப்படித்தான் கற்றாயோ.."

என்றவாறு மல்லன் மாதியின் தலையைத் தொட்டு ஆசிர்வதித்துவிட்டு கிளம்பினார்.

கெப்பியின் முள்குத்திய வலியும், காய்ச்சலும் முழுவதும் அற்றுப் போயிருந்தது. பெருமை ஏய்திய பார்வை மாதியின்மீது படர, அவளோ அரெகல்லினைக் கழுவி அதன் இடத்தில் வைக்க முற்பட்டாள். நாளைய வழக்கினைப்பற்றிய பெரும் அச்சம் மாதியை தவிர்த்து அனைவரின் உள்ளங்களையும் பீடித்திருந்தது. திருமணம் முடிந்து ஒரு திங்கள்கூட ஆகாதநிலையில் மாதிக்கு வந்த சோதனையை எண்ணி குப்பி பெரும்துயருற்றாள். காலையில் இட்ட புதுத்திரியில் நெடுமென எரியும் மதில் விளக்கினைக் கண்டாள். போசன் நிமிர்ந்தெரிந்தான். நேர்மையே வெல்லுமென்று மல்லன் கூறிய வார்த்தை விரிச்சியாய் அவர்களுக்குச் சிறுதெம்பூட்டியது.

"கவலைப்படாதே மாதி.. நாம் பார்த்துக் கொள்ளலாம்.." என்றவாறு மாதியின் கன்னத்தைத்தொட்டு ஆறுதலுரைத்தால் கெப்பி.

ஹாலனோ கோபத்தில் கனன்றான். கோபத்தையும், துக்கத்தையும் சற்றும் வெளிப்படுத்தி அறியாத அவனின் மனதுள், அடைமழை காற்றாய் சினம் சுழன்றடித்தது. அவர்களுக்கு எதிராகச் சண்டையிட்டோ, கோபம் கொண்டு நியாயம் கேட்டோ எப்பயனும் இராது என்பதை அவன்

கோ.சுனில்ஜோகி

நன்கறிவான். இப்படியொரு சூழலிற்காகத்தான் அவர்கள் கழுகாய்க் காத்திருந்தனர் என்பது குப்பிக்கும் ஹாலனுக்கும் நன்கு தெரியும்.

அ0டோலி எருமைகளைத் தொட்டபோதே அவர்களுக்கு தக்க பாடத்தினைப் புகுத்தியிருக்க வேண்டுமென்று ஹாலன் பெரிதும் வருந்தினான். இதுவரை அவர்கள்செய்த துன்பங்களையெல்லாம் பெருந்தன்மையோடு நாம் கையாண்டு பெரும் தவறிழைத்து விட்டோமோ? என்று உள்ளம் குமுறினான். புலியின் நடமாட்டத்தினை அறிந்து, தன் கன்றினை தன் கால்களுக்கிடையில் இருத்திக்கொண்டு, தன் கூட்டத்தை அழைக்க விடாது கனைக்கும் வழிதவறிய காட்டெருமையின் கனைப்பொலிபோல் இந்தக் கேள்விகள் ஹாலனின் தலையைக் குடைந்தன. துயருற்ற எருமைக்கும் கொடும் புலிக்கும் நிழல்தரும் அடர்ந்த நேரிமரமாய் போசனின் வாக்கு ஒளிர்ந்து கொண்டிருந்தது.

மதிலின் விளக்கொளியொத்த நேர்மைதறித்த மாதியோ எதுகுறித்தும் கவலையின்றி இருந்தாள். மல்லன் குப்பியின் வீட்டிற்குச் சென்று திரும்பும்வரை அஜ்ஜனின் வீட்டில் கூடியிருந்த 0கிரிஜி உட்பட அனைவரும் கலைந்து சென்றனர்.

அன்று மாதியோடு ஹாலன் இருந்ததுமட்டும் 0கிரிஜிக்கு உறுத்திக் கொண்டிருந்தது. அவன் இல்லாமலிருந்திருந்தால் மாதியின் பக்கம் சாட்சியுரைக்க யாருமில்லாமல் போயிருக்கும். நாளைமட்டும் மாதியின் மீதான குற்றச்சாட்டினை நிரூபித்துவிட்டால் அவள் ஹள்ளஜோனியில் நீர் எடுக்கும் தகுதியினையும், அத்தை முறைக்காரியைத் துன்புறுத்தியதற்காகவும், நடைப்பாதையில் முட்களை இட்டதற்காகவும் இந்த ஊரில் வசிப்பதற்கான தகுதியையும் இழந்துவிடுவாள் என்ற வஞ் சத்தின் எண்ணங்களை அசைபோட்டு மகிழ்ந்தவாறு மனையினை அடைந்தாள் 0கிரிஜி. கைகளில் முள்தைத்த வலியில் 0கிரிஜி உறக்கமின்றித் தவிக்க, முள்ளுக்கு மருந்திட்ட மாதியோ, ஹாலனின் மார்பில் சாய்ந்து நிம்மதியாக உறங்கிக் கொண்டிருந்தாள்.

☆ ☆ ☆

10

ஓ... குனிக்கி.. ஓ... மணிக்கி..
பறவைகளைக் காத்த மகனை
வெள்ளம் எடுத்துச் சென்றதே!
தாய் கள்ளிக்குச் சொன்னலோ
அவள் கண்ணீரினை வார்ப்பாளே..
தந்தை கள்ளனுக்குச் சொன்னாலோ
அவன் சவக்கட்டிலைச்சுற்றி ஆடுவானே...
ஓ... குனிக்கி ஓ... மணிக்கி
பறவைகளைக் காத்த மகனை
வெள்ளம் எடுத்துச் சென்றதே...

என்ற ஓலத்தின்பாடல் மனதிற்குள் ஓயாமல் ஒலித்துக் கொண்டிந்தது. சாம்பல் பறவைகளின் அழகில் லயத்த மாதி ஜோனியில் அது குளிக்கும் அழகினை இரசித்துக் கொண்டிருந்தாள். திடீரென்று எழுந்த வெள்ளம் அவளை ஆட்கொண்டது. தலை மூழ்கிட, தம் கரங்களை மேலே உயர்த்தி வெளியேற முயன்றாள். அந்த அன்பானவளை அவ்வெள்ளம் விடுவதாயில்லை. அந்தச் சிறகில்லாத சாம்பல்பறவையை அது இழுத்துச் சென்றது. அவளின் மண்0டெப்பட்டு ஹள்ள ஜோனியில் மிதந்தது.

ஜோனியின் கரையில் புரண்டழுகிறான் ஹாலன். மேலெழுந்த வெள்ளத்தையும்மீறி அவனின் கண்ணீர் கரைபுரண்டோடியது. தலைவிரிக் கோலத்தோடு குப்பியும் அழுகிறாள். தன் அரண்ட கண்களால் ஜோனியை நோக்கினாள் அவள். மிகுந்தோடும்

வெள்ளத்தையும் பொருட்படுத்தாமல், கரையொதுங்கிய மாதியின் மண்0டெப் பட்டினை ஏந்திக்கொண்டு பாறைநிறைந்த கரைவழியே மாதியைத் தேடி ஓடினாள்.

"ஏய் மாதி... ஏய் மாதி.." வெள்ளத்தின் அரவத்தை மீறி அவளின் குரலொலி மிகுந்தது. சாம்பால் பறவைகளின் மீதோ, மாதியின் மீதோ சற்றும் இரக்கம் கொள்ளாத அவ்வெள்ளம் குப்பிக்கு மட்டும் செவிசாய்க்குமா என்ன? அது முன்னிலும் வேகமாக ஓடிக்கொண்டிருந்தது. "ஏய் மாதி... ஏய்மாதி.. ஏய் மாதி.." என்று வெள்ளத்தின் ஓட்டத்திற்கு சளைக்காது குப்பியின் ஓலமும் தொடர்ந்தது. "ஏய்.. மாதி... என் கள்ளி... ஏய்.. மாதி... ஏய் மாதி..." டக்.. டக்.. டக். "அய்யோ! இடியொலி வேறு.. அய்யோ... வானம்கூட வெள்ளத்தின் பக்கமோ..." "மழையே வா.. வா.. எங்களைச் சோதிக்காதே... என் மாதியை மீட்டுத்தா..."

"எவ்வே.. எவ்வே.. மாதி... என் மாதி... டக்... டக்... டக்... டக்... ஓயாத இடியொலி... மாதியை நெருங்கிவிட்டாள் குப்பி. அவளை நோக்கி தன் வலக்கரத்தை நீட்டுகிறாள். வெள்ளம் வேகமெடுக்கிறது. மாதியைப்பிடிக்க பாய்ந்தாள்... "அய்யோ.. அய்யோ.." டக்.. டக்... டக்.. இடைவிடாத இடியொலி.. என் குலதெய்வமே உனக்கு கருணையே இல்லையா... துளிகூட கருணை இல்லையா... டக்.. டக்.. டக்... இடியொலி... ஓயாத இடியொலி... டக்.. டக்.. டக்.. ஓயாத இடியொலி... குப்பியோ விடுவதாயில்லை... அந்த அடர் வெள்ளத்தினை நோக்கி பாய்ந்தாள்... அவளின் விரல்நுனிப்பிடிக்குள் ஏதோ அகப்பட்டது... "அய்யோ.. மாதி.. மாதி.." விரல்நழுவும் அப்பிடியை முயன்று தன் உள்ளங்கைகளுக்குள் பற்றினாள். "கவலைப்படாதே மாதி.. கவலைவேண்டாம் மாதி..." அதை இழுத்தாள்... வலுகொண்டு இழுத்தாள்.. "மாதி.. மாதி.. மாதி..." மெத்தையுள் இட்ட சாமைப்புல் குப்பியின் கைகளைக் குத்தியது.. மெத்தையைக் கிழித்து சாமைப்புற்களைப் பிய்த்திருந்தாள் அவள். அதிகாலையின் ஆழ்க்கனவிலிருந்து வெளியேறினாள் அவள். டக்.. டக்.. டக்.. என்ற இடியொலியின் ஓசைமட்டும் ஓயாமல் அவளின் செவிப்பறையில். தட்டுத் தடுமாறி தன்னிலையுற்றாள் அவள். வாசல் கதவினை யாரோ தட்டிக்கொண்டிருந்தனர்.

அது இடியொலி அல்ல, கதவைத் தட்டும் ஒலி என்பதை அவளின் மனம் நம்ப மறுத்தது. எழுந்தமர்ந்தாள்.

பறவைகளின் கீச்சொலி மிகுந்திருந்தது. கரிஅக்கிலின் மெல் கீச்சொலி தொடர்வதற்கு முன்னமே வழித்துக்கொள்ளும் அவளை மன சஞ்சலத்தால் எழுந்த கொடும் கனவொன்று பீடித்திருந்தது. கனவெனும் வெள்ளத்தின்பிடி இன்னும் விடாமல் அவளை இடுக்கிக் கொண்டிருந்தது.

"மாதி.. மாதி.." என்று தன்னிலைமீறி அவளது வாய் பிதற்றியது. கதவைத் தட்டும் சப்தம் தொடர்ந்தது. "ஔவெ.. ஔவெ.. என்று அழைத்துக்கொண்டே ஹாலன் கதவை தொடர்ந்து தட்டிக்கொண்டே இருந்தான். "இதோ வந்துவிட்டேன்.." என்றவள், அந்தப் பிரமையிலிருந்து முழுதும் விலகாமலேயே சென்று கதவைத் திறந்தாள்.

அவ்வீட்டிற்கு வந்த காலம்தொட்டு குப்பிக்கு இது முதல் அனுபவம். ஹாலன் காலையில் 0குள்ளிலிருந்து வருதற்கு முன்னமே மனையின் முன்கதவு திறக்கப்பட்டு ஹாலனுக்குக் காத்திருக்கும். கதவினைத் தட்டி குப்பித் திறப்பது ஹாலனே எதிர்பாராத ஒன்றாகும். எழுந்து மண்0டெப் பட்டினைக்கூட சரியாகக் கட்டாமல் வந்து நின்ற தன் தாயின் இந்தக்கோலத்தை தம் வாழ்வில் முதல்முறையாகக் கண்டான் ஹாலன். என்றும் காலையில் தனைக் கண்டதும் தன் தாய்க்கு மலரும் ஆன்மப் புன்னகையையும் காணவில்லை. சுற்றுமுற்றும் பார்த்தாள் குப்பி. குழம்பித் துயறுற்ற வார்த்தைகளில் "மாதி எங்கே" என்றாள்.

தன் அன்னையின் இந்தப் புதுநடத்தையினைக் கண்டு வருந்தினான் அவன்.. "என்ன ஆயிற்று ஔவெ... உடல்நலனிற்கு ஏதேனும் பிரச்சினையா?" என்றவாறு தன் அன்னையின் கழுத்தினைத் தொட்டுப்பார்த்தான். "போர்வையின் சூடுதான்... காய்ச்சல் ஒன்றுமில்லை.." என்று ஆசுவாசப்பட்டான். நாள்தோறும் கரிஅக்கிலிற்குப் பிறகு, சில நாட்களில் கரிஅக்கிலுக்கு முன்னமே காணும் தன் தாயின் முகத்தினை வியப்பு மேலிட பார்த்தவன், "உறங்கிப் போய்விட்டாயா... ஔவெ... நான் வெகுநேரமாக கதவினைத் தட்டுகிறேன்.. என்னவாயிற்று.." என்றான்.

அந்தப் புதுசூழலைக் கையாள அறியாமல் பேதலித்து நின்றாள் குப்பி.

“இல்லை.. இல்லை.. கெட்டக்கனவு.. ஹாலா..

மாதி எங்கே?” என்றாள்.

“அவள் கதவினைத்தட்டி உங்கள் உறக்கத்தைக் கலைக்க வேண்டாமென்றாள்..

நான்தான் சிறு பயத்தில் தட்டினேன்...

அவள் கொல்லையில்..”

என்று அவன் முடிப்பதற்கு முன்னதாகவே கொல்லையை நோக்கி அவள் நகர்ந்தாள். எரியும் 0பிக்கெ மரக்கட்டையின் கனலில் மாதியின் முகம் ஒளிர்ந்து கொண்டிருந்தது. அத்தையைக் கண்டதும் சென்று ஆசிபெற்றாள் மாதி. குப்பியின் கண்களில் பீடித்திருந்த பிரம்மை மாதியையும் வருத்தத்திற்குள்ளாக்கியது. ஆனால், அவள் அதை சற்றும் காட்டிக்கொள்ளவில்லை.

அன்றைய பணிகள் தொடங்கின. என்றைக்கும் இல்லாமல் இன்று தாமதம் வேறு. விரைவாக முடிக்க முனைந்தனர். அடுப்பில் பால்காய்ச்ச வைக்கப்பட்ட அவிரிக்கு மரத்தட்டினைக்கூட மூட விடாமல் அந்தப் பிரம்மை குப்பியைப் பீடித்திருந்தது. அடுப்பில் இடப்பட்டிருந்த ஈட்டிமரத்தின் கட்டைகள் எரிந்துமுடிந்து அடுப்பிற்கு வெளியே எரிந்து கொண்டிருந்தன. அதையும்கூட கவனியாது அருகிலேயே குப்பி அப்பிரமையில் ஆழ்ந்திருந்தாள். இதுநாள்வரை அவர்களை எண்ணி சிறிதும் கலங்காத குப்பி, எங்கே அவர்களின் சூது அபலைப்பெண் மாதியைக் கவ்விவிடுமோ என்று மிகவும் அஞ்சினாள்.

கடைசி ஒணெ பாலுடன் மனையை அடைந்தாள் மாதி. அப்போதும் நீண்டிருந்த தன் அத்தையின் இந்த இயல்பற்றநிலை மாதியை மேலும் வருந்தச்செய்தது. எதற்கும் கலங்காத குப்பியின் கலங்கிய முகம் அடைமழையால் கலங்கிய ஹள்ள ஜோனியின் நீரினையொப்ப, அவ்வில்லத்தின் பேரன்பின் சூழலிற்கு முற்றிலும் வேறாய்த் தொடர்ந்தது. உண்மையில் சொல்ல வேண்டுமென்றால் அது மாதியால் சகிக்கமுடியாத நிலையும்கூட.

"அத்தை என்னவாயிற்று... உடலிற்கு ஏதேனுமா?

நீங்கள் ஓய்வெடுங்கள்... நான் பார்த்துக்கொள்கிறேன்"

என்றாள்.

தாரை தாரையாய்க் கண்ணீர் சிந்தியவாறு, தனதருகில் முழங்காலிட்டு அமர்ந்திருந்த மாதியின் தலையை வருடினாள் குப்பி.

"என்ன அத்தை.. எதற்கு இந்த வீண்கவலை.. தாங்கள் கண்ணீர் சிந்துவதை என்னால் சிறிதும் சகிக்க இயலவில்லை.. இது எனக்கு மிகப்பெரும் கவலையை அளிக்கிறது..."

என்றவள் குப்பியின் கண்ணீரைத் துடைத்தாள். அடுப்பில் வைத்த பால் பொங்கியது. மாதி தட்டையை இறக்கி தெக்கெயில் வைத்தாள். இன்றைய வழக்கினையெண்ணிய தன் அத்தையின் கவலை மாதிக்கு நன்கு புரிந்தது. அதிகாலையில் குப்பியின் முதல்பார்வையிலேயே அவள் அதனைக் கண்டுக்கொண்டாள். இன்றைய காலை உணவினை வழக்கத்திற்கு மாறாக மாதி சமைத்திருந்தாள். உணவுசட்டியை இறக்கியவள் செப்புக்கத்தியை எடுத்து அதன் கூர் முனையை அடுப்பில் வைத்தாள். அதன் கைப்பிடி உடைக்கப்பட்டிருந்தது.

கணவனை இழந்த பெண்கள் இம்மை வாழ்வில் தாமுற்ற திருமண பந்தத்தினை முறிப்பதன் குறியீடாக அக்கத்தியின் மரப்பிடி உடைக்கப்பட்டிருந்தது. இம்மையின் பந்தங்கள் நிறைந்தப்பிறகே மறுமையை அடையத்தகும் அரும்வாழ்வின் குறியீடாகத் திகழும் ஓலெக்கட்டோது சடங்கில் கைபிடியை உடைத்து, இணையை இழந்த ஆணிடமோ, பெண்ணிடமே அளிக்கும் இக்கத்தியினை தலைமேல் சுமந்துசென்று அச்சடங்கினை மேற்கொள்வர். கனன்றெரியும் அடுப்பின் வெக்கை ஏற ஏற தன் இறவா புகழால் இம்மையில் நிலைத்திருக்கும் போசனின் இம்மை வாழ்வினை மீட்டுருவாக்கிக் கொண்டிருந்தது அக்கத்தி. பிடி இருந்தாலென்ன, இல்லையென்றாலும் என்ன? பேரன்பின் வெக்கை ஏறுமுகத்தில்தானே.. பிடியில்லாத அக்கத்தியைப் பிடிக்கும்போதெல்லாம் போசனின் நினைவுகளே குப்பிக்கு பிடியாய்த் தொடர்ந்தன.

அருகிலிருந்த வெண்கலத் தட்டினை எடுத்தாள் மாதி. அதில் ஜோனியின் புது நீரினை ஊற்றினாள். அ0கலெயிலிருந்து எடுத்துக்கொண்ட சற்று கனமான போர்வையுடன் குப்பியை அழைத்தாள். மறுப்பேதுமின்றி குப்பி அதற்கு இணங்கினாள். அடுக்களையின் நடுத்தளத்தில் வைக்கப்பட்டிருந்த அத்தட்டின் முன் மண்டியிட்டாள் குப்பி. தன் தலையை அத்தட்டினை நோக்கி நீட்டினாள். மாதி அப்போர்வையைக் காற்றுப்புகாதவாறு அத்தட்டுடன் குப்பியைச்சுற்றி போர்த்தினாள். அனலேறிச் சிவந்திருந்த சொப்புக்கத்தியை எடுத்து போர்வையை விலக்கி அத்தட்டினுள் இட்டு அந்தப்போர்வையை இறுகமூடினாள். அடர்வனத்தைக் கடந்துச்செல்லும் காற்றின் ஒலிபோல் எழுந்த ஒலியுடன் வெளிவந்த புகையினை குப்பி நன்கு நுகர்ந்தாள். சில நிமிடங்கள் கழித்து போர்வையை விலக்கி, குனிந்த நிலையில் இருந்த தன் அத்தையின் முகத்தில் அத்தட்டிலுள்ள நீரினை, தன் வலது கையினால் அள்ளி முகத்தில் அடித்தாள் மாதி.

இரும்பும், நீரும், வெண்கலமும் வினைபுரியும் இந்த மருத்துவம் குப்பியைச் சற்று தெளிவித்தது. "அடடா... செப்புக்கத்தியை வைத்ததைவிட 0கூவினைக் காய்ச்சி வைத்திருந்தால் கூடுதல் பலனைத் தந்திருக்குமே" என்று எண்ணினாள் மாதி. 0கூம்மாவின் அலறலைக்கேட்டு அடிக்கடி அஞ்சும் மேல்கோரி கடிகிக்கு "சொப்புக்கத்தியெல்லாம் இவளுக்கு ஆகாது... 0கூ தான் சரி" என்று உழுமுனையினைக் கொண்டு இம்மருத்துவத்தினை மேற்கொள்ளும் மாசியின் நினைவாடியது. சற்று பழுக்கக் காய்ந்து வினைபுரியும் உழுமுனையோ, கத்தியைவிட கூடுதல் பலனை அளிக்கும். மேலும் கண்களின் வழியும், முகத்துவாரங்களின் வழியும் இறங்கி ஆழமான தெளிவினைத்தரும். வெண்கலத்தட்டில் ஊற்றிய வினைபட்டநீர் 0கூ வின் வினைப்பாட்டில் கூடுதல் வீரியத்துடன் இருக்கும் என்று மாசி அடிக்கடிக்கூறுவதை எண்ணிப்பார்த்தாள் மாதி.

கவலைத்தோய்ந்த மனது அவர்களுக்கு உணவின்மீதான நாட்டத்தினை மட்டுப்படுத்தியது. எனினும் மாதியின் சமையலின் சுவையும், பரிமாறிய பேரன்பும் மனக்கவலையையும் மிஞ்சி அவர்களின் வயிற்றினை நிரப்பியது. இந்தச் சிறுவயதில் அந்தப் பெரும் சூழ்ச்சிக்காரியை வழக்கில் எப்படிக் கையாளப்போகிறாளோ என்ற சிறு பதற்றமும்,

இம்மனைக்குவந்த சில நாட்களிலேயே அவளை வழக்கில் நிறுத்த நேர்ந்ததே என்ற வருத்தமும் குப்பியின் விழிகளில் கண்ணீராய்ப் பெருகிக்கொண்டிருந்தன.

"அத்தை... தவறிழைக்காத நம்மீது தொடுக்கப்பட்ட இவ்வழக்கினை எண்ணி எனக்கு எந்தக் கவலையும் இல்லை... ஆனால், நீங்கள் வருந்தி அழுவதைப் பார்க்கத்தான் எனக்கு கவலை மேலிடுகிறது.."

என்றாள் மாதி.

ஹாலன் மதில் விளக்கினை ஏற்றினான். வழக்கிற்குக் கிளம்பும் மாதிக்கு வெற்றித் திலகமாக அது ஒளிர்ந்தது. போசனின்மீது கொண்டிருந்த நம்பிக்கையில் துளியும் குறைவின்றி மாதியின்மீது வைத்திருந்தாள் குப்பி. போசனை வழக்கிற்கு அனுப்பியதைப் போலவே அவளையும் வழியனுப்பினாள். அன்று போசனுக்காக எதிர்பார்த்திருந்த அதே திண்ணையில், அதே இடத்தில் அமர்ந்திருந்தாள்.

ஆதவனை மறைக்கும்படியாக மெல்லிய மஞ்சு சூழ்ந்திருந்தது. அவ் ஆதவனோடு நிலவாய் மாதி 0கவுடரின் இல்லத்திற்குப் புறப்பட்டாள். வழக்கிடம் நோக்கி சென்றுகொண்டிருந்த ஊராரிடம் நலன் விசாரித்தவாறும், பெரியவர்களிடம் ஆசிபெற்றவாறும் மாதி வந்து கொண்டிருந்தாள்.

0கிரிஜியைப்பற்றி ஊரார் நன்கு அறிந்திருந்தனர். அவளால் ஹாலனின் குடும்பத்திற்கு நேர்ந்த தொடர் இன்னல்களையெண்ணி வருந்தினர். இருந்துமென்ன, அனைவருமே போசனுக்காக அவர்களை சகித்துக் கொண்டனர். ஆனால், இம்முறை இந்த ஊரிற்கு வந்த சில நாட்களிலேயே போசனைப்போல மாதியும் அவ்வூராரின் மனதில் வசிப்பவளானாள். எனவே, இம்முறை அவர்களை விடுவதாயில்லை எனும் தீர்மானமே ஊரார் அனைவரின் உள்ளங்களிலும் ஊடாடியது.

"மகளே கலங்காதே...

நேற்று நீயும் ஹாலனும் நீர்கொணர்ந்து வந்ததை நாங்களும் கவனித்தோம்... நாங்கள் இருக்கிறோம்.. கவலை வேண்டாம்..."

என்றாள் பக்கத்துவீட்டு மூதாட்டி மிச்சி.

0கிரிஜியும் ஹாலனின் அண்ணன் மற்றும் அண்ணிமார்களும் முன்னதாகவே வழக்கிடத்திற்கு வந்திருந்தனர். இதிலும் 0கிரிஜியின் சூதொன்று விரவியிருந்தது. மாதியின்மேல் தான் புனைந்த வழக்கில் தான் எண்ணியது நேர, ஊராரின் அனுதாபமே பிரதானமானது என்பதை அவள் நன்கு அறிந்திருந்தாள். அதை தன் வசமாக்கவே, தன்னை ஊரிற்குக் கட்டுப்பட்டவளாக, ஊரின் நடைமுறைகளை மதிப்பவளாக ஒரு பிம்பத்தினைக் கட்டமைக்கவே, அவளின் வஞ்சம் நிறைந்த மனதினையும்தாண்டி, சூதுசூழ் அறிவின்வழி வினைப்பட்டாள். வருபவர்களைக் கரம்கூப்பி வரவேற்றாள். ஹெம்மெ அவரைக் கொடியில் குஞ்சுத்தரித்த கொட்டக்கிலுப் பறவையின் கூடினைக்கண்ட காகத்தினைப் போன்ற 0கிரிஜியின் இந்தத் தீடீர் பணிவு அனைவருக்கும் இது சுத்த நடிப்பு என்பதைத் தெளிவாகவே பறைசாற்றியது. 0கிரிஜியின் இந்தப் புது அணுகுமுறை வான் மழையை நம்பி மேட்டு நிலத்தினை உழுவதுபோல என்று ஊரார் அனைவரும் நன்கு உணர்ந்திருந்தனர். தனைக்காணும் எல்லோரிடமும் சிரித்துப் பேசியும், நலன்விசாரித்தும், இயல்புபிறழாமல் ஹாலனோடு வந்துகொண்டிருந்த மாதியைக் காண காண 0கிரிஜி பொறாமையிலும், கோபத்திலும் கனன்றாள். ஹாலனின் அண்ணிமார்களுக்கும் மாதியின்மீது ஏற்கனவே சூழ்ந்திருந்த பொறாமையின் திண்ணம் சற்றுக் கூடிப்போயிருந்தது.

வழக்கிடத்தை அடைந்தாள் மாதி. தன் திருமணத்திற்குப்பிறகு ஊரார் அனைவரையும் கண்டதும் அவளின் பொலிமுகம் மேலும் பொலிந்தது. அவளை நலன் விசாரிப்பவர்களின் ஒலியும், அவளின் மருத்துவத்தால் பயனடைந்தவர்களின் நிறைவொலியும் சிறிதுநேரம் அங்கு சிறு ஆராவாரத்தைப் படர்த்தியது. மந்0தாவின் மரபினை மீறாமல் தலையசைத்தும், புன்னகைத்தும் அவள் பதிலுரைத்தாள். திண்ணையில் அமர்ந்திருந்த 0கவுடரிடமும், பெரியவர்களிடமும் ஆசிபெற்றாள். இடைவிடாது தன் நல்லியல்பால் பொலிந்து கொண்டிருந்த மாதியின் இருப்பு 0கிரிஜியின் அடிமனதில் எரிதணலை அள்ளிக் கொட்டியது. 0கிரிஜி மாதியின்மீது சுமத்தியிருக்கும் வழக்கினைப்பற்றி மல்லன் சபையோர்க்கு விளக்கினான். தொடர்ந்து இதுசார்ந்து நேற்று மாதியிடம் உரையாடியதையும்,

உண்மையில் அங்கு நடந்ததாக மாதி கூறியதையும் மல்லன் கூறிக்கொண்டிருந்தார். அவர் முடிப்பதற்கு முன்னமே,

“பொய்... இது பொய்... சுத்தப்பொய்..

எப்படி பொய்யுரைத்திருக்கிறாள் பாருங்கள்...

அஜ்ஜா.. நீ பார்த்தாயல்லவா? சொல்.. சொல்...”

என்று கூப்பாடுப் போட்டாள் 0கிரிஜி.

மாதியோ, அமைதியைத் தரித்திருந்தாள். ஹாலனின் கனல் தரித்தப்பார்வை அஜ்ஜனின் மேல் சூழ்ந்தது.

“0கிரிஜி... மந்0தாவில் இவ்வாறு குறுக்கே பேசுவது முறையல்ல என்பது உனக்குத் தெரியாதா?..

உன் வாய்ப்பு வரும்போது நீ பேசலாம்... தயவுசெய்து வழக்கிற்கு இடையூறு செய்யாதே”

என்று தன் அறத்தின்வழி நின்று வெகுண்டான் மல்லன்.

“இது அநியாயம்... சுத்த அநியாயம்.” என்று 0கிரிஜியின் கூப்பாடு கட்டுப்படாமல் மேலும் தொடர்ந்தது.

“ஏய் 0கிரிஜி... நீ அமைதியாய் இருக்கமாட்டாயா?.. 0கவுடர் சொல்வது புரியவில்லையா?.. இது மந்0தாவின் வழக்கிற்கு முறையற்றது..” என்று ஊராரும் வெகுண்டெழுந்தனர்.

அஜ்ஜன் 0கிரிஜியைச் சமாதானப்படுத்தினான். எங்கே உண்மை தெரிந்துவிடுமோ என்ற பயத்தில் அவளுக்கு இருப்புக் கொள்ளவில்லை. தம் முழங்கால்களில் தன் இருகைகளையும் பொத்தி அவ்வழக்கிடத்தின் தரையில் அமர்ந்துகொண்டாள். மல்லனோ, அவளை சிறிதும் சட்டைசெய்யவில்லை. மாதியின் தரப்பினதைச் சொல்லி முடித்தார்.

“சரி.. 0கிரிஜி நீ சொல்ல விரும்பியதைச் சொல்” என்றார்.

கீழே அமர்ந்திருந்தவள் எழுந்தாள். அவளின் வெகுண்டப் பார்வை நீண்டுக் கொண்டிருந்தது. தன் வலது உள்ளங்கரத்தினை அகல விரித்தாள். திண்ணையில் அமர்ந்திருந்தவர்களுக்கு நன்கு காட்டினாள்.

“இதோ பாருங்கள். இவள் செய்த அநியாயத்தை...

அத்தை என்றும் பாராமல் இந்தச் சதிகாரி செய்த கொடும் செயலைப் பாருங்கள்..

முள்ளால் என்னை அடித்தாள்..

கற்களைவீசி என்னைத் தாக்கினாள்..

அவள் வீசிய கல் என் தலையில் பட்டிருந்தால் இன்று நான் இல்லை.. என் முன்னோர்கள் செய்த புண்ணியம் நான் உயிர்பிழைத்தேன்..

எங்கள் சொத்துக்களைத் தக்கவைக்க குப்பியும், குப்பிக்குப்பின் அதை அடைய இவளும் செய்யும் சதிச்செயலைப் பாருங்கள்...

சரி... விடுங்கள். அவள் என்னைத் துன்புறுத்தட்டும்... எங்கள் வீட்டு அழுக்கு நான் தாங்கிக்கொள்கிறேன்... ஊராரின் உயிரையெல்லாம் காக்கின்ற ஹள்ள ஜோனியில் உமிழ்கிறாள்.. எவ்வளவுக் கொடுமையது... இந்தச் சபையோர்கள் அதை ஏற்கின்றீர்களா? ஏய்.. ஊராரே, உங்களுக்குக் கோபம் வரவில்லையா?..

நான் தண்ணீர் பிடிக்கக்கூடாது என்பதற்காகவே அப்புனித நீரில் உமிழ்ந்தாள்..

என்னை இனிமேல் இங்கு வரக்கூடாது என்று மிரட்டினாள்...”

என்று விடாது தொடர்ந்த அவளின் வார்த்தையோடு நீலிக்கண்ணீரும் 0கிரிஜியின் சூதினைக் கச்சிதமாய் வரைந்திருந்தன.

0கிரிஜியின்மீது கல்லெறிந்தாள் என்ற செய்தியை அப்போதுதான் கேள்விப்பட்டான் அஜ்ஜன். நேற்றைய வழக்கு முறையீட்டில் ஏன் இதை சித்தி சொல்லவில்லை. ஒருவேளை கோபத்தில், வேதனையில் சொல்லாமல் விட்டுவிட்டாளோ என்று எண்ணினான் அவன். ‘அவள் எறிந்தக்கல் என்மீது பட்டிருந்தால்..’ என்ற 0கிரிஜியின் வார்த்தை அஜ்ஜனின் கோபக் கனலிற்கு மேலும் தூபமிட்டது.

“என்ன??? கல்லெறிந்தாளா..

இந்தச் சிரிக்கி மூளியை விடக்கூடாது..” என்று வெகுண்டான் அவன்.

“ஏய் அஜ்ஜா, இந்த அவையில் தவறான வார்த்தைகளைப் பேசக்கூடாது என்பது உனக்குத் தெரியாதா??? ஆ..

சரி... நீ நேற்று என்னிடம் பார்த்தேன் என்றாயே? எதைப் பார்த்தாய்?”

என்றார் மல்லன்.

தன் சித்தியின்மீது கொண்ட நம்பிக்கையினாலும், தன் குடும்பத்தை, குறிப்பாக ஹாலனைப் பழிவாங்க கிடைத்த வாய்ப்பினாலும் “ஆம் நான் பார்த்தேன்.. இவள் முள்ளினால் என் சித்தியை அடித்ததைப் பார்த்தேன்..” என்று பொய்யுரைத்தான் அஜ்ஜன்.

பொய்யுரைக்கும் தன் அண்ணனை வேதனையோடு பார்த்தான் ஹாலன். ஹாலனின் மனம்நிறைய 0பெள்ளெ முள்ளியின் முட்கள் தைத்துக் கொண்டிருந்தன.

“சரி... மாதி... இந்தக் குற்றச்சாட்டினை ஏற்கிறாயா? உன் கருத்து என்ன?” என்று மல்லன் கேட்க,

“ஊர் 0கவுடரே... என் தாத்தன்மார்களே... மாமன்மார்களே... அத்தைமார்களே... பாட்டிமார்களே... சகோதர சகோதரிமார்களே... உங்கள் அனைவரையும் வணங்குகின்றேன்..

உள்ளவாறே இவ்வூரின் நடைமுறையினை ஏற்றுக்கொண்டு இந்த மந்0தாவிற்குத் தலைவணங்குகின்றேன்...

இத்தகு ஒரு பொய் வழக்கினை என்மீது சுமத்தியிருக்கும் என் அத்தையையும், மாமன்களையும், ஓரகத்திகளையும் எண்ணி மிகவும் வருந்துகிறேன்..

என்மீது அவர்கள் சாட்டியுள்ள எல்லா குற்றங்களையும் வன்மையாக மறுக்கிறேன்...

ஆனால்.. வழக்கு என்று வந்தநிலையில் இதை விசாரிப்பதே முறையல்லவா...

கருத்துகளுக்கும், நம்பிக்கைக்கும் அப்பாற்பட்டு தீர்க்கமான விசாரணையே இம்மந்0தாவிற்கு அடிப்படை என்பதே என் திண்ணம்...

இந்த மேன்மை மிகுந்த மந்0தாவின் கவனத்திற்கும், விசாரிப்பிற்கும் ஒரு சில செய்திகளை முன்வைக்க விரும்புகிறேன்...

முதலாவதாக என் அத்தை சொல்வது உண்மையென்றால் எங்கள் தோவின் கற்குளம் நிரம்பியிருக்காது...

நான் என் கணவரின் துணையோடு இருபதிற்கு மேற்பட்ட நடைகள் நீரினைக் கொண்டுவந்து ஊற்றினேன். ஒருவேளை அவர்கள் சொல்வதைப்போல நான் நடந்திருந்தால் அக் கல்குளத்தினை நிரப்ப எனக்கேது நேரம்???

சரி, அது ஒருபுறம் இருக்கட்டும்... நான் அவரை துன்புறுத்தியப்பின் இருபதுக்கும் மேற்பட்ட நடைகள் நீரினை கொண்டுசெல்லும்வரை அவர், மாண்பமை என் மாமன்மார்களுக்குச் சொல்லியிருக்கலாம்.. ஏன், உடனடியாக மேன்மை பொருந்திய தங்களிடம் முறையிட்டிருக்கலாம் அல்லவா?

ஒருவேளை என் மிரட்டலுக்குப் பயந்து அந்தப் 0பெள்ளெ முள்ளிப் புதரினுள்ளே நின்றிருந்தாலும் நான் நீரினை ஊற்றிவரச் செல்லும் நேரத்திற்குள்ளாக மனைக்குத் திரும்பி இதையெல்லாம் செய்திருக்கலாம்தானே???

இரண்டாவதாக, பாதையில் பரப்பப்பட்டு, முதல்முறை நானும், இரண்டாவதுமுறை நான் என் கணவரோடும் அப்புறப்படுத்திய 0பொள்ளெ முள்ளிச் செடிகள் கத்தியால் வெட்டப்பட்டுப் போடப்பட்டவை. நான் நீர்கொணர சென்றிருக்கும்போது நான் நடக்கின்ற வழியில் இரண்டுமுறை, முட்களைப்போட வேண்டியளவிற்கு நான் அறிவில்லாதவளுமில்லை.. வேலையற்றவளுமில்லை...

இதோ என் கரங்களைப் பாருங்கள்... முட்களை வெட்டிப் போட்டதற்கோ, முள்ளினைப்பிடித்து என் மாண்பமை

அத்தையை அடித்ததற்கோ ஆன எக்காயங்களும் இல்லை. ஏன் சிறு கீறலும்கூட இல்லை...

சபையோரே! உங்களுக்குத் தெரியாததில்லை... 0பெள்ளெ முள்ளியைக் கையில் கீறலின்றி கத்தியால் வெட்ட முடியுமா? நீங்களே சொல்லுங்கள்... இதோ என் கரங்களைப் பாருங்கள்.. சோதனை செய்யுங்கள்..

முட்செடிகளை எடுத்துவீசிய என் கட்டைவிரலையும், ஆட்காட்டி விரலையும் தவிர்த்து வேறு இடத்தில் கீறல்கள் இல்லை..

அதேநிலையில் என் அத்தையின் கரங்களைச் சோதிக்க மறந்துவிடாதீர்கள்.. இந்த மேன்மை பொருந்திய அவையை வேண்டுகிறேன்...

நிறைவாக, என் அத்தை நான் முள்ளால் அடித்ததால் உண்டானதாக, அவரின் கையில் உள்ள காயத்தினை இந்த அவையோருக்குக் காட்டினார். அக்காயத்தினையும் இந்த அவை நன்கு ஆராயக் கேட்டுக்கொள்கிறேன்...

நான் ஆய்ந்தவரை அவரின் கரமுற்ற காயம் முட்கொண்டு அடித்ததால் உண்டானதாகத் தெரியவில்லை. முட்செடியினை கரத்தால் பிடித்து அழுத்தியதனால் உண்டானதைப்போன்று தோன்றுகின்றது. அதோடு, என் மேலான மாமன், நேற்று நான் இவ்வாறு அநீதி இழைத்ததைக் கண்டிருந்தால், என் இளைய அத்தையின்மீது அதீத அன்பினைக் கொண்டிருக்கும் அவர் ஏன் என்னை தடுக்கவோ, எதிர்க்கவோ இல்லை கூறுங்கள்..

அதேபோல நான் ஹள்ள ஜோனியில் உமிழ்ந்ததாக குற்றம் சுமத்துகின்றனர். வாய்வழி எச்சிலேறிவரும் உயிர்காற்றுக்கூட நீரில் பட்டுவிடக்கூடாது என்று தன் வாயில் துணியினைக்கட்டி ஹள்ள பூசை செய்யும் குடும்பத்தில் பிறந்தவள் நான்...

என்று நான் ஜோனியினைத் தீண்டி, அங்கிருந்து முதல்முறை நீரினைக் கொணர்ந்தேனோ அன்றோடு அந்நீர் என் தாயினும் மேலானது..

அது ஒருமுறை உயிர்ப்பித்த தாய் அல்ல.. ஒவ்வொரு அவிரியிலும், துளியிலும் உயிரினைத் தந்த தாய்... உயிரைவார்க்கும்

அந்தப் பெற்ற தாயின்மீது காறி உமிழ்வதாக எண்ணுவதே பெரும்பாவம்.. அதைச் செய்யுமளவிற்கு நான் கொடியவள் அல்ல... அப்படிப்பட்ட குடும்பத்திலும் நான் பிறந்தவளுமல்ல.. மேலும், அப்படிப்பட்ட குடும்பத்திற்கு வாக்கப்பட்டவளும் அல்ல...

எங்கள் மீதுள்ள காழ்ப்பினால் அவர்கள் சுமத்திய வழக்கினை நான் பெரிதாகக் கொள்ளவில்லை..

நான் யார் உணவிலும், உணர்விலும் நஞ்சைக் கலக்கவில்லை. மடியில் கனமிருந்தால்தானே மனதில் பயம்.. எனவே இந்த மேலான அவை நான் சொன்ன கூறுகளை ஆராய வேண்டுகிறேன். என் சிற்றறிவிற்கெட்டி நான் சொல்வது உண்மையாயின் அவர்கள் செய்த தவறினை மன்னித்து அருளுமாறும் கேட்டுக்கொள்கிறேன்..

இந்த வழக்கில் என்தரப்பு நியாயத்தை எடுத்துக்கூற வாய்ப்பளித்த இம்மந்0தாவிற்குத் தலைவணங்குகின்றேன்.

பெரியவர்கள் நிறைந்த இவ் அவையில் என் மனமறிந்தும் அறியாமலும் நான் ஏதேனும் தவறாகப் பேசியிருந்தால் பொறுத்தருளவும் வேண்டுகிறேன்.."

என்று தன் உரையினை முடித்தாள் மாதி.

ஊரே அவளை வியப்புடன் நோக்கியது. போசனை அறிந்தவர்களின் கண்களில் அதுவரை பேசிய மாதி போசனாகவே தெரிந்தாள். காரிக்கோ தாளாத வியப்பு. இந்தச் சிறுவயதில் இத்தனை நுணுக்கமாக, சாதுர்யமாகப் பேசும் மாதியைப் 0பீரமுக்கு மலையே வியப்புற்று நோக்கியது. போசனுக்குப்பிறகு ஒரு நேர்மையின் பிழம்பு அவ்வூரிற்கு பெரும்பேறாய் வாய்த்திருந்தது.

மாதி கூறிய அத்தனைக் கூறுகளையும் அம்மந்0தா ஆராய்ந்தது. காரியோ, ஓடிச்சென்று மாதி சொன்னதைப்போலவே வீசப்பட்ட முள்ளின் தன்மையை ஆராய்ந்தார். 0கிரிஜியின் கையும் ஆராயப்பட்டது.

மாதியின் உரைக்குப்பிறகு ஹாலனின் அண்ணன் மற்றும் அண்ணிமார்களின் தலைகள் குனிந்தன. ஊராரோ "சரிதான்...

நறுக்கென்ற வார்த்தைகள்.. அவர்களுக்கு தேவையானதுதான்..” என்று உள்ளூற மகிழ்ந்தனர்.

அவர்களைப் புண்படுத்தும் எண்ணம் மாதிக்குச் சற்றும் கிடையாது. மந்0தாவில் நேர்மையைப் பேசவேண்டும், பேணவேண்டும் என்பதால் அவள் அவ்வாறு பேசியிருந்தாள். வியப்பிலும் வியப்பு அவள் சந்திக்கும் முதல்வழக்கு மற்றும் மந்0தாவும் இதுவே.

மனையின் மாதியைவிட மந்0தாவின் மாதி முற்றிலும் வேறாய்த் தெரிந்தாள். ஊரே மகிழ்ந்தது.. மல்லனும், காரி உட்பட்டவர்களும் நீண்டநாள் எதிர்பார்த்த ஒன்று மாதியால் அன்று நிறைவேறியிருந்தது. எல்லாம் ஆராயப்பட்டிருந்தது. மல்லன் தீர்ப்பளிக்க ஆரம்பித்தார்.

“முதலில் இத்தனை ஆளுமைமிக்க ஒரு மருமகளை, மகளை இந்த ஊர் பெற்றதை எண்ணி இந்த மந்0தா பெருமைக் கொள்கின்றது...

இந்தச் சபையில் இவ்வளவு தெளிவாக தன் தரப்பினை இந்த அன்புமகள் எடுத்துரைத்த பாங்கு அவளின் மாமன் போசனைப் பிரதிபலித்தது...

இந்த ஊரிற்கு இன்னொன்றினையும் கூறக் கடமைப்பட்டுள்ளேன். நம் அன்புமகள் மாதி சிறந்த மருத்துவரும்கூட. நாம் தேடிச்செல்லாமலேயே நாம் கொண்டிருக்கும் பாதிப்பினைக் கண்ணுற்றவிடத்து அதற்குரிய மருத்துவத்தைத் தேடிவந்து செய்பவள் என்று இவ்வூரின் பலபேர் என்னிடம் கூறியதுண்டு. ஏன், நேற்றுகூட என்காலின் அசிணிப் புண்ணிற்கு அவளாக இட்ட மருந்து நன்றாகவே கேட்கிறது.. அதன் நமைச்சல் குறைந்திருக்கின்றது. மாதி நேற்று எனக்கு மருத்துவம் பார்க்க மருந்தரைக்கின்றபோது அவள் நீரினைக் கையாளும் முறையினைக் கவனித்தேன். அவளோடு ஹள்ள ஜோனிக்கு அன்றாடம் நீர்கொணரச் செல்பவர்களையும், விசாரித்தேன். சிறந்த மருத்துவ அறிவு கொண்டவர்கள் நிச்சயம் நீரினை அசுத்தம் செய்யமாட்டார்கள் என்பது என் திண்ணம். மேலும், அவளின் திருமணத்தின்போதும் ஹள்ள ஜோனியின் நீரினை மாதி கொணர்ந்த பாங்கினையும் என்

மனைவி பலமுறை எனக்குக் கூறியிருக்கிறாள். இவ்வழக்கினை அவளிடம் உரைத்த மாத்திரத்தில் 'நிச்சயம் அவள் இவ்வாறு செய்திருக்க மாட்டாள்' என்றும் உரைத்தாள் அவள். அவளின் துணிவிலும், நோட்டத்திலும் ஒரு நியாயம் இருக்கும் என்பது என் தனிப்பட்ட எண்ணம். மேலும், யானை சென்ற தடத்தை யானைதானே அறியும்... எனவே நான் விசாரித்தவரை, யூகித்தவரை அவள் ஹள்ள ஜோனியில் உமிழ்ந்ததாகக் கூறிய குற்றசாட்டு மாதியின் மீது 0கிரிஜிக்கு இருந்த காழ்ப்பால் உண்டானதென்றே இம்மந்0தா கருதுகின்றது.

மாதி சொன்ன கூறுகள் அனைத்தையும் ஆராய்ந்தபோது மாதியின் வார்த்தைகளில் சத்தியம் மிளிர்கின்றது. மேலும், மாதியும் ஹாலனும் நீர்கொணர்ந்து வருவதை ஊரிலுள்ள பலரும் கண்டிருக்கின்றனர். ஏன், என் மனைவியும் பார்த்திருக்கிறாள். எனவே, இந்த வழக்கு 0கிரிஜி சுமத்திய பொய் வழக்கென்று இந்த மந்0தா கருதுகின்றது. இந்த மந்0தாவின் மேன்மையினைக் குலைத்ததற்காக 0கிரிஜி மற்றும் அவரோடு சேர்ந்த நபர்களை இந்த மந்0தா வன்மையாகக் கண்டிக்கின்றது.

இவ்வூரிற்கு வந்த புதுமணப் பெண்ணிற்கு துன்பம் அளித்ததற்காகவும், பாதையில் முள்ளிட்டதற்காகவும், கல்வீசி துன்புறுத்தியதற்காகவும், பொய்யுரைத்ததற்காகவும், நல்ல நபரினைக் களங்கப்படுத்தியதற்காகவும் 0கிரிஜியையும், அவளுக்குத் துணைநின்ற குப்பியின் மகன்களையும், குறிப்பாக, மந்தா0வில் பொய்யுரைத்த அஜ்ஜனையும் இந்த மந்0தா, நெடிய மரபினைக்கொண்ட, அறம்பிறழா இந்த ஊரிற்கே ஒவ்வாதவர்களாகக் கருதுகின்றது.

தூயவன் போசனின் மகனாகப் பிறந்துவிட்டு அஜ்ஜன் நேர்மையற்று இருப்பதையெண்ணி இந்த மந்0தா வேதனையடைகின்றது.

முறையே, இவர்கள் செய்த இந்தத் தீமைக்கு அவர்களை இந்த ஊரினைவிட்டுத் தள்ளிவைப்பதே முறை..

இவர்களைத் தள்ளி வைத்தால், இவர்களோடு எவரும் ஒட்டு உறவு வைக்கக்கூடாது.. அன்னம் தண்ணீர் புழங்கக்கூடாது... இந்நிலையில் போசனின் வாக்குறுதி அற்றுப்போய்விடும்.

இந்த ஊரையே தன் தலைமேல் சுமந்திருந்த தூயவனின் வாக்கினை நீர்த்துப்போகச்செய்ய இந்த மந்0தா ஒருபோதும் காரணமாக இராது.. ஆனால், அதே நிலையில் இவர்களும் தொடர்ந்து பல்வேறு அநீதிகளை அவர்களுக்குச் செய்துக் கொண்டிருப்பதும் பெரும் வருத்தத்தையும், சினத்தையும் ஏற்படுத்துகின்றது.

மரபார்ந்து உயர்ந்த உறவினையும், சகோதரத்துவத்தையும் பேணிவரும் நாம், பேராசையும், சுயநலமும் நிறைந்த இதுபோன்ற சிலரின் செயல்களால் வேதனை அடைவதை ஏற்றுக்கொள்ளவும் இயலாது. மேலும், ஊரின் நடைமுறைக்கு இது ஒவ்வாததும்கூட. போசனாலும், குப்பியாலும் மட்டுமே 0கிரிஜி மீண்டும் இவ்வூரில் வசிக்க நேர்ந்ததை அவர்கள் ஒருகாலும் மறந்துவிடக்கூடாது.

அவர்கள் விடுத்த பொய் வழக்கிற்காகவும், அஜ்ஜனும், 0கிரிஜியும் பொய்யுரைத்ததற்காகவும் இந்த ஊரும், ஹாலன் மற்றும் மாதியும் வாய்ப்பளித்தால் அவர்கள் மந்0தாவில் தவறுகட்டி மன்னிப்புகேட்க வேண்டும். மாதியிடமும் நிபந்தனையற்ற மன்னிப்புக்கோர வேண்டும். ஒருவேளை மாதி விரும்பவில்லையெனில் உடனடியாக இவர்கள் இவ்வூரினைவிட்டு சென்றுவிட வேண்டும். எனவே, இந்த மந்தா இதுநாள்வரையிலில்லாமல் முதல்முறையாக அந்த நேரியன் போசனை மனதில் எண்ணி இவ்வழக்கிற்குரிய தீர்ப்பினை நம் மாதியிடமே அளிக்கின்றது."

என்றார். ஊராரின் மனதிலெல்லாம் இத்தீர்ப்பினையெண்ணி மகிழ்வே நிறைந்திருந்தது. மல்லனின் தீர்ப்பினை அனைவரும் முழு மனதுடன் ஏற்றுக்கொண்டனர்.

"மாதி... இவர்கள் இனி இந்த ஊருக்கு வேண்டாம். இவர்களால் உங்கள் குடும்பமும், ஊரும் அடைந்த துயர்போதும்.. அவர்களை இவ்வூரினைவிட்டே அனுப்பிவிடு.."

எனும் கூச்சலொலி அந்த இடம் முழுவதும் விரவியது. சற்று பொறுமை காத்தாள் மாதி. இதுநாள்வரையில் ஊரார் மனதில் 0கிரிஜியின்மீது இருந்தக் கோபமெல்லாம் வார்த்தையாய், வேண்டுகோளாய் உருவேறி அடங்க சற்று நேரம்பிடித்தது.

கோ.சுனில்ஜோகி ● 303

மீண்டும் அத்தளத்தில் அமர்ந்துகொண்டு முள்தைத்த கையினை தரையில் ஊன்றி அழுத்தி, கொண்டவலியை மேலும் மிகுவித்துக் கொண்டிருந்தாள் 0கிரிஜி.

ஹாலனின் அண்ணன் மற்றும் அண்ணிமார்களோ தலைகுனிந்து நின்றனர். அஜ்ஜனும் அவனது தமையன்களும் தன் சித்தியின் இந்தக் கீழ்த்தரமான செயலினை எண்ணி வேதனைக் கொண்டனர். அதற்கு தாங்களும் ஆளானதையெண்ணி நொந்துகொண்டனர். 'அந்நேரியன் போசனின் மகனாகப்பிறந்து இப்படி பொய்யுரைத்தது வேதனையளிக்கிறது' என்று 0கவுடர் உமிழ்ந்த வார்த்தைகள் அஜ்ஜனின் செவிப்பறைக்குள், மனவறைக்குள் பிரளயத்தை உருவாக்கியிருந்தது. தன் உயிர் இக்கணமே மாய்ந்துவிடக்கூடாதா என்று துடித்தான் அவன். இனியும் சிலகணமேனும் இவ்வூரில் வாழ்வது தகாது என்று எண்ணினான். ஈரத்தையெல்லாம் தொகுத்துவைத்து திடீரென அள்ளிவீசும் 0பீரமுக்கின் காற்றைப்போல மாதி பேசலானாள்.

"மீண்டுமொருமுறை இந்த மந்0தாவினை வணங்குகின்றேன்..

ஒரு பெரும் பொறுப்பினை இந்த மந்0தா எனக்குச் சுமத்தியுள்ளது..

என் மாமனார் போசனின் மீது இந்த ஊர் வைத்திருக்கும் அன்பினைக்கண்டு வியக்கிறேன்...

0கவுடர் சொன்னதைப்போல நான் மருத்துவத்தில் சிறந்தவள் அல்ல. நான் அதில் ஆர்வம் கொண்டவள் அவ்வளவே. ஆனால், அதில் அனுபவம் அற்றவள். எங்கள் ஊர் மருத்துவச்சி செவன குப்பியிடமும், என் பாட்டி மாசியிடமும் கற்றதை, ஏதோ தெரிந்தளவில் செய்கிறேன்...

என்னை, நம் நீர்மரபினைப் பாதுகாப்பவள் என்று நம்பி முடிவுரைத்த 0கவுடருக்கும், இம்மந்0தாவினருக்கும் தலைவணங்குகின்றேன்.

தவறு செய்பவர்களுக்கு நிச்சயம் தண்டனை வழங்கவேண்டும். அதுவே அவர்கள் அத்தவறினை மீண்டும் தொடராமல் இருப்பதற்கான வழியாகும் என்பது நாம் அறிந்ததே...

ஆனால், நான் உற்ற வழக்கோ வித்தியாசமானது..
மனதில் கொண்ட வஞ்சத்தினால், காழ்ப்பினால் உருவானது..

மீண்டும் எங்கள் குடும்பத்தின் சார்பில் இடரோ, வழக்கோ நேர்ந்துவிடக் கூடாதென்றே இதை என் அத்தையிடம், ஏன், என் கணவரிடம்கூட சொல்லாமல் தவிர்த்தேன்.. 'நம்விரல் நம் கண்ணைக் குத்தியதற்காக அவ்விரலினை வெட்டிவிடுவோமோ என்ன?'... குடும்பத்தின்மீது உண்டான ஒரு தவறான புரிதல்நிலையே இவ்வழக்கிற்கான காரணமென்று நான் எண்ணுகிறேன். அவையோரே! உங்களுக்குத் தெரியாததில்லை, 'தெரிந்து கொள்வதைவிட புரிந்துகொள்வதுதானே சிறந்தது..' புரிதலின் குறைபாடே இந்நிலைக்கான காரணமாகும்.

நம் முன்னோர்கள் வகுத்துத் தந்துள்ள அன்பின் வாழ்க்கை வெகு அற்புதமானது... எல்லோருக்குமாக வாழ்கின்ற தியாகத்தின் வாழ்க்கை அது... சத்தியத்தின் வாழ்க்கை அது.. என் அத்தை குப்பியின் வாழ்க்கையைப்போல.. எனவே இந்த மந்0தாவும் ஊரும் எனக்காக எங்கள் குடும்பத்தினரைப் பொறுத்தருள வேண்டுகிறேன்..

நீங்கள் எங்கள் குடும்பத்தின்மீது வைத்திருக்கும் அன்பினை, நம்பிக்கையினை மேலும் உணர்ந்துகொள்வதற்கான, குறிப்பாக, நான் அறிந்துகொள்வதற்கான நல்ல வாய்ப்பினை இந்த மந்0தா அளித்ததை எண்ணி மகிழ்கிறேன். எங்கள் குடும்பத்தின் இறுதித்துளி குருதி உறையும்வரையும் என் மாமனாரின் வாக்கு நிலைக்க வேண்டும் என்பதே என் விருப்பம். ஏன், எங்கள் குடும்பத்தின், இந்த ஊரின் விருப்பமும் அதுவே.

என்மீது வழக்குதொடுத்த என் குடும்பத்தினரை மன்னிக்கும் அளவிற்கு எனக்கு வயது கிடையாது. பெரியோர்களே! எனக்கு என் குடும்பத்தின் ஒற்றுமையே முக்கியம்... குடும்பத்தில் ஒற்றுமை இருந்தால்தானே ஊர் செழிக்கும்...

என் கணவருக்கு உயிராகவும், என் அத்தைக்கு நிழலாகவும் நிற்பதே என் பிறவிக் கடப்பாடு.

என் குடும்பத்தினரின் கரங்கள், என் கண்களைக் குத்தும் விரலாக இருந்தாலும் அதுவும் எனக்கு வேண்டும்..

சபையோரே! தயைகூர்ந்து அவர்களைப் பொறுத்தருள வேண்டுகிறேன்...

என் பாதையில் எத்தனை முட்களை வீசினாலும் அதை அகற்றிச்செல்ல நான் தயார்.. அதுவும் ஒரு வகை அன்புதானே...

ஹள்ள ஜோனியைப்போல எல்லேரையும் அரவணைக்கும் வாழ்வினை நாம் வாழவேண்டும்..

நம்மைக்காக்கும் இந்தக் கம்பீரமான 0பீரமுக்கு மலையைப்போல பிறர்க்காகவே நம்மைத் தாரைவார்த்து வாழவேண்டும்...

பெற்றத்தாயினும் மேலாக நம்மைத்தாங்கும் நம் மண்ணும், மலையும், காடும்போல எல்லோருக்காகவும் வாழ்வதைவிடவும் வேறு என்னவுண்டு இந்த வாழ்க்கையில்..

இம்மந்0தா எனக்கிட்ட கட்டளையை நிறைவேற்ற வேண்டியது என் தலையாய கடமையாகும். அதன்படி இவ்வழக்கிற்கான என் தீர்ப்பு யாதெனில், நேற்று 0கவுடர் அய்யாவிற்கு மோர்கொடுக்க நீட்டிய என் கரங்கள் என் மீது தொடர்ந்த வழக்கின் காரணமாகப் பின்வாங்கியது. அதுதொட்டு இக்கணம்வரை எங்கள் வீட்டில் யாரும் மோர் அருந்தவில்லை... சரியாக உணவும் உண்ணவில்லை... எனவே, என் தீர்ப்பானது ஊர்0கவுடர் உட்பட ஊரார் அனைவரும் எங்கள் மனைக்குவந்து மோர் அருந்தவேண்டும். என்மீது வழக்குத் தொடுத்தவர்களும் வந்து மோர்குடிக்க வேண்டும் என்று விரும்புகிறேன்.."

என்று தீர்ப்பளித்தாள் மாதி.

ஓடிவந்து அன்று போசனுக்குச் செய்ததைப்போலவே மாதிக்கு மண்0டரைக்கட்ட மல்லனின் கைகள் துடித்தன... ஊரே மாதியைக்கண்டு வியந்தது... ஹாலனின் கண்களில் மகிழ்வாலும், வியப்பாலும் ஹள்ள ஜோனியின் நீர் நிறைந்திருந்தது.

கெப்பி விரைந்துவந்து மாதியை ஆரத்தழுவி முத்தமிட்டாள். ஊரின் எல்லா பெண்களும் மதியை அணைத்துப் பாராட்டினர். அவளின் கன்னங்களில் திரண்ட அன்பின் முத்தங்களின் ஈரம் ஹள்ளஜோனியின் ஸ்பரிசத்தைத் தருவித்தது.

0கவுடர் முன்னிலைவகிக்க ஊரே மாதியின் வீட்டிற்குச் சென்றது. அவர்களுக்காக மோரினைத் தயார்செய்ய மாதி முந்தினாள். ஓடிவரும் மாதியைக்கண்டு மகிழ்ந்தாள் குப்பி. அவளை ஆரத்தழுவி வரவேற்றாள். அதிகாலை இருளில் கலக்கும் புலரொளியென குப்பியின் முகத்தில் மண்டியிருந்த கவலை விலகியிருந்தது. ஊராரை வரவேற்கத் தயாரானாள்.

மாதியோ விரைந்து வீட்டிற்குள் சென்றவள் மோர் அவிரிகளைத் தயார்செய்தாள். பரண் மீதேறி இருக்கின்ற குடுவைகளையும், 0கவுடருக்கும், பூசாரிக்கும் கொடுக்க வெண்கலக் கோப்பைகளையும் தயராக எடுத்து வைத்தாள். சற்றுநேரத்தில் ஹாலனும் வந்துசேர, அவர்கள் மோர் அவிரிகளை எடுத்துக்கொண்டு வெளியே வந்தனர். அவர்களின் மனமோ வந்தவர்களுக்கு முன்னமே மோர் ஊற்றிக் கொண்டிருந்தது.

வந்தவர்களை குப்பி வரவேற்றாள். அனைவரும் பெருமையுடன் குப்பியை நோக்கினர். "குப்பி உன் மருமகள் உன்னை விஞ்சிவிட்டாளே" என்று அங்கிருந்த பலரும்கூற குப்பியின் பொலிமுகத்தோடு பெருமையும் சேர்ந்தொளிர்ந்தது. போசனின் வழக்கு உற்றிருந்த ஒரு சூழல் மீண்டும் அம்மனையில் நிலவியது. 'நியாயம் வெல்லும் போதெல்லாம் நியாயவாதிகள் மெச்சப்படுவது இயல்புதானே. காலம் தாழ்த்தி, பெரும் துயருற்று வெல்வதில்தானே நியாயத்தின் சுவையே'. நியாயத்தின் சுவையை அவ்வீடே, ஏன், அவ்வூரே சுவைத்துக் கொண்டிருந்தது. ஊரே மகிழ்ச்சியில் கொண்டாடியது.

எல்லோரும் அங்கிருந்து நீங்கி வெகுநேரமாகியும் 0கவுடரின் வீட்டு முற்றத்திலேயே 0கிரிஜி அமர்ந்திருந்தாள். அப்பொழுதும் அவளுக்கு மாதியின்மீது கோபமும், வெறுப்புமே மிஞ்சியிருந்தன. வழக்குநிறைந்த அடுத்த கணமே அஜ்ஜன் அங்கிருந்து தன் இல்லத்தைநோக்கி விரைந்தான். வெட்கினான்.. குற்ற உணர்வு அவனைக் குதறியது... கதவை அடைத்துக்கொண்டு அரற்றி அழுதான். ஹள்ள ஜோனியின் நீர் அவனைவிட்டு தாரைதாரையாய் விலகிக் கொட்டியது.

அவளோடு இருந்தவர்களும் அவளைத் துறந்திருக்க அனாதையாய் அங்கேயே அமர்ந்திருந்தாள் 0கிரிஜி. அவளின் கணவனும்கூட அவளைவிட்டுச் சென்றிருந்தான். மீண்டுமொரு

கோ.சுனில்ஜோகி ● 307

பெரிய கல்லினை எடுத்து மாதியின்மேல் எறிந்துவிடவேண்டும் எனும் வெறி 0கிரிஜியின் மனது முழுக்க எரிந்து கொண்டிருந்தது.

ஹாலனின் அந்த எரிக்கும்பார்வை அஜ்ஜனை இன்னும் சுட்டெரித்துக் கொண்டிருந்தது. தன் அன்னையின் கால்களைப்பிடித்துக் கதறவேண்டுமென்று இருந்தது அவனுக்கு.

தன் சிறிய அத்தையின் வஞ்சத்தை இன்றுதான் முழுதாய் ஹாலனின் அண்ணிமார்கள் புரிந்துகொண்டனர். இது அவர்கள் முன்னமே அறிந்திருந்தவொன்றுதான். ஆனால், புரிந்திருக்கவில்லை. இது முன்னமே தெரிந்திருந்தும் அவர்கள் சொத்தின்மேல் கொண்ட ஆசையில் தன் கணவன்மார்களுக்கு அதை வெளிக்காட்டாமல் இருந்தனர். பெண்மையின் பலத்தின் அளவிற்கு அதன் பலவீனமும் வலுவானதுதானே.

“அத்தையை இப்படி விட்டுவிட்டு வந்துவிட்டீர்களே. இது முறையா?” என்று கேட்ட மல்லெயினை தன் உடலில் எரிந்து கொண்டிருந்த அத்தனை அனலும் ஒருங்குசேர நோக்கினான் அஜ்ஜன். அவனின் இந்தக் கனல்பார்வையை நீண்டநாள் கழித்துச் சந்தித்தாள் மல்லெ. மேலும், கூடுதலாகப் பேசினால் அடுத்து நடப்பதை மல்லெ நன்கு அறிந்திருந்தாள். குற்ற உணர்வினாலும், அவமானத்தினாலும் அட்டிலின்மேலேறி படுத்துக் கொண்டான் அஜ்ஜன். தன் தந்தையை இழந்து, தன் தாயுற்ற துயரங்களையெண்ணி அவனின் உள்ளம் குமுறியது. அவன் விழிவழி வழியும் கண்ணீர் அவன் தன் தலைக்கு வைத்திருந்த கவிந்தியை முற்றாய் நனைத்திருந்தது. தன் சித்தியோடு சேர்ந்துகொண்டு தன் அன்னையைப் புண்படுத்தியதை எண்ணி நொந்தனர் அம்மூவரும். தன் அன்னையையும், ஹாலனையும், மாதியையும் எவ்வாறு எதிர்கொள்வது எனும் குற்றவுணர்வின் கண்ணியில் சிக்கித் தவித்தனர்.

வானம் நன்கு இருண்டிருந்தது. என்றும் வானில் ஒளிர்ந்து சீண்டும் கோலி விண்மீனை இன்று காணவில்லை. நிலவினையும் காணவில்லை. இருளின் துகள்கள் திரண்டுநின்ற அவ்வடர் இருளில் 0பிக்கெ மரத்தின் கட்டை இரம்மியம்கூடி நின்றெரிந்தது. அதனினும் இரம்மியம்கூடி நின்றொளிர்ந்தாள் மாதி.

கிரு0தீவி0கெ மாதம் கடந்து ஒரு வாரம் கழிந்திருந்தது. மாதியின் வதுவை முடிந்து இன்னும் மூன்றுநாட்களில் நாற்பது நாட்கள் கழியவுள்ளன. மழைக்காற்று வீசியது. சோர்ட்டின் மேல் பக்கத்தில் மின்னல் இறங்கும் ஒலியும் ஒளியும் விழி இமையென தொடர்ந்தன. சோர்ட்டின் பக்கம் மின்னல் தோன்றினால் அடைமழை உறுதி. அன்று விழுந்த கள்ளப் பனியின் அறிகுறி சரியாகப் பலித்தது. இது கடைமழையின் அறிகுறிதான். மழைவருவதற்கு முன்பு வெளியில் ஏற்றிய நெருப்பிலிருந்து மிதமான சில கங்குகளை மூங்கில் சி0கிரியில் 0குள்ளிற்குள் எடுத்து வைத்தான் ஹாலன்.

சாணம்கொண்டு திண்ணமாகப் பூசப்பட்டிருந்த சி0கிரிக்குள் ஆங்காங்கே இடப்பட்டிருந்த துளைகளில் புகுந்துசெல்லும் காற்று அதனுள் நிறைந்திருந்த நெருப்பினைத் துருத்தியது. பயமறியாத இளங்கன்று முழங்கால்வரை துள்ளிக் குதிப்பதைப்போல நெருப்பின் சில்லுகள் சி0கிரியைத்தாண்டி எம்பி எம்பிக் குதித்தன. சந்தன மரத்தின் துகள்களை சி0கிரிக்குள் தூவினான் அவன். படர்ந்த நறுமண மென்புகையின் ஜாலம் அந்த இடம் முழுவதும் நர்த்தனமாடியது. அன்று கள்ளப்பனியினைக் கண்டதுமுதலே ஹாலன் தோவிலும், 0குள்ளிலும் அடைமழைக்கான முன்னேற்பாடுகளைச் செய்திருந்தான்.

மழையின் அறிகுறியினை முன்னமே உணர்ந்த அவரைக்கொடிகளில் கூடுகட்டியுள்ள கொட்டக்கிலு உள்ளிட்ட பறவைகளின் கீச்சொலி மிகுந்திருந்தது. இன்னும் சற்று நேரத்தில் கொட்டும் அடைமழையில் அதன் கூட்டிற்கு தாய்ப்பறவையின் சிறகுகள்தான் கூரையாக இருக்கப்போகின்றன. ஹாலனும் மாதிக்கு அப்படித்தான் இருந்தான். தன் குஞ்சுகளுக்கும், முட்டைகளுக்குமாக அடைமழையினையும், கொடுங்காற்றினையும் எதிர்கொள்ளும் தாய்ப்பறவையை எண்ணி மாதி வருந்தினாள். அந்தப் பறவையின் தியாக உணர்வினை எண்ணும்போது குப்பியின் முகமே அவளின் முன் நின்றது. இயற்கைக்குத் தெரியாதா? தன் பிள்ளைகளைப் பாதுகாக்க... இயற்கையின் அரவணைப்பிற்குள் தஞ்சம் கொண்டவர்களை இயற்கை என்றுமே கைவிடுவதில்லை.

அதேபோல இயற்கையை நம்புபவர்களை அது என்றைக்கும் அரவணைக்கவும் தவறுவதில்லை.

அடைமழைக்கு முரணாக 0குள்ளின் கூரைக்குள் இருப்பதை மாதி விரும்பவில்லை. இதுவும் இயற்கையை நம்பாத நிலையென்றே அவள் எண்ணினாள். முளைத்து, வளர்ந்து துளிர்த்திருந்த அவரைச்செடிகளும், கொடிகளும் இருட்டில் புகுந்த அடர்பச்சை மழைப்பூச்சியென ஜொலித்தன. இருட்டில் பல்லாயிரம் மரகதங்களை தன் மடியில் எந்திக்கொண்ட அந்நிலம் முழுவதும் உயிர்த்தது. மழைக்குழந்தை அந்நிலத்தில் ஊன்றிய தன் பிஞ்சு கால்களைச் சடசடவென வலுப்படுத்தியது. பிழம்பினையொத்த ஆதிஅந்தமற்று அவ்வடர் இருளில் ஒலியால் ஒளிர்ந்தது. அடைமழையின் இந்த விஸ்வரூபத்தினைக் காண கண்கோடிதான் போதுமோ? களவுபோன தன் கண்களால் அடர் இருளில் அடர்ந்திருந்த அடைமழையை நோக்கியிருந்தாள் மாதி.

அஃறிணைகளின் மிரட்சியொலி 0பீரமுக்கின் முகடுகளிலிருந்து ஆங்காங்கே எழும்பிக்கொண்டிருந்தன. அதிலும் அந்த வரையாட்டின் ஒலியோ விடாமல் மிகுந்திருந்தது. ஒற்றை வரையாட்டின் ஒலியும் அதைத்தொடர்ந்து குரைக்கும் மானின் ஒலியும், அதைத்தொடர்ந்து வரையாடுகளின் ஒலியும், அதைத்தொடர்ந்து குரைக்கும் மான்களின் ஒலியுமென விட்டுவிட்டு எழுந்த ஒலிகள் மாதியின் மனதினை விடாது பீடித்திருந்தன. மரத்தின் மந்திகளும், ஆந்தைகளும் எழுப்பும் ஒலிகள் என்றும் கேட்கும் ஒலிதானெனினும் அடைமழைச்சூழலில் அது உயிர்களின் பேரன்பின் ஆன்மாவினை உட்செறித்திருந்தன. கலவிகளின் சூழலும், மறியுடை விலங்குகளின் காழ்ப்பின் சூழலும் 0பீரமுக்கின் இதயத்துடிப்பாய்மிக அது பெருமி உயிர்த்தது.

அடைமழையின் ஒலியோடு ஊடுருவிவந்த இயற்கையின் ஒலிகளோ, மாதியின் உயிர்வரை உரிப்பொருளானது. 0பீரமுக்கின் மலைகளிலிருந்த விலங்கினங்கள் ஆங்காங்கே மிரண்டு ஒலி எழுப்பின. 0குள்ளின் கதவினை அடைக்காமல் ஹாலனின் மார்பின்மீது தலைசாய்த்துக்கொண்டு அடைமழையில் நனைந்துகொண்டிருந்தாள் அவள். ஹாலனின் மார்பெனும்,

மாதியின் வாழ்வின் உரிபொருள் அவளை அன்றும் ஏந்தி பெருமி உயிர்த்துக் கொண்டிருந்தது. 'உயிர்கள் தானே உலகம்'... இந்த உயிர்களின் உலகம் பேரன்பின் அடைமழைக்குள் அடையாக அணைந்திருந்தது.

விசும்பிலிருந்து விழுந்த மழைத்துளிகள் மேகங்களிலிருந்து கொண்டுவந்த தூதுச்சொற்களை மரங்களிலும், மலைகளிலும், கொடிகளிலும், செடிகளிலும், மண்ணிலும் கொண்டுசேர்க்கும் இயற்கையின் இரகசிய வார்த்தைகளைக் கூர்ந்து கேட்டுக் கொண்டிருந்தாளவள். இரகசியங்களைக் கேட்பது தவறெனினும் மாதியும் அவ்வியற்கை கூட்டத்திலிருந்து வேறானவளில்லையே. அந்த மழைத்துளியின் இரகசியங்கள் மாதிக்கும் மிச்சமிருந்தன. 0பீரமுக்கிலிருந்து அடிக்கடி இறங்கும்காற்று அவளுக்கான இரகசியங்களை ஏந்திச்சென்று அவளின் நுதல்வரை சேர்த்தது. அக்குளிர்காற்று ஏந்திவந்த மழைத்துளியானது அடிக்கடிபடச் சிலிர்க்கும் மாதியை அடுத்தடுத்து இரசிக்கவே மழைத்துளியின் அந்த இரகசியங்கள் தொடர்ந்தன. மழைக்குளிரும், குளிர்காற்றின் உருக்கொண்ட மழைத்துளியும் உயிர்தொட அடுத்தக்கணமே 0பிக்கெக் கனலோடுக் கந்தத்தின் அனலும் வெப்பமூட்ட, அந்த இயற்கையணைப்பிற்குள் இல்லாததேது. அனலும் புனலுமின்றி ஏது உலகம். அதோடு அன்பும் சேர்ந்துகொண்டால் அதுவல்லவோ உலகம்.

நாசித்தொட்ட மண்வாசனை மாதியின் உச்சியேறி உயிர் நனைத்தது. இந்த மண்ணாய்ப் பிறந்திருந்தால் என்ன? மழைநீரில் குழைந்து, உயிர்தீண்டும் அனுபவத்தை உற்றிருக்கலாமே! புதுமைக்கு வனைப்பொருளாகியிருக்கலாமே! புரியாத உறவிற்கு, புரிய பிரியாத உறவிற்கு முதற்பொருளாகி யிருக்கலாமே! என்று மனதில் ஆயிரம் எண்ணங்களைத் தவழவிட்டுக் கொண்டிருந்தாள் மாதி. 0பீரமுக்கு மலைமேல் வீழும் மழைத்துளிகள் மலையிலும், அடர்மரத்திலும் பட்டு எழும் இயற்கையின் பாடல் லயப்பினும் லயப்பு. பாடுவது யார்? மழைத்துளியா? அடர் மரமா? அந்த ஆய்விற்குள் நுழையின் இந்த இரவு போதாதே... இந்த அடர் இயற்கையின் தாலாட்டை உரியவனின் மார்மீது கேட்கும் அனுபவம் மாதிக்கு இன்றுதான் வாய்த்திருந்தது. அடர் இயற்கையின் அணைப்பிற்கெல்லாம் வாய்த்திருக்க வேண்டுமே... அவளுக்கு வாய்த்திருந்தது... அவள்

இயற்கையானதால், இயற்கைக்கானதால் வாய்த்திருந்தது. எங்கே, கண்ணயர்ந்தால் இந்த இயற்கையின் சொல்லிற்குச் செவிமடுக்காமல் சென்றுவிடக்கூடுமோ என்று உறக்கத்தை அடக்கி தன் கண்களை முயன்று அகலத் திறந்தாள். கனலூட்டி, உறக்கத்தின் கணைகளைத் தொடுத்துக்கொண்டு சீராக எரிந்து கொண்டிருந்த சி0கிரியின் மென்னடர் நெருப்பினைக் கோபத்தோடு பார்த்தாள்.

மாதியின் அடர்க் கூந்தலைக் கோதிக்கொண்டே அந்த அடர்மழையைக்காண ஹாலனுக்கு இன்று மந்0தாவில் அடர்மழையாய்ப் பொழிந்த மாதியின் நினைவாடியது. அவளின் நேர்மை, கையாளும்விதம், தெளிவு, வார்த்தை, அன்பு, அக்கறை, நடைமுறை எனும் அடர்வாழ்வின் துளிகளை எல்லாம் கருவாக்கி அடைமழையென அவள் பெய்ததையெண்ணி அவன் அவளை உச்சிமுகர்ந்து பலமுறை முத்தமிட்டான். அவள் உதிர்த்த ஒவ்வொரு சொல்லிலும் அவளின் குடும்பத்தின் மரபும், உறவும் துளிர்த்ததையெண்ணி அவனின் பேரன்பின் கோதல் விடாது தொடர்ந்தது. அன்பின் முத்தங்கள் தொடரும்போதெல்லாம் தலைசாய்த்துக்கொண்டே மேல்நோக்கி பாயும் அவளின் விழிவெண்படலம் பேரன்பின் அடர்மழையைப் பொழிந்து கொண்டிருந்தது.

மழைகண்ட செம்புலம்போல் குடும்பத்தோடும், ஊரோடும் அவள் கலந்திருந்தாள். இனி எவராலும் பிரிக்கவியலாதவாறு ஊடிப்போயிருந்தாள். ஹாலனின் வலது கையை தன் தலையணையாக்கி மல்லாந்து படுத்தாள் அவள். அவளின் பார்வைமட்டும் அடர்மழையினின்று விலகாமலிருந்தது. அவனின் இடது கையினை எடுத்து தன் வயிற்றின்மீது வைத்தாள். இந்தப் புதுச்செய்கையின் இரகசியம் அவனுக்குப் பிடிபடவில்லை. அவன் மாதியை நோக்கினான். அவளோ புன்னகையின் அடர்மழையைச் சிந்திக் கொண்டிருந்தவள் மீண்டும் அவனின் மார்பில் சாய்ந்து கொண்டாள். தலைமாட்டில் கவிந்திக்குக் கீழே அவள் பறித்து வைத்திருந்த ஒரு பெரிய மற்றும் சிறிய தும்பை மலர்களை எடுத்தாள். தன் வயிற்றின்மேல் வைத்திருந்த ஹாலனின் கரத்தின்மீது முதலில் அப்பெரிய தும்பைமலரையும், அதனருகில் சிறிய தும்பை

மலரினையும் வைத்தாளவள். அப்பொழுதும் அவனுக்கு அது புரியாமல் விழித்தான்.

0குள்ளின் முற்றத்தில் கூடுகட்டி முட்டைப்பொரித்த அந்தக் 0கு0ப்0பிசிக் குஞ்சுகள், தொடரும் அந்த அடைமழைக்கு அஞ்சி கீச்சொலியெழுப்பின. அதை தன் கண்களால் சுட்டிக்காட்டினாள் மாதி. நாணி தன் தலையை அவனின் மார்பில் புதைத்தாள். ஹாலனுக்குப் புரியவைக்கவே அந்தக் 0கு0ப்0பிசிக் குஞ்சுகள் அந்நேரத்தில் கீச்சொலி எழுப்பியதைப் போலிருந்தது. வானில் கோலி எழும்வரை காத்திருந்துவிட்டு, முதலில் கோலிக்குச் சொன்னப்பிறகே ஹாலனுக்குச் சொல்லவேண்டும் என்றெண்ணியிருந்தாள் அவள். யாருமற்ற கோலிக்கு அவள் சிறந்த மகளாகவே மானசீகமாக தொடர்ந்தாள். அடர்மழை யின்வழி தனை உற்றிருந்த அத்துணை உயிர்களுக்கும் இந்த உயிர்செய்தியை அவள் பரப்பிக் கொண்டிருந்தாள். அடர்மழையின் இரகசியங்கள் ஓயாமல் தொடர்ந்தன.

மாதி சூலுற்றிருப்பதை அறிந்துகொண்ட ஹாலன் அவளை அள்ளி அணைத்தான். முத்தமழைப் பொழிந்தான். உயிரும், ஊனும், உதிரமும் கலந்த உறவின் செம்புலமொன்று கருவென உருவாகியதை எண்ணி பெரிதுவந்தான். அவனுக்கான அடுத்த பரிமாணத்தை அவள் தந்திருந்தாள். இல்லை.. இல்லை... இயற்கை தந்திருந்தது. மாதியின் வயிற்றின்மேல் தன் கரத்தினை அக்கறையோடு வைத்துக்கொண்டே நினைவிலில்லாத தன் தந்தையின் ஸ்பரிசத்தை உணர்ந்தான். இயற்கையின் தலாட்டிலும், ஹாலனின் பேரன்பின் முயக்கத்திலும், அடர்கனவுலகிலும் ஹாலனோடு அடர்மழையென உறைந்து கொண்டிருந்தாள் மாதி.

அடர்மழைத் தொடர்ந்தது. 0குள்ளின் முன்வாயிலை அடைத்தான் அவன். அவள் தலைக்கு வைத்திருந்த கவிந்தியை நீக்கிவிட்டு தன் கரத்தினை மீண்டும் அவளுக்கு தலையணையாக்கினான். இருவருக்குமாக அவ்வெண்ணடர் போர்வையினை கழுத்துவரை இழுத்துப் போர்த்தினான். அவனின் சிறகுகள் தன் தேவதைக்காக முற்றிலும் விரிந்திருந்தன. சாம்பல் பறவையின் குஞ்சுகளின் கீச்சொலியோ அவ்வப்போது நிறைவில் பூரித்திருந்த ஹாலனுக்குத் துணையாக, பேரன்பின் அவ்வடர் இரவு கழிந்தது.

அதிகாலையில் மழையீரத்துடன் பனிபடர்ந்த புல்தரையில் ஹாலனின் பாதங்கள் மட்டும் பதிந்திருந்தன. இரவுமுழுவதும் மாதியை தன் மார்பில் தாங்கியவன், இப்போது தன் கரங்களில் தாங்கிச் சென்றான். ஹாலனின் தோள்பற்றி, அவனது அன்பின் சிறகுகளுக்குள் பாதுகாப்பான கொட்டக்கிலுக் குஞ்சுகளைப்போல கிடந்தாள் அவள். அதிகாலையின் வாசமும், மண்வாசமும் நாசியேற இந்த அன்பின் பயணத்தில் அவள் வான்மதியாய் மிதந்தாள். “யாராவது பார்த்துவிடப் போகிறார்கள்.. இறக்கி விடுங்கள்..” என்று மாதி எவ்வளவோ கெஞ்ச, அதைப்பற்றியெல்லாம் சிறிதும் யோசிக்காமல் வீட்டின் முற்றம்வரை தன் இரு உயிர்களை ஏந்திச் சென்றான் அவன். 0பீரமுக்குமலை நிலவினை ஏந்தியிருந்தது.

முற்றம்வரைதான் என்று உறுதிகூறி தன் உயிர்களை ஏந்தியவன், வாசல் கதவினைத் திறந்து 0பீரமுக்கினை வணங்கிக் கொண்டிருந்த குப்பியைக் கண்டதும், அவளை இறக்காமலேயே பெருமகிழ்வோடு குப்பியை நெருங்கி வந்தான். “அய்யோ.. அத்தை.. அத்தை.. இது முறையல்ல.. இறக்கிவிடுங்கள்..” என்று தமிறி கீழே குதித்தாள் மாதி. அக்காட்சியைப் பார்த்து மகிழ்ந்து புன்னகைத்த குப்பி,

“என்ன ஹாலா இவள் தூக்கிப்போகச் சொல்கிறாளா...

தினமும் இப்படித்தான் நடக்கின்றதா?”

என்று விளையாட்டாக எள்ளி நகைத்தாள்.

“ஔவெ ... இதுநாள்வரை இப்படி நடக்கவில்லை... இதற்குமேல் இப்படித்தான் நடக்க வேண்டும்..

ஏன், நீங்களும் இன்றுமுதல் இவளைத் தாங்கத்தான் வேண்டும்...”

என்று தன் அன்னையைக் கட்டி அணைத்தான்.

“ஔவெ.. உங்களைத் தூக்கவும் விரைவில் நமக்கு ஒரு ஆள் வரப்போகிறது... அவனையோ, அவளையோ தூக்க இவளைத் தூக்கியாக வேண்டுமே..”

என்று ஹாலனும் எள்ளி நகையாட, மாதி நாணமுற்று தரைப்பார்த்து நின்றாள். புரிந்துகொண்ட குப்பியோ,

“ஔவெ.. என்ன ஈரமாசியே!” என்று குலதெய்வத்தை வணங்கி, மகிழ்வின் உச்சத்தில் மாதியை அணைத்து முத்தமிட்டாள். அவளை வீட்டிற்குள் அழைத்துச்சென்று மதிலினைக் கும்பிட்டாள். நெடுமென எரிந்து கொண்டிருந்த மதிலின் விளக்கொளியில் போசனும் மகிழ்ந்து புன்னகைத்துக் கொண்டிருந்தான். “மகளே! தலைச்சுற்றல் ஏதேனும் இருக்கின்றா?” என்று நலன் விசாரித்தாள் குப்பி.

“இனிமேல் நீ யாரையும் கீழே விழுந்து வணங்கக்கூடாது... வெள்ளைப்பூண்டினை அதிகமாகச் சேர்க்கக்கூடாது... கடுகு அறவே கூடாது.. மிகவும் முக்கியமாக அதிக சூடான நீரினால் குளிக்கக்கூடாது...” என்று சூல் பாதுகாப்பிற்குரிய காரணங்களை அடுக்கிக்கொண்டே சென்றாளவள். அந்த வீட்டிலேயே அதிக சூடான நீரில் குளிப்பவள் மாதிதான். எனவே, அதை இரண்டாவது முறையாகவும் குப்பி வலியுறுத்திச் சொன்னாள்.

என்றையும்போல இயல்பான நிலையிலேயே அனைத்து வேலைகளையும் செய்து முடித்தாள் மாதி. இன்று 0கெட்டி எருமையினைச் சற்று அதிகமாகவே தழுவிக்கொண்டாள் அவள். தான் சூலுற்றிருப்பதை 0கெட்டியின் காதுகளில் சொல்லி மகிழ்ந்தாள்.

அ0டோலி எருமைகளும் கலந்த ஹாலனின் மந்தையின் பகுதிக்கு மேற்பட்ட எருமைகள் நாள்தோறும் பால்கறக்க மாதியையே எதிர்பார்த்து நின்றன. அன்பால் விடாது கனைத்தும் ஓயாமல் அவளை அழைத்தன. அம்மந்தையில் ஹாலனுக்கு மட்டுமே அடங்கிப்போகும் அவனது விருப்ப எருமைகள் முழுதும், முற்றிலும் மாதியின்பக்கம் வந்திருந்தன. ஆனால், இன்றும் 0கெட்டி மாதியின் பக்கம்தான். அம்மந்தைக்குரிய தலைமை எருமையாக 0கெட்டி மாறியிருந்தது. தலைமைத்துவத்தில் மாதியும் 0கெட்டியும் ஒருவருக்கொருவர் சளைத்தவர்களல்ல.

பெண் தன் வாழ்விலுறும் மகிழ்வுகளுள் மிகப்பெரிது தான் சூலுற்றதை தன் கணவனிடம் பகிரும் தருணமாகும். அதைக்கேட்டு தன் இணையவன் உறும் மகிழ்வினைக் கண்டகணத்திலேயே அவள் தாய்மையெனும் விதையினை முழுமையாக எற்றுக் கொள்கிறாள். அதுவும், தலைச்சூல் செய்தி

அடர்காட்டில் இறங்கும் மழைப்போல அளவிடமுடியாத ஆனந்தத்தை அளிப்பது. அடர்காட்டில், அடைமழையில் ஆனந்தத்தில் திளைத்தாள் மாதி. அவளின் மனப்பூரிப்புதந்த ஊக்கத்தில், அவளின் செயல்வேகம் முன்னிலும் கூடியிருந்தது. அதைக்கண்டு குப்பிக்கு ஒருவித அச்சமும் ஏற்பட்டது. சூல் என்பது மண்ணில் விதைப்போலதானே! அதன் ஆக்கம் மண் மற்றும் விதையின் தன்மையைப் பொறுத்ததே. வீரியம் கொண்ட விதை, வீரியமுள்ள மண்ணை அடையும்போது அதன் விளைச்சல் பொய்ப்பதில்லை. ஆனால், முளைத்து நிலைக்கும்வரை நாம் தரும் காப்பும் இன்றியமையானதல்லவா.

சூல் நிலைக்கொள்ளும்வரை பாதுகாப்பாக இருப்பது அவசியம். இந்த மாதி நான் சொல்வதை மறுக்கமாட்டாளெனினும் ஒருகாலும் நான் வேலைசெய்வதை ஏற்கவும் மாட்டாள். எல்லா வேலைகளையும் அவளே இழுத்துப்போட்டுச் செய்வாள். இது இந்த நேரத்தில் அவளுக்கு ஏற்புடையதல்லவே. என கொதிக்கும் உலைநீரில் ஏறும் கொதிநிலையினையொத்த எண்ணங்களின் ஏற்றத்தில் கொதித்தாள் குப்பி.

போசனின் வாக்கு அன்றும் தொடர்ந்தது. அவிரியுடன் ஹாலன் பாலூற்றச் சென்றான். கெப்பியின் வீட்டிற்கு ஊற்றிவிட்டு 0கிரிஜியின் இல்லத்திற்குச் செல்ல, அவ்வீடும் தன் அண்ணன்மார்களின் வீடும் திறக்கப்படவில்லை. என்றும் பாலிற்காக வெளியில் வைக்கப்பட்டிருக்கும் மடக்கெகளையும் காணவில்லை. என்னசெய்யலாம் என்று ஹாலன் யோசித்தான். கையில் மடக்கெகளை ஏந்திக்கொண்டு மாதி வந்துகொண்டிருந்தாள். அவர்களுக்குரிய பாலினை ஊற்றி திண்ணையில் வைத்துவிட்டு ஹாலன் வீட்டிற்கு வந்தான்.

மாதி சூலுற்றதை கேள்விப்பட்ட கெப்பி அவளுக்கு ஆசிவழங்கிக் கொண்டிருந்தாள். அங்குவந்துநின்ற ஹாலனைக் கண்டதும் மகிழ்ந்தணைத்து அவனையும் முத்தமிட்டாள். “எல்லா சிங்0கர.. மிக்க மகிழ்ச்சி..” என்று கெப்பியின் உரையாடல் தொடர்ந்தது. மல்லனின் கால்களுக்கு மருந்திட அரெகல்லுடன் அவரின் வீட்டிற்குப் புறப்பட்டாள் மாதி. அவர்களுக்குள் ஆலோசனை தொடர்ந்தது.

“ஹாலா, சூலுற்ற நாற்பது நாட்களுக்குள் மாதி அவளின் ஊரினை மிதிக்க வேண்டும். இது அவளின் ஊரான ஓரசோலையின் சட்டம் தெரியுமல்லவா?”

என்றாள் கெப்பி. சூல் பாதுகாப்பிற்கும், தாய்வீட்டில் அப்பெண்ணிற்கு நல்ல ஓய்வுக்கிட்டுமென்றும் மரபார்ந்து பின்பற்றும் வழக்கிதுவாகும் என்பது ஹாலனுக்கு முன்னமே தெரிந்தவொன்றாகும்.

“ஹாலா.. நீ இன்றே மாதியை அழைத்துச்சென்று அவளின் ஊரினை மிதிக்கச் செய்துவிட்டு, அவளின் சூல் வலுப்பெறும்வரை அங்கேயே விட்டுவந்துவிடு.. அதுதான் முறை..

இங்கிருந்தால் அவளை ஓய்வுக்கொள்ளச் செய்வதென்பது பெரும்பாடு...” என்றாள் குப்பி. கெப்பியும் “சரிதான்..” என்று அக்கருத்தை ஆமோதித்தாள்.

அதைக்கேட்ட கணம்தொட்டு பிரிவின் எண்ணம் ஹாலனைப் படரத் தொடங்கியது. பாலின்றி தவிக்கும் கன்றின் ஓலம் அவனது செவிகளில் விடாமல் எழுந்து கொண்டிருந்தது. மாதியின்றி இருப்பது சாத்தியமா? முடியுமா? என்ற எண்ணக்குவியலோடு 0பிள்ளெயில் குளித்துக் கொண்டிருந்த ஹாலனின் முதுகினை மாதியின் கரங்கள் தடவின. “தாமதமாகிவிட்டதா... மன்னித்து விடுங்கள்.. மல்லய்யா சிறிதுநேரம் பேசிவிட்டார். அவரைத் தவிர்த்துவிட்டு வருவது முறையல்லவே..” என்று சவுனக் காக்கெயின் கூட்டினால் அவனின் முதுகினை அழுத்தித் தேய்த்தாள். மாதியின் பிரிவினை ஒப்பவியலாது ஹாலனின் மனதின் அடம் தொடர்ந்தது.

கெப்பி கொண்டுவந்திருந்த 0காக்கெ செப்பு கீரையுடன் மாதியின் காலையுணவு நிறைவுறும் தருவாய். அவள் ஊரிற்குச் செல்லவேண்டிய தகவலை கெப்பியின் வழி கேள்வியுற்றாள். முதல் முறையாக சில கண்ணீர் துளிகளை அவளின் உண்கலம் ஏந்தியது.

மாதியின் புறப்பாட்டிற்கான ஏற்பாட்டினை கெப்பி துரிதமாக செய்துக் கொண்டிருந்தாள். ஹாலனைப் பிரியும் நினைவு அவளின் கண்களில் கண்ணீரென பெருக்கெடுத்தது. கைகழுவும்போது ஹள்ள ஜோனி நீரிலும் முதல்முறையாக அவளது கண்ணீர்துளிகள் கலந்தன. என்னசெய்ய, பிரிவின் கண்ணீருக்குத்தான் பரிவென்பது இல்லையே.

மல்லனையும் காரியையும் குப்பி அழைத்து வந்தாள். அவர்கள் பெரும் உவப்பில் மாதியை வாழ்த்தி அனுப்பினர். குப்பியையும், கெப்பியையும் ஆரத்தழுவி கண்ணீருடன் விடைப்பெற்றாள் மாதி. “ஏய் மகளே என்ன இது... இந்தநேரத்தில் அழக்கூடாது..” என்று கெப்பி கூற, அவளின் அன்பிற்கு எதனாலும் அணையிட இயலவில்லை. 0கெட்டி மற்றும் ஹாலனின் விருப்ப எருமையான மொ0ட்0டனோடு, அவளின் தழுவலும், கண்ணீரும் விடைப்பெற்றுக் கொண்டன.

ஹெ0ப்0பநாடு ஊரே வழியனுப்ப, மந்தையின் மேய்ச்சலுக்குத் தயாராக இருந்த எருமைகள் அவளுக்காகத் தொடர்ந்து கனைக்கப் புறப்பட்டாள் மாதி. காட்சிக்கு மறையும் தொலைவுவரை மாதியின் விழிகள் ஏக்கம்நிறைந்த பார்வையைத் திரும்ப திரும்ப குப்பியை நோக்கித் தொடுத்துக் கொண்டிருந்தன.

“ஏய் குப்பி எல்லாம் நல்லதற்கே..

இருந்தாலும், இந்தப்பெண் இல்லாமல் இருப்பதென்பது எனக்கே ஏதோபோலுள்ளது...

இதோ பார், என் காலின் புண்கள் ஆறிவிட்டன..

தோலிற்குள் அவரையாய் ஒன்றிவிட்டாள்..

அவளின் பிரிவு மனம் கனக்கத்தான் செய்கின்றது..

சரி விடு குப்பி... எல்லாம் நல்லதிற்குத்தானே... மாதம் நான்கினைக் கடக்கட்டும்.. அவளை அழைத்து வந்துவிடலாம்.. கவலை வேண்டாம்...

எல்லாம் சரிதான்.. ஆனால், இந்தக் 0கெட்டியை எவ்வாறு சமாதானம் செய்வது என்றுதான் புரியவில்லை...”

என்றார் மல்லன். மாதிசென்ற திசையினை நோக்கி 0கெட்டி ஓயாமல் கனைத்துக் கொண்டிருந்தது. குப்பியோ, கண்ணீர் மல்க பிரஞ்சையற்று நின்றிருந்தாள். “சரி விடு குப்பி.. கவலை வேண்டாம். காலம் விரைந்து ஓடிவிடும். இங்கே இருந்தால் அவள் நம்மை நன்கு பார்த்துக்கொள்வாளே தவிர, அவள்மீது அக்கறைக் கொள்ளமாட்டாள்... அவள் ஓரசோலையில் இருப்பதே சரி...” என்று கெப்பி குப்பிக்கு ஆறுதல் கூறினாள். முற்றத்திற்குள் நுழைந்த சில எருமைக்கன்றுகள்

மாதியைத்தேடி கனைத்தன. குப்பியின் கரங்கள் அவைகளைத் தழுவிக்கொண்டன.

கீழ்ஹள்ளாவரை மாதியின் விழிகள் பிரிவின், அன்பின் விதைகளைத் தூவிக்கொண்டிருந்தன. கீழ்ஹள்ளா கரையில் தன் மாமனாரைத் தெழுதாள் மாதி. ஒப்பற்ற வீரனின் வாரிசினைச் சுமக்கும் பெருமிதம் மேலிட, இறுதியாக பெருக்கெடுத்த கண்ணீர் கீழ் ஹள்ளாவின் கரையில் கரைந்தது. ஆக்கங்களின் பிரிவுதனைச் சகிப்பதுதானே இல்லறத்தின் ஆக்கம். காற்றாய் போசனின் ஆசியை உணர்ந்தாள் மாதி. மேலும், கண்ணீர் சிந்துவது ஹாலனைத் துயரூட்டும் என்றெண்ணி தன்னை தேற்றிக் கொண்டாள்.

இம்முறை பயணத்தில் மாதியின் பாதங்கள் சோர்ட்டைத் தீண்டவில்லை. ஹாலனோ, அன்பின் பசைநிறைந்த தன் மார்போடு அவளைச் சேர்த்தி ஏந்திக்கொள்ள அந்த உயிர்ப்பயணம் தொடர்ந்தது. மழைமேகம் சூழ்ந்த, அதி மந்தாரமான சோர்ட்டின் கொள்ளை அழகினை மாதியின் கைகள் அள்ளத் துடித்தன. அவளின் கால்களோ அவ் அழகுக் கம்பளத்தில் இறங்கி ஓடத்துடித்தன. மார்பில் சுமந்துநிற்கும் அந்த அன்பின் பேரெழிலோ சோர்ட்டிற்கு மேலும் அழகினைக் கூட்டியது. உயிர்க்குப் பாதையாவதே அழகின் அந்தாதியன்றோ.

தனக்காகத் துடிக்கும் இதயத்தின் நாதத்தைக் கேட்டும், அதனோடு உறைந்தும் செல்லும் இப்பயணம் பேரன்பின் அந்தாதியாய்த் தொடர்ந்தது. அதன் ஆதியும் அந்தமும் மௌனத்தையே சூடிநின்றது. மௌனமன்றி வேறு யாதுள பேரன்பிற்கு.

அம்முறையும் தோளில் அமர்ந்துகொண்ட அந்த மந்தியுடனேயே சோர்ட்டின் இறக்கத்தில் இறங்கினானவன். இந்தப் பேரன்பின் சுவடினை ஏந்திக்கொள்ள கடந்தமுறையைவிட மேலதிக ஆர்வத்தோடு காத்திருந்தன அந்த அடர்காட்டின் ஈரம்புலராப் புலங்கள். 0தாட்டெமொக்கெ ஆற்றைக் கடந்தப்பிறகே மாதியின் பாதங்கள் மண்ணில் பதிந்தன. இதுவரை சோர்ட்டு கண்டிராத பயணமொன்று நிறைந்திருந்தது.

சோர்ட்டிலிருந்து கீழறங்கிய காற்றில் காள அய்யனின் தளத்தின் நேரிமரம் படபடத்தது. அக்காற்றானது தம்மை

அழைத்துவந்து விட்டுவிட்டுத் திரும்புவதைப்போல மாதிக்குப் பட்டது. காளஅய்யனின் தளத்தின்முன் நின்றாள் மாதி. காள அய்யாவே! இரவெல்லாம் விழிமூடாது இவ் ஊரினைக் காப்பதைப்போல, நானுற்ற சூலினையும் காப்பாயாக.. உம்மைப்போல் வீரம் செறிந்ததாக இச்சூல் பிறக்கட்டும்..' என்று வணங்கினாள் அவள். ஊருக்குள் இறங்கும் காட்டெருமை கூட்டத்தினை தனியொருவனாகத் தாங்கிக், காட்டிற்குள் அனுப்பிய வல்லமை கொண்டவர்தான் இந்தக் காளஅய்யா.

பலநூறு ஆண்டுகளுக்கு முன்னர் இன்னும் அடர்ந்திருந்த சோர்ட்டிலும், அதைச்சுற்றியுள்ள ஊர்களிலும் இருந்த எல்லா உயிர்களையும் கண்ணிமையென காத்தவர் அவர். சோர்ட்டிலிருந்து சிறு ஓலம் எழுந்தாலும் அடுத்தகணம் அங்குச்சென்று நிற்பாராம். இந்த ஆற்றுப்பகுதியில் முதல்முதலாக சாமை விளைந்தபோது அதன் வாசம் கண்டு இறங்கிய பெரும் காட்டெருமை கூட்டத்தினை பதமாய் அழைத்துச்சென்று அவர் சோர்ட்டில் விட்டுவிட்டு வந்தாராம். அதுநாள் முதல் காளய்யனின் நினைவாக இந்த ஆய்ஹாடவில் விளையும் விளைச்சலின் ஒருபகுதி, அவர் காட்டெருமைக் கூட்டத்தினை அழைத்துச்சென்று விட்டுவந்த நேரிஅறெப் பகுதியில் படைக்கப்படும் தெரியுமா? காளஅய்யன் காட்டெருமைகளை அழைத்துச்சென்று விட்டுவந்த நாள்தொட்டு நம் ஊரிற்குள் காட்டெருமைகள் வந்தது கிடையாதாம். மேலும், நாம் மேற்கொள்ளும் வேளாண்மைக்கு எந்தவிதமான இடையூறும் தந்தது கிடையாதாம் என்று தன் சிறுவயதில் காள அய்யனின் கதை கேட்ட நாள்தொட்டு அவளின் மனதில் நீங்காத நாயகனாக அவர் வீற்றிருந்தார். என்றும் நின்று வணங்கிச்செல்லும் தன் நாயகனிடம், முதல்முறையாக கோரிக்கையொன்றினையும் வைத்தாளவள்.

அதிகாலையிலிருந்து அடுப்பில் சாய்ந்து எரிகின்ற நெருப்பு உறவின் வரவைக் குறித்து நின்றது. அதோடு கரிஅக்கிலுப் பறவையும் பலமுறை விட்டின் முற்றத்திற்குவந்து ஒலியெழுப்பி அதை உறுதிப்படுத்திக் கொண்டிருந்தது. நள்ளிரவில் 'ஹெத்து கெடிசி மீன்' தோன்றிய நேரம்தொட்டு மகப்பேற்று வலிக்கண்ட 0பொள்ளோ0டெ எருமைக்கு ஈனுவதில் சிரமம் கூடிக்கொண்டிருந்தது. எருமைகளைக்

காவுவாங்கும் இந்த விண்மீன் தோன்றும் காலத்தில் வலிகண்டால் எருமைகள் ஈனுவதற்குச் சிரமமுறும். மாசியின் பிரார்த்தனையையும் மீறி அந்தப் 0பொள்ளோடெ எருமை அந்நேரத்தில் வலிக்கண்டிருந்தது. சுற்றி நின்றிருந்த 0பெள்ளியும், கோடனும் அதன் வயிற்றினையும், கழுத்தினையும் தடவிக் கொடுத்தனர். பெரும் கனைப்பொன்றுடன் அது முயல, குதத்தின்வழியே கன்றின் தலை வெளியேறியது. 0பெள்ளி குதத்திற்குள் பக்குவமாய் கையைவிட்டு அகற்றி, கன்றை வெளியே எடுத்தான். அன்பின் கனைப்பொலிகள் மிகுந்தன.

தன் நாவினைக்கொண்டு கன்றினை வருடியது அவ்வெருமை. தன்னில் விளைந்த உயிரை, அக அன்பில் வளர்ந்த உயிரை, புறத்திலும் அன்பு மாறாமல் அது வருடியது. தனக்கும், அதற்குமான அக உறவின் புற எச்சத்தை தானே துடைத்தெடுத்தது. தானே தொடர்வதும் துடைப்பதும்தானே அன்பின் எச்சங்கள். அடர்ந்திருந்த அன்பின் எச்சங்கள் அங்கிருந்த அனைவருக்கும் எல்லையில்லா துள்ளலையே வார்த்திருந்தது. அக உணர்வு ஓங்கிநிற்க பால்மடியை முட்டி புறத்தில்தரும் அகத்தின் அன்பைச் சுவைத்துக் கொண்டிருந்தது அந்த இளம் கன்று.

தன் தாய்மடியை முட்டிக் குடிக்கும் அவ் இளஞ்சாம்பல்நிற எருமைக்கன்றினைக் கண்டதும் ஓடிவந்து உரிமையோடு அணைத்துக் கொண்டாள் மாதி. அதையும் தன் அன்போடு இணைத்துக் கொண்டாள். உரிமையின் அணைப்பிற்குள் அஞ்சாமல் தன் உரிமைப்பாலை முட்டிக்குடிக்கும் அக்கன்றினைத் தடவிக்கொடுத்தாள் அவள்.

மாதியின் திடீர்வரவு அனைவருக்கும் இன்ப அதிர்ச்சியை மீட்டியது. அவள் சூலுற்றுள்ள பேரின்பச் செய்தியோ நேரிய பேரின்பமாய் கார்மழையென மகிழ்வைச் சுரந்தது. அந்தப் 0பிக்கெ மரம் சிலிர்த்தது. சிலிர்த்த நெஞ்சத்தோடு மாசி அந்தப் 0பிக்கெ மரத்தைக் கையெடுத்து வணங்கினாள். ஜோகி சிலிர்த்துக் கொண்டிருந்தான்.

மாசி மாதியை அழைத்துச்சென்று ஊரின் சுத்தக்கல் திடலை மிதிக்கச்செய்தாள். தொடர்ந்து கோடனின் இல்லத்திற்கும் அழைத்துச்சென்று மிதிக்கச் செய்தாள்.

நிறைவாக அவர்களின் கால்வழியின் 0தொ0ட்0ட மனையான குனிக்கியின் இல்லத்திற்கும் அழைத்துச்சென்றாள். எல்லோரின் கண்களிலும் ஆனந்தக்கண்ணீர் பெருகியது. அகத்தின் அன்பு கரைப்புரண்டோடியது. உறவுகளின் அக அன்பின் புறவெளிப்பாடாக பற்பல முத்தங்களை மாதியின் கன்னங்கள் ஏந்தின. ஊரு0பெட்டு காற்றின்வழி தந்தனுப்பிய அதன் ஆயிரமாயிரம் அன்பின் முத்தங்களும் மாதியை விட்டப்பாடில்லை.

ஹாலனின் பெருமிதம் ஊரு0பெட்டில் இடியொலியாய் எதிரொலித்தது. மழையின் அறிகுறி. அந்திக் கழிந்திருந்தது. வீட்டின் அடி0கோட்டில் அன்றுபிறந்த எருமைக்கன்று தாய்க்காகக் கனைத்தது. தாயும் தன் கன்றிற்காகக் கனைத்தது. அடைமழையிலிருந்து பாதுகாக்க அக்கன்று அடி0கோட்டினுள்ளே. புரிந்த அன்பு காத்திருக்கின்றது.

இந்த அன்பும் காத்திருந்தது. தாய்மடியை முட்டி முட்டி அன்பாய்ப் பருக, நாவால் நக்கி நக்கி அன்பால் வருட, அந்த அகன்மார்பில் தலைசாய்த்து, இதயத்துடிப்பில் கோர்த்த பேரன்பின் சரத்தைச் சூட்ட, தன்னையே மார்பில்சூடி நெடுமலையின் இடையென உயிர்ப்பும், பசுமையும் ஆர்க்க விரைவில் வரட்டும் விடியலென்று ஹாலனின் நிகரணைய ஊரு0பெட்டின் மார்சாய்ந்து அவள் வெறித்திருந்தாள். இதுவரை ஊரு0பெட்டிற்காய்த் தொடர்ந்திருந்த அவளின் வெறித்தப்பார்வை இன்றுமுதல் ஹாலனுக்காய்த் தொடர்ந்தது. இந்தக் கன்றும் தன் பேரன்பின் தாய்க்காக விடாமல் கனைத்திருந்தது.

தன் சூலுடை அடிவயிற்றினைத் தடவி தன் ஹாலனை அடிக்கடி வருடிக்கொண்டாள் மாதி. பேரன்பிற்குப் பிரிவென்பதேது. அவளின் சூலறையின் அடி0கோட்டிற்குள் ஹாலன் பாதுகாப்பாய்த் தொடர்ந்தான்.

சோர்ட்டின் உச்சியை அடைந்தான் ஹாலன். மழைக்குமுன் சேர்ந்துவிட விரைவாக இறங்கினான். காற்றின்வேகம் சற்று கூடியிருந்தது. அறெ0பெட்டின் பக்கம் இடியின் முழக்கம் மிகுந்திருந்தது. அவனின் கரத்தில் ஏந்திய பந்தத்தின் கரும்புகை

கார்முகிலை மேலும் கருக்கியது. ஊரின்காட்சி தெளிவாகத் தெரியும் அந்தச் சரிவின் ஒற்றையடிப்பாதையில் இறங்கினான்.

0பீரமுக்கின் அடிவாரத்தில் பெரும் நெருப்பு பற்றியெரிந்து கொண்டிருந்தது. அதைக்கண்டுத் திகைத்தானவன். அது தன்னுடைய நிலம்தான் என்பதையறிந்து விரைந்தான். பற்றி எரிவது தன் தோட்டத்திலுள்ள 0குள்ளுதான் என்பதை அனுமானித்தான். அவனின் எண்ணம் முழுதும் அந்தக் 0குள்ளில் கூடுகட்டியுள்ள சாம்பல் பறவைக் குஞ்சுகளின் கீச்சொலி நிரம்பிக் குடைந்தன.

11

0பீரமுக்கு மலையிலிருந்து வீசிய காற்றில் ஹாலனின் 0குள்ளு கொழுந்துவிட்டு எரிந்து கொண்டிருந்தது. என்றுமில்லாமல் இவ்வருடத்து 0தொ0ட்0ட 0தீவிகெ மாதத்தில் மிகுந்திருந்த காற்றின் வரத்து ஹாலனின் 0குள்ளிற்கு ஏனோ பேரிடரைச் சேர்த்தது. 0குள்ளின் கூரையாக வேய்ந்த நஞ்சு உல்லு இயல்பிலேயே எரித்தன்மை மிகுந்தது. அது தீயின் நாவுகளைப் பரப்பி எரிந்தது. கூரைத்தளமாக இடப்பட்டிருந்த மூங்கிலிற்குள் இறங்கிய நெருப்போ உக்கிரத்துடன் சுழன்றெரிந்தது.

ஹாலன் அங்கு வந்தடைவதற்குள் பகுதி ஊரே அங்குத் திரண்டிருந்தது. அவிரி அவிரியாய் தங்கள் வீட்டிலிருந்தும், ஜோனியிலிருந்தும் கொண்டுவந்த நீரினை அந்நெருப்பின் நாவுகள் ஓயாமல் குடித்துக் கொண்டிருந்தன. ஹாலனின் அண்ணமார்கள் மூவரும் அந்தப் பணியில் முன்னிலை வகித்தனர். நெருப்பால் பிரிந்த குடும்பத்தினை நெருப்பே இணைத்துக் கொண்டிருந்தது.

சாம்பல் குருவியின் கூட்டினை ஹாலனின் கண்கள் தேடியது. அவனின் முதுகைப் பற்றினாள் குப்பி. விதைக்கூடையில் பத்திரமாக மீட்டு வைத்திருந்த மென்ரோமம் படர்ந்திருந்த அந்தக் குஞ்சுகளைக் காட்டினாள். ஹாலனின் உயிரோடு சிந்தையும் திரும்பியது. கொண்டுவந்தவர்களின் அவிரி நீரினை வாங்கி மடமடவென 0குள்ளின்மீது ஊற்றினான் அவன்.

சகோதரர்கள் நால்வரும் நீண்டநாள் கழித்து இணைந்திருந்தனர். இதைக்கண்ட குப்பி 0குள்ளு எரியும் வருத்தத்தைத்தாண்டி உள்ளூற மகிழ்ந்தாள். அவளோடு அவ்வூரும் மகிழ்ந்திருந்தது. இந்த ஒற்றுமை நிலைக்காக இதுவரை காத்திருந்ததுப்போல விளங்கி, சட்டென இறங்கியது அடைமழை.

அனைவரும் அங்கிருந்த உழவுக்கருவிகளையும், விதைகளையும் ஆளுக்கொன்றாக எடுத்துக்கொண்டு நகர்ந்தனர். கரிக்கட்டையான 0குள்ளிலிருந்து வெண்புகை கிளம்பிக் கொண்டிருந்தது. 0கிரிஜி செய்த இந்தக் கரியச் செயல் ஹாலனின் இல்லத்திற்கு வெண்புகையென நன்மையைப் பரப்பியது.

மீண்டும் ஒருங்கிணைந்த குடும்பத்திற்காக ஊரின் ஒட்டுமொத்த கரகோஷத்தையும் அடைமழை ஏற்றுக்கொண்டு, ஓயாமல் கரம்கொட்டி கொண்டாடியது. ஊராரின் வீட்டுக் கதவுகளெல்லாம் திறந்திருக்க, 0கிரிஜியின் வீடுமட்டும் அடைத்திருந்தது. சகோதரர்கள் இணைந்த மகிழ்ச்சியில் சதிகாரி 0கிரிஜியை யாரும் எண்ணத்தால்கூட சீண்டவில்லை. வேண்டாம் வேண்டாமென்று தூரத்திலிருந்து எவ்வளவோ கத்தியும் 0கிரிஜி செய்த இந்த அபத்தமான செயலினை எண்ணி அஜ்ஜன் வெகுண்டுக் கொண்டிருந்தான்.

அனைவரும் தொப்பென நனைந்திருந்தனர். 0பெண்ணெ 0குக்கெயில் சாம்பல் குருவியின் குஞ்சுகளுடன் தாய்ப்பறவையும் அ0கலெயின் ஓரத்தில் தஞ்சம் புகுந்தது. 0குள்ளிலிருந்து எடுத்துவந்த பொருட்களை வைக்க வந்தவர்களுக்கு சகோதரர்கள் மோர் அளித்துக் கொண்டிருந்தனர்.

சாம்பல் பறவையின் அரவணைப்பில் இருந்த குஞ்சுகளைப்போல, தாயின் அரவணைப்பில் நீண்ட காலத்திற்குப்பிறகு சகோதரர்கள் வீற்றிருந்தனர். அவ்வீடு முழுக்க அன்பின் வெண்புகை படர்ந்திருந்தது. தன் அன்னையின் பாதங்களைக் கட்டித்தழுவி, கண்ணீர்ததும்ப அந்தப் பேரன்பு மீட்டுருவாகிக் கொண்டிருந்தது.

குப்பி சமைத்த உணவினைத் தை0கெயிலிட்டு, சுற்றி அமர்ந்திருந்த குடும்பத்தினர்களுக்குப் பகிர்வின் கவளங்களை

அளித்துக் கொண்டிருந்தான் அஜ்ஜன். மகன்களும், குழந்தைகளும், மருமகள்களும் சூழ்ந்திருந்த அந்த இல்லம் அடைமழையில் நனையும் 0பீரமுக்கு மலையை ஒத்திருந்தது. ஒவ்வொரு அணுவிற்கும் ஆகிநிற்கும் மழைத்துளியொப்ப அம்மனையின் இண்டு இடுக்கெல்லாம் பேரன்பு பரவி யிருந்தது. மன்னிப்பதையும்தாண்டி மறந்துவிடுவதே தூய அன்பின் தூய்மையல்லவா. அவ்வில்லத்தின் தூய்மை மேலும் மெருகேறியிருந்தது. ஹாலனும் எல்லையில்லா மகிழ்ச்சியில் ஆழ்ந்தான்.

அ0கலெயிலிருந்து தோன்றிய 0கு0ப்0பிசிக் குஞ்சுகளின் கீச்சொலி அவனிடம் மாதியின் நினைவினைக் கிளறியது. அங்கிருந்தவர்கள் யாவரும் அதிலிருந்து தப்பவில்லை. "மாதி இருந்திருந்தால் எவ்வளவு மகிழ்ந்திருப்பாளோ" என்றாள் குப்பி. மாதி சூலுற்றிருப்பதைக் கேள்விப்பட்டு அனைவரும் அளவிலா ஆனந்தம் கொண்டனர். நீண்டநாள் கழித்து அந்த மனை 0கிரிஜியைத் தவிர்த்த அனைவருக்கும் சிறகு விரித்திருந்தது.

அடுத்தநாளும் 0கிரிஜியின் வீடு திறக்கப்படவில்லை. அவள் 0குள்ளினை எரித்ததற்காக மல்லன் வழக்குத் தொடுக்கச் சொல்ல, ஹாலன் அதை மறுத்தான். அஜ்ஜனோ நிச்சயம் வழக்குத் தொடுத்தே ஆகவேண்டும் என்று அடம்பிடித்தான். 0கிரிஜியால் அவனுற்ற கோபமும், அவமானமும் அவனை வெகுண்டெழச்செய்தன.

"அப்பா! ஒருவகையில் அவர்கள் எங்களுக்கு நன்மைதான் செய்திருக்கிறார். மீண்டும் எங்களை இணைத்திருக்கிறார். மேலும், என் தந்தையின் வாக்கு நிலைக்க வேண்டுமல்லவா. எனவே, வழக்கொன்றும் வேண்டாமே. அண்ணன் தயவுசெய்து மனது வைக்கவேண்டும்"

என்றான் ஹாலன். குப்பியும் அதை ஆமோதித்தாள். ஒருவாறு அஜ்ஜனும் மற்றவர்களும் ஆசுவாசப்பட்டனர். அவர்களும் அதை ஆமோதித்தனர். "எனக்குத் தெரியும்... நீங்கள் இப்படித்தான் என்று எனக்குத் தெரியும்... போசனின் வளர்ப்பல்லவா? எப்போது பொய்த்திருக்கின்றது... ஆகட்டும்... ஆகட்டும்..." என்று பெருமிதமும், சிறு கோபமும் கலந்த உணர்வுடன் தலையை ஆட்டிக்கொண்டே மல்லன் நகர்ந்தான்.

அன்றும் 0கிரிஜியின் வீட்டிற்குரிய பால் அவளின் வீட்டிற்கு வெளியிலேயே வைக்கப்பட்டது. 0கு0ப்0பிசிக் குஞ்சுகளுக்குச் சிறகுமுளைத்து அவை பறந்தோடின. உணவின் பொழுதுகளிலெல்லாம் தை0கெ உணவே தொடர்ந்தது. அனைவரும் இந்த வீட்டில் உண்டுவிட்டு உறங்குவதற்கு மட்டும் தத்தமது வீடுகளுக்குச் சென்றனர். அஜ்ஜன் தன் அன்னையை விடாது அங்கேயே தங்கியிருந்தான். பேரக்குழந்தைகள் குப்பியை விலகாமல் சுற்றிவந்தனர். அவர்களுக்கு துப்பக்கூ அளிப்பதற்காகவே வீட்டில் தினமும் நெய்க்காய்ச்சினாள் குப்பி.

மகன்களும், மருமகள்களும் சூழ, விளைநிலம் செழித்தது. அவரைச்செடிகள் முழுதும் மலர்கள் நிறைந்திருந்தன. கடைசி கொட்டக்கிலுப் பறவையும் குஞ்சுப்பொரித்து செல்லும்வரை கண்ணுஅவரைகள் பறிக்கப்படாமல் விடப்பட்டிருந்தன.

நாட்கள் விரைந்தோடின. அங்கு கூடுகட்டியிருந்த பறவைகளின் குஞ்சுகளனைத்தும் சிறகுமுளைத்து பறந்திருந்தன. ஆங்காங்கே பறவைகளின் கூடுகள் நிறைந்திருந்த அந்த இடத்தில் கண்ணு அவரைகள் முதிர்ந்து வரண்டிருந்தன. அப்பரப்பினைக் காணவே அனைவரின் மனதிலும் பசுமை படர்ந்தது. அவரைகளைப் பறிப்பதைக் காட்டிலும், அதிகமான விளைச்சலைக் காட்டிலும், பறவைகளுக்காக விடப்பட்ட அந்தச் சால் குப்பிக்கு என்றையும்போல பெரும் மகிழ்வினை அளித்தது. உயிரின் சாட்சியாக, அன்பின் நீட்சியாக அங்கு நிறைந்திருந்த பறவைகளின் நிறைவெய்திய கூடுகள் சேகரிக்கப்பட்டு புதிதாக அமைக்கப்பட்ட 0குள்ளினுள் வைக்கப்பட்டன.

முதிர்ந்த கண்ணு அவரைகள் வீட்டின் முற்றத்தில் பரப்பப்பட்டுக் 0கஞ்செ தடியினால் அடித்து விதைகள் பிரித்தெடுக்கப்பட்டன. ஹாலன் தன் கரங்களினால் 0கஞ்செத் தடியினைச் சுழற்றி அடிக்கும் விசையில் அவனின் கவனத்தையும் மீறி பல விதைகள் நசுங்கிப்போயின. அவனின் குறைந்தபட்ச ஆற்றல்விசையே இதுவாகத்தான் இருந்தது. பிரித்திருந்த அவரை விதைகளை அவிரிகளில் நிரப்பினாள் குப்பி. உலர்ந்த அவரைத் தோல்களை அஜ்ஜன் குவித்துக் கட்டிக்கொண்டிருந்தான். 0கஞ்செ தடியின் சப்தம் கேட்டதும் தமக்குக் கிடைக்கப்போகும் சுவையான, காய்ந்த அவரைத்

கோ.சுனில்ஜோகி ● 327

தோல்களை எண்ணி எருமைகள் கனைத்துக்கொண்டே அந்த முற்றத்தில் குவிந்தன. அஜ்ஜன் அந்த அவரைத் தோல்களை கட்டுவதை விட்டுவிட்டு, தன் இரு கரங்களால் அள்ளி எருமைகளுக்குப் போட்டான். அவை உண்ணுமளவிற்கு உண்டு நகர்ந்தன.

கடைபோகத்தின் விதைப்பு நிறைந்திருந்தது. கடைமழையின் வரத்தினால் அவரைகள் காய்க்கத் தொடங்கியிருந்தன. சுற்றியுள்ள மலைகளும், சோலைகளும், காடுகளும் மேலும் பசுமையில் குழைத்தன.

தை மாதத்தின் முழுநிலவு வானில் ஒளிர்ந்தது. ஈட்டி மரம் ஈந்த நெருப்பு களியாட்டம் புரிந்தது. மென்சிவப்புடுத்திய அந்த நெருப்பின் சூட்டில் தன் மார்போடு சேர்த்திய மாதியின் நினைவுகள் அனல் காய்ந்து கொண்டிருந்தன. அந்த அடர் இரவில் நெடுநேரம் நிலவையே வெறித்துப் பார்த்துக்கொண்டிருந்தான் ஹாலன். வான்மதியில் மாதியைக்கண்டு பிரிவை ஆற்றுவதிலேயே அவனது இரவுகள் கழிந்தன.

அதிகாலை நேரத்துப் பனித்துளிகளிலும், தாவரத்தில் தங்கிய மழைத்துளிகளிலும் மாதியின் நினைவுகள் கூடுகட்டியிருந்தன. ஹாலனின் பொழுதுகள் அதை ஓயாமல் அடைக்காத்திருந்தன. தன் நிலையைப் புரிந்துகொண்டு தன்னோடு இணங்கிய 0கெட்டியே ஹாலனுக்கு பெரும் ஆறுதலாக திகழ்ந்தது. 0கெட்டியும்கூட மாதியின் பிரிவின் ஆற்றாமையை ஹாலனின் தழுவலில் ஒருவாறு போக்கிக்கொண்டது எனலாம்.

தய் மாதத்தின் முழுமதிநாள். காரி அதிகாலையிலேயே தயராக வந்திருந்தான். ஹாலன் கறக்கவேண்டிய எருமைகளை அஜ்ஜனிடம் விட்டுவிட்டு காரியை நெருங்கிவந்தான். "அப்பா எப்பக்கம் செல்லலாம்" என்று காரியை வினவினான். அடுத்தடுத்து வந்த அவ்வணியினர் அவர்களுடன் சேர்ந்துகொண்டனர். "இவ்வாண்டு நாம் அறெ 0பெட்டின் பக்கம் செல்லலாம்" என்றான் காரி.

ஐசன் அங்கம் வகிக்கும் அடுத்த அணியும் அவர்களை நெருங்கிக் கொண்டிருந்தது. அவர்களைக் கண்டதும் தம் திட்டத்தைப் பற்றிய பேச்சினை அவர்கள் நிறுத்தினர். "எந்த

மலையின் பக்கம்” என்று காரி கேட்பதற்கு முன்பே ஊர்பூசாரி 0கெட்டன் “நாங்கள் இவ்வாண்டு 0பீரமுக்கின் பக்கம்” என்றான்.

அன்று சக்கலாத்தி விழா தொடங்கியது. தன் முன்னோர்களுக்காக அவர்கள் மேற்கொள்ளும் விழாவிது. ஒருவகையில் அவர்களின் புத்தாண்டும்கூட. அதன் தொடக்கம் இன்று. அதனடிப்படையில் இன்று காப்பிடும் விழா. தம் முன்னோர்கள் மரபார்ந்து வகுத்துவைத்திருந்த காப்புத் தாவரங்களைப் பறிக்க அவ்விரு குழுவினரும் கிளம்பினர். யார் முதலில் அனைத்து வகையான காப்புத் தாவரங்களுடன் ஊரிற்கு வருகின்றார்கள் என்பதுதான் போட்டி. இதில் வெற்றிப் பெற்றவர்களே அன்று ஊரிலுள்ள அத்தனை இல்லங்களுக்கும் காப்புத் தாவரங்களைப் பிரித்தளிக்கும் தகுதிப்படைத்தவர்கள். கடந்த எல்லா ஆண்டுகளிலுமே காரியின் அணியினரே இந்நிகழ்வில் தொடர்ந்து வகைசூடியிருந்தனர். அந்தக் காப்புத் தாவரங்களைச் சரியாக இனங்கண்டு பறித்துவருவதென்பது நன்றாக காடு மற்றும் மலையை அறிந்தவர்களுக்கு மட்டுமே சாத்தியமானது. சென்ற ஆண்டும் சரி, அதற்கு முந்தைய ஆண்டும் சரி, காரியின் குழுவினர் 0பீரமுக்கு மலைக்குச் சென்றிருந்தனர். அதனால்தான் இந்தாண்டு 0கெட்டனின் அணியினர் காரிக்கு வாய்ப்பே தராமல் 0பீரமுக்கு மலையைத் தேர்வுசெய்தனர். ஆனால் இன்றும் காரியின் திட்டமிடலில் பெரும் தெளிவிருந்தது.

செல்லுகின்ற நேரத்தினைப் பயன்படுத்தினால்தான் தேடுகின்ற நேரத்திற்கான நீளத்தைச் சரிக்கட்டமுடியும் என்பது இரு அணியினருக்கும் தெளிந்தவொன்று. அதனால் அவர்கள் வேகமாக விரைந்தனர். அரெ 0பெட்டினைவிட 0பீரமுக்கு மலை அருகிலுள்ளது. மேலும், இந்தமுறை 0பீரமுக்கு மலை கிடைத்த ஊக்கமும், வேகமும், விரைவும், காடறி அனுபவமும் மிகுந்த ஹாலனின் அண்ணன் ஐசனின் வரவும் 0கெட்டன் அணியினரின் வேகத்தை மேலும் கூட்டியிருந்தது.

கீழிருந்து மேல்நோக்கிச் செல்லும்வரை எங்கு எந்தெந்த தாவரங்கள் இருக்கின்றன என்பதைக் கண்ணிட வேண்டும். எல்லாமும் கிடைத்தப்பிறகு மேலிருந்து கீழே பறித்துக்கொண்டு இறங்கவேண்டும். இதுவே சிறந்த முறையாகும். கடந்த ஆண்டு

சென்ற இடமாக இருந்தால் அத் தாவரங்கள் இருக்கும் இடம்பற்றி ஓரளவிற்கு அனுமானம் இருக்கும். ஆனால் இம்முறை அவ்விரு அணியினருக்கும் புது இடம். பெரும் சவால் நிறைந்த போட்டி அவர்களுக்குக் காத்திருந்தது.

கீழ்ஹள்ளாவினைக் கடந்து, சற்றுதூரம் பக்கவாட்டில் நடந்து, அறெ0பெட்டின் அடிவிளிம்பினை அடையும்போதே அச்சிறு புல்வெளியில் பூத்திருந்த தும்பை மலர்கள் காரியின் அணியினரை வரவேற்றன. 0பீரமுக்கு மலையை நாடியவர்களை மஞ்சள் குழைத்த 0தொ0ட்0ட 0கிலி0கிஜ்ஜெயின் மலர்கள் முதலில் வரவேற்றன. அந்தக் 0கிலி0கிஜ்ஜெ மலர்களின் மஞ்சள் புன்னகையை அவ்வளவு எளிதில் கடந்துவிடலாகாது. படகல்லி, சிறகல்லி, கொடியல்லிகளுடன் மண்ணையும் விண்ணையும் ஆட்சிசெய்யும் அதன் அழகின் வசியத்திற்கு எந்தக் கண்களும் தப்பிக்கவியலாது.

அறெ0பெட்டினை ஏறி பத்தாவது எட்டில் ஹாலனின் கண்களுக்கு ஓம்புரி அகப்பட்டது. கொடும் விஷத்தன்மைக்கொண்ட அச்செடி, வெண்மை மலர்களுடன் ஒன்றன்மேல் ஒன்றன் அடுக்காய் அழகினுள் பேராபத்தைச் செறித்து, வீசும் மென்காற்றில் அசைந்தாடியது. பேரழகில் விளையும் பேராபத்திற்கு சான்றாக ஓம்புரி வீற்றிருக்கும் இடமும் பெரும் ஆபத்தை உட்செறித்ததே.

அடுத்தசில அடிகளில் தன்னைக் கடந்துப்போன காரியை நிறுத்தி, அங்கு அதுவெ மரத்திற்கு அருகில் வீற்றிருந்த கொ0துங்குச் செடியினைக் காட்டினான் ஹாலன். 0பீரமுக்கில் கிடைப்பதற்கரிய கெச்சிகெ முட்செடியினை, மண்டியிருந்த ஜக்கலமுட்செடியின் இடுக்கிலிருந்து கண்டெடுத்தான் ஐசன். அந்த அணியினரின் ஊக்கம் மேலும் கூடியிருந்தது. கடந்தமுறை இந்தக் கெச்சிகெ கிடைக்காமல் தாமதமானதே இவர்களின் தோல்விக்கு முக்கிய காரணமானது.

காப்பிற்குரிய ஏழு முக்கிய தாவரங்களில் இரு அணியினருக்கும் தலா நான்கு கிடைத்திருந்தன. இன்னும் குன்ன 0கிலி0கிஜ்ஜெ, உத்தரனெ, 0பெள்ளெ முள்ளி மட்டும் மீதமிருந்தன. கெச்சிகெ முள்ளினைப்போல உத்தரெனையும், குன்ன 0கிலி0கிஜ்ஜெயும் கிடைப்பது சற்று அரிதே. அதில்தான்

காரியின் மேலான திட்டமிருந்தது. அந்த மூன்றினைக் காண்பதற்கு முன்னதாகவே மற்றவற்றைப் பறிக்கக் கூறினான் காரி. அவன் சொன்னால் அதில் ஏதோ அர்த்தம் இருக்கும் என்பதை உணர்ந்த அனைவரும் தேடுவதை விட்டுவிட்டு அவற்றைப் பறிக்க ஆரம்பித்தனர்.

"நீங்கள் பறித்துக்கொண்டு கீழே இறங்கிவிடுங்கள்...

நானும் ஹாலனும் சற்றுநேரத்தில் வந்துவிடுகிறோம்...

கீழ்ஹள்ளாவில் சந்திக்கலாம்..."

என்ற காரி ஹாலனோடு பக்கவாட்டிலிருந்த சரிவில் இறங்கினான். மற்றவர்களோ அந்த நான்கு செடிகளையும் தம் இரு கைகளும் அணைத்துக் கொள்ளுமளவிற்குப் பறித்துக் கொண்டு கீழிறங்கினர். 0பீரமுக்கிலிருந்து சேலெமொர மேட்டின் வழியாக அவர்கள் கீழே இறங்குவதைக் கண்டான் 0பெட்டன்.

"ஏய்! அவர்கள் இறங்கிவிட்டனர்... விரைவுப்படுத்துங்கள்.." என்றானவன். மலைமுகட்டின் மேல் கடக்கும் மஞ்சுபோல் அந்த மலையின் பரப்புகளிலெல்லாம் அவர்கள் படர்ந்துகொண்டிருந்தனர். தம் பல்லாயிர ஆண்டின் மரபாக, இயற்கையின் உறவாக அச்செடிகளும் அவர்களுக்காகப் பூத்து காத்துக் கிடந்தன.

0கெட்டனின் அணியினருக்குப் 0பெள்ளெ முள்ளியைத்தவிர மற்றெல்லா தாவரங்களும் கிடைத்திருந்தன. ஹள்ள ஜோனியில் உள்ள 0பெள்ளெ முள்ளிச் செடியினைக் கண்வைத்து அவர்கள் விரைவாக இறங்கினர். எல்லா ஆண்டுகளிலும் அவ்விரு அணியினருக்கும் 0பெள்ளெ முள்ளிக்கான பொதுவான இடம் ஹள்ள ஜோனியாகும்.

அரெ 0பெட்டிலிருந்து இறங்கியவர்கள் கீழ்ஹள்ளக் கரைக்கு வந்து சேர்ந்தனர். ஹாலனையும் காரியையும் அங்குக் காணவில்லை. கீழ்ஹள்ளாவின் பக்கவாட்டுப் புதரிலிருந்து எஃ0குவெப் பறவைகளின் கூட்டமொன்று வெளியேறியது. அவைகள் வந்தவழியில் நின்றிருந்த அவர்களைக்கண்டு அஞ்சி பின்வாங்கி அருகிலிருந்த புதரொன்றிற்குள் நுழைந்தன. அந்தக் கூட்டத்தின் கடைசிப்பறவை நுழைவதற்கு முன்பாக

அந்த எஃ0குவெப் பறவைகள் வெளியேறிய புதரினைக்கடந்து காரியும், ஹாலனும் வந்து நின்றனர். அவர்களின் கரங்களில் மற்ற மூன்று செடிகளும் தவழ்ந்துக் கொண்டிருந்தன. குன்ன 0கிலி0கிஜ்ஜெ ஹாலனின் கரங்களில் தன் மஞ்சள் கண்களைச் சிமிட்டி புன்னகை வார்த்தது.

இயல்பான பாதையைத் தவிர்த்து புதிய வழியில் அவர்களை அழைத்துச் சென்றான் காரி. 0பீரமுக்கின் கீழ்ச்சரிவில் இறங்கிக் கொண்டிருந்த 0கெட்டனின் அணியினர், அரெ 0பெட்டிலிருந்து இறங்கிய காரியின் அணியினர் இறங்கிய நேரத்தினைக்கொண்டு இந்நேரம் அவர்கள் நேரிமொர ஹாடாவிற்கு வந்திருக்க வேண்டுமென்று கணித்தனர். நெடும்காட்சிக்கு உரியவனான 0பெட்டன், அவர்கள் கணித்த இடத்தில் தென்படுவானா என்று அவர்கள் துழாவினர். அனைவரும் அப்பரப்பினைச் சல்லடைப்போட்டுத் தேடியும் பயனில்லை. பறவைகளின் நடமாட்டமோ, தவரங்களின் அசைவோகூட ஏதுமில்லை. ஒருவேளை அவர்களுக்கு ஏதேனும் சில தாவரங்கள் கிடைக்காமல் போயிருக்கலாம், கடந்த ஆண்டில் குன்ன 0கிலி0கிஜ்ஜெ கிடைக்காமல் சேர்ட்டின் மறுபக்கமான நெல0காடு சரிவுவரை தேடிச்சென்று கண்டடைந்த நினைவு அவர்களுக்கு எழுந்தது. நிச்சயம் அவர்களுக்குக் குன்ன 0கிலி0கிஜ்ஜெ கிடைத்திருக்காது என்றே அவர்கள் துணிந்தனர். இந்தத் துணிவு அவர்களின் ஊக்கத்தினைக்கூட்ட, 0பெள்ளெ முள்ளியை நோக்கி விரைந்தனர்.

சிறுவயதில் 0பிக்கெப் பழம் பறிப்பதற்காக வரும் 0பிக்கெமொர மேட்டின் வழியில் நீண்டநாள் கழித்து காரி அவ்வணியினரை அழைத்துச்சென்றார். 0பிக்கெமொர மேட்டினை அடைந்ததும் அதற்கு வலப்புறம் அடர்ந்திருந்த உ0ப்0பெ0கிடு புதரிற்குள் காரி அவர்களை அழைத்துக்கொண்டு நுழைந்தான். அடிக்கடி மனிதவாடை படாத அவ்வடர்புதரில் தங்கியிருந்த கானங்கோழிகள் சிதறியோடின. அப்புதரின் சிறுசரிவில் இறங்கி மேலே ஏற அவர்கள் சுத்தக்கல்லின் திடலினை வந்தடைந்தனர்.

சுத்தக்கல்லின் மீது கொண்டுவந்த காப்புத் தாவரங்களை வகைப்பிரித்து பரப்பி வைத்தனர். காப்புத் தாவரங்களைப் பறித்ததற்கும், அத்தாவரங்களைக் கொண்டுவருதற்கான

வாய்ப்பமைந்ததற்கும், எவ்விதக் குறைவுமின்றி அனைத்துத் தாவரங்களும் கிடைத்ததற்கும் சுத்தக்கல்லினை வணங்கி இயற்கைக்கும், தம் மூதாதையருக்கும், குலதெய்வத்திற்கும் நன்றிகூறினர். ஹள்ளஜோனிக்குச் செல்லும் ஒற்றையடிப்பாதையில் 0பெள்ளெ முள்ளிக்காக விரைவாக நுழைந்து கொண்டிருந்த அவ்வணியினரை நோக்கி "ஹோ... ஹோ.. ஹோ.. ஹோ... ஹோ..." என்று அனைவரும் ஒருங்குசேர்ந்து வெற்றி முழக்கமிட்டனர். அவர்களோ பெரும் திகைப்புற்றனர். 'அவர்கள் எப்படி இங்கு வந்தார்கள்.. எவ்வழியாக வந்தார்கள்.. நேரிஹாட வழியினைத் தவிர்த்து இங்குவர வேறுவழி யில்லையே... இடையிலிருக்கும் அப்பெரும்புதரினைக் கடப்பது அவ்வளவு எளிதல்லவே.. அறெ0பெட்டின் பக்கம் சென்று 0பீரமுக்கின்வழியாக எப்படி வரமுடிந்தது, என்ற எண்ணங்களில் அவர்கள் உழன்றனர். இலக்கினை அடைவதற்கு முன்னமே தோல்வியின் வருத்தம் அவர்களைப் படரத் தொடங்கியது. கொண்டிருந்த ஊக்கம் முழுவதும் தொலைய, சோர்வின் தலை உயர்ந்தது. 0பெள்ளெ முள்ளியைப் பறித்தனர். கொண்டுவந்து சுத்தக்கல்லில் வைத்து, வணங்கி எழுந்து அம்மரபுக் கடனை நிறைவுசெய்தனர். வெற்றிப்பெற்ற அணியினரின் எள்ளல் மிகுந்து தழுவலோடு நிறைந்தது. இயற்கைக்காகவும், மரபிற்காகவும் தம் உடலில் துளிர்த்த வியர்வைத்துளிகள் கலக்கும்படி ஒருவரையொருவர் அணைத்து மகிழ்ந்தனர். "ஏய் காரி நீ பெரும் காரியக்காரன்தான்" என்று காரியைத் தூக்கிக்கொண்டு சுத்தக்கல்லினை வலம்வந்தான் 0கெட்டன். அந்த ஆண்டும் இயற்கையின் அருளால் மரபு மிளிர்ந்திருந்தது.

சுத்தக்கல்லுத் திடலில் எழுந்த ஆராவாரத்தினைக்கேட்டு காப்புத் தாவரங்கள் வந்திருப்பதைக் கணித்தார் மல்லன். தன் மண்0டரெயினை எடுத்து விரைவாகச் சுற்றிக்கொண்டு விரைந்தார். அவரோடு அதை கேள்விப்பட்ட ஊரின் மூத்தோர் சிலரும் சுத்தக்கல்லினை வந்தடைந்தனர்.

எண்ணிறந்த ஆண்டைய மரபு, இயற்கையின் உறவு, புரிதல், அன்பு முதலியவை சுத்தக்கல்லின் மீது படர்ந்திருந்தன. தம் கரத்தில் அணிந்திருந்த வெள்ளி மோதிரங்களைக் கழற்றி சுத்தக்கல்லுத் திடலில் வைத்தான் மல்லன். தம் மூதாதையர்களை வணங்கினார். தன் முன்னோர்களின் மிகப்பெரும் கற்பிதமான,

இயற்கைப் புரிதலான அந்தக் காப்புத் தாவரங்களைத் தொட்டு வணங்கி அதை முறைப்படி பகுத்தார். அரும்வாழ்வினைத்தந்த இயற்கையானது 0பீரமுக்கு மலையிலிருந்து இறங்கிய காற்றென அவர்களை மென்மேலும் வாழ்த்திக் கொண்டிருந்தது.

“பரவாயில்லையே இவ்வருடம் அதிகமான குன்ன 0கிலி0கிஜ்ஜெ கிடைத்துள்ளதே... சிறப்பு.. சிறப்பு... எல்லாம் சரிதான்..” என்றான் மல்லன். சிறு பிசிருமின்றி காப்புத் தாவரங்களைப் பிரித்து தன் மரபுக் கடனை சரியாக ஆற்றினார். தொடர்ந்து மல்லன் சுத்தக்கல்லின் மேல் நெடுமென வீற்றிருந்த நேரிமரத்தின் உச்சியை நோக்கி கரம்கூப்பித் தொழ, சுற்றியிருந்த அனைவரும் அவ் இயற்கையின் அருட்திரட்சியின்முன் மீண்டும் மண்டியிட்டு வணங்கினர். பன்னெடுங்காலமாக அவர்களுக்கு இயற்கையைத் தாரைவார்த்து அரணாய் சூழ்ந்திருந்த மலைகளும் அவர்களை மனமாற வாழ்த்தின.

ஆதவன் 0பீரமுக்கின் உச்சியேறியிருந்தான். அந்தியும் அம்மலையினை லேசாகத் தழுவியிருந்தது. காரியின் தலைமையில் அவ்விரு அணியினரும் தயராக இருந்தனர். ஆண்தன்மையின் குறியீடான 0தொ0ட்0ட 0கிலி0கிஜ்ஜெ, பெண்குறியீட்டுத் தன்மைக்கொண்ட குன்ன 0கிலி0கிஜ்ஜெ, வீட்டின் பாதுகாப்பிற்கான குறியீடான முட்தன்மைக்கொண்ட கெச்சிகெ, வீட்டின் வலிமைக்குக் குறியீடான 0பெள்ளெ முள்ளி, வீட்டின் வளமைக்கு குறியீடான கொதுங்கு, பல்வேறு விஷங்களிலிருந்து குடும்பத்தினைப் பாதுகாக்கும் குறியீடான ஓம்புரி மற்றும் தூய்மையின் குறியீடான தும்பை ஆகிய காப்புத் தாவரங்களை ஊரிலுள்ள அனைத்து மனைகளுக்கும் கூறுபோட்டு, ஒவ்வொரு மனையைச் சேர்ந்தவர்களும் தம் வலதுகரத்தில் எடுத்துக் கொண்டனர். சுத்தக்கல்லிலிருந்து தொடரும் ஒவ்வொரு இல்லத்திற்கும் முன்பாக, அக்காப்புத் தாவரங்களை இடுவதற்காக அனைவரும் தயாராக நின்றிருந்தனர். அந்த அணியினருக்குத் துணையாக ஊரார் சிலரும் நின்றனர். சிலர் தம் இல்லங்களுக்கு அவர்களிடமிருந்து காப்புத் தாவரங்களைப் பெற்றுக்கொண்டு தாமே இட தயாராகவிருந்தனர்.

குப்பியின் வேண்டுகோளின்படி ஐசன் 0கிரிஜியின் வீட்டின் முன் நின்றிருந்தான். குப்பியின் வீட்டின்முன் காப்புச் செடிகளுடன் அஜ்ஜன் நின்றிருந்தான். முதலில் ஆ0கோட்டு

விளக்கினையும், தொடர்ந்து மதிலின் விளக்கினையும் ஏற்றினான் ஹாலன். தன் தலைமுடியை அவிழ்த்தான். விரிசடையுடன் சீலெயினை தன் வலதுகரத்தின் உட்புறமாக உடுத்தினான். சோர்ட்டிலிருந்து, அவன் விரதமிருந்து கொண்டுவந்திருந்த தூபத்தினை தம் வலக்கரத்தில் எடுத்தான். அதை தம் மூதாதையர்களையும், குலதெய்வத்தையும் வணங்கி எருமை வரட்டியின்மீது கனன்றுக் கொண்டிருந்த நெருப்பில் இட்டான். நறுமணத்துடன் எழுந்த தூபத்தின் நறும்புகை மரபோடு கைகோர்த்திருந்தது. பொதுவாக, தூபமிடும் தூபக்கல் இருந்தாலும், எருமை மந்தை பராமரிப்பினையே தம் ஆதி வாழ்வாக்கியிருந்த தம் முன்னோர்களின் மரபின் தொடர்ச்சியாக, இந்த மரபார்ந்த சடங்கில் மட்டும், குப்பியின் இல்லத்தில், ஆ0கோட்டிற்கு மரபுப் பேணலாக, எருமை வரட்டியிலேயே நெருப்பெடுத்து தூபமிடுவதுண்டு. மரபின் நறுமணம் மிளிர அவ்வூரின் 0தொ0ட்0ட மனெயான தன் வீட்டிற்கு முதலில் காப்பிட்டான் அஜ்ஜன். உத்தரனெ செடி யினைக் கொண்டு தம் ஆதி வாழ்வின் குறியீடாய் வனைந்திருந்த எருமைக் கொம்பினைப் போன்ற உருவத்தினை தம் வீட்டின் முற்றத்தின் மேலே முதலில் திணித்துக் காப்பிட்டான். தொடர்ந்து மற்ற காப்புத் தாவரங்கள் அனைத்தும் விளங்கும்படி ஐந்து பாகமாகப் பிரிக்கப்பட்டு அந்த வீட்டின் முற்றத்துக் கூரையில் திணிக்கப்பட்டன.

ஊரின் 0தொ0ட்0ட மனெயான குப்பியின் இல்லத்திற்குக் காப்பிட்டதும் தொடர்ந்து ஊரார் அனைவரும் காப்பிட்டனர். எல்லோருடைய இல்லங்களையும் இறுமாப்போடு இயற்கை அரவணைத்திருந்தது. மஞ்சளும், வெள்ளையும், பச்சையுமாக மிளிர்ந்த விட்டின் முற்றங்கள் இயற்கையுடுத்தி நின்றன. குப்பியின் இளைய பேரன் 0பெள்ளி திண்ணையின் மீதேறினான். கூரையில் மிளிரும் குன்ன 0கிலி0கிஜ்ஜெயின் மலர்களைப் பறிக்க எம்பி முயன்றான்.

“ஏய் 0பெள்ளி... அதைத் தொடக்கூடாது..” என்றாள் குப்பி.

“இல்லை.. இல்லை.. எனக்கு அந்த மஞ்சள் மலர் வேண்டும்..”

என்று அடம்பிடித்தான் அவன்..

“ஏய் 0பெள்ளி.. என் அப்பனே... இதோபார்.. ஊரின் எல்லா வீடுகளிலும் இந்தக் காப்புச் செடிகளை இட்டுள்ளோமில்லையா?

இந்தத் தாவரங்கள் எவ்வளவு அழகாக இருக்கின்றன பார்த்தாயா! அதுபோல நம்முடைய வீடும் அழகாக, ஆரோக்கியமாக இருப்பதை இந்தக் காப்புச்செடிகள் தான் நம் முன்னோர்களுக்குக் காட்டும். அந்த உலகத்திலிருந்து அவர்கள் இதைப்பார்த்து மகிழ்வார்கள் தெரியுமா!

அவர்களை வரவேற்பதற்காகத்தான் இந்த ஏற்பாடெல்லாம்...”

என்று அவனது கன்னத்தில் முத்தமிட்டாள் அவள்.

“ஓ அப்படியா... அந்தக் கோலி சென்றாளே அந்த உலகமா?” என்றானவன். “ஆமாம் என் எருமைக்கன்றே... அதே உலகம்தான்... நாளை இந்த முற்றம் முழுக்க சாம்பல் வரையவேண்டும்.. நீ வரைவாய்தானே.. அந்தியானதும் சாம்பல் வரைந்து நம் முன்னோர்களை வரவேற்கவேண்டும் சரியா.. மேலும், அவர்களுக்கு சுவையான கலிக்கிட்டும், வேகவைத்த அவரையும் செய்து படைப்போம் சரியா.. அதன்பிறகு, முதல் கலிக்கிட்டு உனக்குதான்...”

என்று குப்பி கூற மகிழ்ந்து முற்றத்திற்குள் துள்ளிவந்த 0பென்னிக் கருவினை நோக்கி ஓடினான் அவன்.

வானில் ஏறிய முழுமதியில் மாதி அலைந்தாள். 0குள்ளில் இடப்பட்ட காப்புச் செடியின் இடுக்கின்வழியே தெரிந்த அந்த நிலவில் 0கிலி0கிஜ்ஜெயின் நிழலாடியது. கூரைக்கு நேராக இடப்பட்ட காப்புச்செடியில் இரண்டு தும்பை மலர்கள் தலைக்குனிந்து ஹாலனைப் பார்த்துக் கொண்டிருந்தன. இறுதியாக மாதியின் சூலுடை வயிற்றினைத் தீண்டியவுணர்வு அவனுக்கு மிகுந்தது. மாதியின் தலைத்தாங்க அவனது மார்பும் கையும் ஏங்கிக்கொண்டிருந்தன.

0கிலி0கிஜ்ஜெ மலரின் கொடியல்லியைக் காண மாதிக்கு ஹாலனின் மார்பே நினைவிலாடியது. வீட்டுத் திண்ணையின் வலப்புறத்துக் கூரையில் காப்பாக இடப்பட்டிருந்த 0தொ0ட்0ட 0கிலி0கிஜ்ஜெயுடன் பிணைந்திருந்த தும்பைகளைக் காண அவளின் கண்களில் ஹாலன் திமிறி நின்றான். அவனை வெளியேறவிடாது தன் கண்களை இறுக மூடினாள்.

இடைவிடாமல் எழுந்த ஊரு0பெட்டின் மென்காற்று அவளை ஆற்றுவிக்க முயன்றது. ஊரு0பெட்டின் மீதேறியிருந்த முழுமதியினைக் கண்ணுற்றுக்கொண்டே, ஹாலனின் மார்படைந்த நினைவில் ஓயாமல் காய்ந்து கொண்டிருந்தாள் அவள்.

அன்று அதிகாலையில் முதல்செயலாக 0பூதிக் குக்கெயில் சாம்பலை எடுத்து அடி0கோட்டிற்குக் கீழே வைத்தாள் குப்பி. அதிகாலையில் கறந்தப்பாலில் ஆ0கோட்டு ஒணெயைத்தவிர்த்து, முதல் மூன்று ஒணெகளின் பாலினை கலிக்கிட்டிற்காக தனியே அவிரியில் ஊற்றிச் சுண்டக் காய்ச்சினாள். கலிக்கிட்டு பலகாரத்திற்காகக் 0கஞ்செயைத் திகிரியில் அரைத்து மாவாக்கும் ஒலி அவ்வூர்முழக்க மிகுந்திருந்தது.

அந்தி நெருங்கும் தருவாய். ஆண்கள் அனைவரும் தம் வீடுகளின்முன் 0பூதிக் குக்கெயுடன் தயாராக நின்றனர். குப்பியின் வீட்டு முற்றத்தை நோக்கியவாறு ஹாலனுக்காக எதிர்பார்த்திருந்தனர். மரபுப்படி தூபம் நிறைத்தான் ஹாலன். 0பூதிக்குக்கெயுடன் வெளியில் வந்தான். 0பீரமுக்கு மலையினையும், வானத்தையும், 0பீரமுக்கின் விளிம்பில் இருந்த ஆதவனையும் கண்டு வணங்கினான். தன் கரத்தில் ஏந்தியிருந்த 0பூதிக் குக்கெயினை வான்நோக்கி உயர்த்திக்காட்டித் தொழுது நின்றான் அவன். தொடர்ந்து அக்கூடையை தன் இடது கையில் இடுக்கினான். தன் வலக்காரத்தால் அதிலிருந்து சாம்பலினை எடுத்து முற்றத்தின் கீழ்ப்புறத்திலிருந்து மேல்நோக்கி செங்குத்தாகவும், கிடைமட்டமாகவும் முற்றத்தின் நான்கு முனைகளையும் கட்டவடிவில் அச்சாம்பலினால் கோடிட்டு இணைத்தான். அந்தக் கட்டத்துள் சிறு பிசிரும் இன்றி நான்கு முனைகளையும் இணைக்கும் வண்ணம் பெருக்கல் குறி வடிவில் நெடுக சாம்பல் கோடுகளை வரைந்தான். அதன் நடுப்பரப்பின் நான்கு பிரிவுகளிலும் சிறு சிறு கோடுகள் வரைந்தவன், கோட்டின் முனையில் எருமையின் கொம்புகளை முதலாவதாக வரைந்து முடித்தான். தொடர்ந்து பிறைநிலா, நிலா, ஆதவன், உழுமுனை, எருமைக்கன்றுகளைக் கட்டிவைக்கும் தறி, அரவம், குடை, விண்மீன் ஆகியவற்றை அடுத்தடுத்து வரைந்தான். இறுதியாக மிஞ்சிய சாம்பலினை 0பெள்ளியிடம் கொடுத்தான். பெருமகிழ்வெய்திய 0பெள்ளியோ

ஹாலன் வரைந்ததைப்போலவே சில படங்களை அவனின் ஆசைத்தீர வரைந்தான். இறுதியில் ஒருபிடி சாம்பல் மிஞ்சும் தருவாயில் அந்தப் பூதிக் கூடையினைக் காலியாக்கவிடாமல், 0பெள்ளியிடமிருந்து பெற்று, அதை முற்றத்து மிண்0டேரி 0பள்ளிக்குக் கீழே வைத்தான் ஹாலன்.

ஹாலனைத் தொடர்ந்து ஊரார் அனைவரும் தங்கள் முற்றங்களைச் சாம்பலினால் அலங்கரித்தனர். ஈட்டி மரத்தின் சாம்பல் ஹாலனின் முற்றத்தை எடுப்பாக்கியிருந்தது. பெருமிதம் மிளிர, தான் வரைந்த ஓவியங்களை இரசித்தான் ஹாலன். அவனுக்குள் இருக்கும் கலைமனதை, குழந்தை மனதை அசைபோடும் சூழலை அத்தருணங்கள் ஹாலனுக்குத் தவறாமல் தருவதுண்டு. முற்றத்தில் அவன் கச்சிதமாக வரைந்திருந்த முழுமதியும், விண்மீன்களும் விண்ணில் தோன்றியிருந்த மதி மற்றும் விண்மீன்களின் பிம்பமாய் ஒளிர்ந்தது.

முற்றத்து சாம்பல் ஓவியங்கள் அவர்களின் நெடிய மரபுவாழ்வினைப் படம்பிடித்துக் காட்டியிருந்தன. 0பூதிக் குக்கெயில் எஞ்சிய சாம்பல், மரபு எச்சங்களின் ஏகமாய் அனேகமாய் ஒளிர்ந்தது. ஆ0கோட்டிலிருந்த பெரிய கச்சுத் தை0கெயினை ஹாலன் கொண்டுவந்தான். அதை தன் வீட்டு முற்றத்தின் நடுவில் வைத்தான். போசனின் தை0கெயில் தான் கொண்டுவந்திருந்த கலிக்கிட்டையும், நனெ அவரையினையும், தன் மூதாதையர்களையும், போசனையும் நினைத்து அத்தட்டில் இட்டான். தொடர்ந்து ஊராரின் இல்லங்களிலிருந்து தை0கெயில் கொண்டுவரப்பட்ட படையல் உணவுகள் அத்தட்டில் இடப்பட்டன. ஆனால், வழக்கம்போல 0கிரிஜியின் வீட்டிலிருந்துமட்டும் தம் முன்னோர்களுக்கான உணவு வரவில்லை.

எல்லோரும் கலிக்கிட்டுகளையும், நனெ அவரைகளையும் இட்டு முடித்திருந்தனர். அம்முற்றத்தில் கூடியிருந்த அனைவரும் மரபின், ஒற்றுமையின் குறியீடாய் ஒளிர்ந்து கொண்டிருந்த அந்தத் தை0கெயினை வணங்கினர். "எல்லோரும் முன்னோர்களுக்கான உணவினை இட்டுவிட்டீர்களா" என்று மூன்றுமுறை கேட்டான் ஹாலன். "பேட்.. பேட்... நான் இவ்வுணவினை நம் முன்னோர்களுக்குப் படைக்கப் போகிறேன்.. பேட்.. பேட்... நான் இவ்வுணவினை நம் முன்னோர்களுக்குப் படைக்கப்

போகிறேன்... பேட்... பேட்... பேட்.. நான் இவ்வுணவினை நம் முன்னோர்களுக்குப் படைக்கப் போகிறேன்.." என்று சத்தமாக மூன்றுமுறை ஊரிற்கு அறிவித்தான் ஹாலன். அவனுக்கு ஊர் முழுவதும் சம்மதமளித்து அமைதிகாத்து நின்றனர். 0கிரிஜியின் வீடுமட்டும் திறக்கப்படவே இல்லை.

0பீரமுக்கு மலையைநோக்கி தம் மூதாதையர்களை வணங்கினான் ஹாலன். நிறைந்திருந்த அந்தத் தை0கெ தட்டினையும் தொட்டு வணங்கினான். காரி பறித்துவந்திருந்த மீனிங்0கு இலைகளை வாங்கி அத்தட்டினை மூடினான். அந்தத்தை0கெயினை ஏந்திக்கொண்டு மல்லனும், காரியும் பின்தொடர, கீழ்ஹள்ளாவினை நோக்கி சென்றான்.

கீழ்ஹள்ளாவின் கரையில் இருந்த இப்படையலுக்கான சமதளக் கல்லினைச் சுத்தம்செய்தான் ஹாலன். அதன்மேல் மீனிங்0கெ இலைகளைப் பரப்பினான். மீண்டும் தன் முன்னோர்களை வணங்கி அதில் அப்படையல் உணவினைப் படைத்தான். "பழைய வருடம் கழிந்து புதுவருடம் வரட்டும்.. பழமை கழிந்து புதுமை விளையட்டும்..." என்று ஹாலன் மும்முறைக்கூற, அவனைத் தொடர்ந்து மல்லனும், காரியும் கூறினர். உடனே அவர்கள் அனைவரும் திரும்பிப் பார்க்காமல் அந்த இடத்தினைவிட்டு ஊரிற்குத் திரும்பினர்.

தம்மை கண்ணெனக் காத்துவரும் தம் முன்னோர்களுக்காக, அவர்கள் மிகவும் விரும்பும் இடமான ஊரின் கரையில், தம் மரபார்ந்த படையலைப் படைத்த நிறைவில் அவர்களின் நடையில் மிடுக்கேறியிருந்தது. கலிக்கிட்டின்வாசம் அவர்கள் இல்லம் அடையும்வரை நாசியெங்கும் நிறைந்திருந்தது. அந்த மரபின்வாசம் நெடுகத் தொடர்ந்த அத்தனை தலைமுறைகளையும் ஒரே நேர்க்கோட்டில் இணைத்திருந்தது. "ஹேய்.. ஹாலா.. இவ்வருடம் எல்லாம் சிறப்பே... கலிக்கிட்டின் வாசம் இன்னும் நிறைந்திருக்கின்றது பார்.." என்று அந்தப் படையலுணவினை தம் மூதாதையர்கள் மகிழ்வுடன் ஏற்றுக் கொண்டதற்கு குறியீடாக எழுந்து கொண்டிருந்த கலிக்கிட்டின் வாசத்தினைக் கொண்டு கணித்துக் கூறிமகிழ்ந்தான் மல்லன்.

வீட்டினை அடைந்ததும் அம்மூவருக்கும் சூடான கலிக்கிட்டையும், சுண்டக் காய்ச்சிய பாலையும், வேகவைத்த

நனெ அவரையினையும் குப்பி படைத்தாள். அவர்கள் உண்டு முடித்தப்பின் மற்றவர்கள் உண்ணத் தொடங்கினர். அஜ்ஜன் போசனின் தை0கெயின்முன் அமர்ந்திருந்தான். சுற்றி அமர்ந்திருந்த பிள்ளைகளுக்கு சுவையான கலிக்கிட்டைப் பகிர்ந்தூட்டிக் கொண்டிருந்தான். சுண்டக் காய்ச்சியப் பாலின் மணம் வீடெங்கும் நிறைந்திருந்தது.

ஹெம்மாட்டி மாதம் தொடங்கியது. "இம்முறை ஹெம்மாட்டி மாதத்தில் எருமையைப்போன்ற வலிமையுடைய மரத்தையும் சிதைக்கும் பனிப்பொழிவிருக்கும்" என்றான் காரி. "அப்பா யார்கண்டது, ஹெம்மாட்டியில் எருமையை இழுத்துச்செல்லும் அடைமழையும் பெய்யலாமில்லையா" என்றான் அஜ்ஜன். திண்ணையில் அமர்ந்திருந்த அவர்களிடையே தம் முன்னோர்கள் வகுத்திருந்த அம்மாதத்திற்குரிய காலச்சூழல் குறித்த முதுமொழிகளின் விவாதம் தொடர்ந்து கொண்டிருந்தது.

அந்தி நெருங்கியது. அடிவானம் சிவந்திருந்தது. ஊரிலுள்ளவர்களுக்கு அச்சூழல் கீழ்ஹள்ளாவில் நின்றிருந்த போசனின் நினைவினைப் பிசைந்தது. காரி அடிவானத்தையே வெறித்திருந்தான். திடீரென்று 0பீரமுக்கின் சரிவினைப் பார்த்தான். சாவுகெப்பறவையின் கூட்டமொன்று பறந்து சென்றது. அது தோலக்கிலுப் பறவையின் போக்குவரத்திற்கானதாய் இருக்குமோ? என்றஞ்சினான் அவன். நல்லவேளை அவரின் எதிர்பார்ப்பு நிறைவேறவில்லை. நிறைவேறவும் கூடாது என்று எல்லா வருடத்தைப்போலவே இவ்வருடமும் நினைத்தார்.

ஊரினை அந்தியின்பிடி நன்கு சூழ்ந்திருந்தது. சிவந்தவானம் மேலும் 0பீரமுக்கிற்கு சிவப்பு மகுடத்தைச் சூட்டியிருந்தது. காரி ஒரு முடிவிற்கு வந்தான். "ஏய் அஜ்ஜா நாளை எருமைமரம் சிதையும் பனிப்பொழிவு" என்றவாறு வீட்டினை நோக்கி நகர்ந்தான்.

0குள்ளிலிருந்த பெரிய அவிரிகள் அனைத்தும் ஹள்ளஜோனி நீரால் நிரப்பப்பட்டன. மேய்ச்சலிலிருந்து திரும்பியிருந்த எருமைகளை விரைவாக தோவில் அடைத்தான் காரி. மற்றவர்களையும் அடைக்க அறிவுறுத்தினான். அடைமழைக்குரிய சூழலிற்கேற்ப தோக்கள் தயார் செய்யப்பட்டன. ஒரு வருடத்திற்குள்ளான எருமைக் கன்றுகளுக்கு விரைவில்

மடியூட்டி வீட்டின் அடிகோட்டில் அடைத்தனர். காரி கணித்ததுபோலவே பேரமுக்கு மலையிலிருந்து காட்டாற்று வெள்ளத்தின் ஒலியையொத்த அடைமழை இறங்கியது.

அன்று இரவு உணவுடன் முன்பே குள்ளிற்கு வந்திருந்தான் ஹாலன். காய்முற்றிய அவரைச் செடிகளில் விழுந்துகொண்டிருந்த அடைமழையில் மாதிக்கான இரகசியங்கள் கசிந்து கொண்டிருந்தன. மண்ணொடு கலந்த அடைமழையின்ஆவி ஹாலனின் ஆவியைத் தழுவியிருந்தது. 'இந்த அவரைச்செடிகள் பூத்திருக்கின்றபோது இப்படியொரு அடைமழையை இயற்கை ஒருபோதும் தரவில்லையே. பூக்கும் காலத்தைய மழைக்கும், காய்க்கும் காலத்தைய மழைக்கும் எவ்வளவு வித்தியாசம். ஒற்றை பூவையும் உதிர்க்காமல் அந்த அடைமழைச் சென்றுவிடுமே. இயற்கையின் கருணைதான் எவ்வளவு பெரிது. அதன் தாய்மையுள்தான் எவ்வளவுப் பரிவு. அதற்குத் தெரியாதது யாதுள.' எனும் எண்ணங்களின் அடைமழையில் நனைந்து கொண்டிருந்தான் அவன். ஹாலனின் வாழ்வில் மாதி அவரையின் காயாய் மாறிப்போயிருந்தாள். ஆனால், பூவின் தன்மையுடைய காயாய். இந்தப் பிரிவெனும் அடைமழைதான் இந்தத் தூயஉறவை என்ன செய்துவிடமுடியும்..

அதிகாலை உறைப்பனி அவரைச் செடிகளைச் சூழ்ந்திருந்தது. அவ்வடர் பனியிலும் மாதியின் நினைவே நிறைந்திருந்தது. தன் பாதத்தால் வருடி சிலாகிக்கும் மாதியின் உருக்காட்சி ஹாலனின் விழியெங்கும் நர்த்தனமாடியது. படிந்துள்ள உறைப்பனியில் அவரைச்செடிகள் கருகாமல் இருக்க எவ்வளவு விரைவாக முடியுமோ அவ்வளவு விரைவாக எடுத்துவைத்திருந்த அவிரிநீரினை அவரைச்செடியின்மேல் ஊற்றி, உறைப்பனியைக் கழுவினான் ஹாலன். சற்றுநேரத்தில் வீட்டில் எடுத்து வைத்திருந்த நீரினை ஏந்திக்கொண்டு அஜ்ஜனும், தோணனும் அங்கு வந்து சேர்ந்தனர். உறைப்பனியைக் கழுவி, மேலும் குளிர்ந்திருந்த ஜோனியின்நீர் அவர்களின் கால்விரலிடுக்கின்வழி ஊசிபோல் மேலேறியது. சற்றுநேரத்திலேயே அடுத்த எட்டினை வைக்க இயலாதபடி அஜ்ஜனின் கால்கள் விறைத்துப்போயின. குளிரிற்குப் பழகியிருந்த ஹாலனின் கால்களோ சுழன்றுக் கொண்டிருந்தன. அதோடு "முன்னிரவில் மழை. பின்னிரவில் பனி.. முன்னிரவில் பனி. பின்னிரவில் மழை." எனும் தம்

முன்னோர்களின் காலக்கணிப்பும் பொய்க்காமல் சுழன்றுக் கொண்டிருந்தது.

ஹெம்மாட்டி மாதத்து உறைப்பனியின் தாக்கம் அங்கங்களிலெல்லாம் எதிரொலித்தது. வெடித்த உதடுகளின் வழியே கசியும் உதிரத்தில் இயற்கையின் முத்தங்களின் ஈரம் படர்ந்திருந்தது. மழைப்பொழிவில்லாத உறைப்பனி நாட்களின் தாக்கத்தால் புற்களெல்லாம் கருகிப்போயின. சூழ்ந்திருந்த பசியநிறமோ வெளிர்த்துப் போயின. அடர்காடுகளிலுள்ள புற்களும், தாவரங்களும் மட்டுமே எருமைகளின் உணவுத்தேவையை நிறைவுசெய்தன. அறெ0பெட்டின் பள்ளத்திலிருக்கும் புராதன மேய்ச்சல் நிலமான மந்தாடா முழுவதும் பனியின் தாக்கத்தால் கருகியிருந்தது. மந்தாடா பகுதியில் எருமைகள் மேய்வது காட்டில் மேய்வதைவிட பாதுகாப்பானது. காடுகளில் மட்டும் எருமைகள் மேய்வது அவ்வளவு பாதுகாப்பானதல்ல. கடும் உறைப்பனியில் ஊன் உண்ணி விலங்குகளும் எளிதில் கிடைக்கும் இரையான வீட்டு எருமைகளை எதிர்பார்த்திருக்கும்.

அதிகாலை உறைப்பனியில் எருமைகளின் மடியிலிருந்து பால்சுரப்பது கறப்பவரின் அன்புநிலையினைப் பொறுத்தது. இச்சூழலில் மந்தையின் எல்லா எருமைகளும் ஹாலனுக்கு மட்டுமே இசைந்தன. தோவிற்கு அருகிலேயே நெருப்பிட்டு, வெந்நீர் வைத்து, மடியில் தெளித்து பால் கறந்தான் அவன்.

நாட்கள் செல்ல உறைப்பனியின் தாக்கம் ஏறுமுகமானது. கடும் பனியாலும், சருமத்தில் கருமைப் படர்த்தும் பனிக்காலத்து சுடும் வெயிலாலும் இட்டிருந்த காப்புத் தாவரங்கள் வரண்டிருந்தன. அவை, அகற்றப்பட்டு வீட்டுக் கூரையின்மேல் வீசப்பட்டன. விளைநிலங்களில் அவரைகள் பறிக்கப்பட்டு அந்தச் சூழலிற்குகேற்ப வெள்ளைப் பூண்டும், ஈர வெங்காயமும் இடப்பட்டன.

வீசும் கூதிர்காற்று உடலைத் துளைத்தது. கடுங்குளிர் நிலவுவதால் ஹாலனை இரவில் வீட்டிலேயே தங்க எவ்வளவோ வற்புறுத்தினாள் குப்பி. இருந்தும் அவனது இரவுகள் 0குள்ளிலேயே கழிந்தன. 0குள்ளின் கதவுகளை அடைக்காமல் இரவுமுழுதும் திறந்தே வைத்திருந்தான் அவன். ஈட்டிமரத்தின்

நெருப்பே அவனுக்கு நாள்தோறும் துணையானது. தகிக்கும் நெருப்பும் துளைக்கும் பனியும் அவனுள் அடைக்காத்திருந்த மாதியின் நினைவிற்கு வெக்கையானது. குன்று குளிரும் குளிரால் அந்நிலத்தின் பெரும்பான்மையான சாம்பல் பறவைகள் 0குள்ளினுள்ளேயே கூடுகட்டியிருந்தன. அதன் ஓயாத கீச்சொலியில் மாதியின் அன்பின் மௌனத்தை அவன் சுகித்துக் கொண்டிருந்தான்.

அன்று திங்கட்கிழமை. காலை உணவினை உண்டுக் கொண்டிருந்தான் ஹாலன். சுத்தக்கல்லின் சிறுபறை அதிர்ந்தது. ஹாலன் குப்பியைப் பார்த்தான். அவனது பார்வையில் ஆழ்ந்த பொருள் பதிந்திருந்தது. அவ்வருடத்தில் இந்தப் பார்வைக்குரிய நாள் வந்திருந்தது. காரி முற்றத்தில் ஹாலனுக்காகக் காத்திருந்தான். இருவரும் சுத்தக்கல்லின் திடலிற்குச் சென்றனர். அங்குக் கூடியிருந்த அனைவருக்கும் 0கவுடர் சொல்லாமலேயே அந்தச் செய்தி புரிந்திருந்தது. முறையாக ஹெம்மாட்டிக்குரிய பயணத்தை அறிவித்தார் மல்லன்.

உறைப்பனியின் தாக்கம் மிகுந்திருக்கும் நிலையில் மேய்ச்சல் புல்லிற்காகவும், எருமைகளின் பாதுகாப்பிற்காகவும் மேற்கொள்ளும் பயணம் இதுவாகும். சோர்ட்டின் பின்புறத்தின் தொடர் மடிப்பு மலைகளின்வழியே தலையசீமையை நோக்கிய இந்த நீள்பயணத்திற்கு அனைவரும் தயாராகினர். ஊராரின் எருமை மந்தைகளையெல்லாம் ஒருங்கு சேர்த்து அவற்றை சற்று வெப்பமான காலநிலை நிலவும், தம் வாழ்க்களத்தைவிட கடல் மட்டம் குறைந்திருக்கும் தலையசீமையில், தம் முன்னோர்கள் அமைத்திருக்கும் எம்மட்டிகளுக்கு அழைத்துச்சென்று, அங்குத் தங்கவைப்பார்கள். பனியின் தாக்கம் குறைந்திருக்கும் அந்த இடத்தில், தம் நிலத்தில் உறைப்பனியின் தாக்கம் குறையும்வரை எருமை மந்தைகளைப் பாதுகாப்பார்கள்.

காலங்காலமாகத் தொடரும் இந்த ஹெம்மாட்டிப் பயணம் எருமைகளைப் பாதுகாக்கும் இவர்களின் மூதாதையரின் மரபின் தொடர்ச்சியாகும். உறைப்பனியால் தாங்கள் துன்புற்றாலும் எருமைகள் துன்புறுவதை அவர்கள் ஒருபோதும் ஏற்பதில்லை. தாம் வாழும் வாழ்க்களச்சூழலை எருமைகளும்

தகவமைத்திருந்தாலும் தலையசீமைக்கு ஓட்டிச்செல்லும் இம்மரபின் பயணம் அம்மந்தைகளுக்குச் சற்று ஆறுதலளிக்கும் செயல்பாடாகும். "எருமைகளுக்காகவே வாய்த்திருக்கும் நம் வாழ்வின் பொருளினை மேலும் மெய்ப்பிக்கும் இப்பயணம் நம் வாழ்வியல் கடமை" என்று இப்பருவத்தின் தொடக்கத்தில் காரி கூறும்சொல் அவ்வாண்டும் ஒலித்தது.

காப்புத் தாவரங்களைப் பறிப்பதற்காக சோர்ட்டிற்குச் சென்றபோது கண்டுவைத்திருந்த பட்டுவிழுந்த நேரி மரத்தினை கல்உளிக்கொண்டு துண்டங்களாக்கினான் 0பெட்டன். இரண்டாகப் பிளந்த அம்மரத்தின் சற்றுப் பெரிய பகுதியை ஹாலன் தனி ஒருவனாக தன் தோளில் கொண்டு கிளம்பினான். அதைக்கண்ட காரியின் கண்களில் போசன் நிறைந்திருந்தான். அதிகாலை உணவினை உண்டிருந்திருந்ததால் மந்0தக் கிச்சிற்காகக் கொண்டுசெல்லும் இம்மரத்திற்கு அளிக்கும் மரபார்ந்த மதிப்பின் படியும், அதற்குரிய வரைமுறையின் படியும், இன்று உணவு உண்டப்பின் கொண்டு செல்லும் இந்த முறைத்தவறிய பிராயச்சித்தத்திற்காகவும் அந்நேரிமரத்தினை ஏந்துவதற்கு முன்பு அனைவரும் தம் வாயில் கன்னேரி மரத்தின் இளந்தளிர்களைக் கடித்திருந்தனர். அந்தக் கட்டைகளை ஊரின் பொது இடமான அட்டணையில் வீசும்வரை யாரும் எச்சில் விழுங்கியிருக்கவில்லை.

இரவுணவு முடிந்திருந்தது. ஊராரனைவரும் அட்டணையில் கூடினர். ஹாலன் தம் குலதெய்வத்தை நினைத்து நெருப்பினைக் கடைந்தான். தவட்டைக் கோலினைக்கொண்ட மூன்றாவது முயல்விலேயே நஞ்சுப் புல்லில் நெருப்புப் பற்றியது.

வானில் கோலி ஏறியிருந்தது. பற்றியெரிந்த மந்0தக் கிச்சுவின் சில்லுகள் விண்ணை நோக்கி படர்ந்தன. சுற்றி மலைகள் அணிசெய்ய ஊரே அட்டணையில் திரண்டிருக்க, இவ்வாண்டு சேர்ட்டிலிருந்து காற்று இறங்கியது. இவ்வாண்டைய ஹெம்மாட்டிப் பயணத்தின் நிறைவினை மந்0தக் கிச்சிற்குப் பிறகு சோர்ட்டிலிருந்து இறங்கிய காற்றும், அதைத்தொடர்ந்து கூறிய 0கெட்டனின் அருள்வாக்கும் அறிவித்தன. தலையசீமை நோக்கிய மூன்றுவழிகளில் இவ்வாண்டு கரியக்கொரெ வழியினை அருள்வாக்கில் தம் குலதெய்வம் முன்மொழிந்தது. நேரியின் நெருப்போடு அவ்விரவு கழிந்தது. சோர்ட்டிலிருந்து

இறங்கி சுழற்றியடிக்கும் காற்றில் சுழன்றெரிந்த மந்0தக்கிச்சு நெருப்பிற்குள் நெடுமரபு ஒளிர்ந்து கொண்டிருந்தது.

இவ்வாண்டைய ஹெம்மாட்டி பயணத்திற்கு ஹாலனின் குழுவினரே சதுரிக்குரியவர்கள். இக்குழுவிற்கு காரி தலைமை வகிப்பார். மூன்றாண்டுகள் கழிந்து இவ்வணிக்கு இவ்வாண்டு இப்பொறுப்பு வந்திருந்தாலும் இதற்கென விளங்கும் நான்கு குழுவினரும் இப்பயணத்திற்கு ஹாலனையும், காரியையும் தம்மோடு அழைத்துச் செல்லாமல் விடுவதில்லை. காரியின் அனுபவமும், ஹாலனின் சாதுர்யமும் இப்பயணத்திற்கு பெரும்துணைப் புரிவனவாகும். இவ்வாண்டைய இந்தப் பயணத்தின் பொறுப்பினை ஹாலன் எவ்வளவு சொல்லியும் கோளாமல், தன் மூப்பினையும் பொருட்படுத்தாமல் காரி ஏற்றுக்கொண்டான். மனதளவில் காரியின் வயது ஹாலனைவிட குறைவுதான்.

கையில் நேரிசொப்புடன் காரி முன்னிலை வகித்தான். நேற்று இரவெல்லாம் நிகழ்ந்தேறிய மந்0தக்கிச்சின் காட்சி காரியின் கண்களில் நிறைந்திருந்தது. அந்தப் பெரும் எருமை மந்தையின் முன்புறம் காரியும், 0பெட்டனும் அதை வழிநடத்திச் சென்றனர். இயற்கையின் எழில்கொஞ்சும் அவ்வூரின், பசுமை முழுவதும் பெயர்ந்து செல்வதைப்போல கார்மேகமாய் அந்த மந்தைக்கூட்டம் பெயர்ந்து கொண்டிருந்தது. அதன்பின்னே உறுபொருட்களைச் சுமந்துச்செல்கின்ற ஹாலனும் அவனது அணியினரும் ஊரினைத் திரும்பிப் பார்க்காமல் நடந்தனர்.

பால்தேவைக்காக ஊரில் விடப்பட்ட எருமைகளும், சினையுற்ற எருமைகளும் தம் கூட்டத்தின் பிரிவினையெண்ணி, அதனோடு இணைவதற்காக ஓயாமல் கனைத்தன. அக்கனைப்பொலியும் அதற்கெழுந்த மறுக்கனைப்பொலியும் சோர்ட்டின் உச்சிவரை பிரிவின், விசாரிப்பின் ஒலிகளாய் நீண்டன.

உறவுகளின் பிரிவின் ஒலிகளோ உள்ளத்தினைவிட்டு கடவாமல் பத்திரப்படுத்தப்பட்டன. திரும்பும்வரை அவ்வொலியின் நினைவில்தான் பிரிவை ஆற்றியாக வேண்டும். மேலும், இம்மரபார்ந்த பிரிவிற்கு எதிர்முகமாக சிறு விசும்பலும் வந்துவிடக்கூடாது என்பதில் அனைவரும் தெளிவாக இருந்தனர்.

இது எருமைகளின் மீதான அன்புநிலை மற்றும் செல்லும் நோக்கத்தின் ஊக்கம் குறையாமைக்கான பிரதிபலிப்பாகும். இந்நேரம் அவர்கள் அந்த இரண்டாவது மலையைத் தாண்டியிருக்கக்கூடும் என்று அஜ்ஜன் கருதினான்.

ஹெம்மாட்டி மாதத்தின் முழுமதிநாள். உறைப்பனிக்காற்று ஊர்முழுதும் சூழ்ந்திருந்தது. வெடித்து சிவந்திருந்த தன் மென் கன்னத்தைக் தடவினாள் குப்பி. பனியால் உடைந்து, வரண்டு, மெலிதாக சிதைந்தெழுந்த முகத்தோல் திரும்ப திரும்ப கரத்தின் தீண்டலை வேண்டியது. மென்மையாய்த் தொடங்கும் தீண்டல் அடுத்தடுத்து வன்மையாகி நீளும். இறுதியில் சிறு உதிரக்கசிவே வலிந்து இவ்வினைக்கு முற்றுப்புள்ளியாகும். இந்த உரசல் தரும் இன்பமும், துன்பமும் வாழ்க்கைக்கான விளக்கமாய் நீண்டது. இந்த வாழ்வின் இருநிலையினூடே ஹாலனின் நினைவும் மாதியின் நினைவும் குப்பிக்கு நிறைந்திருந்தன.

பீடித்திருக்கும் கூதிர்சூழல் கற்றுத்தரும் பாடங்களை முற்றத்து திண்ணையில் அமர்ந்து அசைப்போட்டுக் கொண்டிருந்தாள் குப்பி. அன்பின் விதையாகவும், விதியாகவும் நிலைத்திருக்கும் பிரிவின் வன்மையும், பிரிவில் நிலைக்கும் அன்பின் வன்மையும் எவ்வளவு வலிமையானது என்று எண்ணியபடி இருண்டிருந்த சோர்ட்டினையே வெறித்திருந்தாள். போசனின் பிரிவிற்குப்பின்பு தன் பாதம் தீண்டாத சோர்ட்டின் பிரிவு, தன் தோளில் எருமையோடு நின்றிருக்கும் போசனெனும் பேரன்பின் ஒற்றை புள்ளியில் இணைந்திருப்பதை எண்ணினாள். பிரிவை எடுத்துக் கொள்வதும், ஏற்றுக் கொள்வதும் எல்லாமே அன்பின் மயமல்லவா.. எல்லாம் அன்பின் மயம்தானே.. எனும் அவளின் எண்ணக்குவியலை 0பீரமுக்கிலிருந்து இறங்கிய காற்று துருத்திக் கொண்டிருந்தது.

சோர்ட்டின் நேரி0பென்னு பகுதியிலிருந்து ஒற்றை புள்ளியொன்று கீழ்நோக்கி இறங்கிக் கொண்டிருந்தது. அதைக்கண்டதும் ஒற்றைப்புள்ளியென எரிந்துகொண்டிருந்த மதில் விளக்கின் நியாபகம்எழ, உறைந்திருந்த நெய்யினை எடுத்து விளக்கிலிட்டாள் குப்பி. திடீரென தோவிலிருந்து எருமைகளின் கனைப்பொலி தொடர்ந்து மிகுந்தது. எதுவோவென பதறிய குப்பி முற்றத்திற்கு விரைந்தாள். ஒற்றைபுள்ளி நெருப்பென பந்தத்தின் ஒளியொன்று அவளை அணைந்து வந்தது.

0பெள்ளியோடு மாதி வந்திருந்தாள். வியப்பின் நிமிடங்கள் நீண்டன. குப்பியைக் கண்டகணம் மாதி விரைந்துவந்து கட்டி அணைத்தாள். ஹாலனையும் ஒருங்கு சேர்த்த அத்தழுவலால் வாழ்வின் ஒற்றைப்புள்ளிக்கு மேலும் ஒளிகூடியது.

“அக்கா இவளால் உங்களைப் பிரிந்து இருக்க முடியவில்லை...

கூடல் மாதத்தின் முழுமதிவரை இவள் பொறுத்திருந்ததே பெரிது..

எங்களைப் படுத்தியெடுத்துவிட்டாள்.

பொழுதெல்லாம் உங்களின் பேச்சுதான்...

இவளின் தொல்லை தாங்காமல் அழைத்து வந்துவிட்டேன்..” என்று 0பெள்ளிகூற நிலம்நோக்கி நாணி நின்றாள் மாதி.

அன்றைய இரவுணவில் மாதியின் நீண்டநாள் ஆசை நிறைந்திருந்தது. சோர்ட்டில் ஹாலன் அன்று காட்டிய அத்திமரத்திலிருந்து இன்று அவள் பறித்து வந்திருந்த அத்திக் காய்களைச் சள்ளிகெயுடன் அரிந்துப்போட்டு சாமைக்களிக்கு குழம்பு வைத்திருந்தாள் மாதி. இதுவரை கெப்பி சொல்லி கேள்வியுற்ற மாதியின் கைபக்குவத்தை இன்று சேர்ந்திருந்த உறவுகள் அனுபவித்தன. இயல்பான உணவிலிருந்து ஒருபிடி உணவு அனைவருக்கும் மிகுந்திருந்தது.

ஹாலனின் ஹெம்மாட்டிப்பிரிவு மாதி எதிர்பார்த்ததுதான். எனினும் அவனில்லாத இரவின் பொழுதுகள் அவளின் இயல்பிற்கு மாறுபட்டிருந்தது. 0குள்ளிலில்லாமல் இல்லத்தில் தங்கிய இரவுகளில் மழைக்குக் குடைப்பிடிக்கும் போலிமை உணர்வில் அவள் தவித்தாள். ஹாலனும், 0குள்ளில் இரவெல்லாம் செவிப்பறையில் நிறைந்திருக்கும் 0கு0ப்0பிசியின் கீச்சொலியும், கொட்டக்கிலின் கீச்சொலியும் இல்லாத இந்த இரவுகளில் அவள் அவளாகவே இல்லை. எல்லாம் இருந்தும் இல்லாதநிலை கொடிதினும் கொடிதல்லவா. நெடுமென எரியும் மதிலின் விளக்கொளியை வெறித்துக்கொண்டே அவளின் இரவுகள் கழிந்தன.

விடைபெற்றுச் சென்ற தன் தந்தையைத் தன் காட்சிக்கு மறையும்வரை ஏக்கத்தோடு பார்த்துநின்றாள் மாதி.

ஊரு0பெட்டிற்குப் புறப்படும் தன் தந்தையின் உணர்வு அவளின் மனதில் நிறைந்திருந்தது. திடீரென எழுந்தது "ஔவெ... அய்யோ... அய்யோ.. என் அப்பனே.." எனும் ஓலம். அதைக் கூர்ந்தாள் மாதி. அது 0கிரிஜியின் குரல் தான். மாதி எண்ணியதைப் போலவே அது 0கிரிஜியின் மனையிலிருந்தே எழுந்துகொண்டிருந்தது.

அஜ்ஜனும், ஐசனும் விரைந்தனர். அம்மனையின் முற்றத்தில் கூடிநின்றிருந்தவர்களை விலக்கி உள்ளே சென்றாள் மாதி. வலது காலையும், கையையும் இழந்து, வலப்புறமாக வாய்கோணிய நிலையில் 0கிரிஜி கிடந்தாள். அவளின் வாய்வழி நிற்காமல் எச்சில் ஒழுகிக் கொண்டிருந்தது. கண்களில் வெறியின் கனல் கொட்டிக் கொண்டிருந்தது. அவளின் பார்வை முழக்க மாதியையே வெறித்திருந்தது.

அந்தச் சோதனையோடு மற்றொரு சோதனையாக நிறைமாத சூல்காரியான ஆலிக்கும் மகப்பேற்றின் வலிகண்டது. அவளின் ஓலமும் கூட, அங்கங்களை இழுத்து தரையில் துடிக்கும் தன் தாயினைக்கண்டு அவளின் கண்களில் தாரைதாரையாய் கண்ணீர் பெருகியது. ஆலியின் கதறல் ஒலி மென்மேலும் அதிகரிக்க, அவளுடுத்திய துண்டுமுழுதும் செந்நிறமாய் மாறி யிருந்தது. உடைந்த அவளது பனிக்குடத்து நீர் பாதங்களின்வழி ஒழுகி வழிந்தோடியது.

"ஔவெ, அஜ்ஜா... இவளைத் தூக்குங்கள்.." என்று கெப்பி அலறினாள். விரைந்த அஜ்ஜனோ அவளை ஏந்திக்கொண்டு ஒலி0கி0டிக்கு விரைந்தான். தன் நெஞ்சம் பதற, எழமுயன்றும் இயலாத இறகிழந்த ஈசலாய் 0கிரிஜி துடித்தாள். அவளுக்கு இந்தநிலை தேவைதான் என்று எண்ணியவர்களும்கூட, தன் நிறைமாத மகளை நினைத்துத் துடிக்கும் அவளின் நிலையினைக்கண்டு கண்ணீர் வடித்தனர். மட்பானையில் வெந்நீருடன் கெப்பி ஒலி0கிடியை நோக்கி விரைந்தாள். சொப்புக்கத்தியை எடுத்துக்கொண்டு குப்பியும் பின்தொடர்ந்தாள்.

கெப்பி ஆலியின் வயிற்றினைக் கீழ்நோக்கி அழுத்த, குப்பியோ வெளியேறிய குழந்தையின் தலையினைப்பிடித்து மெதுவாக இழுத்தாள். "ஔவெ.." என்ற பேரொலிமிக ஒரு பெண் குழந்தை பிறந்திருந்தது. குப்பி சொப்புக்கத்தியால்

தொப்புள் கொடியை அறுத்தாள். அழுகைப்பீறிடப் பிறந்த அச்சிசுவின் அழுகையொலியில் திடீரென்று ஏற்பட்ட மாற்றத்தைக் கவனித்தாள் குப்பி. “ஒளவெ... ஈரமாசி ஹெத்தெ... என்ன சோதனை..” என்று வாய்விட்டு கத்தி விசும்பினாள் குப்பி. அனைவரும் புரியாமல் விழித்தனர். குழந்தையைத் தலைக்கீழாகப் பிடித்து அதன் முதுகினைத் தட்டியும், தடவியும் பார்த்தாள் குப்பி. பலனில்லை. அதன் மூச்சுத் திணறல் சீராகவில்லை. மார்பு எக்கி எக்கி இறங்க, குப்பியின் மடியில் மூச்சுத்திணற துடிக்கும் அச்சிசுவைக் கண்ணீர்மல்க அனைவரும் கவனித்திருந்தனர்.

அக்குழந்தையின் இடது நெஞ்சினை அழுத்தியும், தடவியும் பார்த்தாள் குப்பி. அதுவும் பயன்தரவில்லை. துணியினை நெருப்பில்காட்டி அதன் அடிப்பாதங்களைச் சூடேற்றியும், அதன் வாயில் வாய்வைத்து ஊதியும் இறுதி முயற்சியை மேற்கொண்டாள் குப்பி. அதுவும் பயனற்றேபோனது.

ஈன்ற மயக்கத்திலிருந்து தெளிவுற்ற ஆலி தன் சிசுவை ஏந்தியிருந்த குப்பியைக் கண்டாள். கலங்கியிருந்த குப்பியின் கண்களைக் கவனித்தவள் ஏதோ விபரீதமென்று அனுமானித்தாள். ஈன்றவலிமிக, கையை ஊன்றி எழுந்தாள். குப்பியின் மடியில் இருந்த தன் குழந்தையைக் கவனித்தாள். அதன் வாய்வழியில் முச்சு இறைந்து கொண்டிருந்தது. அந்தச் சிசுவின் இறுதி நிமிடங்கள் அத்தாயிடமே விடப்பட்டன. தன் சிசுவை கரத்தில் ஏந்தக்கூட வலுவின்றி தன் மார்போடு அணைத்துக் கதறினாள் அவள். அத்தகு பரிதாபமான நிலையை அவ்வூரின் ஒலி0கிடி அன்றுதான் சந்திக்கின்றது.

சிறு அனத்தலோடு அக்குழந்தையின் மூச்சு எழுந்து கொண்டிருந்தது. அதன் இறுதி மூச்சினைக் காண சகியாமல் குப்பி வெளியேற எழுந்தாள். திடீரென கையில் அரெகல்லுடன் மாதி உள்ளே நுழைந்தாள். மடமடவென கையில் பறித்துவந்திருந்த முட்டடுப்பு இலையினை நீர்விட்டு அரைத்துக் களிம்பாக்கினாள். அதை வெள்ளைத் துணியில் இட்டு லேசாகக் கட்டினாள். குழந்தையை தன் மடியில் வாங்கியவள் அதன் வாயில், துணியிலிட்ட அம்மருந்துக் களிம்பின் சாறினைப் பிழிந்தாள். நல்லவேளையாக அச்சாறு குழந்தையின்

தொண்டையின் வழியாக இறங்கியது. அக்களிம்பின் கடைசி சொட்டு சாறும் வெளிவருமளவிற்கு நன்கு பிசைந்தாள். பிறகு, பிசைந்த அத்துணியை குழந்தையின் மூக்கிற்கருகில் சிறிதுநேரம் வைத்தாள். உடனே குழந்தையை தரையில் இருத்தினாள். பரணின் மேலிருந்த முறத்தையெடுத்து குழந்தையின் முகத்தருகே வேகமாக விசிறினாள். இரு கரங்களினாலும் அவள் பற்றியிருந்த முறம் சுழல்காற்றில் அலையும் நெருப்பைப்போல விசிற ஆழ்ந்த பெருமூச்சொன்றுடன் அக்குழந்தையின் மூச்சு சீரடைந்தது. உடனே, மீதமிருந்த இலைகளையும் அரைத்துச் சாறெடுத்து அதற்கு தொடர்ந்து அளித்தாள். அது இறுக்க முடியிருந்த தன்விழிகளை அலகத் திறந்தது மாதியை நோக்கியது.

பிழைத்துக்கொண்ட அச்சிசுவின் கன்னத்தினைத் தொட்டுக் கொஞ்சினாள் மாதி. அதனை எடுத்து பெருமகிழ்வுடன் ஆலியின் கைகளில் கொடுத்தாள். வியப்பில் கட்டுண்டிருந்த கெப்பி மாதியை தன் மார்போடு அணைத்துக்கொண்டாள். குப்பியின் கண்களில் பெருக்கெடுத்தோடிய கண்ணீர் குறைந்தப்பாடில்லை. உயிர் போராட்டத்தில் பெரிதென்றும், துளியென்றும் எதுவுமில்லை. சிறுதுளியே பெரும்உயிரை மீட்டுவிடக்கூடும். இவ்வுயிர் போராட்டத்தில் ஒரு தலைமுறையைக் காத்த சிறுதுளியாய்த் திகழ்ந்த மாதி 0பீரமுக்கு மலையினும் விஞ்சி நின்றாள். அங்கு மீண்ட சிசுவைக் கொஞ்சியவர்களைவிட மாதியைக் கொஞ்சியவர்களே அதிகம்.

முற்றத்து உலையின் மடக்கெயில் கொதிக்கின்ற நீரில் ஏரிக்காய்களை அரிந்துப்போட்டாள் மாதி. அதோடு ஒருகைப்பிடி உலுச்சு 0கிடு செடியினையும் சேர்த்தாள். அந்நீர் நன்கு கொதித்தது. அதே அடுப்பில் எரியும் நெருப்பில் 0கூவினையிட்டுப் பழுக்கக் காய்ச்சினாள்.

0கிரிஜியை தன் மார்போடு சாய்த்துப் பிடித்திருந்தாள் குப்பி. அவளது கோணியவாயில் உலுச்சுக் 0கிடுவினை வைத்தாள் மாதி. தொட்டால் சுருங்கும் தன்மைக்கொண்ட அச்செடியின் தீண்டலினால் தன் முகத்தை குப்பியின் மார்பில் அழுத்தித் தேய்த்தாள் 0கிரிஜி. முகத்தை தேய்க்குமளவிற்கான முன்னேற்றம் கண்டுள்ள நிலையை எண்ணி மகிழ்ந்தாள் மாதி.

நன்கு கொதிக்கும் அந்த மூலிகை நீரினை இறக்கிவைத்த மாதியோ, அதன் கொதிநிலையை மேலும் கூட்ட, அதனுள்

பழுக்கக் காய்ந்திருந்த 0கூவினை இட்டாள். வெளிவந்த ஆவியினை 0கிரிஜியின் முகத்தில் படச்செய்தாள். அந்நீர் சற்று ஆறியவுடன் அதைக்கொண்டு அவளின் செயலிழந்த அங்கங்களுக்கு ஒத்தடம் அளித்தாள். மாதி மேற்கொண்ட மருத்துவத்தால் நன்கு வியர்த்திருக்கும் 0கிரிஜியின் முகத்தில் வியர்வையோடு அவளின் கண்ணீரும் சேர்ந்திருந்தது.

ஹாலானி மாதத்தின் கடைசிவாரம். 0கிரிஜிக்கான மருத்துவம் நல்லவிதத்தில் ஒத்துழைத்தது. அன்று 0கிரிஜிக்கான மருத்துவத்தை முடித்துவிட்டு ஒத்தடத் துணியினைத் திண்ணையில் காயப்போட்டாள் மாதி. திண்ணையின் ஓரத்தில் அவளிட்ட சாமைக்களியை உண்ணவந்த கரிஅக்கிலு மாதியைப்பார்த்து ஓயாமல் கீச்சிட்டது. அதனோடு உரையாடிக் கொண்டிருந்த மாதிக்கு 0கெட்டியின் கனைப்பொலி கேட்டது. உயிரின் முடிச்சினை உசுப்பிய அத்தருணத்தில் மேலும் பொலிந்துநின்றாள் அவள்.

வயிறுப்புடைத்து நின்ற மாதியைக்கண்டு தன் கழுத்தினால் அவளின் கால்களை உரசிநின்றது 0கெட்டி. அவளின் வயிற்றினை நாவால் வருடியது. ஹெம்மாட்டி முடிந்து திரும்பிய எருமைகளெல்லாம் மாதியைக் கண்ட மகிழ்ச்சியில் கனைத்து நெருங்கிவர, ஊரே அவர்களை வரவேற்றது.

எல்லா எருமைகளும் பத்திரமாக திரும்பியதைக்கூறி இப்பயணத்தை முடித்து, 0கவுடர் முன்னிலையில் ஊரிற்கு எருமை மந்தைகளை ஒப்படைத்தான் காரி.

வீட்டினை அடைந்த ஹாலனை ஆலியின் குழந்தை புன்னகையால் வரவேற்றது. ஹாலனின் சித்தப்பா தை0கெயில் அமர, எல்லா உறவுகளும் நீண்டு எரிந்துகொண்டிருந்த மாதிலின் விளக்கொளியின் அருளில் உண்டு மகிழ்ந்தனர்.

மாதியின் எழாவதுமாதம். முழுமதிநாள். அவள்கொண்டுவந்த சவுன அக்கிச் சீரிலிருந்த சாமையரிசியினை வேகவைத்து கிண்டினாள் 0கிரிஜி. தொடர்ந்து மதிலின்முன் ஹாலனும் மாதியும் அமர, மாதிகொண்டுவந்திருந்த கச்சுத்தட்டில் சாமைக்களியினை இட்டு மோர் ஊற்றினாள். அவ்வுணவை ஹாலனும் மாதியும் மாற்றி மாற்றி ஊட்டினர். ஹாலனுடனான

உறவும், ஹாலனுக்கான அச்சிசுவின் உரிமையும் இந்தச் சடங்கால் மேலும் வலுப்பெற்றன.

மறுநாள், மகப்பேற்றிற்காக மாதியை அழைத்துச்செல்ல மிச்சியுடன் 0பெள்ளி வந்திருந்தான். அனைவரும் மனம்நிறை ஆசியோடு அவளை வழியனுப்பினர். 0கிரிஜியின் விழிகளில் கண்ணீர் பெருக்கெடுத்தது. அவள் மாதிக்குப் பிரியாவிடையளித்தாள். சோர்ட்டின் உச்சிவரை 0கிரிஜியின் பார்வை மாதியையே நோக்கியிருந்தது. அவளின் விழிகளில் கண்ணீரின் ஈரம் துளியும் காய்ந்தபாடில்லை. நெருப்பில் காய்ச்சிய 0கூ 0கிரிஜியின் மார்பில் கனன்றது.

0தொ0ட்0ட 0தீவிகெ மாதத்தின் முழுமதிநாள். அன்றுகாலை மாதியின் மகன் ஜோகியை மாசி பெருமகிழ்வுடன் நீராட்டினாள். “ஏய் ஜோகி... இன்று உன் தந்தை வருகிறார்... உன்னை உன் வீட்டிற்கு அழைத்துச் செல்லப்போகிறார்... நீ என்னை விட்டுப் போகப்போகிறாயா.. ஏய் ஹெப்பநாடு கள்ளா..” என்று கொஞ்சினாளவள். முகத்தில் சிரிப்பும், கண்களிலோ அவன் இன்று செல்கிறானே எனும் வருத்தமும் மாசிக்கு மிகுந்திருந்தன.

மாதியும் புறப்படத் தயாரானாள். கோடனும் உறவினர்களும் ஹாலன் வீட்டாரின் வரவிற்காகக் காத்திருந்தனர். கோடனின் மடியில் இருந்துகொண்டு அவனது கையின் ஆட்காட்டி விரலை இறுகப்பற்றிருந்தான் ஜோகி. எச்சில் ஒழுக சிரிக்கும் அவனையும், அந்தப் 0பிக்கெ மரத்தினையும் ஒருங்குநோக்கியவாறு அமர்ந்திருந்தான் கோடன். ஜோகி பிறந்ததிலிருந்து அவனுக்கு அது வாடிக்கையானது.

தெளிந்த வானத்தின்கீழ், வான் நீலத்திற்குப் பச்சை பூசும் பசுமையுடன் நின்றிருந்தது ஊரு0பெட்டு. அதிலிருந்து விடாமல் எழுந்துகொண்டிருந்தது இயற்கையின் பேரொலி. எத்தனையோ உயிர்களை ஏந்திய தாய்மையின் விளக்கமாய் அது ஒளிர்ந்தது. ஊரு0பெட்டின் மேலிருந்து இறங்கிவரும் காற்று அதன் ஆவியைத் தழுவித்தந்து, நமது ஆவியைத் தழுவிச்சென்றது. படபடத்து, சடசடத்து அதனுள் சங்கமிக்கும் காற்றில்தான் எத்தனை எத்தனை ஜனனங்கள்...

ஊரு0பெட்டின் மேலேற மாதியின் மனது அடம்பிடித்தது. வந்துநின்ற ஹாலனையும் தாண்டி அவளது மனம்முழக்க

ஊரு0பெட்டே நிறைந்திருந்தது. ஊரு0பெட்டிற்கு தன்னை மறுத்துச்செல்லும் தந்தைக்கு எதிராக பெரும் கண்ணீர்வடிக்க அவளின் கண்களும் தயாராகவே இருந்தன. தான் கொண்ட அடம் தீர்க்க ஊரு0பெட்டிலிருந்து தந்தை பறித்துவரும் தவட்டெப் பழத்தின் சுவைக்காக அவளின் நா ஏங்கியது.

வீட்டிலிருந்து அதே தூபத்தின் நறுமணம். கையிலும் அதே மூங்கில்குடை. 0பெள்ளி அதை விரித்தான். அதற்குள், 0கிரிஜி தன் முண்டில்சுற்றி ஜோகியை ஏந்தியிருந்தாள். அனைவரின் விழிகளிலும் கண்ணீர் நிறைந்திருந்தது. வீசிய காற்றில் அந்தப் 0பிக்கெமரம் சிலிர்த்தது. மாதியின் மனது ஒரு பெரும் அடத்திற்குத் தயாரானது. ஊரு0பெட்டினை ஏக்கங்கொண்டு பார்க்கும் அவளது பார்வையுடன் ஜோகியின் பார்வையும் சேர்ந்திருந்தது.